ಮೊಗ್ಗೊಡೆದ ಮೌನ

ಸಾಯಿಸುತೆ

ಸುಧಾ ಎಂಟರ್‌ಪ್ರೈಸಸ್

ನಂ. 761, 8ನೇ ಮುಖ್ಯರಸ್ತೆ, 3ನೇ ಬ್ಲಾಕ್
ಕೋರಮಂಗಲ, ಬೆಂಗಳೂರು–560 034.

Moggodeda Mouna (Kannada) : a social novel written by Smt. Saisuthe; published by Sudha Enterprises, # 761, 8th Main, 3rd Block, Koramangala, Bangalore - 560 034.

ಮೊದಲನೆಯ ಮುದ್ರಣ	:	2009
ಎರಡನೆಯ ಮುದ್ರಣ	:	2023
ಪುಟಗಳು	:	160
ಬೆಲೆ	:	ರೂ. 150
ಉಪಯೋಗಿಸಿದ ಕಾಗದ	:	70 ಜಿ.ಎಸ್.ಎಂ. ಮ್ಯಾಪ್‌ಲಿಥೋ
ಮುಖಪುಟ ವಿನ್ಯಾಸ	:	ಚಂದ್ರನಾಥ ಆಚಾರ್ಯ
ಹಕ್ಕುಗಳು	:	ಲೇಖಕಿಯವರದು

ಸಗಟು ಮಾರಾಟಗಾರರು
ವಸಂತ ಪ್ರಕಾಶನ
360, 10ನೇ 'ಬಿ' ಮುಖ್ಯರಸ್ತೆ, 3ನೇ ಬ್ಲಾಕ್,
ಜಯನಗರ, ಬೆಂಗಳೂರು – 560 011.
ದೂರವಾಣಿ : 080–40917099 / ಮೊ: 7892106719
email : vasantha_prakashana@yahoo.com
website: www.vasanthaprakashana.com

ಅಕ್ಷರ ಜೋಡಣೆ :
ವಸಂತ ಪ್ರಕಾಶನ

ಮುದ್ರಣ :
ರೀಗಲ್ ಪ್ರಿಂಟ್ ಸರ್ವೀಸ್

ಮುನ್ನುಡಿ

ಆತ್ಮೀಯ ಓದುಗರೆ,

ಈ ಕಾದಂಬರಿಯ ವಸ್ತು ತೀರಾ ಹೊಸದೇನಲ್ಲ. ಸಮಾಜದಲ್ಲಿ ನಿಮ್ಮ ಕಣ್ಮುಂದೆ ಕಾಣುವ ವ್ಯಕ್ತಿಗಳೇ ಈ ಕಾದಂಬರಿಯ ಪಾತ್ರಗಳಾಗಿದ್ದಾರೆ.

ಈ ಸಲ ಮೊಗ್ಗೊಡೆದ ಮೌನ ಕಾದಂಬರಿಯನ್ನು ಸುಧಾ ಎಂಟರ್‌ಪ್ರೈಸಸ್ ಪ್ರಕಾಶನ ಸಂಸ್ಥೆ ಅಚ್ಚು ಮಾಡಿ ನಿಮ್ಮ ಮುಂದಿಟ್ಟಿದ್ದಾರೆ.

ಪ್ರಕಾಶಕರಿಗೂ, ಮುಖಚಿತ್ರದ ಕಲಾವಿದರಿಗೂ, ನಿಮಗೂ ಸೇರಿಸಿಯೇ ಧನ್ಯವಾದಗಳು.

– ಸಾಯಿಸುತೆ

"ಸಾಯಿಸದನ"
12, 2ನೇ ಮುಖ್ಯರಸ್ತೆ, 2ನೇ ಅಡ್ಡರಸ್ತೆ,
ಮಾರುತಿನಗರ, ಕೋಗಿಲೆ ಕ್ರಾಸ್,
ಯಲಹಂಕ ಓಲ್ಡ್ ಟೌನ್, ಬೆಂಗಳೂರು – 560064.
ದೂ: 080–28571361
Email: saisuthe1942@gmail.com

ನಮ್ಮಲ್ಲಿ ದೊರೆಯುವ ಸಾಯಿಸುತೆಯವರ
ಇತರ ಕಾದಂಬರಿಗಳು

ಶ್ವೇತ ಗುಲಾಬಿ
ಮಿಡಿದ ಶ್ರುತಿ
ಮೇಘವರ್ಷಿಣಿ
ನವಚೈತ್ರ
ಪೂರ್ಣೋದಯ
ಅಪೂರ್ವ ಮೈತ್ರಿ
ನಿಶೆಯಿಂದ ಉಷೆಗೆ
ಸಪ್ತರಂಜನಿ
ವಸುಧೈವ ಕುಟುಂಬ
ಪ್ರೇಮಸಾಫಲ್ಯ
ಸದ್ಗೃಹಸ್ಥೆ
ಕಾರ್ತೀಕದ ಸಂಜೆ
ನಾ ನಿನ್ನ ಧ್ಯಾನದೊಳಿರಲು
ಸುಪ್ರಭಾತದ ಹೊಂಗನಸು
ಕರಗಿದ ಕಾರ್ಮೋಡ
ಹೃದಯ ರಾಗ
ಅಮೃತಸಿಂಧು
ಬಣ್ಣದ ಚುಂಬಕ
ಸ್ವರ್ಣ ಮಂದಿರ
ಶ್ರೀರಸ್ತು ಶುಭಮಸ್ತು
ಗಂಧರ್ವಗಿರಿ
ಶುಭಮಿಲನ
ಸಪ್ತಪದಿ
ಚೈತ್ರದ ಕೋಗಿಲೆ
ಬೆಳ್ಳಿದೋಣಿ
ವಿವಾಹ ಬಂಧನ
ಮಂಗಳ ದೀಪ
ಡಾ॥ ವಸುಧಾ
ಮುಂಜಾನೆಯ ಮುಂಬೆಳಕು
ಸೊಬಗಿನ ಪ್ರಿಯದರ್ಶಿನಿ
ರಾಗಬೃಂದಾವನ
ಬಿಳಿ ಮೋಡಗಳು
ಅನುಬಂಧದ ಕಾರಂಜಿ
ಮಿಂಚು
ನಾಟ್ಯಸುಧಾ
ಪಸರಿಸಿದ ಶ್ರೀಗಂಧ
ಬೆಳದಿಂಗಳ ಚೆಲುವೆ
ವರ್ಷಬಿಂದು
ಸಪ್ನ ಸಂಭ್ರಮ
ನನ್ನ ಭಾವ ನಿನ್ನ ರಾಗ
ಸುಮಧುರ ಭಾರತಿ
ಮೌನ ಆಲಾಪನ
ಮತ್ತೊಂದು ಬಾಡದ ಹೂ
ಶಿಶಿರದ ಇಂಚರ
ಮುಂಗಾರಿನ ಹುಡುಗಿ
ಸಾಮಗಾನ
ಕಡಲ ಮುತ್ತು
ಆಡಿಸಿದಳು ಜಗದೋದ್ಧಾರನಾ
ಪಂಚವಟಿ
ಶ್ಯಾನುಭೋಗರ ಮಗಳು
ಮೂಡಿ ಬಂದ ಶಶಿ
ಜನನೀ ಜನ್ಮಭೂಮಿ
ಬಿರಿದ ನೈದಿಲೆ
ಶರದೃತುವಿನ ಚಂದ್ರ
ಮೋಹನ ಮುರಳಿ ಕರೆಯಿತು
ಮುಗಿಲ ತಾರೆ
ಅಗ್ನಿದಿವ್ಯ
ಧವಳ ನಕ್ಷತ್ರ
ಕಲ್ಯಾಣಮಸ್ತು
ದಂತದ ಗೊಂಬೆ
ಸುಭಾಷಿಣಿ
ಮಮತೆಯ ಸಂಕೋಲೆ
ಮಂತ್ರಾಕ್ಷತೆ
ಸಪ್ತಧಾರೆ
ಹೇಮಂತದ ಸೊಗಸು
ಬೆಳಕಿನ ಹಣತೆ
ಗ್ರೀಷ್ಮದ ಸೊಬಗು
ಗ್ರೀಷ್ಮ ಋತು
ಪ್ರಿಯ ಸಖೀ
ಚಿರಬಾಂಧವ್ಯ
ಆಶಾಸೌರಭ
ಗಿರಿಧರ

ಸರಿತ, ಹೇಮಂತ್ ರೈಲ್ವೆ ಸ್ಟೇಷನ್‌ನಿಂದ ಟ್ಯಾಕ್ಸಿವಾರಿ ಹೋಟೆಲ್ ತಲುಪಿದಾಗ ಮೂರಕ್ಕೆ ಹತ್ತು ನಿಮಿಷ ಇತ್ತು. ಅವಳಿಗಂತು ಆಶ್ಚರ್ಯದ ಜೊತೆ ಬೇಸರವು ಕೂಡ, ಇಲ್ಲಿಗೆ ಕರೆ ತಂದಿದ್ದು ಸರಿಯೆನಿಸಲ್ಲಿಲ್ಲ "ಅರೇ, ಇಲ್ಲಿಗ್ಯಾಕೆ ಕರ್ಕಂಡ್ ಬಂದೆ? ನಾನು ಅತ್ತಿಗೇನಾ ನೋಡ್ತಿನಲ್ಲ ಅನ್ನೋ ಖುಷಿಯಲ್ಲಿದ್ದೆ. ಅವ್ರಿಗೆ ಕೋಪವಿದ್ದರೇ ಅಮ್ಮ, ಅಪ್ಪನ ಪರ ನಾನು ಕ್ಷಮಾಪಣೆ ಕೇಳ್ತೀನಿ. ಅವರ ಒಡನಾಟ ನಂಗೆ ಬೇಕು ಪುಟ್ಟ ಅಲಾಪನಾ... ಖುಷಿಯೆನಿಸುತ್ತೆ ನಂಗೆ ತಲುಂಬ ಸಹನೆ ಇದೆ. ಅತ್ತಿಗೇನಾ ಓಲೈಯಿಸ್ತೀನಿ, ಅಲ್ಲಿಗೆ ಕರ್ಕಂಡ್ ಹೋಗು" ದಂಬಾಲು ಬಿದ್ದಳು ಹರಿದು ಹೋದ ಸಂಬಂಧ ಒಗ್ಗೂಡುವ ಸಮಯಕ್ಕೆ ಕಾತುರದಿಂದಲೇ ಬಂದಿದ್ದಳು. ದಾರಿಯುದ್ದಕ್ಕೂ ಅದೇ ಮಾತುಗಳು, ಅವನು 'ಹಾ' 'ಹೂ' ಅನ್ನೋದು ಬಿಟ್ಟಟು ಹೆಚ್ಚಿಗೇನು ಮಾತಾಡಿರಲಿಲ್ಲ.

"ಬಿ ಕಾಮ್, ಆತುರ ಬೇಡ, ಖಂಡಿತ ನೋಡ್ತೀಯ. ಮೊದಲು ಸ್ವಲ್ಪ ಫ್ರೆಷ್ ಆಗು, ಹೇಗೂ ನನ್ನೊಜೆ ಸ್ವಲ್ಪ ದಿನ ಇರೋಕೆ ಅಪ್ಪ ಅಮ್ಮ ಒಪ್ಕೊಂಡಿದ್ದಾರೆ. ನಿಂಗೆ ಎಲ್ಲಾ ಗೊತ್ತಾಗುತ್ತೆ" ಎಂದವನ ದನಿಯಲ್ಲಿ ಜೀವವಿರಲಿಲ್ಲ. ಸರಿತ ಊಹಿಸಿದ್ದೇ ಬೇರೆ, ತಟ್ಟನೆ ಹೇಮಂತ್‌ನ ಕೈ ಹಿಡಿದುಕೊಂಡು "ಹಿಂದಿನ ಕಹಿ ಮರ್ತು ಬಿಡು, ಅಪ್ಪ, ಅಮ್ಮ ಮೆತ್ತಗಾಗಿದ್ದಾರೆ, ಬದಲಾಗಿದ್ದಾರೆ. ಸೊಸೆನ ಮನಪೂರ್ವಕವಾಗಿ ಒಪ್ಕೋತಾರೆ. ಕುಂಜು ಮರಿನ ನೋಡಿದ ಕೂಡಲೇ ಪೂರ್ತಿ ಕರಗಿ ಹೋಗ್ತಾರೆ. ಹೋಟಲ್, ಲಾಡ್ಜ್ ಅಂದರೆ ನಂಗೆ ಇಷ್ಟವಾಗೋಲ್ಲ, ಅತ್ತಿಗೆಗೆ ಕೋಪವಿದ್ದರು ನಾನು ಒಲಿಸ್ಕೋತೀನಿ" ಎಂದಳು. ಅವನ ಮುಖ ಮಂಕಾಯಿತು, ಕೈ ಬಿಡಿಸಿಕೊಂಡು ಬೆನ್ನಾಕಿ ನಿಂತ.

"ಅಪಾಯಿಂಟ್‌ಮೆಂಟ್ ಸಿಕ್ಕಿರೋದು ನಾಳೆಗೆ" ಅಂದವ ಬಾತ್‌ರೂಂಗೆ ಹೋದ ಅಣ್ಣನನ್ನ ನೋಡಿ ಸುಸ್ತಾದಳು. ಅವಳಿಗೆ ಏನೇನು ಅರ್ಥವಾಗಲಿಲ್ಲ. ವೈಜಯಂತಿ ಶ್ರೀಮಂತರ ಶಂಕರ ಪಾಟೀಲರ ಒಬ್ಬಳೇ ಮಗಳೆಂದು ಗೊತ್ತು. ಆದರೂ ಆಯೋಮಯ ಸ್ಥಿತಿಯಲ್ಲಿ ಕೂತಳು.

ಬಾತ್‌ರೂಂನಿಂದ ಹೊರ ಬಂದ ಹೇಮಂತ್ ತಂಗಿಯತ್ತ ಬಂದು ಒದ್ದೆ

ಕೈನಿಂದ ಕೆನ್ನೆ ತಟ್ಟಿ ಮೃದುವಾಗಿ ಹೇಳಿದ.

"ಯಾಕೆ ಇಷ್ಟೊಂದು ಅಪ್‌ಸೆಟ್ ಆಗಿದ್ದೀಯ? ನಾಳೆ ನಿಂಗೆ ತಾನಾಗಿ ಗೊತ್ತಾಗುತ್ತೆ. ಮುಚ್ಚಿಟ್ಟ ವಿಷಯ ಹೇಗೆ ವಿವರಿಸಬೇಕೂಂತ ಗೊತ್ತಿಲ್ಲ. ಎಲ್ಲಾ ತಾನಾಗಿ ಗೊತ್ತಾಗುತ್ತೆ. ಈಗ ಹೋಗಿ ಫ್ರೆಷ್ ಅಪ್ ಆಗಿ ಬಾ. ಆರಾಮಾಗಿ ಸುತ್ತಾಡಿ ಡಿನ್ನರ್ ಮುಗ್ಸಿಕೊಂಡು ಹಿಂದಿರುಗಬಹುದು" ಎಂದು ಭುಜ ತಟ್ಟುತ್ತ. ಏನಾದರೂ ಸರೀತಾಗೆ ಕೇಳಬೇಕೆನಿಸಿದರು ಕೇಳಲಿಲ್ಲ. ಹೆತ್ತವರು ಅವನ ಪ್ರೇಮ ವಿವಾಹವನ್ನು ಎಷ್ಟರಮಟ್ಟಿಗೆ ವಿರೋಧಿಸಿದ್ದರೆಂದು ಅವಳಿಗೆ ಗೊತ್ತು "ಆಯ್ತು, ನಂಗೆ ಷಾಕ್ ಬೇಕಿರಲಿಲ್ಲ. ಎಷ್ಟು ಬೇಗ ನಮ್ಮ ಕುಂಜುನ, ನೋಡ್ತೀನೋ ಅನ್ನೋ ಆಸೆ, ಕುತೂಹಲ," ಕಣ್ಣುಗಳು ಅದ್ಭುತವಾಗಿ ಮಿನುಗುತ್ತಿದ್ದನ್ನು ಕಂಡು ಕೆನ್ನೆ ತಟ್ಟಿದ "ಅರ್ಥವಾಗತ್ತೆ, ಕೆಲವೊಮ್ಮೆ ಮನಸ್ಸಿಗೆ ವಿರುದ್ಧವಾಗಿ ವರ್ತಿಸಬೇಕಾಗುತ್ತೆ. ಬೇಗ ರೆಡಿಯಾಗು" ಅಂದು ಬೇರೆಸೆ ನೋಟ ಹರಿಸಿದ.

ಒಂದತ್ತು ನಿಮಿಷ ಸಾಕಾಯಿತು ಸರಿತಾಗೆ ರೆಡಿಯಾಗಲು, ಸಿಟಿಯಲ್ಲಿ ಹುಟ್ಟಿ ಬೆಳೆಯದಿದ್ದರು ಶಿವಮೊಗ್ಗದಲ್ಲಿ ಅವಳ ಕಾಲೇಜುನ ಓದು, ಒಂದು ರೀತಿಯಲ್ಲಿ ಹೆತ್ತವರ ಪ್ರೀತಿಯನ್ನುವ ಕಪಿಮುಷ್ಟಿಯಲ್ಲಿ ಹುಟ್ಟಿ ಬೆಳೆದ ಹುಡುಗಿ. ತಾನು ತೀರಾ ಸಾಮಾನ್ಯ ಅನ್ನೋ ಮನೋಭಾವ ಸರಳತ್ವ ಜೊತೆ ಅಂಟಿಕೊಂಡಿತ್ತು. ಆದರೆ ಬೆಂಗಳೂರಿಗೆ ಬರುತ್ತಿರುವುದು ಮಾತ್ರ ಸರಿಯಾಗಿ ನಾಲ್ಕನೇ ಬಾರಿ, ಈ ದೊಡ್ಡ ಸಿಟಿಯೇನು ಅವಳ ಆಕರ್ಷಣೆಯ ವಸ್ತುವಾಗಿರಲಿಲ್ಲ.

ಅಣ್ಣ, ತಂಗಿ ಅಲ್ಲೆಲ್ಲ ಸುತ್ತಾಡಿ ಹೋಟೆಲ್‌ಗೆ ಹಿಂದಿರುಗಿದಾಗ ಹನ್ನೊಂದರ ಸುಮಾರು. ಡಿನ್ನರ್ ಹೊರಗೆ ಮುಗಿದಿತ್ತು. ರೂಮಿಗೆ ಬಂದ ನಂತರ ತನ್ನ ಮೊಬೈಲ್ ಚೆಕ್ ಮಾಡುತ್ತಿದ್ದವನು ಬಂದ ಎಸ್‌ಎಮ್‌ಎಸ್ ಉತ್ತರಿಸಿದ ನಂತರವು ಬಟನ್‌ಗಳನ್ನೊತ್ತಿದ.

"ಹಲೋ..." ವೈಜಯಂತಿಯ ದನಿ.

"ನಿನ್ನ ಮೆಸೆಜ್ ಸಿಕ್ತು. ವಿಷ್ಯ ವಿವರಿಸಿದ್ದೇ ಆದ್ರೂ ಮುಖಾ ಮುಖಿಯಾಗಿ ನಿನ್ನೊಂದಿಗೆ ಮಾತಾಡುವುದು ಸರಿಯೆನಿಸಿತು. ಮೆಸೆಜ್ ಕೊಟ್ಟ ಪ್ರಕಾರ ಹನ್ನೊಂದಕ್ಕೆ ಬರ್ತೀನಿ" ಅಷ್ಟು ಹೇಳಿ ಕಟ್ ಮಾಡಿದ.

ಎದುರು ಮಂಚದ ಮೇಲೆ ಪದ್ಮಾಸನ ಹಾಕಿಕೊಂಡು ಕೂತ ಸರಿತ "ಅತ್ತಿಗೆ ಈಗ ಎಲ್ಲಿದ್ದಾರೆ? ಬೆಂಗ್ಳೂರು ಅಲ್ವಾ, ಅವ್ರ ತವರು ಮನೆ? ಈ ಸಲ ನೀನು ಪತ್ನಿ, ಮಗಳ ಸಮೇತ ಬಂದಿದ್ದರು ಅಪ್ಪ, ಅಮ್ಮ ಏನು ಗಲಾಟೆ ಮಾಡ್ತಾ ಇರ್ಲಿಲ್ಲ. ಯಾಕೆ ಇಲ್ಲಿಟ್ಟು ಬಂದೇ?" ಮತ್ತದೆ ಒಂದು ಪ್ರಶ್ನಿ ಬರೀ ಮುಗುಳ್ನಗೆ ಬೀರಿದ ಅದರಲ್ಲಿ ಹರ್ಷವಿರಲಿಲ್ಲ "ಈಗ ಮಾತಾಡೋ ಮೂಡ್ ಇಲ್ಲ. ಮಲಕೊ, ಗುಡ್‌ನೈಟ್" ಎಂದು ಹಾಸಿಗೆಯ ಮೇಲೆ ಉರುಳಿಕೊಂಡು ಲೈಟು ಸ್ವಿಚ್ ಆಫ್ ಮಾಡಿದಾಗ ಕಿತ್ತಳೆ ಬಣ್ಣದ ಮಂಕಾದ ಒಳ ಪದರದ ಲೈಟು ಹತ್ತಿಕೊಂಡಿತು ಹೇಮಂತ್‌ಗೆ ನಿದ್ದೆ

ಬಂತೋ ಇಲ್ಲವೋ ಅವಳಿಗಂತು ನಿದ್ದೆ ಬರಲಿಲ್ಲ. ಹೊರಳಾಡಿ, ಹೊರಳಾಡಿ ದಣಿದು ಒಂದತ್ತು ನಿಮಿಷ ಎದ್ದು ಕೂತು ನಂತರ ಮಲಗಿದ್ದು ಎಲ್ಲಾ ವಿಚಿತ್ರವೆನಿಸಿತು.

ತಂದೆ, ತಾಯಿ ಸ್ವಭಾವ ತಿಳಿದೇ ಹೇಮಂತ್ ವಿವಾಹದ ನಂತರ ಹೇಳಿದ್ದು, ಒಮ್ಮೆ ಹೆಂಡತಿಯನ್ನು ಕರೆದುಕೊಂಡು ಬಂದಾಗ ಹೆತ್ತವರು ಬಂಧ ಬಳಗವನ್ನು ಸೇರಿಸಿಕೊಂಡು ಗಲಾಟೆ ಮಾಡಿದಾಗ ತೀರಾ ಬೇಸತ್ತು ಊರು ಬಿಟ್ಟವನು, ತಾಯಿಗೆ ಹಾರ್ಟ್ ಅಟ್ಯಾಕ್ ಆದಾಗ ಒಬ್ಬನೇ ಬಂದಿದ್ದ. ನಂತರ ಸಂಬಂಧ ಒಂದಿಷ್ಟು ಸುಧಾರಿಸಿದ್ದರು, ಹೆಂಡತಿಯನ್ನು ಕರೆದುಕೊಂಡು ಬಂದಿರಲಿಲ್ಲ. ಮಗಳು ಹುಟ್ಟಿದಾಗ ತಂಗಿಗೆ ತಿಳಿಸಿದ್ದ, ಆಗಾಗ ತಂಗಿಯೊಡನೆ ಮಾತಾಡುವುದಿತ್ತು.ಪ ಬಹುಶಃ ಅವನಪ್ಪನ ಸಿಟ್ಟು ಇಳಿಯುವಂಥದಲ್ಲ! ಅಮ್ಮನದು ಮಾತ್ರ ಮಮತೆಯ ಒಡಲು. ಮಗ ತಪ್ಪು ಮಾಡಿದ್ದರು ಕ್ಷಮಿಸಿ ಬಿಡುವಂಥ ಧಾರಾಳತನ, ಆದರೂ ಅವರ ನಾಲಿಗೆಗೆ ಹೆದರುತ್ತಿದ್ದ.

ಬೆಳಿಗ್ಗೆ ಎದ್ದ ಹೇಮಂತ್ ತಂಗಿಯ ಕಡೆ ನೋಟ ಹರಿಸಿ "ಅಂತು ಸೂರ್ಯ ನಿಂಗೋಸ್ಕರ ಬೇಗ ಎದ್ದು ಬಂದಂಗಿದೆ, ಬೇಗ ಎದ್ದು ರೆಡಿಯಾಗು" ಎಂದು ಮುಗುಳ್ನಗೆ ಬೀರುತ್ತ ಬಾತ್ ರೂಂ ಹೊಕ್ಕ.

ಸರಿತ ತಲೆಗೂದಲನ್ನು ಕಟ್ಟಿಕೊಂಡು ಬಾಗಿಲು ತೆಗೆದುಕೊಂಡು ಬಂದು ಕಾರಿಡಾರ್‌ನಲ್ಲಿ ನಿಂತಳು. ಮುಂದೆ ಅಬ್ಬಬ್ಬ ಅನಿಸುವಂಥ ಗಾರ್ಡನ್. ಆದರೆ ಬಂದು ಹೋಗುವ ಶಿಸ್ತು ಭರಿತ ಜನ, ವೆಹಿಕಲ್ ಮಾತ್ರ ಇಷ್ಟವಾಗಲಿಲ್ಲ. ಅದೆಲ್ಲ ನಿರ್ಜನವಾಗಿದ್ದು, ಹಾರಾಡುವ ಚಿಟ್ಟೆಗಳ ಹಿಂಡು ಗಾಳಿಗೆ ತಲೆದೂಗುವ ಗಿಡಗಳು ಅಷ್ಟು ಮಾತ್ರ ಇದ್ದಿದ್ದರೇ ಚೆನ್ನ ಎನಿಸಿತು.

ಸರಿತ "ಕೂಗುತ್ತಲೇ ಬಂದವ ಹಸನ್ಮುಖವಾಗಿ" ಕೆಳ್ಗೇ ಹೋಗಿ ನೋಡ್ಬಹುದು. ಇಲ್ಲಿ ಮೈಮರೆಯೋದ್ಬೇಡ" ಎಚ್ಚರಿಸಿ ಒಳ ಬಂದವನು ಟವಲುನಿಂದ ತಲೆಯೊರಸಿ ಕೊಳ್ಳುತ್ತ ಡ್ರೆಸ್ಸಿಂಗ್ ಟೇಬಲ್‌ನ ಮುಂದೆ ನಿಂತ "ವೆರಿ ಹ್ಯಾಂಡ್‌ಸಮ್..." ಒಂದಲ್ಲ ಒಂದು ನೂರು ಸಲವಾದರೂ ಹೇಳಿದ್ದಳು, ಅವನ ಪ್ರೀತಿಯ ಹುಡುಗಿ, ಮುದ್ದಿನ ಮಡದಿ, ಅದೊಂದು ಸುಂದರ ನೆನಪಷ್ಟೆ. ಒಂದು ವಿಧವಾದ ನಗು ಅರಳಿತು. ಅವನ ತುಟಿಗಳ ಮೇಲೆ ಏನೆಲ್ಲ ಆಗಿ ಹೋಯಿತು. ಅಂಥದೊಂದು ಊಹೆ ಮಾಡಲು ಕೂಡ ಸಾಧ್ಯವಿರಲಿಲ್ಲ, ಆದರೆ ನಡೆದು ಹೋಗಿದಂತು ನಿಜ.

ಹೇಮಂತ್, ಸರಿತ ರೆಡಿಯಾಗಿ ಕೆಳಗೆ ಬಂದಾಗ ಲಗ್ಝೂರಿ ಟ್ಯಾಕ್ಸಿ ರೆಡಿಯಾಗಿತ್ತು. ಹತ್ತುವ ಮುನ್ನ ತಂಗಿಯತ್ತ ತಿರುಗಿ "ಅಲ್ಲಿ ಪ್ರಶ್ನೆಗಳು ಬೇಡ, ಬರೀ ಮೌನ ಅಷ್ಟೆ, ನಂತರ ನಿಂಗೆ ವಿಷ್ಯ ಅರ್ಥವಾಗತ್ತೆ" ಎಚ್ಚರಿಸಿ ಮುಗುಳ್ನಗೆ ಬೀರಿ ಅವಳ ಹಸ್ತವನ್ನಿಡಿದು ಅದುಮಿದ. ವಿಸ್ಮಯದ ಜೊತೆ ಅವಳೆದೆಯಲ್ಲಿ ಆತಂಕದ ಅಲೆಗಳೆದ್ದವು.

ಟ್ಯಾಕ್ಸಿ ಬಂದು ಬಂಗ್ಲೆಯ ಮುಂದೆ ನಿಂತಿತು. ಬಹುಶಃ ವಾಚ್‌ಮನ್‌ಗೆ ಅಣತಿ ಸಿಕ್ಕಿರಬೇಕು, ಸಲ್ಯೂಟೊಡೆದು ಗೇಟು ತೆಗೆದ ಟ್ಯಾಕ್ಸಿ ಮುಂದ್ಕೆ ಹೋಗಿ ಬಂಗ್ಲೆ

ಬಾಲ್ಕನಿಯಲ್ಲಿ ನಿಂತಿತು, ಬಾಲ್ಕನಿಯಲ್ಲಿ ಕಾರು ನಿಂತದ್ದರಿಂದ ಸ್ವಲ್ಪ ಹಿಂದೆಯೇ ನಿಲ್ಲಿಸಿ ಡ್ರೈವರ್ ಹಿಂಬದಿಯ ಡೋರ್ ಓಪನ್ ಮಾಡಿದ. ಇವರುಗಳು ಇಳಿದುಕೊಂಡ ನಂತ ಟ್ಯಾಕ್ಸಿ ಹಿಂದಕ್ಕೆ ಹೋಯಿತು. ಮುಂದಿದ್ದ ಕಾರನ್ನು ಗಮನಿಸಿದ. ಬಹುಶಃ ಒಂದೆಂಟು ಕಾರುಗಳಿಗೆ ಒಡೆಯರು.

ಇಲ್ಲಿ ಹೊರಗೆ ಬಂದು ಸ್ವಾಗತಿಸುವವರಾರು ಇರಲಿಲ್ಲ. ಸ್ವಾಗತಿಸಿದ್ದು ಸರ್ವೆಂಟ್, ಮುಂದಿನ ಸಿಟ್ಟಿಂಗ್ ರೂಂನಲ್ಲಿ ಕೂಡಿಸಿ ವಿಷಯ ಮುಟ್ಟಿಸಲು ಹೋದ, ಈ ಬಂಗ್ಲೆಯೆನ್ನುವ ಮನೆ ಅವನಿಗೆ ಹೊಸದಲ್ಲ. ಒಂದು ಹತ್ತು ಹನ್ನೆರಡು ಸಲ ಬಂದಿರಬಹುದು, ಎರಡು ಎರಡು ದಿನದ ಮಟ್ಟಿಗೆ ಉಳಿದಿರಬಹುದು. ಈ ರೂಮು ಮಾತ್ರವಲ್ಲ, ಬಂಗ್ಲೆಯ ಪರಿಚಯ ಅಷ್ಟಿಷ್ಟು ಇತ್ತು. ಮೇಲಿನ ಬೆಡ್ ರೂಂಗೆ ಹೋಗುವ ಸ್ವತಂತ್ರ ಹಿಂದೇ ಇತ್ತು. ಈಗ ಇಲ್ಲ, ಸಂಬಂಧ ಕಡಿದು ಹೋಗಿತ್ತು.

ಮಾತಾಡಬೇಕೆನಿಸಿದರು ಸರಿತ ಮಾತಾಡಲಿಲ್ಲ. ಟೀಪಾಯಿ ಮೇಲಿನ ಪತ್ರಿಕೆ ಹೇಮಂತ್ ಕೈಗೆತ್ತಿಕೊಳ್ಳುವ ವೇಳೆಗೆ ವೈಜಯಂತಿ ಅವಳ ಪತಿ ಒಳಗೆ ಬಂದರು. ಸರಿತ ತಬ್ಬಿಬ್ಬು, ಕಿರು ನಗೆ ಬೀರುತ್ತ ಮುಂದೆ ಬಂದ ವ್ಯಕ್ತಿ ಹೇಮಂತ್‌ನ ಕೈಕುಲುಕಿ ಸರಿತಳೆಡೆ ಹುಬ್ಬೆತ್ತಿ ನೋಟ ಬೀರಿ ಏನಾದರೂ ಹೇಳುವ ಮುನ್ನ ಬಾಯಿ ಬಿಟ್ಟ.

"ನನ್ತಂಗಿ ಸರಿತ"

ಅವನು 'ಹಾ' ಎಂದು ಬಾಯಿ ಬಿಟ್ಟವನು ನಗೆ ತುಂಬಿಕೊಂಡು "ಸಿಟಿಗಳಲ್ಲಿ ಇಂಥ ಟ್ರೇಡಿಷಿಯನ್ ಬ್ಯೂಟಿ ನೋಡೋಕೆ ಸಿಕ್ಕೋಲ್ಲ. ಏನೀ ವೇ ಯು ಹ್ಯಾಸ್ ಎ ಬ್ಯೂಟಿಫುಲ್ ಸಿಸ್ಟರ್, ನಂಗೆ ಮೀಟಿಂಗ್ ಇದೆ. ನೀವು ಮಧ್ಯಾಹ್ನದ ಲಂಚ್ ತಗೊಂಡೆ ಹೋಗ್ಬಹುದ್ದು" ಎಂದು ಹೇಳಿಯೇ ಬೀಳ್ಕೊಟ್ಟು ಹೊರಟಿದ್ದು.

ಸರಿತ ಬಾಯಿಂದ ಮಾತೇ ಬರಲಿಲ್ಲ. ಒಂದು ರೀತಿಯ ದಿಗ್ಭ್ರಮೆ, ಇದು ಹೇಗೆ ಸಾಧ್ಯ?, ನಾನು ವೈಜಯಂತಿನ ತುಂಬ ಪ್ರೀತಿಸ್ತೀನಿ, ನಮ್ದು ಕಾಲೇಜಿನ ಒಡನಾಟ, ಅದಕ್ಕೇ ಹೇಳ್ದಂಗೆ ಮದ್ವೆ ಮಾಡಿಕೊಂಡಿದ್ದು. ವಿವಾಹದ ನಂತರ ಊರಿಗೆ ಬಂದಾಗ ಉಸುರಿದ್ದ, ಈಗ ಅವಳಿಗೆ ತಲೆ ಬುಡ ಅರ್ಥವಾಗಲ್ಲಿಲ್ಲ. ಜೊತೆಗೆ ಹೋದ ವೈಜಯಂತಿ ಹಿಂದಕ್ಕೆ ಬಂದು ಅವರುಗಳ ಎದುರು ಸೋಫಾ ಮೇಲೆ ಕೂತಳು.

"ನಾನು ನೋಡ್ದಾಗ ಸರಿತ ಲಂಗ, ಜಂಪರ್‌ನ ಹುಡ್ಗೀ, ಹೇಗಿದ್ದೀರಾ?" ಅವಳನ್ನು ಕುರಿತೇ ಕೇಳಿದ್ದು. ಅವಳಿನ್ನು ಚೇತರಿಸಿಕೊಂಡಿರಲಿಲ್ಲ. ಬಲವಂತದ ನಗೆ ಚೆಲ್ಲಿ "ಚೆನ್ನಾಗಿದ್ದೀನಿ" ಅಷ್ಟೇ ಅಂದಿದ್ದು. ಸೌಜನ್ಯಕ್ಕಾದರು ಕುಶಲೋಪರಿ ವಿಚಾರಿಸಲಾಗಲಿಲ್ಲ.

"ಹೇಗಿದ್ದೀರಾ?" ವಿಚಾರಿಸಿದ ಹೇಮಂತ್. ಗಂಡ, ಹೆಂಡತಿ ಮಾತಾಡುವ ಧಾಟಿ ಬದಲಾಗಿತ್ತು. ಮಾತಾಡುವ ಧಾಟಿ ಬದಲಾಗಿತ್ತು "ಫೈನ್, ನೀವು ಹೇಗಿದ್ದೀರಾ? ಪ್ಯಾಸಾ ಟೆಕ್ಸ್‌ಟೈಲ್ ಕರ್ನಾಟಕದಲ್ಲಿ ದೊಡ್ಡ ರೀತಿಯಲ್ಲಿ ಷೋರೂಂ ತೆಗ್ಯೋ ರೂಮರ್ ಇತ್ತು. ಆದರೆ ಇಷ್ಟು ಬೇಗ ಸಾಧ್ಯವಾದಿತ್ತೆಂದು ಕೊಂಡಿರಲಿಲ್ಲ. ಏನೀ ವೇ

ವೆಲ್‌ಕಮ್" ಅಷ್ಟೇ ನುಡಿದಿದ್ದು, ಬರೀ ಪರಿಚಿತರ ನಡುವಿನ ಸಂಭಾಷಣೆ ಅಷ್ಟೆ. ಒಂದಿಷ್ಟು ಸಾಫ್ಟ್ ಡ್ರಿಂಕ್ಸ್ ಬಂತು, ಶಿಷ್ಟಾಚಾರಕ್ಕೆ ತಗೊಂಡರು. ಆಮೇಲೆ ವಿಷಯನ ಮುಖ್ಯವಾದ ತಿರುವಿಗೆ ಒಯ್ದ.

"ಹೇಗೊ ಇಲ್ಲಿಗೆ ಟ್ರಾನ್ಸ್‌ಫರ್! ಬೆಂಗಳೂರು ಮತ್ತು ಮೈಸೂರಿನ ನಡ್ವೇ ಫ್ಯಾಕ್ಟರಿ ಷೋರೂಂ ತೆಗೆದಿರೋದು. ಕೆಲವು ಅನ್ಕೂಲಗಳು ಇವೆ. ಸಧ್ಯಕ್ಕೆ ನನ್ಜೊತೆ ಸರಿತ ಇರ್ತಾಳೆ. ಆಮೇಲೆ ಅಪ್ಪ, ಅಮ್ಮನ್ನ ಕರ್ಕಂಡ್ ಬರ್ತೀನಿ, ಅಲಾಪನಾ ನನ್ನೊಂದಿಗೆ ಇರಲೀ ಅನ್ನೋದು ನನ್ನ ಆಸೆ. ಆ ಮಗುಗೆ ಪ್ರೀತಿ ಸಿಗ್ಬೇಕು, ಇಲ್ಲದಿದ್ದರೇ ದೊಡ್ಡ ತಪ್ಪು ಮಾಡಿದಂತಾಗುತ್ತೆ. ಅದ್ಕೇ ನಿನ್ನ ಒಪ್ಗೇ ಬೇಕು. ನೀನು ಬಂದು ನೋಡಬಹುದು, ಬೇಕಾದಾಗ ಕರ್ಸಿಕೋ, ಬಹುಶಃ ತಾಯಿ ಪ್ರೀತಿ ಸಿಕ್ಕಾಗಲೇ ಮಗುವಿನ ಪರಿಪೂರ್ಣ ಬೆಳವಣಿಗೆ" ಬಹಳ ನಿಧಾನವಾಗಿ ಹೇಳಿದ, ಮೌನವಾಗಿ ಕೂತಿದ್ದ ವೈಜಯಂತಿ ತಟ್ಟನೆ ಎದ್ದು ಹೋದಳು, ಇದು ಷಾಕ್ ನೀಡುವಂಥ ನ್ಯೂಸ್ ಅಲ್ಲ. ಈಗಾಗಲೇ ಒಂದೆರೆಡು ಸಲ ಫೋನ್‌ನಲ್ಲಿ ಕನ್ವಿನ್ಸ್ ಮಾಡಿದ್ದ, ರೆಸಿಡೆನ್ಷಿಯಲ್ ಸ್ಕೂಲಿನಲ್ಲಿ ಬೆಳೆಯುವುದು ಅವನಿಗೆ ಇಷ್ಟವಿಲ್ಲ.

"ಅಣ್ಣ..." ಸರಿತ ಅವನ ಭುಜವಿಡಿದು ಜಗ್ಗಿದಳು, ಮೆಲ್ಲಗೆ ಅವಳತ್ತ ನೋಟ ಹರಿಸಿ "ನಮ್ಮಿಬ್ಬರ ಡೈವರ್ಸ್ ಆಗಿದೆ, ಇದು ವೈಜಯಂತಿಯ ತಂದೆಯ ಮನೆ. ಹರ್ಷ ಅವಳ ಪತಿ, ನಮ್ಮ ಮಗು ಅಲಾಪನಾ ಈಗ ರೆಸಿಡೆನ್ಷಿಯಲ್ ಸ್ಕೂಲ್‌ನಲ್ಲಿ ಕಲಿತ ಇದ್ದಾಳೆ." ಅಣ್ಣನ ಮಾತುಗಳಿಗೆ ಪೂರ್ತಿ ಸುಸ್ತಾದಳು. ಇದು ತೀರಾ ದುರಂತವೆನಿಸಿತು, ಅಣ್ಣನ ಭುಜಕ್ಕೆ ಗಲ್ಲವೊತ್ತಿ ಅತ್ತೆ ಬಿಟ್ಟಳು. ಅವಳ ಮನಸ್ಸಿಗೆ ತೀರಾ ನೋವಾಗಿತ್ತು. ಮೊದಲು ವಿರೋಧವೆನಿಸಿದರು ಅತ್ತಿಗೆಯಾಗಿ ಸಂಬಂಧ ಮಾರ್ಪಟ್ಟಾಗ ತಾನಾಗಿ ಪ್ರೀತಿ ಬೆಳೆದಿತ್ತು. ಒಂದು ಸಂಬಂಧ ಇಲ್ಲವಾಗಿತ್ತು. ಹೇಗೆ ಸಾಧ್ಯ?

"ಏಯ್, ಸಮಾಧಾನ ಮಾಡ್ಕೊ! ಸಂಬಂಧ ಕಡಿದುಕೊಳ್ಳುವುದು ಅನಿವಾರ್ಯವಾಗಿತ್ತು. ಮೊದಮೊದಲು ಸಾಕಷ್ಟು ಜಗಳ, ಆಲಾಪನಾ ಹುಟ್ಟಿದ ನಂತರವು ಸುಧಾರಿಸಲಿಲ್ಲ. ಆಗ ಶಾಂತವಾಗಿ ಇಬ್ಬರು ಕೂತು ಚಿಂತನೆ ನಡೆಸಿಯೇ ಒಂದು ನಿರ್ಧಾರಕ್ಕೆ ಬಂದಿದ್ದು. ಕಾನೂನು ರೀತ್ಯಾ ಬಿಡುಗಡೆ, ಆಮೇಲೆ ಮದ್ವೆ ಮಾಡಿದ್ದಾರೆ ಪಾಟೀಲ ದಂಪತಿಗಳು ಮಗಳಿಗೆ, ಇದು ಅವರಿಗೆ ಅನ್ಕುಲ. ಹರ್ಷ ಸ್ವಂತ ಸೋದರತ್ತೆಯ ಮಗ. ಈ ಕುಟುಂಬಕ್ಕೂ ಪಾಟಿಲ್ ಎಜುಕೇಷನ್ ಇನ್ಸ್‌ಸ್ಟಿಟ್ಯೂಟ್‌ಗಳನ್ನು ನೋಡಿಕೊಳ್ಳೋಕೆ ಅವ್ರಿಗೂ ಒಬ್ಬರ ಅಗತ್ಯವು ಇತ್ತೂ. ಈಗ ಎಲ್ಲಾ ಚೆನ್ನಾಗಿದೆ ಅನಿಸುತ್ತೆ. ಭಾವಾತಿರೇಕೆ ಇಲ್ಲಿ ಪ್ರಯೋಜನಕ್ಕೆ ಬರೋಲ್ಲ. ಬಿಕಾಮ್..." ಭುಜ ತಟ್ಟಿದ, ಹತ್ತು ನಿಮಿಷದ ನಂತರ ಬಂದ ವೈಜಯಂತಿ ಅವರ ಎದುರು ಕೂತು. "ನಂಗೆ ಎರಡು ದಿನಗಳ ಅವಕಾಶ ಕೊಡಿ" ಇಷ್ಟೆ ನುಡಿದಿದ್ದು. ತಕ್ಷಣ ಹಸನ್ಮುಖನಾಗಿ ಎದ್ದು ನಿಂತ ಹೇಮಂತ್ "ಓಕೇ, ಎರಡು ದಿನ ಬಿಟ್ಟು ನಾನೇ ಫೋನ್ ಮಾಡ್ತೀನಿ. ಪಾಸಿಟಿವ್ ಆಗಿರುತ್ತೆ ಅಂದುಕೊಂಡಿದ್ದೀನಿ. ಬರ್ತೀವಿ" ಅನ್ನುವ

ವೇಳೆಗೆ ಸರಿತ ಕೂಡ ಎದ್ದು ನಿಂತಳು. ಅವಳಿಗೆ ಏನು ಹೇಳಬೇಕೋ ಒಂದು ತೋಚಲಿಲ್ಲ. ಸುಮ್ಮನೆ ಅಣ್ಣನ ಜೊತೆ ಹೊರಗೆ ಬಂದ ನಂತರ ಆರಾಮಾಗಿ ಉಸಿರಾಡಿದ್ದು.

ಇಬ್ಬರು ನಡೆದೇ ದೊಡ್ಡ ಗೇಟುನಿಂದ ಹೊರ ಬಂದರು. ಸರಿತ ಹಿಂದಿರುಗಿದ್ದು ನಿಧಾನವಾಗಿ, 'ಶಂಕರ ಪಾಟೀಲ' ಕಾಂಪೌಂಡ್‌ನ ಫಲಕದ ಮೇಲೆ ರಾರಾಜಿಸುತ್ತಿದ್ದ ಹೆಸರು, ಆ ಶ್ರೀಮಂತಿಕೆಯ ಬಗ್ಗೆ ಅಸೂಯೆ ಇಲ್ಲ. ತಮ್ಮ ಮಗಳಿಗೆ ಬುದ್ಧಿ ಹೇಳಿ ಅವಳ ದಾಂಪತ್ಯ ಉಳಿಸಬೇಕಾದ ಹಿರಿಯರು ಯಾಕೆ ಸುಮ್ಮನಾದರು?

ಅಲ್ಲೇ ಚಾಕಲೇಟು ಬಿಸ್ಕಟ್ ಪ್ಯಾಕೆಟ್‌ಗಳನ್ನು ಪ್ಯಾಕ್ ಮಾಡಿಸಿಕೊಂಡು ಟ್ಯಾಕ್ಸಿ ಹತ್ತಿದ ನಂತರ "ಆಲಾಪನಾ, ನಿನ್ನ ತರಹ ಇದ್ದಾಳೆ. ನೀನು ಪುಟ್ಟ ಮಗುವಾಗಿದ್ದಾಗ ತೆಗೆಸಿದ ಒಂದು ಫೋಟೋ ಇದೆಯಲ್ಲ, ಸೇಮ್ ಅದೇ ತರಹ, ಅಮ್ಮ, ಅಪ್ಪ ನೋಡಿದ್ರೆ... ಖುಷಿ ಪಡ್ತಾರೆ" ಎಂದ ಗೆಲುವಿನಿಂದ ಹೇಮಂತ್.

"ಹೌದು, ತುಂಬ ಖುಷಿಯಾಗ್ತಾರೆ, ನಿಂಗೆ ಛೀಮಾರಿ ಹಾಕ್ತಾರೆ, ಬಹಿಷ್ಕಾರ ಹಾಕ್ತಾರೆ, ಮತ್ತೆ ನಿನ್ನಿಂದ ದೂರ ಸರಿತಾರೆ, ಮಗನ ಹೆಂಡ್ತಿ ಮೇಲೆ ಇಷ್ಟ ಇರಲೀ, ಬಿಡಲೀ ಅದೊಂದು ಸಂಬಂಧ, ಪ್ರೀತಿ ತಾನಾಗಿ ಬೆಳೆದಿರುತ್ತೆ. ಡೈವೋರ್ಸ್‌ಗೆ ಖಂಡಿತ ಒಪ್ತಾ ಇರ್ಲಿಲ್ಲ. ಕೂರಿಸ್ಕೊಂಡ್ ಬುದ್ಧಿ ಹೇಳಿರೋರು ಥೂ... ಪ್ರೇಮ, ಪ್ರೀತಿ... ಮದ್ವೆ ಅನ್ನೋದಕ್ಕೆ ಬೆಲೆ ಬೇಡ್ವಾ?" ಗೊಣಗಿದಳು. ಹೇಮಂತ್ ಮಾತಾಡಲಿಲ್ಲ. ತಂಗಿಯ ಯೋಚನಾ ಧಾಟಿ ಸರಿ ಇರಬಹುದು. ಆದರೆ ತಾವಿಬ್ಬರು ಸುಖವಾಗಿ ದಾಂಪತ್ಯ ನಡೆಸಲು ಸಾಧ್ಯವಿತ್ತೆ?

'ಬಿಂದು ರೆಸಿಡೆನ್ಷಿಯಲ್' ಸ್ಕೂಲು ತುಂಬ ದೂರವಿತ್ತು. ಹೆಚ್ಚಿನ ಗದ್ದಲ, ಗಲಾಟೆಗಳು ಇರಲಿಲ್ಲ. ಟ್ಯಾಕ್ಸಿಯಿಂದ ಇಳಿದರು. ವಿಶಾಲವಾದ ಕಾಂಪೌಂಡ್, ಅಲ್ಲಲ್ಲಿ ಎತ್ತರದ ಗಿಡಗಳು, ಮಕ್ಕಳು ಆಡಲು ಎಲ್ಲಾ ರೀತಿಯ ಸೌಕರ್ಯ, ಸೌಲಭ್ಯಗಳು ಇತ್ತು. ಅಂತು ಉತ್ತಮ ಪರಿಸರ ಆಧುನಿಕವಾದ ಬಿಲ್ಡಿಂಗ್‌ಗಳು ತಲೆಯೆತ್ತಿ ಇಡೀ ಕಟ್ಟಡ ಭವ್ಯವಾಗಿ ಕಂಡಿತ್ತು. ಅದಕ್ಕೆ ಹೊಂದಿಕೊಂಡಂತೆ ಹಿಂದೆ ಮಕ್ಕಳ ವಾಸವ್ಯಕ್ಕಾಗಿ ಎಲ್ಲಾ ಸೌಲಭ್ಯಗಳುಳ್ಳ ಕಟ್ಟಡ, ಬಹುಶಃ ಇದು ಹೆಚ್ಚು ಶ್ರೀಮಂತರ ಮಕ್ಕಳಿಗೆ ಮಾತ್ರ ಲಭ್ಯವೇನೋ?

ಇವರು ಪ್ರಿನ್ಸಿಪಾಲರ ಕೊಠಡಿಗೆ ಹೋದರು. ಆಕೆಯದು ನಯ ವಿನಯದ ನಾಟದ ಮಾತುಗಳು. ಸರ್ವೆಂಟ್ ಹೋಗಿ ಅಲಾಪನಾನ ಕರೆದುಕೊಂಡು ಬಂದಳು. ಅತಿಯಾದ ಶಿಸ್ತಿನ ಪಾಠದ ಪರಿಣಾಮವೇನೋ ಬಂದವಳು ಸುಮ್ಮನೆ ನಿಂತಿದ್ದು.

"ನಿನ್ನ ಡ್ಯಾಡ್ ಬಂದಿದ್ದಾರೆ, ಹೋಗು, ಒನ್ ಅವರ್ ಮಾತ್ರ ಉಪಯೋಗಿಸ್ಕೊಬಹುದ್ದು" ಹಿಂದೆಯೇ ಎಚ್ಚರಿಕೆ ಕೂಡ. ಅವಳು ತಲೆಯಾಡಿಸಿ ಒಪ್ಪಿಗೆ ಸೂಚಿಸಿದ ನಂತರ ಪರ್ಮಿಷನ್, ಮೇಲೆದ್ದ ಹೇಮಂತ್ "ಅಲಾಪನಾ ಇವ್ಳು ನಿನ್ನತ್ತೆ.

ಅವ್ವ ಜೊತೆಯಲ್ಲಿ ಹೋಗು" ಕಳುಹಿಸಿ ಮತ್ತೆ ಕೂತ.

ಹತ್ತು ನಿಮಿಷ ಮಾತಾಡಿ ಬರುವ ವೇಳೆಗೆ ಅಲಾಪನಾ, ಸರಿತ ಕಾರಿಡಾರ್‌ನ ಕೊನೆಗಿದ್ದರು. ಇಬ್ಬರು ಫ್ರೆಂಡ್ಸ್ ಅಂತೇ ಕೈ ಕೈ ಹಿಡಿದುಕೊಂಡಿದ್ದರು. ತಂದೆಯನ್ನು ನೋಡಿದ ಅವಳು ಓಡಿ ಬಂದು ತಬ್ಬಿಕೊಂಡವಳು ಬಿಕ್ಕಿ ಬಿಕ್ಕಿ ಅಳೋಕೆ ಷುರು ಮಾಡಿದಾಗ ಕಣ್ಣೀರು ತೊಡೆದು ಹೊರಗೆ ಕರೆದೊಯ್ದಳು. ಬಂದ ಪೇರೆಂಟ್ಸ್ ಮಕ್ಕಳ ಜೊತೆ ನಲಿಯಲು, ಮಾತಾಡಲು ಒಂದು ಸುಂದರವಾದ ಗಾರ್ಡನ್, ಅದರಲ್ಲೊಂದು ಪುಟ್ಟ ರೆಸ್ಟೋರೆಂಟ್, ಇಲ್ಲಿ ಎಲ್ಲವು ಅತಿ ಸುಂದರ, ಆದರೆ ವಿಪರೀತ ಕಟ್ಟುಪಾಡುಗಳು. ಇಲ್ಲಿನ ರೀತಿ-ರಿವಾಜುಗಳು ಸಾಮಾನ್ಯ ಜನಗರಿಗೆ ಬಗ್ಗುವಂಥದ್ದಲ್ಲ.

ಗಾರ್ಡನ್‌ನಲ್ಲಿ ಹೋಗಿ ಕೂತರು, ಚಿಮ್ಮುವ ನೀರಿನ ಕಾರಂಜಿ, ಬಗೆ ಬಗೆಯ ಬಣ್ಣದ ಹೂವಿನ ಅಲಂಕಾರ. ಇದು ರಜ ದಿನವಲ್ಲ, ಇಲ್ಲಿ ಬಹುಶಃ ಪೋಷಕರ ರಜ ದಿನವು ಅಲ್ಲವಾದ್ದರಿಂದ ಒಂದು ರೀತಿಯ ನಿರ್ಜನಕ್ಕೆ, ತೀರ ಅಪರೂಪ ಸಂದರ್ಭಗಳಲ್ಲಿ ಮಾತ್ರ ಮಕ್ಕಳನ್ನು ನೋಡಬಹುದಿತ್ತು. ಪ್ರತಿಯೊಂದಕ್ಕೂ ಒಂದು ಛಾರ್ಟ್ ಸಿದ್ಧವಾಗಿತ್ತು. ಇಲ್ಲಿನ ರೂಲ್ಸು, ರೆಗ್ಯೂಲೇಷನ್ ಒಪ್ಪಿಕೊಂಡ ನಂತರವೆ ಮಕ್ಕಳನ್ನು ಸೇರಿಸಿಕೊಳ್ಳಲಾಗುತ್ತಿತ್ತು.

"ಹೆಂಗಿದ್ದೀ, ಕುಂಜು ಮರೀ?" ಅಂದ ಕೂಡಲೆ ಕಿಲಕಿಲ ನಕ್ಕಳು. "ಮಮ್ಮಿಗೆ ಆ ಹೆಸರು ಇಷ್ಟವಾಗೋಲ್ಲ. ನಾನು ಬಂದಾಗ ರೇಗಿಸೋಕೆ ನನ್ಹೆಸರು ಕುಂಜಮ್ಮ ಅಂತೀನಿ" ನಗುವಿನ ಲಹರಿ ಹರಿಯಿತು. ಮನ ಪೂರ್ತಿ ಮಗಳನ್ನು ಎತ್ತಿ ಮುದ್ದಾಡಿದ "ನನ್ನ ಯಾವಾಗ ಕರ್ಕಂಡ್ ಹೋಗ್ತಿ?" ಅದೇ ಮುದ್ದು ಮಾತು. "ಬಹುಶಃ ಇಷ್ಟರಲ್ಲೆ. ಇವ್ರನ್ನ ಆಂಟೀ ಅಂತ ಕೂಗ್ಲಾ? ಕೇಳಿದ್ದಕ್ಕೆ. "ಬೇಡ, ಅವ್ವ ನಿನ್ನ ಅತ್ತೆ, ನನ್ನ ತಂಗಿ" ಅಂದ ಕೂಡಲೆ ಅವಳ ಮುಖ ಮಂಕಾಯಿತು "ನಂಗೂ ತಮ್ಮ ಇದ್ದಾನೆ, ಒಂದ್ಸಲನು ಕರ್ಕಂಡ್ ಬರೋಲ್ಲ ಮಮ್ಮಿ, ನಾನು ವೆಕೆಷನ್‌ಗೆ ಹೋದಾಗ ನೋಡ್ದೇ, ತುಂಬ ಕ್ಯೂಟ್" ಅಂದಾಗ ಅವನೇನು ಹೇಳಲಿಲ್ಲ.

ಸರಿತ, ಹೇಮಂತ್‌ಗೆ ವೇಳೆ ಸರಿದಿದ್ದೆ ಗೊತ್ತಾಗಲಿಲ್ಲ.

"ಹೊತ್ತಾಯ್ತು, ನಿನ್ನ ಮಿಸ್ ಬೈಯ್ತಾಳೆ" ಅವಳನ್ನ ಎಬ್ಬಿಸುವಾಗ ಅವನೆದೆ ಭಾರವಾಯಿತು. ಅಲಾಪನಾ ಕಣ್ಣಂಚಿನಲ್ಲಿ ನೀರಿತ್ತು "ನನ್ನ ಫ್ರೆಂಡ್ಸ್ ಕೆಲವರನ್ನು ನೋಡೋಕೆ ಅವ್ರ ಮಮ್ಮಿ, ಡ್ಯಾಡಿ ಒಟ್ಟಿಗೆ ಬರ್ತಾರೆ, ಡೈವೋರ್ಸ್ ಆಗಿದೇಂತ ಮಮ್ಮಿ ಹೇಳಿದ್ರು. ರೇಖಾ ಫಾದರ್, ಮದರ್ ಕೂಡ ಡೈವೋರ್ಸ್ ತಗೊಂಡಿದ್ದಾರಂತೆ. ಆ ವಿಷ್ಯನ ನಂಗೆ ತುಂಬ ಹೇಳಿದ್ಲು, ಮಮ್ಮಿ ತುಂಬ ಕೆಟ್ಟವಳಾ? ತುಂಬ ಜಗಳ ಆಡ್ತಾ ಇದ್ರಾ?" ಸಹಪಾಠಿಯ ಮಾತುಗಳನ್ನು ತನ್ನದೇ ಆದ ರೀತಿಯಲ್ಲಿ ತರ್ಕಿಸಿ ಕೇಳಿದಾಗ ನಿರುತ್ತರನಾದ "ಈಗ ಹೇಳಿದ್ರೂ ನಿಂಗೆ ಇದೆಲ್ಲ ಅರ್ಥವಾಗೋಲ್ಲ. ನಿನ್ನ ಮಮ್ಮಿ ಒಳ್ಳೆಯವಳೇ" ಬುದ್ಧಿಯೆಲ್ಲ ಖರ್ಚು ಮಾಡಿ ಸುಮ್ಮನಾಗಿಸಿ "ನಿಂಗೆ ತಂದಿರೋ

ಬಿಸ್ಕೆಟ್ಸ್, ಚಾಕಲೇಟ್ ಎಲ್ಲಾ ರೆಮಿ ಮಿಸ್ ಕೈಯಲ್ಲಿ ಕೊಟ್ಟಿದೆ, ಅದ್ನ ನಿನ್ನ ಫ್ರೆಂಡ್ಸ್‌ಗೆ ಕೊಡು. ನಿನ್ನ ಮಮ್ಮಿ ಫೋನ್ ಮಾಡ್ಬಹ್ದು, ನನ್ನೊಜ್ತೆ ನಿಂಗೆ ಇರೋ ಇಷ್ಟವಿದ್ದರೇ ತಿಳ್ಸು, ನಾನು ಬಂದು ಕರ್ಕಂಡ್ ಹೋಗ್ತೀನಿ, ಮನೆಯಿಂದ್ಲೇ ಶಾಲೆಗೆ ಹೋಗ್ಬಹ್ದು. ನನ್ನೊಜ್ತೆ ಇರ್ಬಹ್ದು, ಸರಿತ ಕೂಡ ನಿನ್ನೊಜ್ತೆ ಇರ್ತಾಳೆ" ಇಷ್ಟೆಲ್ಲ ತಿಳಿಸಿ ಹೇಳಿ ಅವಳನ್ನು ರಮಿಸಿ ಒಪ್ಪಿಸಿ ಬಂದು ಟ್ಯಾಕ್ಸಿ ಹತ್ತುವ ಮುನ್ನ ಒಮ್ಮೆ ಹಿಂದಿರುಗಿದ ಅಲ್ಲೇ ನಿಂತ ಅಲಾಪನ ಕೈ ಬೀಸಿದ್ದು ನೋಡಿ ಸರಿತ ಬಿಕ್ಕಿ ಬಿಕ್ಕಿ ಅಳಲು ಷುರು ಮಾಡಿದವಳನ್ನು ರೆಟ್ಟೆ ಹಿಡಿದು ಟ್ಯಾಕ್ಸಿ ಹತ್ತಿಸಿ "ಅಳು ಪರಿಹಾರ ಅಂದ್ಕೊಂಡ್ಯಾ? ಏನು ಪ್ರಯೋಜನವಿಲ್ಲ. ಅಲಾಪನಾನ ಜೊತೆಯಲ್ಲಿ ತಂದಿಟ್ಕೋ ಬೇಕೂಂತಲೇ ಇಲ್ಲಿಗೆ ಬಂದಿದ್ದು ಪ್ಲೀಸ್ ಸಮಾಧಾನ ಮಾಡ್ಕೊ" ಹೇಳಿ ಸುಮ್ಮನಾದ "ಇದು ಹೇಗೆ ಸಾಧ್ಯ?" ಕಣ್ತುಂಬಿಕೊಂಡು ಇವನತ್ತ ನೋಡಿದ ಅವಳ ಭುಜದ ಮೇಲೆ ಕೈ ಇಟ್ಟು "ಸಿಂಪಲ್, ಯಾಕೆ ಸಾಧ್ಯವಿಲ್ಲ?" ಹುಸಿನಗೆ ಚೆಲ್ಲಿದ.

ಹೋಟೆಲ್ ರೂಂ ಸೇರುವವರೆಗೂ, ತೆಪ್ಪಗಿದ್ದು ನಂತರ ಜಗಳಕ್ಕೆ ಬಿದ್ದಳು ಸರಿತ "ನಂಗೆ ನಂಬೋಕೆ ಆಗ್ತಾ ಇಲ್ಲ. ಮದ್ವೇ ಮಾಡ್ಕೊಂಡಷ್ಟೇ ಈಸೀಯಾಗಿ ಸಂಬಂಧ ಕೂಡ ಕಡಿದು ಕೊಂಡಿದ್ದೀರಿ, ಪ್ರೀತಿಸಿ ಲಗ್ನ ಮಾಡ್ಕೊಂಡ್ ನಿನ್ನೊಜ್ತೆ ಸಂಸಾರ ಮಾಡಿದ ಹೆಣ್ಣು ಮತ್ತೊಬ್ಬರ ಜೊತೆ ಸಂಸಾರ! ಇದು ಸುಲಭದ ವಿಷ್ಯನಾ? ಒಂದ್ಸಲ ಮಾತ್ರ ಹೃದಯದಲ್ಲಿ ಪ್ರೀತಿ ಹುಟ್ಟೋಕೆ ಸಾಧ್ಯ ಅಂತಾರೆ, ಹಾಗಾದರೆ ನೀವಿಬ್ರೂ ಪ್ರೀತಿಸಲೇ ಇಲ್ವಾ?" ಅವಳದು ತನ್ನದೇ ರೀತಿಯಲ್ಲಿ ಪ್ರೀತಿ ಪ್ರೇಮನ ವ್ಯಾಖ್ಯಾನಿಸ ತೊಡಗಿದಳು.

"ಖಂಡಿತ ಪ್ರೀತ್ಸಿ ಅಪ್ಪ, ಅಮ್ಮ ಬೇಡಾಂದ್ರು ಮದ್ವೆ ಆಗಿದ್ದು ನಿಜ. ಅವ್ರ ಮನೆಯಲ್ಲು ವಿರೋಧ ಇತ್ತು. ಅವ್ರು ಕೇರ್ ಮಾಡಲಿಲ್ಲ. ನಂಗೆ ವೈಜಯಂತಿ ಇಲ್ದೇ ಬದುಕೋಕೆ ಸಾಧ್ಯವೇ ಇಲ್ಲಾಂತ ಅನ್ನಿಸಿದ್ದ ದಿನಗಳು ಇತ್ತು." ಕನಸ್ಸಿನಲ್ಲಿ ತೇಲಿದಂತೆ ನುಡಿದ.

"ಆದರೆ ನಿಮ್ಮ ಪ್ರೀತಿಗೆ ಆಳ, ಅಗಲ ಒಂದು ಇರಲಿಲ್ಲ, ಇನ್‌ಫ್ಯಾಚುಯೇಷನ್ ಇರ್ಬೇಕು. ಅದು ಒಂದು ಮಗುವಾದ ಮೇಲೆ ಫೆಲ್ಯೂರ್! ಅಲಾಪನಾ ಮಾಡಿದ ತಪ್ಪಾದ್ರೂ ಏನು? ಅಷ್ಟು ದೊಡ್ಡ ಬಂಗ್ಲೆ ಆಳು ಕಾಳುಗಳೂ, ಈ ಮಗುವೊಂದು ಇರೋಕೆ ಜಾಗವಿರ್ಲಿಲ್ವಾ? ಛಿ..." ತೀರಾ ಅಸಹ್ಯವೆನಿಸಿತು. ಅವಳು ತೀರಾ ಸಾಧಾರಣ ಕುಟುಂಬದಲ್ಲಿ, ಆಚಾರ, ನಂಬಿಕೆಗಳ ನಡುವೆ ಬೆಳೆದ ಹುಡುಗಿ. ಮದುವೆಯೆಂದರೆ ಏಳೇಳು ಜನ್ಮಗಳ ಸಂಬಂಧ, ಪೂಜ್ಯವಾದದ್ದು. ಅದಕ್ಕೆ ಅದರದೇ ಆದ ಭವ್ಯತೇ ಇದೇ. ಇಂಥ ನಂಬಿಕೆಗಳ ನಡುವೆ ಬೆಳೆದವಳು. "ಇದು ಇಷ್ಟವಾಗಿಲ್ಲ. ಹರ್ಷನ್ನ ಕಂಡರೇ ನಿಂಗೇನು ಅನ್ನಿಸೋಲ್ವಾ?" ಕೇಳಿದ ಕೂಡಲೆ ಬೆಚ್ಚಿದ. ಹೌದು ಕೆಲವೊಮ್ಮೆ ಏನೇನೋ ಅನ್ನಿಸಿದ್ದುಂಟು ಕಾನೂನು ರಿತ್ಯಾ ವಿಚ್ಛೇದನ ಪಡೆದ ಮೇಲೆ ಅರ್ಥವಿಲ್ಲದ ಭಾವೋದ್ವೇಗಕ್ಕೆ ಅವಕಾಶವಿಲ್ಲ.

"ಇಲ್ಲಪ್ಪ, ಯಾಕೆ ಅನ್ನಿಸ್ಬೇಕು? ಕಾನೂನುರಿತ್ಯಾ ನಾವಿಬ್ರೂ ಸ್ವತಂತ್ರರು" ಬಹಳ ಸುಲಭವಾಗಿ ಹೇಳಿದವನು "ಅರ್ಥ ಮಾಡ್ಕೋ ಪುಟ್ಟಿ, ಈಗ ಇವೆಲ್ಲ ಮಾಮೂಲು, ಹೊಂದಿಕೆಯಾಗದಿದ್ದಾಗ ಒಂದೇ ಛಾವಣಿಯ ಕೆಳಗೆ ಯಾಕೆ ಬಡಿದಾಡ್ಬೇಕು? ಅದಕ್ಕೆ ಬೇರೆಯಾದ್ವಿ, ಈಗ ಅವ್ಳ ಪಾಡಿಗೆ ಅವಳಿದ್ದಾಳೆ, ನಾನು ಕೂಡ ಆರಾಮಾಗಿದ್ದೀನಿ. ಮೊದಲಿನ ಟೆನ್ಷನ್, ಸಮಸ್ಯೆಗಳು ಯಾವ್ದು ಈಗಿಲ್ಲ" ನಿಶ್ಚಿಂತೆಯಿಂದ ನುಡಿದ. ಅದು ಎಷ್ಟರಮಟ್ಟಿಗೆ ನಿಜವೆಂದು ಅಣ್ಣನನ್ನ ದಿಟ್ಟಿಸಿ "ನಂಗೆ ಹಾಗೇ ಅನ್ನಿಸೋಲ್ಲ. ಅದು ಹರಿದು ಹೋಗೋಂಥ ಬಂಧನವಲ್ಲ!"

ತಂಗಿಯ ಮಾತಿಗೆ ಮುಗಳ್ನಕ್ಕೂ ಸುಮ್ಮನಾದ.

ಮಲಗಿದ ಎಷ್ಟೋ ಹೊತ್ತಿನವರೆಗೂ ಅವನಿಗೆ ನಿದ್ದೆ ಬರಲಿಲ್ಲ. 'ಹರಿದು ಹೋಗುವಂಥ ಸಂಬಂಧವಲ್ಲ' ತಂಗಿಯ ಮಾತನ್ನು ನೆನಸಿಕೊಂಡು ನಕ್ಕ. ಡೈವೋರ್ಸ್ ಸಿಕ್ಕ ಆರೇ ತಿಂಗಳಲ್ಲಿ ವೈಜಯಂತಿ ಮತ್ತು ಹರ್ಷನ ವಿವಾಹದ ಆಮಂತ್ರಣ ಪತ್ರಿಕೆ ಕೈ ಸೇರಿದಾಗ ಕೆಲವು ಕ್ಷಣಗಳೇನು, ಕೆಲವು ದಿನಗಳು ಆಂದೋಲನಕ್ಕೆ ಒಳಗಾಗಿದ್ದ, ಒಮ್ಮೆ ಮುಂಬಯಿನ ಜುಹೂ ಬೀಚ್‌ನಲ್ಲಿ ಅವರನ್ನು ಭೇಟಿಯಾದಾಗ ಹರ್ಷ ಚಿತ್ತರಾಗಿಯೇ ಇದ್ದರು.

"ಇವ್ರು ಹೇಮಂತ್" ಅಂತ ಪರಿಚಯಿಸಿದಾಗ 'ಹಾ' ಎಂದು ಬಾಯಿ ತೆಗೆದ ಹರ್ಷ ತುಂಬ ಉಲ್ಲಾಸದಿಂದ ಅವನ ಕೈ ಕುಲುಕಿ ಸಂತೋಷ ವ್ಯಕ್ತಪಡಿಸಿದ್ದ "ಐ ಯಾಮ್ ವೆರಿ ಹ್ಯಾಪಿ, ನಿಮ್ಮ ಬಗ್ಗೆ ಆಸಕ್ತಿ, ಕುತೂಹಲ ಎರಡು ಇತ್ತು. ಹೇಗಿದ್ದೀರಾ?" ವಿಚಾರಿಸಿ ಅವನ ಪ್ರೊಫೆಷನ್‌ಗೆ ಸಂಬಂಧಪಟ್ಟಂತೆ ಎಷ್ಟೋ ವಿವರಗಳನ್ನು ಪಡೆದಿದ್ದ. ತುಂಬ ಮಾತುಗಾರ, ವೈಜಯಂತಿ ಮತ್ತು ಹೇಮಂತ್‌ಗೆ ಅವಕಾಶ ಕೊಡದಂತೆ ಹರಟಿದ್ದ "ಹೆಚ್ಚು ಕಡ್ಮೇ ಹತ್ತು ವರ್ಷದಿಂದ ವಿದೇಶದಲ್ಲಿ ಇದ್ದೆ. ಆದರೆ ಈಗ ಮಹಾರಾಣಿಯವರ ನಮ್ರ ಸೇವಕನಾಗಿ ಅವರ ಸಾಮ್ರಾಜ್ಯ ನೋಡಿಕೊಳ್ಳಲು ಇಲ್ಲೇ ಉಳಿದಿದ್ದೀನಿ" ಅಲೆಯ ಅಬ್ಬರಗಳಲ್ಲಿ ತೇಲಿ ಹೋಗಿತ್ತು ಅವನ ನಗು, ಈರ್ಷೆ, ಮತ್ಸರಕ್ಕೆ ಮೀರಿದ ಯಾವುದೋ ಒಂದು ಭಾವ ಅವನನ್ನು ಕಾಡಿದ್ದು ನಿಜ, ಆ ಕ್ಷಣಗಳಲ್ಲಿ ಹೇಮಂತ್ ಪೂರ್ತಿ ಕಳೆದು ಹೋಗಿದ್ದ.

ಒಂದೆರಡು ಸಲ ಅಲಾಪನಾನ ನೋಡಲು 'ಶಂಕರ ಪಾಟೀಲ' ಬಂಗ್ಲೆಗೆ ಹೋಗಿದ್ದು ನಿಜ. ಯಾರು ಅಡ್ಡಿಪಡಿಸಿರಲಿಲ್ಲ. ಆದರೆ ಅವಳು 'ಬಿಂದು ರೆಸಿಡೆನ್ಷಿಯಲ್' ಶಾಲೆಗೆ ಸೇರಿದ ನಂತರ ಅಲ್ಲಿಗೆ ಹೋಗಿರಲಿಲ್ಲ. ಮಾತ್ರವಲ್ಲ ಆಕ್ಷೇಪಿಸಿರಲಿಲ್ಲ. ಅಲ್ಲು ಕೂಡ ರಿಜಿಸ್ಟರ್‌ನಲ್ಲಿ ಇವನ ಹೆಸರೇ ತಂದೆಯೆನ್ನುವ ಕಾಲಂನಲ್ಲಿ ಭರ್ತಿಯಾಗಿತ್ತು. ಆಮೇಲೆ ಹರ್ಷ ಮತ್ತು ವೈಜಯಂತಿಗೆ ಮಗುವಾಗಿದ್ದು ತಿಳಿದಿತ್ತು. ನೋವು, ತಳಮಳ ಅಂಥದೆಲ್ಲ ಇದ್ದರೂ ವ್ಯಕ್ತಪಡಿಸಲು ಸಾಧ್ಯವೇ? ಬಹಳ ಸುಲಭವಾಗಿ ಡೈವೋರ್ಸ್‌ಗೆ

ಒಪ್ಪಿಗೆ ನೀಡಿದ. ಇವನ ಬಗ್ಗೆ ಆ ಕುಟುಂಬದವರಿಗೆ ಕೋಪವೇನು ಇರಲಿಲ್ಲ.

ಬಿಡುಗಡೆಗೆ ಬೇಕಾದಂಥ ದೊಡ್ಡ ಕಾರಣವೇನು ತಮ್ಮಿಬ್ಬರ ಮಧ್ಯೆ ಇತ್ತು? ಎಷ್ಟೋ ಸಲ ನಂತರದ ವರ್ಷಗಳಲ್ಲಿ ಯೋಚಿಸಿದ್ದ. ಕೆಲವೊಮ್ಮೆ 'ಇಲ್ಲ' ಎನ್ನಿಸಿದ್ದುಂಟು, ಪ್ರೀತಿಯ ಸಮುದ್ರದಲ್ಲಿ ಮುಳುಗಿದ್ದ ತಮ್ಮನ್ನ ಬೇರ್ಪಡಿಸಿದ್ದು ಯಾರು? ಪಾಟೀಲರ ಇಡೀ ಕುಟುಂಬ ಪ್ರತ್ಯಕ್ಷವಾಗಿಯಲ್ಲದಿದ್ದರೂ ಪರೋಕ್ಷವಾಗಿ ವೈಜಯಂತಿಯ ಕಡೆ ನಿಂತಿದ್ದರು. ವಿದ್ಯಾವಂತ ಹಣವಿದ್ದ ಜನಕ್ಕೆ ಈ ವಿವಾಹ ಬೇಡವಾಗಿತ್ತು. ಜೊತೆಗೆ ನಾಗರೀಕರೆಂಬ ಹಣೆ ಪಟ್ಟಿ ಇದ್ದುದ್ದರಿಂದ ಬಡಿದಾಡಕ್ಕೆ ನಿಲ್ಲಲಿಲ್ಲ. ಉಪಾಯವಾಗಿ ಸಾಧಿಸಿಕೊಂಡು ಅವನನ್ನು ಒಂಟಿಯಾಗಿಸಿದ ಚಾಣಕ್ಯ ಜನ, ಅವರಿಗೆ ಮುಖ್ಯವಾಗಿದ್ದಿದ್ದು ಮಗಳು ಮಾತ್ರ.

"ಅಣ್ಣ, ನಿದ್ದೆ ಬರ್ಲಿಲ್ವಾ?" ಸರಿತ ಎದ್ದು ಕೂತಳು.

"ಆರಾಮಾಗಿ ಹರಿದು ಹೋಗುತ್ತಿದ್ದ ನೀರಿಗೆ ಕಲ್ಲೆಸೆದೆ" ಎಂದ ಹೇಮಂತ್ "ನಂಗೆ ಹಾಗಂತ ಅನ್ನಿಸೋಲ್ಲ. ಅದು ಮೇಲ್ನೋಟದ ಚಿತ್ರ ಅಷ್ಟೆ. ನೀನು ತಪ್ಪು ಮಾಡ್ದೇ ಅಣ್ಣ, ಡಿಫರೆನ್ಸೆಸ್ ಬರುತ್ತೇಂತ ಡೈವೋರ್ಸ್ ತಗೊಳ್ಳೋದಾ? ಗಂಡ, ಹೆಂಡತಿ ಅಂದರೆ ಬೈದಾಟ, ಜಗಳ ಎಲ್ಲಾ ಇರುತ್ತೆ ಅಮ್ಮ ತವರಿನ ಸುದ್ದಿ ಎತ್ತಿದ ಕೂಡ್ಲೇ ಹೇಗೆ ಜಗಳಕ್ಕೆ ನಿಲ್ತಾರೆ. ಗೊತ್ತಾ? ಚಂದ್ರಿ, ಪಾಪಯ್ಯ ಬಡಿದಾಡದ ದಿನವುಂಟಾ? ಅವ್ರ ಜಗಳ ಬೀದಿಗೆ ಬಂದರೆ ನೋಡೋರಿಗೆ ಮನರಂಜನೆ ಅಷ್ಟೆ, ಎಂದಾದ್ರೂ ಬೇರೆಯಾಗಿದ್ದುಂಟಾ?" ಅವಳ ವಾದಕ್ಕೆ 'ಹ್ಞೂ' ಎಂದ.

"ನೀನು ಕಂಡ ಜಗತ್ತು ತುಂಬಾ ದೊಡ್ಡದು, ಈಗ ಜಗತ್ತು ಒಂದು ಸಣ್ಣ ದ್ವೀಪ. ಬದಲಾವಣೆಗಳು ನಿರಂತರ, ಚಿಂತನೆಗಳು ಬದಲಾಗಿದೆ. ವಿವಾಹವೇ ಸಮಸ್ತವು, ಇದು ಏಳೇಳು ಜನ್ಮಗಳ ಅನುಬಂಧ ಅನ್ನುವ ಕಾಲ ಮುಗ್ದು ಹೋಯ್ತು. ಅಮ್ಮ, ಅಪ್ಪ ಬಿಡುಗಡೆಯ ಬಗ್ಗೆ ಯೋಚಿಸೋದುಂಟಾ? ಇನ್ನ ಅಲ್ಲಿನ ಚಂದ್ರಿ, ಪಾಪಯ್ಯ ಓದಿದವರಲ್ಲ, ಅವರ ಯೋಚನೆಗಳೆಲ್ಲ ಅವರಿಬ್ಬರ ಮಧ್ಯೆಯೆ, ಅದು ಅಲ್ಲಿ ಸಾಧ್ಯವಿಲ್ಲ, ಸಿರಿತನ, ಸಾಮಾಜಿಕ ಸ್ಟೇಟಸ್ ಇಲ್ಲ" ಇಲ್ಲಿ ಅನಿವಾರ್ಯವಾಗಿ ಬಿಡುತ್ತೆ. ಡೈವೋರ್ಸ್ ಅಪರೂಪದ ಸಂಗತಿಯಲ್ಲ, ತಂಗಿಗೆ ಸಾಕಷ್ಟು ತಿಳಿಸಿ ಹೇಳುವ ಪ್ರಯತ್ನ ಮಾಡಿದ. ಆದರೆ ಅವಳ ಮನ ಸಮಾಧಾನಗೊಳ್ಳಲಿಲ್ಲ.

ಅಣ್ಣ ವೈಜಯಂತಿಯ ಮದುವೆಗೆ ಹೋಗಿರಲಿಲ್ಲ. ಒಡನಾಟ ಇಲ್ಲವೇ ಇಲ್ಲ, ಆದರೆ ಅತ್ತಿಗೆ ಎನ್ನುವ ಭಾವ 'ಛಿ, ಅವರಿಬ್ಬರು ಬೇರೆ ಬೇರೆ ಆಗಬಾರದಾಗಿತ್ತು' ಎಂದುಕೊಂಡಳು. ಇದು ಹೇಗೆ ಸಾಧ್ಯವಾಯಿತು? ಅವರ ಪ್ರೀತಿಗೆ ಮದುವೆಯನ್ನು ಉಳಿಸಿಕೊಳ್ಳುವ ಶಕ್ತಿ ಇರಲಿಲ್ಲವಾ?

ಹರ್ಷ ಮನೆಗೆ ಬಂದಾಗ ವೈಜಯಂತಿ ಹೊರಗಿನ ಗಾರ್ಡನ್‌ನಲ್ಲಿ ಕೂತಿದ್ದವಳ ಮುಖದಲ್ಲಿ ಮಾನ್ಯತೆ ಇತ್ತು. ಅವನು ಬುದ್ಧಿವಂತ, ಅರ್ಥಮಾಡಿಕೊಳ್ಳಬಲ್ಲವ.

"ಹಾಯ್...ಸ್ವೀಟಿ" ಎಂದು ಅತ್ತಲೇ ಬಂದವ ಪಕ್ಕದಲ್ಲಿ ಕೂತು "ಯಾಕೆ ತುಂಬ ಡಲ್ಲಾಗಿ ಕಾಣ್ತಿ?" ಸಹಜವಾದ ಪ್ರಶ್ನೆ, ಅವನಿಗೆ ಹೇಮಂತ್ ಕೂಡ ಫೋನ್ ಮಾಡಿ ವಿವರಿಸಿದ್ದ "ಅಲಾಪನಾನ ಜೊತೆಯಲ್ಲಿ ಇಟ್ಟುಕೊಳ್ಳೋ ಆಸೆ. ವೈಜಯಂತಿ ಯಾವಾಗ ಬೇಕಾದ್ರೂ ಮಗುನ ಭೇಟಿ ಮಾಡಬಹುದು. ಕರೆಸ್ಕೋಬಹುದ್ದು" ಮನದ ಮಾತನ್ನು ವ್ಯಕ್ತಪಡಿಸಿದ್ದ, ಬೇಡ ಎನ್ನುವುದಕ್ಕೆ ಕಾರಣವಿರಲಿಲ್ಲ. ಅದು ತಂದೆಯಾದವನ ಹಕ್ಕು, ಅದನ್ನು ಕಸಿದುಕೊಳ್ಳುವ ಆಕಾಂಕ್ಷೆ ಇರಲಿಲ್ಲ. ಹರ್ಷನಿಗೆ, ಅವನಿಗೆ ಅವನದೇ ಆದ ಮಗು ಇತ್ತು. 'ದಟ್ಸ್ ಏನಫ್' ಈಗ ಮತ್ತೊಂದು ಮಗುವಿಗೆ ತಾಯಿಯಾಗುವವಳಿದ್ದಳು ವೈಜಯಂತಿ. ಇದು ಅವನಿಗೆ ಮಾತ್ರವಲ್ಲ, ಇಡೀ ಕುಟುಂಬಕ್ಕೆ ಸಂತಸದ ಸಂಗತಿ.

"ತುಂಬ ಅಪ್‌ಸೆಟ್ ಆದಂಗೆ ಕಾಣ್ತಿ? ಏನೀ ಪ್ರಾಬ್ಲಮ್? ಅಮ್ಮ ಏನಾದ್ರೂ ಫೋನ್ ಮಾಡಿ ಭೋರೋಡಿಸಿದ್ರಾ? ಬಹಳ ದುರಾಸೆಯ ಹೆಣ್ಣು, ಈ ಸಲ ಮೊಮ್ಮಗಳೇ ಬೇಕಂತೆ ಅನ್ನೋ ಹಟ." ಅವಳ ಕೈಯನ್ನು ತನ್ನ ಕೈಯೊಳಗೆ ತಗೊಂಡು ಕಣ್ಣಲ್ಲಿ ಮಿಂಚು ಹರಿಸಿದ. ಹೇಮಂತನಿಗಿಂತ ಹೆಚ್ಚು ರೋಮ್ಯಾಂಟಿಕ್ ವ್ಯಕ್ತಿ "ನೋ, ಯಾಕೋ ಬೇಸರವೆನಿಸಿದೆ. ಅಜಯ್ ಕೂಡ ತುಂಬ ಹಟ ಮಾಡ್ತಾ ಇದ್ದ. ಆಯಾ ಜೊತೆ ಪಾರ್ಕ್‌ಗೆ ಕಳಿಸಿದೆ. ಮನದಲ್ಲಿ ಒಂದು ರೀತಿಯ ಆಂದೋಳನ, ಹೇಮಂತ್ ಅಲಾಪನಾನ ಕರ್ಕಂಡ್ ಹೊಗ್ತೀನಿ ಅಂದ, ನಾನು ಕನ್ವೀನ್ಸ್ ಆಗ್ಲಿಲ್ಲ, ಇದು ಹೇಗೆ ಸಾಧ್ಯ? ಅವ್ಳು ನಂಗೆ ಕೂಡ ಮಗ್ಳು."

ಕೈಬಿಟ್ಟು ಹಿಂದಕ್ಕೆ ಒರಗಿ "ಹೌದು, ಯಾರು ಇಲ್ಲ ಅಂದಿದ್ದು? ಹೇಮಂತ್ ಕೂಡ ಅದ್ನ ಹೇಳ್ಲಿಲ್ಲ. ಈಗ ಅವ್ಳು ಇರೋದು ರಎಸಿಡೆನ್ಷಿಯಲ್ ಸ್ಕೂಲ್‌ನಲ್ಲಿ ತಾನೇ? ಕರ್ಕೊಂಡ್ಹೋಗಿ ಹತ್ತಿರ ಇಟ್ಟುಕೊಂಡರೇ ನಮ್ಗೇ ಸ್ವಲ್ಪ ನಿಶ್ಚಿಂತೆನೇ" ಅಂದು ಅವಳ ಮುಖ ದಿಟ್ಟಿಸಿದ "ಷಟಪ್, ಅದು ನಂಗೆ ಇಷ್ಟವಾಗೋಲ್ಲ. ವಿವಾಹಕ್ಕೆ ಮುನ್ನ ನಾನು ಆ ಬಗ್ಗೆ ನಿನ್ನಲ್ಲಿ ಪ್ರಸ್ತಾಪಿಸಿದ್ದೆ, ನೀನು ಮಾತ್ರವಲ್ಲ ಅತ್ತೆ, ಮಾವ ಕೂಡ ಒಪ್ಕೊಂಡಿದ್ರು. ಈಗ ಈ... ರಾಗ, ನಾನು ಅವಳ್ನ ಮನೆಗೆ ಕರ್ಕಂಡ್ ಬರ್ತೀನಿ" ಎಗರಿ ಬಿದ್ದ ಕೂಡಲೇ ಕೈ ಹಿಡಿದು "ಪ್ಲೀಸ್, ಕಾಮ್‌ಡೌನ್, ನೀನು ಹ್ಞೂ ಅಂದರೇ ನಾನೇ ಕರ್ಕಂಡ್ ಬರ್ತೀನಿ. ಆದರೆ ಅವ್ಳಿಗೆ ಅಜಯ್‌ನ ಕಂಡರಾಗ್ದು, ಅದು ಚಿಕ್ದು, ಒಮ್ಮೆ ಮೆಟ್ಟಲು ಮೇಲಿನಿಂದ ತಳ್ಳಿದ್ದು ನೆನಪಿದೆ, ಅದೊಂದು ಎಕ್ಸಾಂಪಲ್ ಅಷ್ಟೆ" ನೆನಪಿಸಿದ, ವೈಜಯಂತಿ ಶಾಂತವಾದರು ಮುಖದಲ್ಲಿ ನೋವಿನ ಗೆರೆಗಳು.

"ಪ್ಲೀಸ್ ಹರ್ಷ, ಅಲಾಪನಾ ತಮ್ಮನನ್ನು ದ್ವೇಷಿಸ್ತಾಳಾ? ತೀರಾ ಒಳ್ಳೆ ಮಗು" ಮಗಳನ್ನು ನೆನೆಸಿಕೊಂಡಾಗ ಅವಳ ಕಣ್ಣಾಲಿಗಳು ತುಂಬಿದವು "ನೀನು ಇರೋ ಸ್ಥಿತಿಯಲ್ಲಿ ಎಮೋಷನಲ್ ಒಳ್ಳೆಯದಲ್ಲ. ಡಾಕ್ಟ್ರು, ತುಂಬ ಎಚ್ಚರಿಸಿದ್ದಾರೆ. ನಂಗೆ ನಿನ್ನಂಥ ಮಗ್ಳೇ ಬೇಕು" ಕೆನ್ನೆ ಸವರಿದ, ಮೊದಲಿನಷ್ಟು ಗಟ್ಟಿತನ ತನ್ನಲ್ಲಿ

ಉಳಿದಿಲ್ಲವೆನಿಸಿತು, ವೈಜಯಂತಿಗೆ, ಗಂಡ ಮಾತಿನಲ್ಲಿ ಜಾಣ ಎಂದು ಅವಳಿಗೆ ಗೊತ್ತಿತ್ತು. ವಾದ, ಚರ್ಚೆಯಲ್ಲಿ ಸೋಲು ಇವಳಿಗೆ ಕಟ್ಟಿಟ್ಟಬುತ್ತಿ.

"ಈಗ ನಾನೇನು ಮಾಡ್ಲೀ?" ಕೇಳಿದಳು ಮುಗ್ಧವಾಗಿ

"ಚಾಯ್ಸ್ ಈಜ್ ಯುವರ್ಸ್, ನಾನು ನಿನ್ನ ಆಸೆ, ಆಕಾಂಕ್ಷೆಗಳನ್ನು ಯಾವಾಗ್ಲೂ ವಿರೋಧಿಸೋಲ್ಲ. ಹೇಮಂತ್‌ನಂಗೂ ಫೋನ್ ಮಾಡಿದ್ದ, ಅವ್ನ ವಾದ ನ್ಯಾಯವಾಗಿಯೇ ಇದೆ. ಅಲಾಪನಾ ಅವ್ನ ಮಗಳೇ ತಾನೇ? ಅವಳು ಸಮಸ್ಯೆಯಾಗಿದ್ಲು, ಅಲ್ಲಿ ಬೇಗ ಹೊಂದ್ಕೊತಾಳೆ, ನನ್ಹತ್ರ ಸಲಿಗೆ ಕಡ್ಮೆ, ನನ್ನ ಯಾವ ರೀತಿ ಸಂಬೋಧಿಸಬೇಕನ್ನೋ ಜಿಜ್ಞಾಸೆ ಅವಳಲ್ಲಿ, ಅದಕ್ಕೆ ಮಾತೇ ಆಡೋಲ್ಲ" ಪುಸ್ತಕದ ಪುಟಗಳನ್ನು ಅವಳ ಮುಂದೆ ಮಗುಚಿದ.

ತಕ್ಷಣ ಮೇಲೆದ್ದ ವೈಜಯಂತಿ "ನನ್ನ ಮೊದಲ ಮಗು ಅದು, ನಾನು ಯಾರ್ಗೂ ಕೊಡೋಕೆ ಸಿದ್ಧವಿಲ್ಲ" ಎಂದು ಎದ್ದವಳು ನೇರವಾಗಿ ರೂಮಿಗೆ ಹೋಗಿ ಬಾಗಿಲು ಹಾಕಿಕೊಂಡದ್ದು ನೋಡಿ ಹಿಂಬಾಲಿಸಿದವನ ಹುಬ್ಬುಗಳೇರಿ ನಿಧಾನವಾಗಿ ಕೆಳಗಿಳಿಯಿತು. ಉಸಿರೆಳೆದುಕೊಂಡು ಮೇಲಕ್ಕೆ ದಬ್ಬಿದ 'ಎಲ್ಲಿ ತಪ್ಪಾಗಿದೆ? ತಾನೇನಾದರೂ ರೂಡ್ ಆಗಿ ನಡೆದು ಕೊಂಡನಾ? ಅಲಾಪನಾ ಎಂದಿದ್ದರು ಈ ಕುಟುಂಬಕ್ಕೆ ಸಮಸ್ಯೆಯೇ, ಇವಳು ಪದೇ ಪದೇ ರೆಸಿಡನ್ಷಿಯಲ್ ಸ್ಕೂಲಿಗೆ ಭೇಟಿ ಕೊಡುವುದರ ಜೊತೆಗೆ, ಅವಳ ಯೋಗ ಕ್ಷೇಮದ ಬಗ್ಗೆ ವೈಜಯಂತಿ ತಲೆಗೆ ಹಚ್ಚಿಕೊಂಡಿರುವುದು ಅಪಾಯವೆನಿಸಿತು. ಆದ್ದರಿಂದ ದಾಂಪತ್ಯದಲ್ಲಿ ಬಿರುಕು ಮೂಡಬಹುದು. ಅದು ದೊಡ್ಡದಾಗುವ ಸಾಧ್ಯತೆ ಕೂಡ ಇದೆ. ಅದು ಹಾಗೇ ಆಗಬಾರದು. ಇದರಿಂದ ಇಡೀ ಕುಟುಂಬದ ಸ್ವಾಸ್ಥ್ಯ ಕೆಡುತ್ತದೆ' ಸಾಕಷ್ಟು ಸಲ ಯೋಚಿಸಿದ ವಿಷಯವೇ.

ಹೊರಗೆ ಹೋಗಿ ಗಾರ್ಡನ್‌ನಲ್ಲಿ ಒಂದೆರೆಡು ಸಿಗರೇಟು ಸೇದಿ ಎಸೆದು ಒಳಗೆ ಬರುವ ವೇಳೆಗೆ ರೂಮಿನ ಬಾಗಿಲು ತೆಗೆದಿತ್ತು. ಮೆಲ್ಲಗೆ ಒಳಗೆ ಹೋದ ವೈಜಯಂತಿ ಒಂದಿಷ್ಟು ಅತ್ತು ಸಮಾಧಾನವಾಗಿರಬಹುದು. ಕೆನ್ನೆ ಕಣ್ಣುಗಳು ಕೆಂಪಾಗಿತ್ತು, ಅಮ್ಮನ ಪಕ್ಕ ಕೂತು ಏನೋ ಹೇಳುತ್ತಿದ್ದವನು ಇತ್ತ ತಿರುಗಿ ಬಾಯಿಬಿಟ್ಟ ಮುದ್ದಾದ ಮಗು.

"ಡ್ಯಾಡಿ..." ಓಡಿ ಬಂದು ಅವನ ತೋಳಲ್ಲಿ ಸೇರಿ ಹೋದಾಗ ಮಗನ ಮುಖದ ತುಂಬ ಮುತ್ತಿನ ಮಳೆಗರೆದ "ಯು ನಾಟಿ ಬಾಯ್, ಮಮ್ಮಿಗೆ ತೊಂದರೆ ಕೊಡ್ತಾ ಇದ್ದೀಯ?" ಮತ್ತಷ್ಟು ಮುದ್ದಿಸಿ ಕೆಳಗಿಳಿಸಿದ. ಅಲಾಪನಾನ ಇಷ್ಟರ ಮಟ್ಟಿಗೆ ಹರ್ಷ ಪ್ರೀತಿ ಮಾಡುವುದು ಸಾಧ್ಯವೇ? ಅದು ಅವನ ರಕ್ತದ ಮಗುವಲ್ಲ, ಇದನ್ನ ಎಷ್ಟೋ ಸಲ ಗಮನಿಸಿದ್ದಳು. ಅವನೇನು ಅಲಾಪನಾನ ಅಲಕ್ಷಿಸಿರಲಿಲ್ಲ, ಆದರೂ ಕೊರತೆ ಎದ್ದು ಕಾಣುತ್ತಿತ್ತು.

ಅವನನ್ನು ಆಯಾಗೆ ಒಪ್ಪಿಸಿ ಬಂದು "ಸಾರಿ ನನ್ಮಾತಿನಿಂದ ನಿಂಗೆ ನೋವಾಗಿದ್ದರೇ ಕ್ಷಮ್ಸು" ಅತ್ಯಂತ ಅಪಾಯಮಾನವಾಗಿ ಬಳಸಿ ಕೆನ್ನೆಯ ಬಳಿ ಉಸುರಿದ. ತಾಯ್ತನ

ಮಡಿಲಲ್ಲಿ ಹೊತ್ತ ಅವಳಿಗೆ ಸಾಂತ್ವನ ಬೇಕಿತ್ತೇನೋ, ಮೆಲ್ಲಗೆ ಕರಗಿ ಮೃದುವಾಗಿ ಜಲವಾಗಿ ಅವನಲ್ಲಿ ಸೇರಿ ಹೋದಳು. "ನಂಗ್ಯಾಕೋ ಭಯ! ನಾನು ಅಲಾಪನಾನ ಎಲ್ಲಿ ಕಳೆದುಕೊಂಡು ಬಿಡ್ತೀನೋ?" ಹೆದರಿ ಅವನೆದೆಯಲ್ಲಿ ಗುಬ್ಬಚ್ಚಿಯಾದಾಗ ಬೆನ್ನು ಸವರಿ "ನೋ... ನೋ... ಅಲಾಪನಾಗೆ ನೀನೇ ತಾಯಿ ಅಂತ ಗೊತ್ತು. ಆ ಸೆಳೆತದಿಂದ ದೂರಾಗುವುದು ಸಾಧ್ಯವಿಲ್ಲ. ಡೋಟ್‌ವರೀ, ನಿಂಗೆ ಇಷ್ಟವಿಲ್ಲದಿದ್ದರೇ ಹೇಳು, ನಾನು ನಿನ್ನ ಪರ ನಿಲ್ತೀನಿ, ಆದರೆ ಇನ್ನೊಂದೆರಡ್ವರ್ಷ ಅಲ್ಲಿ ಇರಲೀ, ಇಲ್ಲ ನಮ್ಮ ಅಜಯ್‌ನ ಮುಂಬಯಿಗೆ ಕಳ್ಸಿ ಅವಳ್ನ ಕರ್ಕಂಡ್ ಬರೋಣ, ಅಜ್ಜಿ, ತಾತನ ಮುದ್ದಿನಲ್ಲಿ ಒಂದಿಷ್ಟು ಘಟಿಂಗ ಆಗ್ಬಹುದು" ನಕ್ಕ, ಆದರೆ ಅವಳು ನಗಲಿಲ್ಲ. ಅಜಯ್‌ನ ಕಳಿಸೋಕೆ ಅವಳಪ್ಪ, ಅಮ್ಮ ನೆಂಟರಿಷ್ಟರು ಒಪ್ಪರು. ಬಹುಶಃ ಹರ್ಷ ಅಂದರು, ಖಂಡಿತ ಅವನಿಗೆ ಮಗನನ್ನು ದೂರ ಕಳಿಸುವ ಇಷ್ಟವಿಲ್ಲ. ಇದರಿಂದ ಮನೆಯ ನೆಮ್ಮದಿ ಹಾಳಾಗಬಹುದು. ಸಾಮರಸ್ಯ ಕೆಡಬಹುದು. ಹರ್ಷನ ಬೇಸರ ಯಾರಿಗೂ ಇಷ್ಟವಾಗದು. ಮೊದಲೇ ತಂದೆ ಹಾರ್ಟ್ ಪೇಷಂಟ್.

ಇಡೀ ರಾತ್ರಿ ಯೋಚಿಸಿದಳು. ಮುಂಬಯಿನಲ್ಲಿದ್ದ ಅವಳಪ್ಪ ಅಮ್ಮ ಕೂಡ "ಹೇಮಂತ್ ಅಲಾಪನಾ ತಂದೆ. ಅವ್ನು ಕೇಳೋದು ಲೀಗಳಾಗಿ ಕೂಡ ಸರಿ. ಈಗ ಕೋರ್ಟು ಮೆಟ್ಟಲು ಹತ್ತಿದರು ಮಗಳು ಅವನ ಸುಪರ್ಧಿಗೆ ಸೇರ್‍ತಾಳೆ. ಅವನ್ನಿನ್ನು ಮದ್ವೆ ಆಗಿಲ್ಲ, ಆಮೇಲೆ ನೋಡೋಣ, ನಾವು ಸ್ಟ್ರಾಂಗಾಗಿದ್ದೀವಿ. ಅವ್ನು ಯಾವುದಕ್ಕೂ ವಿರೋಧ ವ್ಯಕ್ತಪಡಿಸೋಲ್ಲ, ನಿಂಗೆ ನೋಡ್ಬೇಕೆನಿಸಿದಾಗ ಕಾರು ಕಳ್ಸೀ ಕರಸ್ಕೋ. ನಮಗಂತು ನೀನು ಒಪ್ಗೇ ನೀಡೋದು ಒಳ್ಳೇದು" ಇದೇ ಅಭಿಪ್ರಾಯ ವ್ಯಕ್ತಪಡಿಸಿದರು.

ಅಜಯ್, ಅವಳು ಅಕ್ಕ ತಮ್ಮಂದಿರಂತೆ ಬೆಳೆಯೋದು ಅವಳಿಗೆ ಇಷ್ಟ. ಯಾಕೋ ಕೆಲವು ಘಟನೆಗಳಿಂದ ಸಾಧ್ಯವಿಲ್ಲವೆನಿಸಿದರು, ಹಿರಿಯರು ತೋರುವ ತಾರತಮ್ಯ ಇದಕ್ಕೆ ಕಾರಣವೆನಿಸಿತು. ಕೆಲವೊಮ್ಮೆ ಜಗಳ, ಚರ್ಚೆ, ಮುನಿಸು, ಅದರಿಂದ ಸರಿ ಹೋಗದ ಕಾರಣ ಶಿಸ್ತಿನ ನೆಪವೊಡ್ಡಿ ಅಲಾಪನಾನ ರೆಸಿಡೆನ್ಷಿಯಲ್ ಸ್ಕೂಲ್‌ಗೆ ಸೇರಿಸಿದ್ದು.

ಬೆಳಿಗ್ಗೆ ವೇಳೆಗೆ ಮಾನಸಿಕವಾಗಿ ಸಟತರು ಒಂದು ನಿರ್ಣಯಕ್ಕೆ ಬಂದಳು. "ಅಜಯ್ ಮುಂಬಯಿನಲ್ಲಿ ಅಜ್ಜಿ, ತಾತನ ಜೊತೆಯಲ್ಲಿ ಇರಲಿ! ಅಲಾಪನಾ ಇಲ್ಲಿ ಇರ್‍ತಾಳೆ" ಹರ್ಷನಿಗೆ ಹೇಳಿದಾಗ ಬೆಚ್ಚಿ ಬೀಳಲಿಲ್ಲ. ಅತ್ಯಂತ ಸಮಾಧಾನವಾಗಿಯೇ ಈ ವಿಷಯ ತಗೊಂಡ "ಓಕೆ, ಹಾಗೇ ಮಾಡು. ನನ್ನದೇನು ಅಭ್ಯಂತರವಿಲ್ಲ, ಇದಕ್ಕೆ ಹಿರಿಯರ ಒಪ್ಗೇ ಸಿಗೋಲ್ಲ. ಅವ್ನ ಆರೋಗ್ಯ ತೀರಾ ಸೂಕ್ಷ್ಮ, ಹೆರಿಗೆಯಾದ ಕೂಡಲೇ ಅಮ್ಮನ ಪಕ್ಕ ಬೆಚ್ಚಗೆ ಸೇರಬೇಕಾದ ಮಗು ಇನ್ಕುಬಲೇಟರ್‌ನಲ್ಲಿ ಬೆಳೆದಿದ್ದು" ಎಂದು ಹೇಳಿ ಟವಲನ್ನೆತ್ತಿಕೊಂಡು ಬಾತ್‌ರೂಂಗೆ ಹೋದ, ಇದು ನಕಾರಾತ್ಮಕ ಭಾವವೆಂದು ಅವಳಿಗೆ ಗೊತ್ತು.

ಆ ಆಸೆ ಅಲ್ಲೇ ಸತ್ತು ಹೋಯಿತು. ಬಿಕ್ಕಿ ಬಿಕ್ಕಿ ಅಳಬೇಕೆನಿಸಿತು. ಇದಕ್ಕೆಲ್ಲ ಹೇಮಂತ್ ಕಾರಣವೆನಿಸಿತು. 'ಸ್ಟೂಪಿಡ್...' ಬೈಯ್ದು ಕೊಂಡಳು. ಅವನೊಂದಿಗೆ ಚರ್ಚಿಸಿ, ಜಗಳವಾಡಿ ಸೋತಿದ್ದಳು. ಅವನು ಕೆಲವು ಸ್ವಂತ ನಿಲುವುಗಳಿಗೆ ಬದ್ಧನಾಗಿದ್ದ.

ಸ್ನಾನ ಮುಗಿಸಿ ಬಂದ ಹರ್ಷ ಒದ್ದೆ ಕೈಯಿಂದ ಅವಳ ಕೆನ್ನೆ ತಟ್ಟಿ "ಪೇರೆಂಟ್ಸ್ ವಿಷ್ಯ ಬಿಡು. ಐ ಡೋಂಟ್‌ಕೇರ್, ನೀನು ಸಂತೋಷವಾಗಿರೋದು ನಂಗೆ ಮುಖ್ಯ" ಅಂದವನ ಕೈ ಹಿಡಿದುಕೊಂಡು ಕಣ್ಣೀರು ಮಿಡಿಯುತ್ತ "ನಾನು ಈಗ ಏನ್ಮಾಡ್ಲಿ!? ಅಲಾಪನಾ ನನ್ನ ಮಗು ಅವಳನ್ನ ಬಿಟ್ಟಿರೋದು ಕಷ್ಟ" ಅಂದಳು.

ಮಡದಿಯ ಪಕ್ಕ ಕೂತು ಬಳಸಿ "ನಿನ್ನ ಮನಸ್ಸಿನ ಅಂದೋಳನ ಅರ್ಥವಾಗುತ್ತೆ. ಆದರೆ ಕೆಲವೊಂದು ಅನಿವಾರ್ಯ, ಅಲಾಪನಾನಿಂದ ಹೇಮಂತ್‌ನ ದೂರವಿಡಬೇಕಿತ್ತು. ನನ್ನ ತಂದೆ ಅಂಥ ಪರಿಚಯಿಸಬೇಕಿತ್ತು. ಅವೆರಡು ಆಗ್ಲಿಲ್ಲ. ಸಂಧಿಗ್ಧ ಸ್ಥಿತಿ, ದೂರವಿದ್ದ ಹೇಮಂತ್ ಇಲ್ಲೇ ಬಂದಿದ್ದಾನೆ. ನಿಂಗೆ ವಿವಾಹವಾಗಿದೆ. ಮತ್ತೊಂದು ಮಗು, ಇನ್ನೊಂದರ ಸಿದ್ಧತೆ. ಅವನಿನ್ನ ಒಂಟಿ, ಮಗ್ಳು ಬೇಕೆನ್ನೋ ಬೇಡಿಕೆ, ಇದಕ್ಕೆ ಸಮಾಜದ ಪುರಸ್ಕಾರದ ಜೊತೆ ಲೀಗಲ್ಲಾಗಿ ಕೂಡ ಸರಿ. ಆ ಮನುಷ್ಯ ಕೂಡ ನೀನು ಅಲಾಪನಾನ ನೋಡ್ಕೋಕ್ಕಾಗ್ಲಿ!, ಕರ್ಸ್ಕೊಂಡು ಕೆಲವು ದಿನ ನಿನ್ಹತ್ರ ಇರಿಸಿಕೊಳ್ಳೋಕ್ಕಾಗ್ಲಿ ಅಡ್ಡಿಪಡಿಸೋಲ್ಲ. ಅದ್ರಿಂದ ನೀನು ಒಪ್ಗೇ ಸೂಚಿಸೋದು ಒಳ್ಳೇದು. ಇದು ಬರೀ ಸಜೆಷನ್ ಮಿಕ್ಕಿದ್ದು ನಿನ್ನಿಷ್ಟ" ಹರ್ಷ ಕೆನ್ನೆ ತಟ್ಟಿ ಎದ್ದು ಹೋದ.

ಆಮೇಲೆ ಒಂಬತ್ತರ ಸುಮಾರಿಗೆ ಹೇಮಂತ್‌ನಿಂದ ಫೋನ್ ಬಂತು. ಮೊದಲು ಮೊಬೈಲ್ ಎತ್ತಿದ ಹರ್ಷ "ಗುಡ್ ಮಾರ್ನಿಂಗ್ ವೈಜಯಂತಿ ಮಾತಾಡ್ತಾಳೆ" ಮಡದಿಗೆ ಕೊಟ್ಟು ಕಾರಿಡಾರ್‌ಗೆ ಹೋಗಿ ನಿಂತ, ಎಷ್ಟೋ ಸಲ ಯೋಚಿಸುತ್ತಿದ್ದ. ಸ್ವಭಾವದಲ್ಲಿ ಗಂಡಿಗಿಂತ ಹೆಣ್ಣು ವಿಭಿನ್ನ ಯೋಚಿಸುವ ರೀತಿಯೇ ಬೇರೆ.

"ಹಲೋ..." ಅಂದಳು.

"ಏನು ತೀರ್ಮಾನಕ್ಕೆ ಬಂದ್ರಿ? ವೈಜಯಂತಿ ನಿನ್ನಿಂದ ಅಲಾಪನಾನ ಬೇರೆ ಮಾಡ್ಬೇಕು, ಕಿತ್ಕೋಬೇಕನ್ನೋದು ನನ್ನ ದೃಷ್ಟಿಯಲ್ಲ. ನೀನು ಯಾವಾಗ ಬೇಕಾದ್ರು ಬಂದು ನೋಡ್ಬಹುದ್ದು, ಕರೆಸ್ಕೋಬಹುದ್ದು, ಪ್ಲೀಸ್... ಒಪ್ಕೋ..." ಅವನ ದನಿ ಆರ್ದ್ರಗೊಂಡಿತ್ತು. ಮತ್ತೆ ಕಟಟು, ಕಾನೂನು ಅವೆಲ್ಲ ಬೇಕಿರಲಿಲ್ಲ ಅವಳ ಗಂಟಲು ಕಟ್ಟಿತು, ಬಹಳ ಪ್ರಯಾಸದಿಂದ "ನಾಳೆ ಬಂದು ಇಲ್ಲಿಂದಲೇ ಕರ್ಕೊಂಡ್ಹೋಗಿ" ಹಾಗೆಂದವಳೇ ಫೋನ್ ಇಟ್ಟು ಬಿಟ್ಟಳು, ಎದೆ ಭಾರವಾಗಿ ತಾಯ್ತನದ ತಳಮಳ ಷುರುವಾಯಿತು.

"ಬಿಕಾಮ್..." ಹರ್ಷ ಅವಳ ಭುಜದ ಮೇಲೆ ಕೈಯಿಟ್ಟು ಒತ್ತಿ ಹೇಳಿದ. ಮಾತನಾಡಲಾರದೆ ಹೋದಳು, ಕರುಳು ಕತ್ತರಿಸಿದ ಅನುಭವ.

ಹರ್ಷ ಚೆಕ್ ಅಪ್‌ಗೆಂದು ಬಲವಂತ ಮಾಡಿ ಕರೆದೊಯ್ದು ಮಡದಿಯನ್ನು, ಈ ಸಲ ಹೆಣ್ಣು ಮಗುವಿನ ಕನಸು, ಅವನಿಗೆ ಮಕ್ಕಳೆಂದರೆ ಇಷ್ಟ. ಅದು ತನ್ನ

ದಾಂಪತ್ಯವನ್ನು ಕಾಪಾಡಬಹುದೆನ್ನುವ ನಂಬಿಕೆ.

* * *

ಪ್ಯಾಸಾ ಟೆಕ್ಸ್‌ಟೈಲ್ ಇಲ್ಲಿನ ಮ್ಯಾನೇಜರ್ ಆಗಿ ಹೇಮಂತ್‌ನ ನೇಮಕ ಮಾಡಿದ್ದರಿಂದ ಕೆಲವು ಸವಲತ್ತುಗಳು ಅವನಿಗೆ ಲಭ್ಯವಾಗಿತ್ತು. ಪುಟ್ಟ ಬಂಗ್ಲೆಯಂಥ ಕ್ವಾರ್ಟಸ್, ಮುಂದೆ ಚೆಂದವಾದ ಗಾರ್ಡನ್, ಓಡಾಟಕ್ಕೆ ಕಾರು, ಅದಕ್ಕೊಬ್ಬ ಡ್ರೈವರ್, ಒಂದಿಬ್ಬರು ಸರ್ವೆಂಟ್ಸ್, ಇದು ಅವನ ಪ್ರಾಮಾಣಿಕತೆ ಮತ್ತು ಬುದ್ಧಿವಂತಿಕೆಗೆ ಲಭಿಸಿದ ಬಹುಮಾನ.

ಸರಿತಾಗೂ ಈ ವಾತಾವರಣ ಇಷ್ಟವಾಯಿತು, ಇಲ್ಲಿಂದ ಆಫೀಸ್ ಕೂಡ ಅಂಥ ದೂರವಿಲ್ಲ. ವಿವಿಧ ಅಧಿಕಾರಿಗಳಿಗೆ, ನೌಕರರಿಗೆ ಕ್ವಾರ್ಟಸ್‌ಗಳು ತಲೆ ಎತ್ತಿದ್ದವು, ಕಡಿಮೆ ಸಮಯದಲ್ಲಿ ನಡೆದ ಪವಾಡ.

ಇದೆಲ್ಲ ಆದ ಮೇಲೆಯೇ ಅವನು ಅಲಾಪನಾನ ಕರೆ ತರಲು ನಿರ್ಧರಿಸಿದ್ದು. ಅವಳ ಹುಟ್ಟು ಬೆಳವಣಿಗೆ ತುಂಬು ಶ್ರೀಮಂತಿಕೆಯಲ್ಲಿಯೇ ಅಷ್ಟಲ್ಲದಿದ್ದರೂ, ಒಂದಿಷ್ಟು ಒದಗಿಸುವ ಆಸೆ, ಆಕಾಂಕ್ಷೆ.

"ಸರಿತ ಹೋಗೋಣ್ವಾ? ನಾನು ಹರ್ಷ ಮತ್ತು ವೈಜಯಂತಿಗೆ ಫೋನ್ ಮಾಡಿದ್ದೆ. ಅವ್ರು ಬಂದು ಕರ್ಕೊಂಡ್ಹೋಗೂಂತ ಹೇಳಿದ್ದಾರೆ. ನೀನೂ... ರೆಡಿನಾ? ನಂಗೆ ಖುಷಿ... ಖುಷಿ ಅನ್ನಿಸ್ತಾ ಇದೆ" ಹೇಮಂತ್ ತುಂಬಿಕೊಂಡು ಹೇಳಿದ. ಅವಳಿಗೆ ಇನ್ನು ಗೊಂದಲವೇ, ಇವರಿಬ್ಬರ ಡೈವರ್ಸ್‌ಗೆ ಅಂಥ ದೊಡ್ಡ ಕಾರಣವೇನಿತ್ತು?

"ಅಣ್ಣ, ಒಂದೇ ಒಂದು ಪ್ರಶ್ನೆ" ದನಿಯೆತ್ತಿದಳು.

"ಕೇಳು, ನಿನ್ನ ಪ್ರಶ್ನೆಗಳು ಒಂದೇ ಕಡೆ ಗಿರಕಿ ಹೊಡೆಯುತ್ತ ಇದೆ, ಏನಿ ಹೌ, ಕೆಲವಕ್ಕಾದ್ರೂ ಉತ್ತರ ಹೇಳ್ಬೇಕಾಗುತ್ತೆ, ಏನು ನಿನ್ನ ಸಂದೇಹ?" ನಿರಾಳವಾಗಿಯೇ ಕೇಳಿದ.

"ಹರ್ಷನ ಮೊದ್ಲು ಪ್ರೀತಿಸ್ತಾ ಇದ್ದಳಾ?"

ಒಂದೆರಡು ನಿಮಿಷಗಳ ಮೌನದ ನಂತರ "ಇಲ್ಲ, ಬಹುಶಃ ಪ್ರೀತಿ, ಪ್ರೇಮವೆಲ್ಲ ನನ್ನ ಜೊತೆಗೇನೆ, ಅಕಸ್ಮಾತ್ ಅವರಿಬ್ಬರ ಮಧ್ಯೆ ಪ್ರೀತಿ ಅಂಥದ್ದು ಇದ್ದರೇ, ನನ್ನ ಜೊತೆ ಸುತ್ತಾಟ ಸಾಧ್ಯವಿರಲಿಲ್ಲ. ಪಾಟೀಲರ ಕುಟುಂಬದ ಒಬ್ಬಳೇ ಮಗಳು, ಎಲ್ಲರ ಮಾತನ್ನು ವಿರೋಧಿಸಿ ಬಂದು ನನ್ನೊತೆ ವಿವಾಹವಾಗ್ತ ಇರ್ಲಿಲ್ಲ, ಡೈವರ್ಸ್ ನಂತರ ಹರ್ಷನ್ನ ವಿವಾಹವಾಗೋದು ವೈಜಯಂತಿಗೆ ಅನಿವಾರ್ಯವಾಯಿತೇನೋ? ಹೆತ್ತವರ ಆಯ್ಕೆ, ಸ್ವಂತ ಸೋದರಳಿಯ ಪಾಟೀಲ ಎಜುಕೇಷನ್ ಇನ್ಸ್‌ಟಿಟ್ಯೂಟ್‌ಗಳಲ್ಲಿ ಅವರ ಪಾಲುಗಾರಿಕೆ ಇದೆ, ಇದೆಲ್ಲದರಿಂದ ಬಿಡ್ಸಿಕೊಂಡ್ಬಂದು ವೈಜಯಂತಿ ನನ್ನ

ವಿವಾಹವಾಗಿದ್ದು, ಪ್ರೇಮ, ಪ್ರೀತಿಯ ಸಂಭ್ರಮವೇ ಬೇರೆ" ಕನಸ್ಸಿನಲ್ಲಿ ತೇಲಿದಂತೆ ನುಡಿದ.

"ಇದು ಬರೀ ಫಸ್ಟ್ ಆಫ್, ಸೆಕೆಂಡ್ ಆಫ್ ಸರಿ ಹೋಗ್ಲಿಲ್ಲ ಸಿನಿಮಾದಲ್ಲಾಗಿದರೇ, ಎಂಡಿಂಗ್ ಬೇರೆ ತರಹನೇ ಇರ್ತಾ ಇತ್ತು. ನಂಗೆ ಬರೀ ತಲೆ ಚಿಟ್ಟಿಡಿದು ಹೋಗುತ್ತೆ. ಒಂದಿಷ್ಟು ಸಾಮರಸ್ಯವಿದ್ದಿದ್ದರೇ ಚೆನ್ನಾಗಿತ್ತು. ನಂಗಂತು ನನ್ನ ಅತ್ತಿಗೇನ ಹರ್ಷನ ಹೆಂಡ್ತಿ ಅಂತ ಅಂದುಕೊಳ್ಳೋದು ಕಷ್ಟವೆನಿಸುತ್ತೆ" ಮತ್ತೆ ಅದೇ ರಆಗ, ಅದನ್ನು ನುಂಗಿಕೊಳ್ಳುವುದು ಕಷ್ಟವೆನಿಸಿತ್ತು.

"ಸ್ಟಾಪ್ ಇಟ್, ಪದೇ ಪದೇ ಆ ವಿಷ್ಯದ ಪ್ರಸ್ತಾಪ ಬೇಡ. ಅಲಾಪನಾ ಅಲ್ಲಿ ಇಲ್ಲಿ ಸಫರ್ ಆಗೋದು ಬೇಡ, ನಿನ್ನ ಮಾರಲ್ ಸಪೋರ್ಟ್ ಬೇಕು ನಂಗೆ. ಹರಿದು ಎಲ್ಲೋ ಸೇರಿ ಹೋದ ನೀರು ಮತ್ತೆ ಹಿಂದಕ್ಕೆ ಬರೋಲ್ಲ. ಅದ್ನ ನಾವು ಬಯಸಲು ಬಾರ್ದು, ಪ್ಲೀಸ್ ಅರ್ಥ ಮಾಡ್ಕೋ" ಕೆನ್ನೆ ತಟ್ಟಿ ಬುದ್ಧಿ ಹೇಳಿ "ಇನ್ನು ಹೊರಡೋಣ, ಸಧ್ಯಕ್ಕೆ ಅಲಾಪನಾಗೆ ನಿನ್ನೊತೆ ಬೇಕು. ಆಮೇಲೆ ಅಪ್ಪ, ಅಮ್ಮನ್ನ ಕನ್ವಿನ್ಸ್ ಮಾಡೋದು ಕೂಡ ನಿನ್ನ ಕರ್ತವ್ಯ" ಸರಿತ ಮೌನವಹಿಸಿದಳು.

ಶಂಕರ ಪಾಟೀಲ ನಿವಾಸದ ಮುಂದೆ ಕಾರು ನಿಂತಾಗ ವಾಚ್‌ಮನ್ ಗೇಟು ತೆಗೆದು ಸಲ್ಯೂಟ್ ಹೊಡೆದ, ಇವನು ವೈಜಯಂತಿಯ ಗಂಡನಾಗಿದ್ದಾಗ ಇವನೇ ವಾಚ್‌ಮನ್, ಈಗಲೂ ಅವನೇ, ಈಗ ಹರ್ಷ ವೈಜಯಂತಿಯ ಗಂಡ ಅವನಿಗೆ ಶ್ರೀಮಂತರ ಮನೆಯ ಲೆಕ್ಕಾಚಾರಗಳು ಅರ್ಥವಾಗದು.

ಹೊರಗೆ ಇವರನ್ನು ಆಹ್ವಾನಿಸಲು ಯಾರು ಇರಲಿಲ್ಲ. ಅಂಥ ಮರ್ಯಾದೆ ಇಲ್ಲಿ ಲಭ್ಯವಾಗದು. ಅದು ಹೇಂಂತ್‌ಗೆ ಅಗತ್ಯವು ಇಲ್ಲ. ಬಾಲ್ಕನಿಯಲ್ಲಿ ಮೆಟ್ಟಲುಗಳನ್ನೇರಿ ಒಳಗಡಿ ಇಟ್ಟಾಗ ಮಹಿಳಾ ಸರ್ವೆಂಟ್ ಅಲ್ಲಿ ಎಡೆತಾಕಿ ಹೇಳಿದಳು.

"ಮೇಡಮ್‌ನೋರು ಸ್ನಾನ ಮಾಡ್ತಾ ಇದ್ದಾರೆ, ಕೂತ್ಕೊಳ್ಳಿ ಬರ್ತಾರೆ" ಹಾಲ್‌ನಲ್ಲಿದ್ದ ಆಸನಗಳತ್ತ ನೋಡಿದರು. ಅವನಿಗೆ ಕೂಡಬೇಕೆನಿಸಲಿಲ್ಲ. ಹಿಂದೆ ನಿರ್ಲಕ್ಷ, ಅವಮಾನವನ್ನು ಎದುರಿಸಿದ್ದ, ಈಗ ಅಂಥ ಅಗತ್ಯವಿರಲಿಲ್ಲ, ಇಲ್ಲಿ ಅವನ ಮಗಳು ಅಲಾಪನಾ ಅವನಿಗೆ ಮುಖ್ಯವಾಗಿದ್ದಳು.

"ಸಿಟ್ಟಿಂಗ್ ರೂಂನಲ್ಲಿ ಕೂತ್ಕೊಳೋಣ" ಪರಿಚಯದ ಕೋಣೆಯೇ ಬಾಗಿಲು ಸರಿಸಿ ಅಲ್ಲಿ ಹೋಗಿ ಕೂತರು, ಗುಡ್ ಡೆಕೋರೇಷನ್ ಅನ್ನುವಂತೆ ಸಿಂಗರಿಸಿದ್ದರು. ಹಲವಾರು ಎಜುಕೇಷನ್ ಇನ್ಸ್‌ಟ್ಯೂಟ್‌ಗಳಿಗೆ ಒಡೆಯರು. ಬರುವ ಹೋಗುವ ಮಂದಿ ಅಧಿಕ, ಸಮಾಜದಲ್ಲಿ ಪ್ರತಿಷ್ಠಿತ ಸ್ಥಾನ, ರಾಜಕೀಯದ ನಂಟಿತ್ತು.

"ಅತ್ತಿಗೆ, ಸಾರಿ ವೈಜಯಂತಿ ತಾನಾಗಿ ಡೈವೋರ್ಸ್ ಪ್ರಪೋಸಲ್ ನಿನ್ನ ಮುಂದಿಟ್ಟರಾ?" ಒಂದು ಪ್ರಶ್ನೆ ಮೆಲ್ಲಗೆ ಕೇಳಿ ಕೈಯಿಂದ ಬಾಯಿ ಮುಚ್ಚಿಕೊಂಡಳು. "ಮೊದಲು ನನ್ನ ಬಾಯಿಂದ ಆ ಮಾತು ಹೊರ ಬಿತ್ತು. ಅದಕ್ಕೆ ಮುನ್ನ ಅವಳ

ಹೆತ್ತವರ ಒತ್ತಾಯ ಆ ಬಗ್ಗೆ ಅಧಿಕವಾಗಿತೇನೋ ಆರಾಮಾಗಿ ಸಮ್ಮತಿ ಸೂಚಿಸಿದಳು. 'ಮ್ಯೂಚ್ಯುಯಲ್ ಕಸ್ಸೆಂಟ್!' ಅವಳ ಪೇರೆಂಟ್ಸ್ ತೀರಾ ಮುತುವರ್ಜಿ ವಹಿಸಿ ಅದಕ್ಕೆ ಕೊಟ್ಟ ಕಾರಣಗಳೇ ಬೇರೆ... ನಂಗೂ ನಿರಂತರ ಘರ್ಷಣೆ ಸಾಕಿತ್ತು. ಫೋನ್ ಮೂಲಕ ಬಂದ ಬೆದರಿಕೆಗಳಿಗೆ ನಾನು ಜಗ್ಗಲಿಲ್ಲ. ಅವಳ ಉತ್ಪ್ರೇಕ್ಷೆ ನನ್ನಿಂದ ಸಹಿಸಲು ಸಾಧ್ಯವಿರಲಿಲ್ಲ. ಸುಖ, ಸಂತೋಷ, ಸಾಮರಸ್ಯ ಅಲ್ಲಿ ಮರೀಚಿಕೆಯಾದುದ್ದರಿಂದ ಬೇರ್ಪಡುವ ಅಗತ್ಯ ಕಂಡಿತು. ಆಮೇಲೆ ಒಂದಾರು ತಿಂಗಳಿಗೆ ವಿಜೃಂಭಣೆಯಿಂದ ಅವಳ ಮದುವೆ. ರಾಜ್ಯದ ಮುಖ್ಯಮಂತ್ರಿಗಳಿಂದ ಎಂ.ಎಲ್.ಎ.ಗಳ ದೊಡ್ಡ ಹಿಂಡು ಭಾಗವಹಿಸಿತ್ತು. ಅವಳ ಹೆತ್ತವರು ತಮ್ಮ ಆಸೆ, ಪ್ರತಿಷ್ಠೆಯನ್ನು ಸಾಕಾರಗೊಳಿಸಿ ಕೊಂಡಿದ್ದರು. ನಂಗೆ ಒಂಟಿತನ ಅಭ್ಯಾಸವಾಯ್ತು" ನಿಟ್ಟುಸಿರಿನೊಂದಿಗೆ ಹೇಳಿ ಮುಗಿಸುವ ವೇಳೆಗೆ ಫುಡ್ ಟ್ರಾಲಿ ತಳ್ಳಿಕೊಂಡು ಬಂದ ಸರ್ವೆಂಟ್‌ಗೆ "ನೋ, ಏನು ಬೇಡ" ಹಿಂದಕ್ಕೆ ಕಳುಹಿಸಿದ.

ಹತ್ತು ನಿಮಿಷದ ನಂತರ ವೈಜಯಂತಿ ರೂಮಿನೊಳಕ್ಕೆ ಬಂದಾಗ ಫಾರಿನ್ ಸೆಂಟು ಇಡೀ ರೂಮನ್ನು ವ್ಯಾಪಿಸಿದಂತಾಯಿತು. ಐದು ತಿಂಗಳ ಬಸುರಿ ಮುಖದಲ್ಲಿ ಆಯಾಸವಿದ್ದರು ಕಳೆಕಳೆಯಾಗಿದ್ದಳು, ಕತ್ತುನವರೆಗೂ ಕತ್ತರಿಸಿದ ಕೂದಲು ಫಳ ಫಳ ಎನ್ನುತ್ತಿತ್ತು. ಮಟ್ಟಸವಾದ ನಿಲುವು, ಈ ಚೆಲುವು ಬೆರಗಿಗೆ ಅಣ್ಣ ಬೆರಗಾಗಿದ್ದಿರಬಹುದು. ಕ್ಷಣ ವಂಡರ್‌ಫುಲ್ ಅನ್ನಿಸಿತು. ಆದರೆ ಕತೆ ಹರಿದಿದ್ದು ಬೇರೆಡೆಗೆ, ಇಲ್ಲಿ ದುರಂತ ಅಲಾಪನಾ ಪಾಲಿಗೆ.

"ಹೇಗಿದ್ದೀರಾ?" ಕೂತು ಕೇಳಿದಳು ಆ ವೇಳೆಗೆ ಬಂದ ಫೀಮೇಲ್ ಸರ್ವೆಂಟ್ "ಹಾರ್ಲಿಕ್ಸ್ ತಗೋಬೇಕಂತೆ" ಅಂದು ಮುಂದಿದ್ದ ಟೀಪಾಯಿ ಮೇಲಿಟ್ಟು ಹೋದಳು "ಏನು ಬೇಡಂದರಂತೆ" ಪ್ರಸ್ತಾಪಿಸಿದ ಕೂಡಲೇ "ತೀರಾ ಸಿಂಪಲ್, ಏನು ಬೇಡಂತ ಅನ್ನಿಸ್ತು, ನೀವು ಹಾರ್ಲಿಕ್ಸ್ ತಗೊಳ್ಳಿ" ಹೇಳಿದ್ದು ಸರಿತ. ಒಂದು ಕ್ಷಣ ವೈಜಯಂತಿಯ ಮುಖ ಒಂದು ತರಹ ಆಯಿತು. ಆ ವೇಳೆಗೆ ಬಂದ ಅವಳ ಚಿಕ್ಕಮ್ಮ "ಮೊದ್ಲು ಹಾರ್ಲಿಕ್ಸ್ ತಗೋ" ಬಲವಂತದ ಜೊತೆ ಅಧಿಕಾರವು ಇತ್ತು.

"ಈಗ ಬೇಡಾಂತ ಅನ್ನಿಸ್ತಾ ಇದೆ" ವೈಜಯಂತಿ ದನಿಯಲ್ಲಿ ಬೇಸರವಿತ್ತು. "ಕುಡ್ದು ಮುಗ್ಸು" ತಾವೇ ಗ್ಲಾಸ್ ತೆಗೆದು ಕೈಗೆ ಕೊಟ್ಟರು "ಕುಡೀರಿ, ಅಷ್ಟೊಂದು ಬಲವಂತ ಮಾಡ್ತಾ ಇದ್ದಾರಲ್ಲ" ಸರಿತ ಹೇಳಿ ಬೇರೆಡೆ ನೋಟವರಿಸಿದಾಗ ಅನಾಹುತವಾಗದಿರಲೀಂತ "ವೈಜಯಂತಿಯವರ ಮಮ್ಮಿಯ ತಂಗಿ" ಪರಿಚಯಿಸಿದ. ಅರ್ಧದಷ್ಟು ಹಾರ್ಲಿಕ್ಸ್ ಕುಡಿದು "ಇಷ್ಟು ಸಾಕು, ಹೋಗಿ ಅಲಾಪನಾನ ಕಳಿಸು" ಅಂದಳು. ಅಲ್ಲಿ ಆಕೆ ನಿಲ್ಲುವುದು ಅವಳಿಗೆ ಬೇಡವಾಗಿತ್ತು.

ಒಮ್ಮೆ ಇವರಿಬ್ಬರತ್ತ ತಿರುಗಿ ಒಂದು ತರಹ ನೋಡಿ ಹೋದರು. ಆಕೆ ಸ್ವಲ್ಪ ಜೋರಿನ ಹೆಂಗಸೆಂದು ಹೇಮಂತ್‌ಗೂ ಗೊತ್ತು, ಸಾಕಷ್ಟು ಸಲ ಮಾತಿನ ಅವಮಾನ ಅನುಭವಿಸಿದ್ದ, ಅಕ್ಕ ತಂಗಿ ಒಂದೇ ನಾಣ್ಯದ ಎರಡು ಮುಖಗಳು.

ಆಕೆ ಹೋದ ಮೇಲೆ ಸರಿತ ದೀರ್ಘವಾಗಿ ನಿಟ್ಟುಸಿರು ದಬ್ಬಿ "ನಿಮ್ಮ ಚಿಕ್ಕಮ್ಮ ಡಬ್ಬಲ್ ಜೋರುನ ಹೆಣ್ಣು. ನಿಮ್ಗೇ ಅನಿವಾರ್ಯ, ಬೇರೆಯವರಿಂದ ಸಾಧ್ಯವಿಲ್ಲ" ಎಂದು ನುಡಿದಳು.

"ಪ್ಲೀಸ್, ಕೀಪ್ ಕ್ವೈಟ್, ನಿನ್ನ ನಿರ್ಧಾರಕ್ಕೆ ಥ್ಯಾಂಕ್ಸ್, ಯಾವಾಗ ಬೇಕಾದ್ರೂ ಅಲಾಪನಾನ ಕಳ್ಸಿಕೊಡ್ತೀನಿ, ಸ್ವಲ್ಪ ನನ್ತಂಗಿ ಮಾತು ಜಾಸ್ತಿ ಆಡ್ತಾಳೆ ಐಯಾಮ್... ಸಾರಿ" ಎಂದ ಹೇಮಂತ್ ಮುಖದ ಮೇಲೆ ವ್ಯಥೆಯ ನೆರಳಾಡಿತು.

ಆ ವೇಳೆಗೆ ಬಾಗಿಲು ತಳ್ಳಿಕೊಂಡು ಬಂದ ಅಲಾಪನಾ "ಡ್ಯಾಡಿ, ನಾನು ಕಾಯ್ತ ಇದ್ದೆ" ಅನ್ನುತ್ತ ಬಂದವಳು ಹೇಮಂತ್‌ನ ತೋಳೊಳಗೆ ಸೇರಿಕೊಂಡು ಸಣ್ಣಗೆ ಅಳು ಷುರು ಮಾಡಿದ್ದು.

"ಏಯ್... ಅಲಾಪನಾ" ವೈಜಯಂತಿ ಗದರಿಸಿದ ಕೂಡಲೇ ನಿಶ್ಶಬ್ದವಾಗಿ ಹಿಂದಕ್ಕೆ ತಿರುಗಿ "ನೀನು ಬಾ... ನನ್ನೊಜ್ತೆಗೆ" ಅಂದು ಸುಮ್ಮನಾಗಿದ್ದು "ಬಾ ಇಲ್ಲಿ" ವೈಜಯಂತಿ ಅವಳನ್ನು ಹತ್ತಿರಕ್ಕೆ ಕರೆದುಕೊಂಡು ಸಂತೈಸಲು ಇಚ್ಛಿಸಿದರು. ಅವಳ ತುಟಿಗಳು ದಾಟಿ ಮಾತು ಹೊರಕ್ಕೆ ಬರಲಿಲ್ಲ. ಅಷ್ಟರಲ್ಲಿ ಮೊಬೈಲ್ ಸದ್ದು ಹಿಂದೆಯೇ ಹರ್ಷ ಬಂದು "ಸಾರಿ ಮಿಸ್ಟರ್ ಹೇಮಂತ್, ಇವತ್ತೊಂದು ಸ್ಮಾಲ್ ಫಂಕ್ಷನ್ ಇದೆ. ಮೇಡಮ್‌ನವರೇ ಚೀಫ್‌ಗೆಸ್ಟ್, ನನ್ನದೊಂದು ಚಿಕ್ಕ ಕೆಲ್ಸ, ಬಹುಮಾನ ವಿತರಣೆ" ಎಂದು ಹೇಳಿ "ಹೋಗೋಣ... ವೈಜಯಂತಿ" ಮಡದಿಗೆ ಹೇಳಿದ, ಫಂಕ್ಷನ್ ಇದ್ದಿದ್ದು ನಿಜ. ಈಗಿನ ಮಡದಿಯ ಸ್ಥಿತಿಯಲ್ಲಿ ಎಮೋಷನ್ ಒಳ್ಳೆಯದಲ್ಲ, ಮೊದಲು ಮೇಲೆ ಎದ್ದಿದ್ದು ಸರಿತ "ಅಣ್ಣ, ಹೊರಡೋಣ. ಮತ್ತೇನಾದ್ರೂ ಫಾರ್ಮಾಲಿಟೀಸ್ ಇದ್ಯಾ?" ಬೆಂಕಿಯ ಮೇಲೆ ಕೂತ ಅನುಭವ ಅವಳದು.

"ನೋ, ಅಂಥದೇನಿಲ್ಲಂತ ಕಾಣಿಸುತ್ತೆ" ಹರ್ಷ ಹೇಳಿ "ಸೋ ಸಾರಿ... ನೀವು ಅಲಾಪನಾನ ಕರ್ಕಂಡ್ ಹೋಗಿ... ಹಾಲಿಡೇಸ್‌ನಲ್ಲಿ ಅವಳು ಇಲ್ಲೇ ಇರಲಿ, ಆಮೇಲೆ ವೈಜಯಂತಿ ಅದನ್ನೆಲ್ಲ ಮಾತಾಡ್ತಾಳೆ" ಎಂದು ಕಣ್ಣೀರು ಸುರಿಸುತ್ತಿದ್ದ ಹೆಂಡತಿಯನ್ನು ಬಳಸಿ ಹೊರಗೆ ಕರೆದೊಯ್ದು, ಡೋರ್ ತಾನಾಗಿ ಮುಚ್ಚಿಕೊಂಡಿತು.

ಬಗ್ಗಿ ಅಲಾಪನಾ ತಲೆ ಸವರಿದ ಸರಿತ "ಏಳು, ಕುಂಜು ಮರೀ... ಒಳ್ಗಡೆ ಧಗೆ. ಹೊರ್ಗಡೆ ಹಾಯೆನಿಸುತ್ತೆ" ಅವಳನ್ನು ಅಣ್ಣನ ತೋಳುಗಳಿಂದ ಬಿಡಿಸಿ ಹೊರಗೆ ಕರೆದೊಯ್ದಾಗ ಇನ್ನು ಬಿಕ್ಕಿ ಬಿಕ್ಕಿ ಅಳುತ್ತಲೇ ಇದ್ದಳು. ತಂದೆಯ ಜೊತೆ ಹೋಗುವುದು ಸಂತೋಷವೇ, ಆದರೆ... 'ಮಮ್ಮಿ'... ಸಹಿಸಲಾರದ ನೋವು ಅವಳ ದೊಡ್ಡ ಲಗೇಜ್ ರೆಡಿಯಾಗಿತ್ತು. 'ಇಷ್ಟೆಲ್ಲ... ಅಗತ್ಯವಾ?' ಇವರುಗಳು ಸರ್ವೆಂಟ್ಸ್‌ಗೆ ಏನಾದರೂ ಹೇಳುವ ಮುನ್ನ ಹೇಮಂತ್‌ನ ಮೊಬೈಲ್ ಸದ್ದಾಯಿತು. "ಪ್ಲೀಸ್, ನಾನು ಆಲಾಪನಾಗೆ ಪ್ರೀತಿಯಿಂದ ಕೊಡಿಸಿದ ವಸ್ತುಗಳು, ದಯವಿಟ್ಟು ತಗಂಡ್ ಹೋಗಿ" ಮೊಬೈಲ್ ಕಟ್ ಆಯಿತು. ಅವನಿಗೆ ಯಾವುದೇ ಕಾರಣಕ್ಕೂ ವೈಜಯಂತಿಯನ್ನು

ನೋಯಿಸುವುದು ಇಷ್ಟವಿಲ್ಲ.

"ಇದನ್ನೆಲ್ಲ ಕಳುಹಿಸಿ ಕೊಡೋ ಏರ್ಪಾಟು ಮಾಡಿದ್ದಾರೆ ಮೇಡಮ್," ಸರ್ವೆಂಟ್ ಉಸುರಿದ, ಅವರ ಹಿಂದೆ ಸಮವಸ್ತ್ರದ ಡ್ರೈವರ್ ವಿನೀತನಾಗಿ ನಿಂತಿದ್ದ, ತಂಗಿಯತ್ತ ನೋಟ ಹರಿಸಿದ "ಆಯ್ತು, ಅಣ್ಣಾ... ಕಳುಹಿಸಿ ಕೊಡೋ ಜವಾಬ್ದಾರಿ ಅವರದೇ ಅಲ್ವಾ? ನಾವು ಹೋಗೋಣ" ಅವಳ ಕೈ ಹಿಡಿದು ಸರಿತ ಮುಂದೆ ಹೊರಟಾಗ ಮೌನ ವಹಿಸಿದ. ಈ ಕ್ಷಣದಲ್ಲಿ ಪರಿಸ್ಥಿತಿಯನ್ನು ಬ್ಯಾಲೆನ್ಸ್ ಮಾಡಲು ತಂಗಿಯ ನೆರವು ಬೇಕೆನಿಸಿತು.

ಅವಳಿಂದ ಕೈ ಬಿಡಿಸಿಕೊಂಡು "ಡ್ಯಾಡಿ, ಮಮ್ಮಿನ ಕರ್ಕಂಡ್ ಹೋಗೋಣ, ನಂಗೆ ಮಮ್ಮಿಬೇಕು" ಇಂಥದೊಂದು ಬೇಡಿಕೆ ಮಗಳಿಂದ ಹೇಮಂತ್‌ಗೆ, ಅದು ಸಾಧ್ಯವಾ? ಅಂಥ ಅಧಿಕಾರ ಹೇಮಂತ್‌ಗೆ ಇದ್ಯಾ? "ಈಗ್ಬೇಡಾ, ಯಾವಾಗ್ಲಾದ್ರೂ, ಒಮ್ಮೆ ಇನ್ವೈಟ್ ಮಾಡೋಣ" ಬಲವಂತದಿಂದ ಕರೆದೊಯ್ದು ಕಾರು ಹತ್ತಿಸಿದ, ಅವಳ ಅಳುವೇನು ನಿಲ್ಲಲಿಲ್ಲ.

ಒಳಗೆ ಮರೆಯಾಗಿ ನಿಂತ ವೈಜಯಂತಿ ಬಿಕ್ಕುತ್ತಿದ್ದಳು. ಹರ್ಷನ ಎದೆಯ ಮೇಲೆ, ಕರುಳು ಕತ್ತರಿಸುವಂಥ ಸಂಕಟ "ಬೇಡ, ನಾನು ಅಲಾಪನಾನ ಕಳಿಸೋಲ್ಲ!" ಅಳುವಿನಲ್ಲಿ ತೇಲಿ ಬಂದ ಮಾತುಗಳು ಅಲ್ಲೆ ಕರಗಿ ಹೋಯಿತು.

ಕಾರಿನ ಚಕ್ರಗಳು ಮುಂದಕ್ಕೆ ಉರುಳಿದ್ದವು, ಸರಿತಾಗೆ ಬಿಕ್ಕಳಿಸುವಂತಾಯಿತು. ತಾಯಿ, ತಂದೆಯರ ತುಂಬು ಪ್ರೀತಿಯನ್ನು ಉಂಡು ಬೆಳೆದ ಹುಡುಗಿ, ಇದು ಮಾತ್ರ ಇಷ್ಟವಾಗಲಿಲ್ಲ, ಯಾರನ್ನು ನಿಂದಿಸುವುದು? ಯಾರದು ಹೆಚ್ಚಿನ ಅಪರಾಧ? ಹೆತ್ತ ಮಗುವಿನ ಸಲುವಾಗಿಯಾದರೂ ಒಂದಿಷ್ಟು ಅನುಸರಣೆ ಬೇಡವಾ?

ಕಾರು ಬೆಂಗಳೂರು ಮೈಸೂರುನ ಮಧ್ಯದ ಹೊರ ವಲಯದಲ್ಲಿ ಇತ್ತೀಚೆಗೆ ನಿರ್ಮಾಣಗೊಂಡ ಪ್ಯಾಸಾ ಟೆಕ್ಸ್‌ಟೈಲ್‌ನ ಆಫೀಸ್‌ನ ಮುಂಭಾಗದಲ್ಲಿ ನಿಂತು ಅದನ್ನು ಬಳಸಿಕೊಂಡು ಹಿಂದಕ್ಕೆ ಹೋಯಿತು.

ಬಳಸಿಯೇ ಇದ್ದ ಮಗಳ ಕಣ್ಣೊರೆಸಿ ಇಳಿಸಿಕೊಂಡು ಸುತ್ತಲೂ ನೋಟ ಹರಿಸಿ "ಇದೇ ನಮ್ಮ ಮನೆ, ನಿಂಗೆ ಇಷ್ಟವಾಯ್ತ?" ತಲೆ ಕೆದರಿದ. ಎರಡು ವರ್ಷದಿಂದ ಅವಳ ರೆಸಿಡೆನ್ಷಿಯಲ್ ಸ್ಕೂಲುನಲ್ಲಿ ಓದುತ್ತಿದ್ದರಿಂದ ಅವಳಿಗೆ ಅವಳದೇ ವಯಸ್ಸಿನವರಾದ ಫ್ರೆಂಡ್ಸ್ ಇದ್ದರು.

"ಡ್ಯಾಡಿ... ಸ್ಕೂಲು" ಮೆಲ್ಲಗೆ ಅಂದಳು ತಲೆಯೆತ್ತಿ. "ನೀನು ಈ ಸಲದ ಎಕ್ಸಾಮ್ ಅಲ್ಲೇ ತಗೋಬಹುದ್ದು. ನೆಕ್ಸ್ಟ್ ಇಯರ್ ಪ್ರಾರಂಭಕ್ಕೆ ಇಲ್ಲೇ ಸೇರಿಸ್ತೀನಿ ಕುಂಜು ಮರೀನಾ" ಮುದ್ದಿಸಿದ. ಜಗತ್ತನ್ನ ಗೆದ್ದಂಥ ಸಂತೋಷ ಅವನದು ಹರ್ಷನ ಕನ್ವಿನ್ಸ್ ಇಲ್ಲದಿದ್ದರೇ ವೈಜಯಂತಿ ಮಗುನ ಕೊಡಲು ಒಪ್ಪುತ್ತಿರಲಿಲ್ಲ. ತಾಯಿ ಮಗುವನ್ನು ಬಯಸುವುದು ಸಹಜ. ಲಾಯರ್ ದೇಶಪಾಂಡೆ ನಗುತ್ತ. "ಗಂಡನಿಗೆ

ಸುಲಭವಾಗಿ ಡಐವೋರ್ಸ್ ಕೊಡ್ತಾರೆ. ಆದರೆ ಹೆತ್ತ ಮಗುವನ್ನು ಬಿಟ್ಟು ಕೊಡೋದು ಕಷ್ಟ, ಅಲ್ಲಿ ತಾಯ್ತನ ಪ್ರಮುಖ ಪಾತ್ರವಹಿಸುತ್ತೆ. ಅದಕ್ಕಾಗಿ ಕೊಡೋದು ಕಷ್ಟ, ಅಲ್ಲಿ ತಾಯ್ತನ ಪ್ರಮುಖ ಪಾತ್ರ ವಹಿಸುತ್ತೆ. ಅದಕ್ಕಾಗಿ ಸುಪ್ರೀಮ್ ಕೋರ್ಟು ಮೆಟ್ಟಲು ಹತ್ತಿದವರು ಕೂಡ ಉಂಟು. ಆದರೆ ಕಾನೂನು ಇದೆ, ಕಾಯಿದೆಗಳು ಅನುಷ್ಠಾನದಲ್ಲಿದೆ. ಈ ವಯಸ್ಸಿನವರಗ್ಗೂ ಮಗುವಿಗೆ ತಾಯಿಯ ಅಗತ್ಯ, ನಂತರದ ಜವಾಬ್ದಾರಿಯ ಹೊರೆ ತಂದೆ ಹೊರಬೇಕನ್ನೋದು ನಿಯಮ. ಆಗ ಪ್ರಯತ್ನ ಮಾಡಿದರಾಯ್ತು" ಎಂದಿದ್ದರು. ಅಷ್ಟಕ್ಕೆ ಅವಕಾಶವಾಗಲಿಲ್ಲ, ನಿಧಾನವಾಗಿ ಮೆಲುಸಿರು ದಬ್ಬಿದ.

ಇಲ್ಲಿ ಹೊಂದಿಕೊಳ್ಳಲು ಅಲಾಪನಾಗೆ ವಾರವೇ ಬೇಕಾಯಿತು, ಸರಿತ ಅವಳನ್ನು ನಕ್ಕು ನಗಿಸಿ ಮಮತೆಯಲ್ಲಿ ತೋಯಿಸಿದಳು. ದಿನ ಒಂದೆರಡು ಸಲ ಫೋನ್ ಮಾಡುತ್ತಿದ್ದಳು ವೈಜಯಂತಿ, ಅಲಾಪನಾಗೆ ಕೂಡ ಇಷ್ಟವೆನಿಸಿದಾಗ ಮೊಬೈಲ್ ಬಟನ್‌ಗಳನೊತ್ತುತ್ತಿದ್ದಳು, ಕೆಲವೊಮ್ಮೆ ಮಾತ್ರ ಸಿಗುತ್ತಿದ್ದುದು.

ಸಂಜೆಯ ಸುಮಾರಿಗೆ ಕಾರು ಬಂದು ನಿಂತಿತು. ಇಳಿದ ವೈಜಯಂತಿ ಸುತ್ತಲೂ ನೋಟ ಹರಿಸಿದಳು. ಅವರ ಮಟ್ಟಿನ ಶ್ರೀಮಂತಿಕೆಯ ದೊಡ್ಡ ಬಂಗ್ಲೆಯಲ್ಲದಿದ್ದರೂ ಅಂದ ಚೆಂದದ ಪುಟ್ಟ ಬಂಗ್ಲೆಯ, ವಿವಾಹವಾದ ಮೊದಲ ದಿನಗಳಲ್ಲಿ ಇಂಥ ಕನಸು ಕಾಣದಿದ್ದರು, ಪುಟ್ಟದೊಂದು ಮನೆ ಹಿಡಿದಿದ್ದರು. ಹಕ್ಕಿಗಳಂತೆ ಕ್ಷಣಗಳು, ಮೈ ಜುಮ್ಮೆನಿಸಿದಾಗ ಕೊಡವಿಕೊಂಡು ಕ್ಷಣ ಹಿಂದಿರುಗಿ ಬಿಡಲೇ ಅಂದುಕೊಂಡಿದ್ದುಂಟು, ಅಷ್ಟರಲ್ಲಿ ನವಿರಾದ ಕೂಗು.

"ಮಮ್ಮಿ...." ಪುಳಕಿತಗೊಂಡು ಅತ್ತ ನೋಟ ಹರಿಸಿದ ಕೂಡಲೆ ಚಿಗುರೆಯಂತೆ ಹಾರಿ ಬಂದಿದ್ದು, ತುಂಬು ಲವಲವಿಕೆ ಇತ್ತು "ಹಲೋ... ಅಲಾಪನಾ" ಎಂದು ಬಗ್ಗಿದರು, ಅವಳಿದ್ದ ಸ್ಥಿತಿಯಲ್ಲಿ ಎತ್ತಿ ತಬ್ಬಾಡುವಂತಿರಲಿಲ್ಲ. ಆದರೂ ಮೊಣಕಾಲುಗಳಿಗೆ ಜೋತು ಬಿದ್ದ ಮಗಳನ್ನು ನೇವರಿಸಿ ಆನಂದದಿಂದ ಕಣ್ಮುಚ್ಚಿದಳು.

"ಅಲಾಪನಾ..." ಎಂದು ಬಂದು ಅವಳನ್ನು ಹಿಂದಕ್ಕೆಳೆದುಕೊಂಡ ಸರಿತ, ತಟ್ಟನೆ ಬಿಟ್ಟು ಸಂಕೋಚಿಸುತ್ತ "ಸಾರಿ ಏನು ತಿಳ್ಕೋಬೇಡಿ, ನಿಮ್ಗೇ ತೊಂದರೆ ಆಗ್ಬಾರ್ದೂಂತ ಹಿಂದಕ್ಕೆಳೆದುಕೊಂಡಿದ್ದು, ಬನ್ನಿ... ಅಮ್ಮನ್ನ ಕರ್ಕಂಡ್ ಬಾ ಕುಂಜುಮರಿ" ಮುಂದೆ ನಡೆದಳು. 'ವೈಜಯಂತಿ ಕೆಟ್ಟವಳಲ್ಲ' ಒಂದು ನೂರು ಸಲವಾದರೂ ಹೇಳಿದ್ದ ಹೇಮಂತ್, ಸರಿತ ಕೂಡಾ ತೀರಾ ಕೆಟ್ಟದಾಗಿಯೇನು ಭಾವಿಸಿರಲಿಲ್ಲ. ಈರ್ಷೆ ಅಂಥದೇನಿಲ್ಲ, ತುಂಬ ಮರುಕ ಅಷ್ಟೆ.

"ಪ್ಲೀಸ್... ಬನ್ನಿ... ಬನ್ನಿ..." ಒಳಗೆ ಕರೆದೊಯ್ದಳು, ಹಾಲ್ ದೊಡ್ಡದಾಗಿಯೇ ಇತ್ತು. ಅಚ್ಚುಕಟ್ಟಾದ ಆಸನ ವ್ಯವಸ್ಥೆ, ಮಗಳ ಕೈ ಹಿಡಿದುಕೊಂಡೇ ಕೂತು "ಹೇಗಿದ್ದಿ?" ಮಗಳ ಕೆನ್ನೆ ಸವರಿದ್ದು.

"ಫೈನ್ ಮಮ್ಮಿ, ಅತ್ತೆ ತುಂಬ ಒಳ್ಳೆ ಫ್ರೆಂಡ್, ನಂಗೆ ಎಷ್ಟೊಂದು ಹೇಳಿ

ಕೊಟ್ಟಿದ್ದಾಳೆ, ಗೊತ್ತಾ? ಈಗ ಹೊಸ ಹೊಸ ಆಟಗಳೆಲ್ಲ ಕಲ್ತು ಕೊಂಡಿದ್ದೀನಿ, ಡ್ಯಾಡಿನು ತುಂಬ ಒಳ್ಳೆಯವರೇ, ನೀನು ಯಾಕೆ ಡೈವೋರ್ಸ್ ಮಾಡಿದ್ದು? ಈ ಪ್ರಶ್ನೆ ಬೇರೆಯವರು ಕೇಳಿದ್ದರೇ ಉತ್ತರಿಸಬಹುದಿತ್ತು! ಆದರೆ ಕೇಳಿದ್ದು ಕರುಳ ಬಳ್ಳಿ, ಅವಳ ಜನ್ಮಕ್ಕೆ ಕಾರಣವಾದ ವ್ಯಕ್ತಿಯ ಬಗ್ಗೆ ಕಾಳಜಿ ಇರುವುದು ಸಹಜ. "ಅಲಾಪನಾ, ಸ್ವಲ್ಪ ಬಾ, ನಿನ್ನಮ್ಮನಿಗೆ ಏನಾದ್ರೂ ಸ್ಪೆಷಲ್ ಮಾಡಿ ಕೊಡೋಣ" ಅವಳನ್ನ ಕರೆದು ಕಿಚನ್‌ಗೆ ಕಳಿಸಿ ಹೋಗಿ ವೈಜಯಂತಿ ಪಕ್ಕ ಕುಳಿತು "ಏನು ತಿಳ್ಕೋಬೇಡಿ, ಅಲಾಪನಾ ಬಗ್ಗೆ ನಂಗಿಂತ ನಿಮ್ಗೆ ಹೆಚ್ಚು ಗೊತ್ತು, ಈ ತರಹದ ಪ್ರಶ್ನೆಗಳು ಹೇಮಂತಣ್ಣನಿಗೂ ಕೂಡ, ಆಗ ಅವ್ರು ನಿಮ್ಮ ಪರ, ತಂದೆಗೆ ಎದುರಾಗಿ ನಿಂತು ವಾದಿಸ್ತಾಳೆ. ಡೈವೋರ್ಸ್ ಅನ್ನೋ ಪದವನ್ನು ಅವಳ ಮಿತಿಯಲ್ಲಿ ಅರ್ಥೈಯಿಸಿಕೊಂಡಿದ್ದಾಳೆ. ರೆಸಿಡೆನ್ಸಿ ಸ್ಕೂಲಿನಲ್ಲಿ ಕೆಲವು ಹುಡುಗರು ಇದ್ದಾರಂತೆ, ಹೆತ್ತವರ ಕಿತ್ತಾಟವನ್ನು ಕಣ್ಣಾರೆ ಕಂಡವರು ಇವಳ ಮುಂದೆ ವ್ಯಾಖ್ಯಾನಿಸಿದ್ದಾರೆ. ಅರ್ಥಮಾಡಿಕೊಳ್ಳುವ ವಯಸ್ಸಲ್ಲ, ಹೇಗಿದ್ದೀರಾ?" ಆತ್ಮೀಯತೆಯಿಂದಲೇ ಕೇಳಿದ್ದು. ಕಣ್ಣಂಚಿನಲ್ಲಿದ್ದ ಕಂಬನಿಯನ್ನು ವೈಜಯಂತಿ ಹೊರಗೆ ಚೆಲ್ಲದಂತೆ ನೋಡಿಕೊಂಡಳು.

ಮೇಲೆದ್ದ ಸರಿತ "ನಿಮ್ಗೇನು ತರಲೀ!? ಈ ಒಪ್ಪತ್ತು ನಮ್ಮಲ್ಲಿ ಊಟ ಮಾಡಿ, ಅಮ್ಮ ಕಳುಹಿಸಿ ಕೊಟ್ಟ ತೊಕ್ಕು, ಗೊಜ್ಜು ಎಲ್ಲಾ ಇದೆ. ಇಡೀ ಊಟನೆ ಡಿಫರೆಂಟ್ ಅನ್ನಬಹುದು" ಗೆಲುವಿನಿಂದ ಹೇಳಿದಳು.

ತಂದಿಟ್ಟಿದ್ದ ನೀರನ್ನು ಕುಡಿದು "ಏನು ಬೇಡ, ನೋಡ್ಬೇಕಂತ ಅನ್ನಿಸ್ತು ಕೋಚಿಂಗ್ ಇಲ್ದೆ ಎಗ್ಸಾಮ್‌ಗೆ ಕೂತರೇ, ಮಾರ್ಕ್ಸ್ ಕಮ್ಮಿಯಾಗಿ ಬಿಡುತ್ತೆ. ಒಳ್ಳೆ ಸ್ಕೂಲುಗಳಲ್ಲಿ ಸೀಟು ಸಿಗೋದು ಕಷ್ಟವಾಗುತ್ತೆ" ಮಗಳ ಬಗ್ಗೆ ಕಾಳಜಿ ವ್ಯಕ್ತಪಡಿಸಿದಳು.

"ಹಾಗೇನಿಲ್ಲ, ತುಂಬ ಜಾಣೆ, ಚೆನ್ನಾಗಿ ಓದ್ತಾಳೆ, ವಾರಕ್ಕೆರಡು ಸಲ ಆ ಶಾಲೆಗೆ ಕರೆದೊಯ್ದು ಇಡೀ ದಿನ ನಾನು ಅವಳ ಜೊತೆ ಉಳ್ಕೋತೀನಿ, ಅವಳ ಭವಿಷ್ಯದ ಯೋಚ್ನೆಬೇಡ. ಅಜಯ್ ಹೇಗಿದ್ದಾನೆ? ಆಗಾಗ ಅಲಾಪನಾ ನೆನಸ್ಕೋತಾಳೆ" ಕೇಳಿದ ಕೂಡಲೇ ಮಂಕಾಯಿತು ವೈಜಯಂತಿಯ ಮುಖ, ಪುಟ್ಟ ಮಗುವಿನ ಕೆನ್ನೆ ಸವರಿ ಪ್ರೀತಿ ವ್ಯಕ್ತಪಡಿಸುತ್ತಿದ್ದ ಅಲಾಪನಾ ಬದಲಾಗಿದ್ದು ಹೇಗೆ? ಇವಳನ್ನ ಮನೆಯಲ್ಲಿಟ್ಕೊಂಡರೇ 'ಅಜಯ್‌ನ ಕೊಂಡು ಬಿಡ್ತಾಳೆ' ಇವಳಮ್ಮ ಆಗಾಗ ಒರಟಾಗಿ ಬಡಿದಿದ್ದುಂಟು. ಅಜಯ್, ಅಲಾಪನಾ ಮಗಳ ಮಕ್ಕಳಾದರು ಒಂದು ರೀತಿಯ ಅಸಹನೆ ಬೆಳೆಸಿಕೊಂಡಿದ್ದಂತು ಉಂಟು "ಚೆನ್ನಾಗಿದ್ದಾನೆ" ಮಂಕಾಗಿಯೆ ನುಡಿದಿದ್ದು.

ಅಂತು ತುಂಬ ಬಲವಂತದಿಂದ ನಿಲ್ಲಿಸಿಕೊಂಡು ಪಾಯಸದ ಅಡಿಗೆ ಮಾಡಿ ಬಡಿಸುವ ವೇಳೆಗೆ ನಾಲ್ಕಾರು ಸಲ ಮೊಬೈಲ್ ಸದ್ದು ಮಾಡಿತು, ಕೊನೆಗೆ ಬೇಸತ್ತು ಆಫ್ ಮಾಡುವ ಮುನ್ನ "ಪ್ಲೀಸ್, ನನ್ನ ಫ್ರೆಂಡ್ ಮನೆಯಲ್ಲಿದ್ದೀನಿ, ಇನ್ನ ಅರ್ಧಗಂಟೆಯಲ್ಲಿ ಬರ್ತೀನಿ" ಹೇಳಿ ಭಾರವಾದ ಉಸಿರು ದಬ್ಬಿ ಮುಗಳ್ನಗೆ ಚೆಲ್ಲುತ್ತ

"ಸಾರಿ, ನಮ್ಮಮ್ಮ ತುಂಬ ಆತಂಕದ ಹೆಣ್ಣು, ಜೊತೆಗೆ ಬಿ.ಪಿ. ಬೇರೆ, ಡಾಕ್ಟ್ರು ಮಗ್ಗುಲಲ್ಲೇ ಇರ್ಬೇಕು. ಮಗಳ ಬಗ್ಗೆಯಂತು ತೀರಾ ಕಾಳಜಿ, ಕೆಲವೊಮ್ಮೆ ಬೇಸರ ತರಿಸುವಷ್ಟು, ಅಂತು ಊಟ ಹಾಕಿಯೇ ಬಿಟ್ರೆ, ವೆರಿ ನೈಸ್, ಆಗಾಗ ನೀವು ಅಲಾಪನಾ ಜೊತೆ ಬನ್ನಿ" ಮೇಲೆದ್ದಾಗ ಕೂಡಿಸಿ ಹಸಿರು ಸೀರೆ ತಾಂಬೂಲದ ತಟ್ಟೆಯನ್ನ ಮುಂದಿಡಿದಾಗ ವೈಜಯಂತಿಗೆ ಗಾಬರಿ.

"ಇದೆಲ್ಲ... ಏನು?"

"ಅಂಥದೆಲ್ಲ ಏನಿಲ್ಲ, ನಮ್ಕಡೆ ಇದೆಲ್ಲ ಪದ್ಧತಿ, ತುಂಬಿದ ಬಸುರಿಗೆ ಹಸಿರು ಸೀರೆ, ಹಸಿರು ಬಳೆ ಶುಭ ಅಂತಾರೆ, ದಯವಿಟ್ಟು ತಗೊಳ್ಳಿ, ಬೇಡ ಅನ್ನಬೇಡಿ" ಬಲವಂತ ಮಾಡಿ ಕುಂಕುಮ ಹಚ್ಚಿಕೊಟ್ಟಳು. ಒಂದು ರೀತಿಯ ಧನ್ಯತೆಯ ಭಾವ, ಸೊಸೆ ಬಸುರಿ ಎಂದು ತಿಳಿದಾಗ ಅವಳಮ್ಮ ಪೇಚಾಡಿಕೊಂಡಿದ್ದು ಎಷ್ಟು ಸಲವೋ 'ಶ್ರೀಮಂತ ಮಾಡಬೇಕಿತ್ತು, ಬಳೆ ತೊಡಿಸ್ಬೇಕಿತ್ತು, ಏನು ಮಾಡ್ಲಿಲ್ಲ. ನಮ್ಮ ಮಾತು ಕೇಳ್ಲಿಲ್ಲ ಅಂದ ಕಾರಣಕ್ಕೆ ಹಟ ಸಾಧಿಸಿ ಮಗ, ಸೊಸೆ, ಮೊಮ್ಮಗುನ ಕಳೆದುಕೊಳ್ಳೋಕ್ಕಾಗುತ್ತ?' ಕಣ್ಣೀರು ಮಿಡಿದಿದ್ದು ಎಷ್ಟು ಸಲವೋ? ಅದೆಲ್ಲ ಸರಿತಾಗೆ ನೆನಪಿತ್ತು. ವೈಜಯಂತಿ ಹೊರಟಾಗ ಅಲಾಪನಾ ಅತ್ತು ತಾನು ಬರುವೆನೆಂದು ರಂಪಾಟ ಮಾಡಬಹುದೆನ್ನುವುದು ಸುಳ್ಳಾಯಿತು. ಸ್ವಲ್ಪ ಮಂಕಾದರು ಹಟವೇನು ಮಾಡಲಿಲ್ಲ.

"ಆಗಾಗ ಬನ್ನಿ ಮಮ್ಮಿ" ಎಂದಾಗ ವೈಜಯಂತಿ ಬಗ್ಗಿ ಪ್ರಯಾಸದಿಂದ ಅವಳನ್ನು ತಬ್ಬಿಕೊಂಡು "ನನ್ನೊಜೆತೆ ಬಾ, ಎರಡು ದಿನ ಬಿಟ್ಟು ಮತ್ತೆ ಬರಬಹುದು" ಗದ್ಗದ ಕಂಠದಿಂದ ಹೇಳಿದಳು.

"ಈಗ್ಬೇಡ, ಎಗ್ಸಾಮ್ ಮುಗೀಲಿ! ಆಗ ಬರ್ತೀನಿ, ಈಗ ಡ್ಯಾಡಿ ಬೇಜಾರು ಮಾಡ್ಕೋತಾರೆ" ಅತ್ಯಂತ ಸ್ಪಷ್ಟವಾಗಿಯೇ ಹೇಳಿದ್ದು ಅಲಾಪನಾ. ಅವಳು ಅರಳು ಗಣ್ಣುಗಳಲ್ಲಿ ಇದ್ದಿದ್ದೇನು? ಗಲಿಬಿಲಿ, ವಿಸ್ಮಯ. ವೈಜಯಂತಿಗೆ ಏನೋ ಕಳೆದುಕೊಂಡ ಅನುಭವ.

ಕಾರಿಗೆ ಹತ್ತಿಸಿದ ಸರಿತ ಡೋರ್ ಬಳಿ ಬಗ್ಗಿ "ಬೇಜಾರು ಮಾಡ್ಕೋಬೇಡಿ, ಅಣ್ಣನ್ನ ನಿಮ್ಮ ಬಗ್ಗೆ ಕೇಳಿದರೇ ವೈಜಯಂತಿ ಒಳ್ಳೆಯವಳೇ ಅಂತಾರೆ, ಅಣ್ಣ ನಿಮ್ಮನ್ನ ಮಾನಸಿಕವಾಗಿ, ದೈಹಿಕವಾಗಿ ಹಿಂಸಿಸಿದ್ನಾ? ಇದೊಂದು ಪ್ರಶ್ನೆ ನನ್ನ ಕಾಡ್ತಾ ಇದೆ ಹೇಳದಿದ್ದರೂ ಪರ್ವಾಗಿಲ್ಲ, ಒಮ್ಮೆ ಯೋಚ್ಸಿ" ಎಂದು ಹಿಂದಕ್ಕೆ ಸರಿದಳು, ಕಾರಿನ ಚಕ್ರಗಳು ಮುಂದಕ್ಕೆ ಉರುಳಿದವು ಸೀಟುಗೆ ಒರಗಿ ಕಣ್ಮುಚ್ಚಿದವಳು 'ಶಂಕರ ಪಾಟೀಲ' ತಲುಪಿದ ನಂತರವೆ ತೆಗೆದಿದ್ದು.

ಹೊರಗಡೆ ಬಾಲ್ಕನಿಯಲ್ಲಿಯೇ ಇದ್ದ ಅವಳಮ್ಮ ಶಾಂತದೇವಿ "ಎಲ್ಲಿ ಹೋಗಿದ್ದೆ? ಹರ್ಷ ಎಷ್ಟು ಟೆನ್ಷನ್ ಮಾಡ್ಕೊಂಡ ಗೊತ್ತಾ? ಎಷ್ಟು ಬಳಲಿದಂಗೆ ಕಾಣ್ತೀಯ"

ಅಂದವರಿಗೆ ಉತ್ತರಿಸುವ ಗೋಜಿಗೆ ಹೋಗದೆ ನೇರವಾಗಿ ತನ್ನ ವಿಶ್ರಾಂತಿಯ ಕೋಣೆಗೆ ಹೋಗಿ ಬಾಗಿಲು ಹಾಕಿಕೊಂಡು ಬೆಕ್ಕಳಿಸಿದ್ದು ಜೋರಾಗಿಯೇ, 'ಹೇಮಂತ್ ಮಾನಸಿಕವಾಗಿ ದೈಹಿಕವಾಗಿ ಹಿಂಸಿಸಿದನಾ?' ಅವಳಲ್ಲಿ ಜಿಜ್ಞಾಸೆ ಷುರುವಾಯಿತು.

"ವೈಜಯಂತಿ ಬಾಗ್ಲು ತೆಗೀ, ಪ್ಲೀಸ್" ಹರ್ಷನ ದನಿ ಅನಿವಾರ್ಯವೆನಿಸಿತೋ, ಈಗ ಅಗತ್ಯವೆನಿಸಿತೋ ಕಣ್ಣೊರೆಸಿ ಕೊಂಡು ಬಾಗಿಲು ತೆಗೆದಾಗ, ಒಳಕ್ಕೆ ಬಂದು ಬಾಗಿಲು ಮುಚ್ಚಿ ಅವಳನ್ನು ಅಪ್ಪಿಕೊಂಡು "ಏನಾಯ್ತು? ಎಲ್ಲಿಗೆ ಹೋಗಿದ್ದೆ? ಇಡೀ ಫ್ಯಾಮಿಲಿಯಲ್ಲಾ... ಗಾಬರಿಯೋ... ಗಾಬರಿ, ನಿಂಗೆ ಅಲಾಪನಾನ ನೋಡಬೇಕೆನಿಸಿದ್ದರೇ ನಾನು ಕರ್ಕಂಡ್ ಹೋಗ್ತಾ ಇದ್ದೆ ಇಲ್ಲ, ಅವಳನ್ನು ಕರ್‍ಸೀ, ಇನ್ನಷ್ಟು ದಿನ ಇಲ್ಲಿಟ್ಕೋಬಹುದಿತ್ತು. ಅದಕ್ಕೆ ಹೇಮಂತ್ ಇಲ್ಲಾಂತ ಇರ್‍ಲೀಲ್ಲ, ಪ್ಲೀಸ್, ಸಮಾಧಾನ ಮಾಡ್ಕೋ" ನಯವಾದ ಮಾತುಗಳಿಂದ ಅವಳನ್ನು ಸಂತೈಯಿಸಿದ. ಇದೊಂದು ಅವನಿಗೆ ಇಷ್ಟವಾಗುತ್ತಿರಲಿಲ್ಲ. ಯಾವ ಗಂಡಿಗಾದರೂ ಸಿಡಿಮಿಡಿ ಗುಟ್ಟುವಂಥ ವಿಷಯವೇ! ಕೈ ಹಿಡಿದವಳ ಮನಸ್ಸು, ಹೃದಯ ತನ್ನ ಸ್ವಂತದ್ದು ಎಂದು ತಿಳಿಯುವ ಸಾಮಾನ್ಯ ತತ್ವಕ್ಕಿಂತ ಅವನು ಹೊರತಲ್ಲ, ಒಂದು ರೀತಿಯಲ್ಲಿ ಮಾನಸಿಕ ಹಿಂಸೆ, ತಾನಾಗಿ ಸಮಾಧಾನ ಮಾಡಿಕೊಂಡಳು.

"ಪ್ರತಿ ಸಲ ನಾವು ರೆಸಿಡೆನ್ಷಿಯಲ್ ಸ್ಕೂಲುಗೆ ಹೋದಾಗ ನಾನು ಬರ್ತೀನೀಂತ ಅಲಾಪನಾ ಹಟ ಮಾಡೋಳು, ಈಗ ನಾನಾಗಿ ಕರೆದ್ರೂ ಬರ್‍ಲಿಲ್ಲ ಎಷ್ಟೊಂದು ಬದಲಾಗಿದ್ದಾಳೆ, ನಂಗೆ... ಭಯ!" ಹರ್ಷನನ್ನ ಬಿಗಿಯಾಗಿ ಅಪ್ಪಿಕೊಂಡಳು, ಅವನಿಗೆ ಸುಲಭವಾಗಿ ಅರ್ಥವಾಯಿತು. "ಇದಕ್ಯಾಕೆ ಹೆದರ್‍ತೀ? ಮತ್ತೆ ರೆಸಿಡೆನ್ಷಿಯಲ್ ಸ್ಕೂಲುಗೆ ಸೇರಿಸ್ತೀಯಾ ಅನ್ನೋ ಹೆದರಿಕೆ. ಡೋಂಟ್ ವರಿ!... ನೀನೇ ಅವಳಮ್ಮಾಂತ ಅಲಾಪನಾಗೆ ಗೊತ್ತು, ತಾನಾಗಿ ಓಡಿ ಬರ್‍ತಾಳೆ. ಈ ಸ್ಥಿತಿಯಲ್ಲಿ ಟೆನ್ಷನ್ ದುಃಖ ಯಾವ್ದು ಒಳ್ಳೇದಲ್ಲ. ಈ ಮಗಳ ಬಗ್ಗೆಯು ಯೋಚ್ನೇ ಇರಲಿ!" ನಗಿಸಿದ, ಸಂತೈಯಿಸಿದ. ಮುಂದಿನ ಬದುಕಿನ ಬಣ್ಣ ಬಣ್ಣದ ಕನಸುಗಳನ್ನು ಅವಳ ಮುಂದೆ ಅರಳಿಸಿದ. ಮೇಲ್ಮುಖಕ್ಕೆ ಚೇತರಿಸಿಕೊಂಡಂತೆ ಕಂಡರೂ ಅಂತರಿಕವಾಗಿ ಸರಿತಳ ಪ್ರಶ್ನೆ ಅವಳ ಮುಂದೆ ಬೆಳೆದು ನಿಂತಿತ್ತು. ಅದಕ್ಕೆ ಅವಳಿಗಾದರೂ ಉತ್ತರ ಬೇಕಿತ್ತು, ಎಂದಾದರೂ ಹೇಮಂತ್ ದೈಹಿಕವಾಗಿ ಹಿಂಸಿಸಿದ್ದುಂಟಾ? ನೆನಪುಗಳನ್ನು ನಿಧಾನವಾಗಿ ಬಿಚ್ಚಿದಳು.

ಸಿಂಪಲ್ ವಿವಾಹದ ನಂತರ, ಮನೆಯ ಅನ್ವೇಷಣೆ. ಪಾಟೀಲ ಸಾಮ್ರಾಜ್ಯದಲ್ಲಿ ಅವಳಿಗೆ ಪ್ರವೇಶವಿರಲಿಲ್ಲ! ಅವಳು ಸ್ವಾಭಿಮಾನಿ, ಅದು ಅಗತ್ಯವಾಗಿ ಕೂಡ ಕಾಣಲಿಲ್ಲ, ಹುಟ್ಟಿದ್ದು ಬೆಳೆದಿದ್ದು ಶ್ರೀಮಂತಿಕೆಯ ಸಾಮ್ರಾಜ್ಯದಲ್ಲಿ, ಪ್ರೇಮದ ಸುಖ ಹಾರಿ ಹೋಗಲು ತಿಂಗಳುಗಳು ಸಾಕಾಯಿತು. ಆದರೂ ಇಬ್ಬರಿಗೂ ಕೆಲಸ ಇತ್ತು, ಬೇರೆಯವರಿಗೆ ಹೋಲಿಸಿದರೆ ಕೈ ತುಂಬ ಸಂಬಳವೆ. ಪ್ರೇಮ, ಪ್ರೀತಿಯ ಜೊತೆ ಪ್ರೇಮಿಸಿದ ಮಡದಿಗಾಗಿ ಧಾರಾಳವಾಗಿ ಖರ್ಚು ಮಾಡುತ್ತಿದ್ದ. ಸುತ್ತಾಟ ತಿರುಗಾಟ ಹಿತವೆನಿಸಿತು, ಸ್ವಲ್ಪ ಕಾಲ. ತಾಯ್ತನ ಚಿಗುರೊಡೆದಾಗ ಮುಂದಿನ ಭವಿಷ್ಯದ ಬಗ್ಗೆ ಭಯ ಕಾಣಿಸಿಕೊಂಡಿತು.

"ಮುಂದೇನು?" ಪ್ರಶ್ನೆಗೆ ಅವನದು ಸಲೀಸಾದ ಉತ್ತರ "ಕೆಲ್ಸ ಬಿಡು ನೀನು ಈ ಸ್ಥಿತಿಯಲ್ಲಿ ಕೆಲ್ಸ ಮಾಡೋದು ಬೇಡ" ಅವಳಿಗೆ ಗಾಬರಿ "ಸಾಧ್ಯನಾ? ನಿನ್ನ ಬೇಡಿಕೆಯನ್ನ ನಿನ್ನ ಹೆತ್ತವರು, ನನ್ನ ಜವಾಬ್ದಾರಿಯನ್ನು ನನ್ನ ಅಪ್ಪ, ಅಮ್ಮ ನೋಡಿಕೊಂಡಿದ್ರು, ಫೈನಾನ್ಷಿಯಲ್ ಬಗ್ಗೆ ಅಂಥ ಅರಿವೇನು ಇರಲಿಲ್ಲ. ಲಗ್ಜುರಿ ಸಾಧ್ಯವೇ? ಇಲ್ಲ... ಮುಂದೆ ನಿನ್ನೊಬ್ಬನ ಸಂಬಳದಲ್ಲಿ ಸಾಧ್ಯವೇ?" ಅಂದು ಮೊದಲ ಸಲ ಕೋಪಗೊಂಡಿದ್ದ. ಗಂಡಿನ 'ಅಹಂ' ಅಲ್ಲಿ ತೊನೆಯಾಡಿತು. ಕಟ್ಟಿಕೊಂಡವಳನ್ನು ಜೋಪಾನ ಮಾಡುವುದು ಅವನ ಜವಾಬ್ದಾರಿ. ಆಮೇಲೆ ಸಣ್ಣ ಪುಟ್ಟದಕ್ಕೆ ಕಿರಿಕಿರಿ, ನಂತರ ಸಾಮರಸ್ಯ ಕೆಟ್ಟಿದ್ದು, ತೀರಾ ಸಾಧ್ಯವಿಲ್ಲವೆನಿಸಿದಾಗ ಕೆಲಸ ಬಿಟ್ಟದಾಯಿತು. ಚೆಕ್‌ಅಪ್, ಟಾನಿಕ್ ಮುಂತಾದವುದನ್ನು ಪೂರೈಸುವ ವೇಳೆಗೆ ಬಡವಾದ, ಒಂದು ರೀತಿಯ ಸಿಡುಕು ಷುರು.

ಅಂದು ಇವನು ಮನೆಗೆ ಹೋಗುವ ವೇಳೆಗೆ ಬೀಗ ಹಾಕಿತ್ತು. ಗಾಬರಿಯಾದ ಪಕ್ಕದ ಮನೆಯವರು ಕೀ ಕೊಟ್ಟು "ನೋವು ಷುರುವಾಗಿತ್ತೂಂತ ಅನಿಸುತ್ತೆ, ಅವ್ರ ತಾಯಿ ಬಂದು ಕರ್ಕಂಡ್ ಹೋದ್ರು" ಇಂಥದೊಂದು ನ್ಯೂಸ್ ಸಿಕ್ಕಾಗ ಪಾತಾಳಕ್ಕೂ ಇಳಿದಿದ್ದು ಮೇ ಹದಿನೈದಕ್ಕೆ ಡೇಟ್ ಕೊಟ್ಟಿದ್ದರು. ಇಂದು ಏಪ್ರಿಲ್ ಇಪ್ಪತ್ತೈದು. ಹಿಂದಿನ ದಿನ ಚೆಕ್‌ಅಪ್‌ಗೆ ಕರೆದೊಯ್ದು ಕರೆದುಕೊಂಡು ಬಂದಿದ್ದ, ಎಲ್ಲಿ ಎಡವಟ್ಟು ಆಗಿದ್ದು?

ಚೆಕ್‌ಅಪ್‌ಗೆ ಕರೆದೊಯ್ಯುತ್ತಿದ್ದ ನರ್ಸಿಂಗ್ ಹೋಂ ಸಂಪರ್ಕಿಸಿದಾಗ, ಅಲ್ಲಿ ಅಡ್ಮಿಟ್ ಆಗಿರಲಿಲ್ಲ, ಎಷ್ಟು ಪೇಚಾಡಿ ಬಿಟ್ಟಿದ್ದ. ಕಡೆಗೆ, 'ಶಂಕರ ಪಾಟೀಲ'ಕ್ಕೆ ಬಂದಾಗ ಮಾತಾಡಿಸುವವರೇ ಇಲ್ಲ. ಕೊನೆಗೆ ಅಲ್ಲಿನ ಸರ್ವೆಂಟ್ಸ್‌ನಿಂದ ನರ್ಸಿಂಗ್ ವಿಳಾಸ ತಿಳಿದು ಬಂದಾಗ ಎದುರಾದ ಪಾಟೀಲರು ಮಾತಾಡಿಸಲಿಲ್ಲ, ಸ್ಪೆಷಲ್ ವಾರ್ಡ್, ವಿಸಿಟರ್ಸ್ ಅವರ್ಸ್‌ನಲ್ಲಿ ಮಾತ್ರ ಭೇಟಿ ಆದರೆ ನೆಂಟರಿಷ್ಟರು ಬಂದು ಹೋದರು ಇವನತ್ತ ತಿರುಗಿ ನೋಡಲಿಲ್ಲ. ಅವಮಾನದಿಂದ ಕುದಿದ, ಆಮೇಲೆ ರಿಸೆಪ್ಷನಿಸ್ಟ್‌ನಲ್ಲಿ ಗಲಾಟೆ ಮಾಡಿಕೊಂಡೇ ರೂಮಿಗೆ ಹೋಗಿದ್ದು, ತುಂಬ ಸುಸ್ತಾಗಿ ಕಣ್ಮುಚ್ಚಿ ಮಲಗಿದ್ದ ವೈಜಯಂತಿ ನೋಡಿ ಅವನ ಕಣ್ಣಾಲಿಗಳು ತುಂಬಿದವು. ಆನಂದ ಬಾಷ್ಪಗಳೋ, ದುಃಖ ಅವಮಾನದ ಕಣ್ಣೀರೋ ಅಂತು ಕಂಬನಿ ಸುರಿಸಿದ, ಕಾವಲಾಗಿ ವೈಜಯಂತಿಯ ತಾಯಿ ಅಲ್ಲಿಯೇ ಇದ್ದಳು.

"ಮಲಗಿದ್ದಾಳೆ, ಡಿಸ್ಟರ್ಬ್ ಮಾಡ್ಬಾರ್ದೂಂತ ಡಾಕ್ಟ್ರು ಹೇಳಿದ್ದಾರೆ. ಇನ್ನು ಬದ್ಕಿದ್ದಾಳೆಂದರೇ ನಮ್ಮ ಮನೆದೇವರು ಸಿದ್ದಲಿಂಗೇಶ್ವರನ ಪುಣ್ಯ. ಸಮಯಕ್ಕೆ ಇಲ್ಬಂದ್ ಅಡ್ಮಿಟ್ ಮಾಡದಿದ್ದರೇ ತಾಯಿ, ಮಗು ಶಿವನ ಪಾದ ಸೇರಿ ಬಿಡೋರು ನಿಮ್ಗೇನು ಇನ್ನೊಂದ್ ಮದ್ವೆ ಮಾಡ್ಕಂಡ್ ಸುಖವಾಗಿ ಇರ್ತೀರಿ, ನಮ್ಮ ಗತಿ" ಛೀಮಾರಿಯೊಂದಿಗೆ ಆಕೆ ಅಳೋಕೆ ಷುರು ಮಾಡಿದಾಗ ಹೊರಗೆ ಬಂದ, ಅವನ ರಕ್ತ ಅವಮಾನದಿಂದ ಕುದಿಯಬಹುದು, ಆದರೆ ಸತ್ಯನ ಒಪ್ಪಿಕೊಳ್ಳಬೇಕಾಯಿತು.

ಸಂಜೆ ಹೋದಾಗ ವೈಜಯಂತಿಗೆ ಎಚ್ಚರವಿತ್ತು, ಆಯಾಸದಲ್ಲು ಹೇಮಂತ್‌ನ ಕೈಹಿಡಿದುಕೊಂಡು "ಹೇಗಿದ್ದಾಳೆ, ನಿಮ್ಮ ಮಗ್ಳು?" ಅವನಿಗೆ ಮಾತಾಡಲಾಗಲಿಲ್ಲ. ಆಮೇಲೆ ನಾಲ್ಕಾರು ಸಲ ಬಂದು ಹೋದ ಮೇಲೆ ಸರಾಗವೆನಿಸಿದರು, ಮುಜುಗರ ನೋವುನಿಂದ ಅವನು ಪಾರಾಗಲಿಲ್ಲ.

ತಾಯಿ, ಮಗು ಆರೋಗ್ಯವಾಗಿದ್ದರು, ಇಡೀ ಒಂದು ತಿಂಗಳು ಹೈಟೆಕ್ ನರ್ಸಿಂಗ್ ಹೋಂನಲ್ಲಿ ಇರಿಸಿ ಸೇಡು ತಃಈರಿಸಿಕೊಂಡರು. ಲಕ್ಷಗಳ ಮೇಲೆ ಮೀರಿ ಹೋಯಿತು ಬಿಲ್.

"ನಂಗೂ ಡಾಕ್ಟ್ರನ ವಿಚಾರ್ಸಿ... ವಿಚಾರ್ಸಿ ಸಾಕಾಯ್ತು. ನಾಳೆ ಕರ್ಕೊಂಡ್ಹೋಗೀಂತ ಹೇಳಿದ್ದಾರೆ" ಎಂದ ಬಂದವನೆ ಮಡದಿಯ ಕೈ ಹಿಡಿದು ಅವಳ ಮುಖ ಸಪ್ಪಗಾಯಿತು "ನರ್ಸಿಂಗ್ ಹೋಂ ಬಿಲ್ ನೋಡಿದ್ರಾ? ಖಂಡಿತ ಕೊಡೋಕೆ ಸಾಧ್ಯವಾಗೋಲ್ಲ, ಹೇಗೂ ಬಾಣಂತನ ತವರಿನದು. ಅವ್ರ ಬಿಲ್ ತುಂಬಿ ಕರ್ಕಂಡ್ ಹೋಗ್ಲಿ, ಈಗ ನೀವು ಅಮ್ಮ ಮಗಳನ್ನು ಸುಧಾರಿಸೋದು ಕಷ್ಟ. ಇನ್ನು ಒಂದೆರೆಡು ತಿಂಗ್ಳು ಕಳೆದ ಮೇಲೆ ಸಮಸ್ಯೆ ಇರೋಲ್ಲ" ತೀರಾ ಚಿಂತಿಸಿಯೇ ಹೇಳಿದ್ದು ವೈಜಯಂತಿ.

ಹೇಮಂತ್ ತಟ್ಟನೆ ಎದ್ದು ಹೋದ.

"ಇಲ್ಲ, ಆಗೋಲ್ಲ" ಅಷ್ಟು ನುಡಿದಿದ್ದ.

ಇದು ಪ್ರಯೋಜನಕ್ಕೆ ಬರಲಿಲ್ಲ, ಹಣ ಹೊಂದಿಸಲು ಅವನಿಂದಾಗಲಿಲ್ಲ ಭರ್ಜರಿಯಾಗಿಯೇ ಪಾಟೀಲರು ಮನೆಗೆ ಕರೆದೊಯ್ದರು, ಮೊಮ್ಮಗಳ ನಾಮಕರಣ ಅಂಥದೇನು ಮಾಡಲಿಲ್ಲ. ಅದಕ್ಕೆ ಅವನ ಮನಸ್ಸಿನಲ್ಲಿದ್ದ ಯೋಜನೆಯೇ ಕಾರಣವಿರಬಹುದು. ಅವರು ಎಂದಿಗೂ ಹೇಮಂತ್‌ನ ಅಳಿಯನೆಂದು ಒಪ್ಪಿಕೊಳ್ಳುವುದು ಸಾಧ್ಯವಿರಲಿಲ್ಲ.

ಅದಕ್ಕಾಗಿ ಸಾಕಷ್ಟು ತಂತ್ರಗಳನ್ನು ರೂಪಿಸಿ, ಹೇಮಂತ್ ಮತ್ತು ವೈಜಯತಿಯ ನಡುವೆ ಕಂದಕವನ್ನ ದೊಡ್ಡದು ಮಾಡಿದರು. ಬರೀ ವೈಮನಸ್ಸು, ಇಬ್ಬರು ಒಟ್ಟಿಗಿರುವುದು ಸಾಧ್ಯವೇ ಇಲ್ಲವೆನ್ನುವ ಹಂತಕ್ಕೆ ತಂದು ನಿಲ್ಲಿಸಿಬಿಟ್ಟರು! ಪ್ರೀತಿಯ ಸಮಸ್ತವೆಂದು ಕೊಂಡವರು ಸ್ವಾಭಿಮಾನ ಅಹಂಗೆ ಬಲಿಯಾದರು.

"ಸಾರಿ, ನಿಮ್ಜೊತೆ ಬದ್ಕು ಅಸಹನೀಯವೆನಿಸಿದೆ" ಒಮ್ಮೆ ವೈಜಯಂತಿ ಅಂದೇ ಬಿಟ್ಟಳು ಸ್ವಾಭಿಮಾನಿ ಗಂಡು ಸುಮ್ಮನಿದ್ದಾನಾ? "ಥ್ಯಾಂಕ್ಯೂ ವೇರಿಮಚ್, ಅಂಥ ಸಾಂಗತ್ಯ ಬೇಡ. ದಾಂಪತ್ಯಕ್ಕೆ ಪ್ರೀತಿ ಬೇಕು. ಅದು ಇಲ್ಲ ಅಂದ್ಮೇಲೆ ಡೈವೋರ್ಸ್ ತಗೋಳೋಣ, ನಮ್ಮ ತಂದೆ ತಾಯಿ ರೆಡಿ ಇದ್ದಾರೆ, ಪೇಪರ್ಸ್ ರೆಡಿ ಮಾಡ್ಸು" ಇಂಥದೊಂದು ಅಹವಾಲು ಹೊರಟೇ ಬಿಟ್ಟಿತು, ಸವಾಲ್ಲಾಗಿ ಸ್ವೀಕರಿಸಿದ್ದಳು.

ಅಲ್ಲಿ ಬಂದು ಮಾಡುವ ಜನರಿರಲಿಲ್ಲ. ಡೈವೋರ್ಸ್ ಆದಾಗ ಅಲಾಪನಾಗೆ ಎರಡೂವರೆ ವರ್ಷ, 'ಮ್ಯುಚ್ಯುಯಲ್ ಕನ್ಸೆಂಟ್' ವೈಜಯಂತಿ ಇವನಿಂದ ಏನು

ಕೇಳಲಿಲ್ಲ, ಆದರೆ ಆಗಾಗ ಬಂದು ಮಗಳನ್ನು ನೋಡಲು ಮಾತ್ರ ಅನುಮತಿ ಕೇಳಿದ್ದ ಹೇಮಂತ್.

ಈಗ ಅಲಾಪನಾಗೆ ಆರೂವರೆ ವರ್ಷ, ಡೈವೋರ್ಸ್ ಸಿಕ್ಕ ಆರು ತಿಂಗಳಿಗೆ ಹರ್ಷನೊಂದಿಗೆ ಮದುವೆ, ಅಜಯ್ ಎನ್ನುವ ಮಗ, ಈಗ ಮತ್ತೆ ತಾಯಾಗಲು ಹೊರಟಿದ್ದ ವೈಜಯಂತಿ ಬದುಕಿನಲ್ಲಿ ಸಾಕಷ್ಟು ಬದುಕಿನಲ್ಲಿ ಸಾಕಷ್ಟು ಬದಲಾವಣೆಗಳು.

ಹೇಮಂತ್ ವೈಯಕ್ತಿ ಜೀವನದಲ್ಲಿ ಅಂಥ ಬದಲಾವಣೆಗಳು ಇಲ್ಲ ಕನಿಷ್ಟ ತಿಂಗಳು, ಎರಡು ತಿಂಗಳು, ಮೂರು ತಿಂಗಳಿಗೊಮ್ಮೆಯಾದರೂ ಮುಜುರುಗರವಿಲ್ಲದೆ ಮಗಳನ್ನು ನೋಡಲು ಬರುತ್ತಿದ್ದ. ಕೆಲವೊಮ್ಮೆ ಒಂದೆರೆಡು ದಿನಗಳು ತನ್ನೊಂದಿಗೆ ಲಾಡ್ಜ್‌ನಲ್ಲಿ ಇರಿಸಿಕೊಳ್ಳುತ್ತಿದ್ದ, ಮಗಳ ಮತ್ತು ಅವನ ಮಧ್ಯದ ಬೆಸುಗೆ ಗಾಢವಾಗಿತ್ತು.

ಆದರೆ ಅಲಾಪನಾನ ರೆಸಿಡೆನ್ಷಿಯಲ್ ಸ್ಕೂಲುಗೆ ಸೇರಿಸಿದಾಗ ಒಂದು ತೀರ್ಮಾನಕ್ಕೆ ಬಂದಿದ್ದ. ಮಗಳು ಬೇರೆಡೆ ಬೆಳೆಯುವುದು ಅವನಿಗೆ ಇಷ್ಟವಿಲ್ಲ.

ಹೇಮಂತ್ ಅಮ್ಮ, ಅಪ್ಪನದು ಒಂದೇ ತಕರಾರು 'ಸೊಸೆನ, ಮೊಮ್ಮಗಳನ್ನು ಊರಿಗೆ ಕರೆದುಕೊಂಡು ಬಾ, ಈಗ ಕಫ ಅಂಥದೇನಿಲ್ಲ. ಕನಿಷ್ಟ ಫೋನ್‌ನಲ್ಲಾದರೂ ಮಾತಾಡೋಕೆ ಅವಕಾಶ ಮಾಡಿಕೊಡು' ಅದಕ್ಕೆಲ್ಲ ಸುಮ್ಮನಿದ್ದ. ಇಲ್ಲಿಗೆ ಟ್ರಾನ್ಸ್‌ಫರ್ ಆದ ನಂತರವೇ ಯೋಚಿಸಿದ್ದ.

* * *

ಅಂದು ಹೇಮಂತ್ ಆಫೀಸ್‌ಗೆ ಹೊರಟಾಗ "ಅಣ್ಣ, ಎಷ್ಟು ದಿನ ಮುಚ್ಚಿಡೋದು? ಈಗ ತಿಳಿಸಿದರೇ ಅವ್ರಿಗೆ ಷಾಕ್ ಆಗುತ್ತೆ, ಹೇಗೂ ದಿಡೀರೆಂದು ಮದ್ವೆಯಾಗ್ಬಿಡು. ಅವ್ರನ್ನ ಅಲಾಪನಾ ಅಮ್ಮ ಅಂತ ಪರಿಚಯಿಸಿ ಬಿಡೋಣ ಅವರು ಎರಡೇ ಸಲ ನೋಡಿರೋದು, ನಾನು ಸಮರ್ಥಿಸಿಕೊಂಡು ಬಿಡ್ತೀನಿ" ಇಂಥ ಸೂಚನೆ ಒಲ್ಲದ ಮನಸ್ಸಿನಿಂದಲೇ ಹೇಳಿದ್ದು ಹೇಮಂತ್ ನಕ್ಕು ಬಿಟ್ಟದ್ದು.

"ಇದೇನು ಹುಡುಗಾಟ ಅಂದು ಕೊಂಡ್ಯಾ? ಮಹರಾಯ್ತಿ, ಅಷ್ಟು ಈಸೀಯಲ್ಲ... ಹೆದರುತ್ತ... ವೈಜಯಂತಿಯೊಂದಿಗೆ ಪರಿಚಯ ಷುರು ಮಾಡಿದ್ದು ನಂತರ ಸ್ನೇಹ ಬೆಳೆಯೋಕೆ ಆರು ತಿಂಗ್ಳು ಬೇಕಾಯ್ತು. ಆಮೇಲೆ ಪ್ರೇಮದ ಕೋಲ್ಮಿಂಚು, ಅವರ ಮನೆಯಲ್ಲಿ ಹರ್ಷನೊಂದಿಗೆ ವಿವಾಹದ ಪ್ರಸ್ತಾಪ ಷುರುವಾದ ಮೇಲೆ ಇಬ್ಬರು ಒಬ್ಬರನ್ನು ಬಿಟ್ಟು ಒಬ್ಬರು ಇರುವುದು ಸಾಧ್ಯವಿಲ್ಲವೆಂದು ನಿರ್ಣಯವಾಗಲು ಮೂರ್ವರ್ಷ ಬೇಕಾಯ್ತು, ನಂತರ ಅಲಾಪನಾ... ಸತ್ಯನ ಮರೆ ಮಾಚೋದು ಬೇಡ, ಇರೋ ವಿಷ್ಯನ ತಿಳಿಸೋಣ ನೋವು ಅವ್ರಿಗೆ ಹೊಸದೇನಲ್ಲ ಅದಕ್ಕೆ ಸಮಯ ಬೇಕು ಅಷ್ಟೆ."

ಅಣ್ಣನ ಮಾತುಗಳನ್ನು ಅತ್ಯಂತ ಎಚ್ಚರಿಕೆಯಿಂದ ಆಲಿಸಿದ್ದು ಬಿಟ್ಟ ಕಣ್ಣುಗಳಿಂದ,

ಆಮೇಲೆ ಅದೇ ಸರಿಯೆನಿಸಿತು.

"ನನ್ನ ವಿಷಯ ಬಿಡು. ನಿನ್ನದೇನು? ಸುಮಾರು ಗಂಡುಗಳನ್ನು ನೋಡಿದ್ವಿ ಅಂದ್ರು... ಅಪ್ಪ ಅಮ್ಮನಿಗೆ ನಾನು ಒಂದು ರೀತಿ ನೋವು ಕೊಟ್ಟೆ, ನೀನು ಅದೇ ದಾರಿ ಹಿಡೀಬೇಡ, ಏನು... ವಿಷಯ?" ಪ್ರಶ್ನಿಸಿದ.

"ಅಂಥದೇನಿಲ್ಲ, ಸಧ್ಯಕ್ಕೆ ಇಲ್ಲೆ ಉಳಿದಿದ್ದೀನಿ, ಮೊದ್ಲು ಅಲಾಪನಾ ಈ ಎನ್ವರ್‌ಮೆಂಟ್‌ಗೆ ಅಡ್ಜಸ್ಟ್ ಆಗ್ಲೀ, ಆಮೇಲೆ ಮಾತಾಡೋಣ" ತಪ್ಪಿಸಿಕೊಂಡಳು ಅವಳೊಂದು ಪ್ರಶ್ನೆಯಾಗಿ ಬಿಡುವಳೇನೋ ಎಂದು ಹೆದರಿದ ಹೇಮಂತ್ "ಎರಡು ದಿನ ಲೀವ್‌ಗೆ ಅಪ್ಲೇ ಮಾಡಿದ್ದೀನಿ. ಒಮ್ಮೆ ಹೋಗಿ ಮೊಮ್ಮಗಳನ್ನು ಅಪ್ಪ, ಅಮ್ಮನಿಗೆ ತೋರ್ಸಿಕೊಂಡು ಬಂದು ಬಿಟ್ಟರೇ ನಿಶ್ಚಿಂತೆ, ರಾಜಕುಮಾರಿ ನೀನೇನಾದ್ರೂ ಲವ್ ಅಂಥದ್ದರಲ್ಲೇನಾದ್ರೂ ಬಿದ್ದಿದ್ದೀಯ? ಅಲ್ಲಿ ನಮ್ಮ ಊರಿನಲ್ಲಿ ಅಂಥ ಗಂಡು ಕಣ್ಣಿಗೆ ಬಿದ್ದಿರಲಾರ" ಜಡೆ ಎಳೆದು ಛೇಡಿಸಿದ.

ವ್ಯತ್ಯಾಸವಿಲ್ಲದೆ ಸರಿಯುತ್ತಿತ್ತು ದಿನಗಳು.

ಅಂದು ರೆಸಿಡೆನ್ಷಿಯಲ್ ಶಾಲೆಗೆ ಅವಳೊಂದಿಗೆ ಬಂದ ಸರಿತ ಒಂದಿಷ್ಟು ಪರ್ಚೆಸ್‌ಗಾಗಿ ಷಾಪಿಂಗ್ ಮಾಲ್ ಮುಂದೆ ಇಳಿದಳು. ಆದರೆ ಆಕಸ್ಮಿಕವೆನ್ನುವಂತೆ ಹರ್ಷನ ಕಣ್ಣಿಗೆ ಬಿದ್ದಿದ್ದು, ಅವನ ಕಣ್ಣಲ್ಲಿ ಪರಿಚಯ ಇಣಕಿದಾಗ ಒಂದಿಷ್ಟು ತುಟಿ ಬಿರಿಯುವುದು ಅನಿವಾರ್ಯವಾಯಿತು.

ಹರ್ಷ ಹೆಚ್ಚೆನಿಸುವಷ್ಟು ಬಿಗುಮಾನದ ವ್ಯಕ್ತಿಯಾದರು ಬುದ್ಧಿವಂತ. ಒಂದಿಷ್ಟು ನಗು ಅರಳಿಸಿ ಇವರತ್ತ ಬಂದವ ಅಲಾಪನಾ ಕೆನ್ನೆ ಸವರಿ "ಹೇಗಿದ್ದಿ? ಮತ್ತಷ್ಟು ಮುದ್ದಾಗಿ ಕಾಣ್ತೀಯ" ಅಂದವನು "ಏನು ಷಾಪಿಂಗ್‌ಗೆ ಬಂದಿದ್ರಾ? ಎಲ್ಲಾ ಮುಗೀತಾ?" ವಿಚಾರಿಸಿದ್ದು ಬಿಗುವಿನಿಂದಲೇ.

"ಅಂಥ ದೊಡ್ಡದಾಗಿ ಏನು ಇಲ್ಲ, ನಂಗೆ ಇದೆಲ್ಲ ಹೊಸದು, ನಮ್ಮದೊಂದು ಪುಟ್ಟ ಸಾಧಾರಣ ಸರಳ ಸುಂದರ ಊರು ಮೊಗ್ಗಿನ ಮನೆ, ಆದರೆ ತುಂಬ ಚೆಂದ ಇದೆ, ಅಲ್ಲಿ ಬೆಳೆದ ಈ ಹುಡ್ಗೀ ಇಲ್ಲಿಗೆ ಹೊಂದಿಕೊಳ್ಳೋದು ಕಷ್ಟವೇ" ಗಲ ಗಲ ನುಡಿದಳು, ಅದರಲ್ಲಿ ತೋರಿಕೆಯಾಗಲೀ, ನಟನೆಯಾಗಲೀ ಇದ್ದಂತೆ ಕಾಣಲಿಲ್ಲ. "ನಿಮ್ಮ ಮಾತು ಕೂಡ ಚೆಂದ, ಅಲಾಪನಾ ನಿಮ್ಗೆ ತುಂಬ ಅಂಟಿಕೊಂಡಂಗೆ ಕಾಣ್ತಾಳೆ. ರಿಯಲೀ ಗುಡ್ ಹೇಮಂತ್ ಹೇಗಿದ್ದಾರೆ?" ವಿಚಾರಿಸಿದ, ಅವನ ಪ್ರಕಾರ ಇದೊಂದು ಅನಗತ್ಯ ಪ್ರಶ್ನೆಯೆ.

"ಪರ್ವಾಗಿಲ್ಲ, ಇಷ್ಟವಾಗಿದೆಯೆನಿಸುತ್ತೆ. ಅದು ಅವನ ಮಾತಲ್ಲ, ನನ್ನ ಊಹೆ ಅಷ್ಟೆ. ಮೊದ್ಲಿಗಿಂತ ಗೆಲುವಾಗಿದ್ದಾಳೆ" ಎಂದಳು.

ಅಲಾಪನಾ ಅವಳ ಕೈಯನ್ನು ಬಿಗಿಯಾಗಿ ಹಿಡಿದಿದ್ದಳು. ಹರ್ಷನೊಂದಿಗೆ ಒಡನಾಟ ಅಷ್ಟಕಷ್ಟೆ ಆದರೂ ದ್ವೇಷಿಸೋ ಹಾಗೇನು ನಡೆದುಕೊಂಡಿರಲಿಲ್ಲ ಸಹಜವಾಗಿ

ಮಾತಾಡಿಸುತ್ತಿದ್ದ. ಅಂಥ ಮುದ್ದೇನು ಅವಳಿಗೆ ಕಂಡಿರಲಿಲ್ಲ.

"ಆ..." ಅಂದು ನಿಲ್ಲಿಸಿ "ವೈಜಯಂತಿಯವರು ಹೇಗಿದ್ದಾರೇ ನಾನು ಕೇಳ್ದೇಂತ ಹೇಳಿ, ಬರ್ತೀನಿ..." ಮಾಯವಾದಳು ಯಾಕೋ ಏನೋ ಹುಡುಗಿ ತುಂಬ ಇಂಟರೆಸ್ಟಿಂಗ್ ಅನಿಸಿತು ಹರ್ಷನಿಗೆ.

ಮನೆಗೆ ಬಂದ ಕೂಡಲೇ ಮಡದಿಗೆ ಈ ವಿಷಯ ತಿಳಿಸಿದ.

"ಹೇಮಂತ್‌ನ ತಂಗಿ ಸರಿತ ಸಿಕ್ಕಿದ್ಲು"

"ಅಲಾಪನಾ..." ಎಂದಳು ಉದ್ವೇಗದಿಂದ.

"ಬಿಕಾಮ್, ಟೆನ್‌ಷನ್ ಬೇಡ, ಜೊತೆಯಲ್ಲಿ ಅವ್ಳು ಇದ್ಲು, ಹೆಚ್ಚು ಮಾತಾಡ್ಲಿಲ್ಲ, ತುಂಬ ಡಿಸೆಂಟಾಗಿ ವರ್ತಿಸಿದ್ಲು" ಅನ್ನು ಟೈ ಸಡಲಿಸಿ ವೈಜಯಂತಿ ಪಕ್ಕ ಕೂತ "ನಿನ್ನ ಬಗ್ಗೆ ವಿಚಾರಿಸಿದ್ಲು. ಬಹಳ ಚೆನ್ನಾಗಿ ಮಾತಾಡ್ತಾಳೆ. ಯಾಕೆ ತೀರಾ ಡಲ್ಲಾಗಿ ಕಾಣ್ತೀಯಾ? ನಿಂಗೋಸ್ಕರ ಏನು ತಂದಿದ್ದೀನಿ ಗೊತ್ತಾ? ಹತ್ತಾರು ಜ್ಯೂಯಲರಿ ಷಾಪ್‌ಗಳಲ್ಲಿ ಹುಡುಕಾಡಿ ಬಿಟ್ಟೆ, ಅಂತು ಸಫಲನಾದೆ" ಕಾಲರ್ ಸರಿಮಾಡಿಕೊಂಡು ಮುಖದಲ್ಲಿ ಬಿಗುಮಾನ ಪ್ರದರ್ಶಿಸಿ ಮುಗುಳ್ನಕ್ಕ, ಹರ್ಷ ಹಿತವಾಗುವಂಥ ಮನುಷ್ಯ, ವ್ಯವಹಾರದಲ್ಲಿ ಬಿಗುವುತನವಿದ್ದರೂ ವೈಜಯಂತಿಯ ಎದುರು ಸಂಭಾವಿತ ರಸಿಕ ಪತಿ.

"ಹೇಗೊ ಬಂದಿದ್ದರಲ್ಲ, ಅಲಾಪನಾನ ಇಲ್ಲಿಗೆ ಕರ್ಕಂಡ್ ಬರಬೇಕಿತ್ತು. ದಿನಕ್ಕೆ ಮೂರು ನಾಲ್ಕು ಸಲ ಫೋನ್ ಮಾಡೋಳು ಈಗ ದಿನಕೊಮ್ಮೆ... ಸ್ಟೂಪಿಡ್ ಗರ್ಲ್, ನಾನು ಹೇಮಂತ್‌ನ ಮಾತಿಗೆ ಒಪ್ಕೋ ಬಾರ್ದಿತ್ತು. ಅಂತು ಮಗಳನ್ನು ನನ್ನಿಂದ ದೂರ ಮಾಡಿ ಬಿಡ್ತಾನೆ" ಕನಲಿದಳು ವೈಜಯಂತಿ.

ಹರ್ಷ ಮೌನವಾದ, ಅವನು ಉಪಾಯವಾಗಿ ವರ್ತಿಸಬೇಕಿತ್ತು. ಹೇಮಂತ್, ವೈಜಯಂತಿ ದಾಂಪತ್ಯ ಮುಗಿದ ಕತೆಯಾದರೂ, ನೆನಪುಗಳಿಂದ ಇಬ್ಬರು ದೂರ ಉಳಿಯಲು ಸಾಧ್ಯವಾಗದು! ಗಂಡು ಮತ್ತು ಹೆಣ್ಣು ಪ್ರೇಮ, ಕಾಮ ಬದುಕಿನ ಅರ್ಥ ಹುಡುಕಲು ಸಹಕಾರಿ, ಕೆಲವೊಮ್ಮೆ ಪ್ರೀತಿ, ಪ್ರೇಮದ ನಡುವೆ ವೈಜಯಂತೆ ಅಂತಮುರ್ಖಿಯಾದಾಗ ಈರ್ಷೆಯಿಂದ ಕುದಿಯುತ್ತಿದ್ದುದ್ದುಂಟು, ಅದನ್ನು ವ್ಯಕ್ತಪಡಿಸದೇ ಇರುವುದಕ್ಕೆ ಹಲವಾರು ಕಾರಣಗಳ ಜೊತೆ, ಅವನು ನಿಜವಾಗಿ ಅವಳನ್ನು ಇಷ್ಟಪಟ್ಟಿದ್ದು, ಸಾಂಗತ್ಯ ಬಯಕೆ ಇತ್ತು.

ಅಷ್ಟರಲ್ಲಿ ಮೊಬೈಲ್ ಸದ್ದು ಮಾಡಿದ್ದರಿಂದ ಅತ್ತ ಗಮನ ಹರಿಸಿದ. ಚಿಕ್ಕಮ್ಮ ಆ ತುದಿಯಲ್ಲಿದ್ದರು.

"ವೈಜಯಂತಿ ಹುಷಾರ್! ಆದಷ್ಟು ಅಲಾಪನಾ ಅವಳಿಂದ ದೂರವೇ ಇರಲಿ. ಮಧ್ಯದಲ್ಲಿ ಏನೇನೋ ನಡೆಯಿತು. ಇಲ್ಲದಿದ್ದರೇ ಅಣ್ಣನ ಮಾತಿನ ಪ್ರಕಾರ ಹುಟ್ಟುನಿಂದಲೇ ನಿನ್ನ ಹೆಂಡ್ತಿ" ಹೇಳುತ್ತಲೇ ಹೋದರು. ಮೌನವಾಗಿ ಹೂಗುಟ್ಟಿ "ನಿನ್ನ ಸೊಸೆ ಹತ್ರ

ಮಾತಾಡು" ಮೊಬೈಲ್ ಅವಳ ಕೈಗೆ ಕೊಟ್ಟಿ, ಗಮನ ಬೇರೆಡೆ ಹರಿಸಲೀಯೆಂದು ಕಣ್ಣೊರೆಸಿಕೊಂಡು "ಅತ್ತೆ..." ಅಂದಳು.

"ನಿನ್ನ ಹೆರಿಗೆ ಹೊತ್ಗೆ, ನಾನು ನಿಮ್ಮ ಮಾವ ಅಲ್ಲಿರುತ್ತೀವಿ" ಜೋಪಾನದ ಬಗ್ಗೆ ಹೇಳುತ್ತಲೇ ಹೋದರು, 'ಹಾ' 'ಹೂ' ಎಂದಿದಷ್ಟೆ, ಕೆಲವೊಮ್ಮೆ ಅವರ ಪ್ರೀತಿಯ ಮಾತುಗಳು, ಆರೈಕೆ ಇವಳಿಗೆ ವಾಕರಿಕೆ ಬರುವಂತಾಗುತ್ತಿತ್ತು. ಕೆಲವೊಮ್ಮೆ ಮುಜುಗರ, ಮೊದಲ ಮಾತೃತ್ವದ ನೆನಪುಗಳು – ಅವಳನ್ನು ಹಿಗ್ಗಾಮುಗ್ಗಾ ಎಳೆದಾಡಿ ಬಿಡುತ್ತಿತ್ತು. ಆದರೆ ಸೇರಿಸಿಕೊಳ್ಳುವುದು ಅನಿವಾರ್ಯ, ಮತ್ತೆ ಮಡದಿಯನ್ನು ರಮಿಸಲು ಮುಂದಾದ "ಪ್ಲೀಸ್ ಏಳು, ಬಹುಶಃ ಅಲಾಪನಾನ ಸರಿತ ಇಲ್ಲಿಗೆ ಕರ್ಕಂಡ್ ಬರಬಹುದಿತ್ತು! ಬಹುಶಃ ಯಾಕೆ ತೋಚಲಿಲ್ವೋ, ನಂಗೆ ಗೊತ್ತಿಲ್ಲ. ನಾನೇ ಕರೀಬಹುದಿತ್ತು, ಯಾಕೆ ಕರಿಯಲ್ಲಿಲ್ವೊ, ಐ ಡೋಂಟ್ ನೋ, ನೀನು ಹೋಗೋದೊಂದರೇ, ನಾನಂತು ರೆಡಿ," ಕೈ ಹಿಡಿದು ಹೇಳಿದ, ಯಾಕೋ ಆ ಕ್ಷಣ ಅವಳಿಗೆ ಬೇಡವೆನಿಸಿತು. ಅವನೆದೆಗೆ ಒರಗಿ "ಪ್ಲೀಸ್, ನಂಗೆ ಅಲಾಪನಾ ಬೇಕು. ನಾನು ಹೆತ್ತ ಮಗಳು" ಅವನೆದೆಯನ್ನು ಕಣ್ಣೀರಿನಿಂದ ತೋಯಿಸಿದಳು. ಕನಿಕರವಿದ್ದರು ಕೋಪದಿಂದ ಕುದಿದ, ಕಡಿದು ಚೆಲ್ಲ ಬೇಕೆನಿಸಿತು. ವೈಜಯಂತಿ ಹೆತ್ತ ಮಗಳೇ ಇರಬಹುದು. ಆದರೆ ತನ್ನ ರಕ್ತವಲ್ಲ, ತನ್ನ ವಂಶದಲ್ಲ. ಮಗಳನ್ನುವ ಭಾವ ಅವನಲ್ಲಿ ಮೂಡದು, ಅದಕ್ಕೆ ಖಂಡಿತ ಪ್ರಯತ್ನಿಸಲಾರ.

"ನಿಂಗೆ ಅಲಾಪನಾ ಸಿಕ್ತಾಳೆ! ಆದರೆ ಎಳೆಯ ಕಂದನಲ್ಲ. ಕಾನೂನಿನ ಚೌಕಟ್ಟು ಕೂಡ ಹೇಮಂತ್ ಪರ ಇರುತ್ತೆ, ನಿಂಗೆ ವಿವಾಹವಾಗಿದೆ. ಪತಿ ಮಾತ್ರವಲ್ಲ ಮಗ ಇದ್ದಾನೆ, ಇನ್ನೊಂದು ಮಗುವಿನ ತಾಯಿಯಾಗುವ ಹಂತದಲ್ಲಿ ಇದ್ದೀ. ಅದರಿಂದ ಅಲಾಪನಾ ನಿಂಗೆ ಸಿಗೋಲ್ಲ, ಈಗ ಅವಳು ತುಂಬ ಖುಷಿ ಖುಷಿಯಾಗಿ ಇದ್ದಾಳೆ, ಅವಳೇ ವಿರೋಧ ವ್ಯಕ್ತಪಡಿಸಬಹುದು. ನೀನೇ ಯೋಚಿಸು, ನನ್ನ ಅಭ್ಯಂತರವಿಲ್ಲ, ನಿಂಗೋಸ್ಕರ ನಾನು ಏನು ಬೇಕಾದ್ರೂ... ಮಾಡ್ತೀನಿ" ಭರವಸೆಯ ಮಾತುಗಳನ್ನಾಡಿದ, ಮನೆಯ ವಾತಾವರಣ, ಕದಡುವುದು ಅವನಿಗೆ ಬೇಕಿಲ್ಲ.

ಆಮೇಲೆ ಸಪ್ಪಗಾದರು ನಿಧಾನವಾಗಿ ಚೇತರಿಸಿಕೊಂಡಳು. ಹರ್ಷನ ಮಾತುಗಳನ್ನು ಉತ್ಪ್ರೇಕ್ಷಿಸಲು ಸಾಧ್ಯವಿರಲಿಲ್ಲ. 'ನನಗೆ ಅಲಾಪನ ಮೇಲೆ ಹಕ್ಕಿಲ್ಲ!' ಇದು ಅರಗಿಸಿಕೊಳ್ಳಲು ತುಂಬಾ ಪ್ರಯತ್ನ ಪಡಬೇಕಿತ್ತು. ಈ ಅರಿವು ಬಂದ ಮೇಲೆ ಮಗಳ ಬಗ್ಗೆ ಇನ್ನಷ್ಟು ಪರೀತಿ ಹೆಚ್ಚಾಗಿತ್ತು, ಜೊತೆಗೆ ಒಂದು ರೀತಿಯ ನಿಸ್ಸಾಯಕತೆ.

ಹರ್ಷನ ತಾಯಿ, ತಂದೆ ಕೂಡ ಬಂದು ಇಳಿದಿದ್ದರು ಮೊಮ್ಮಗಳ ಬರುವಿಕೆ, ಅಮ್ಮ ಅತ್ತೆಯ ನಿರಂತರ ಆರೈಕೆ! ಕೆಲವೊಮ್ಮೆ ವೈಜಯಂತಿಗೆ ಸಣಿಮಿಡಿಗುಟ್ಟ ಬೇಕೆನಿಸುತ್ತಿತ್ತು. ಹೇಮಂತ್‌ನೊಂದಿಗೆ ಕಳೆದ ದಿನಗಳು ನೆನಪಾದಾಗ, ತನ್ನಿಂದ ಆ ತಾಪತ್ರಯ ಸಹಿಸಿಕೊಳ್ಳಲು ಹೇಗೆ ಸಾಧ್ಯವಾಯಿತು? ಅಲ್ಲಿ ಪ್ರೀತಿ ಮೇಲುಗೈ ಸಾಧಿಸಿತ್ತು ಹಿತವೆನಿಸಿತು.

ತೀರಾ ಬೇಸತ್ತು ಬಂದು ಹೊರಗಿನ ಜೋಕಾಲಿಯಲ್ಲಿ ಕೂತು ಒರಗಿದಳು ಆಯಾಸ ಮೈ ಭಾರ – ಪೂರ್ತಿ ಹಿಂದಕ್ಕೆ ಒರಗಿ ಕಣ್ಮುಚ್ಚುವ ವೇಳೆಗೆ "ಮಮ್ಮೀ..." ಇನಿದನಿ ಹರಿದು ಬಂದಾಗ ಪುಳಕಿತಳಾಗಿ ಕಣ್ತೆರೆದಳು, ಅಲಾಪನಾ ಓಡಿ ಬಂದವಳು ತಟ್ಟನೆ ನಿಂತು ಹಿಂದಕ್ಕೆ ತಿರುಗಿದ್ದು.

ಸರಿತ ನಸು ನಗೆ ಬೀರಿದಳು, ಒಪ್ಪಿಗೆಯ ಸಂದೇಶವಿತ್ತೇನೋ ನಿಧಾನವಾಗಿ ನಡೆದು ಹೋಗಿ ವೈಜಯಂತಿಯ ಕೈ ಹಿಡಿದುಕೊಂಡ ಕೂಡಲೇ ಅಳು ಉಮ್ಮಳಿಸಿ ಬಂತು, ಜೋರಾಗಿಯೇ ಅತ್ತಳು.

ಸ್ವಲ್ಪ ವಾಲಿ ಎದೆಗೊರಗಿಸಿಕೊಂಡ ವೈಜಯಂತಿ ಕೂಡ ಗದ್ಗದಿತಳಾದಳು. "ಹೇಗಿದ್ದೀ, ಅಲಾಪನಾ ಮರಿ!?" ಸ್ವರ ಜೇನಿನಲ್ಲಿ ಅದ್ದಿದಂತಿತು, ತಕ್ಷಣ ಸರಿಯಾಗಿ ನಿಂತು "ಅಯಜ್‌ಗೆ ಚಾಕಲೇಟ್, ನಿಂಗೆ ಹಣ್ಣು ಎಲ್ಲಾ ತಂದಿದ್ದೀನಿ" ಗೆಲುವಿನಿಂದ ನುಡಿದ ಮಗಳನ್ನು ಕಣ್ತುಂಬ ನೋಡಿದಳು ವೈಜಯಂತಿ ಕಣ್ಣಲ್ಲಿ ಅಸಹನೆ, ನಿರಾಸೆ, ಕೋಪ ಇರಲಿಲ್ಲ, ಅದಕ್ಕೆ ಬದಲಾಗಿ ತುಂಬು ನಲಿವಿತ್ತು.

ಅಲ್ಲಿ ಕೆಲಸ ಮಾಡುತ್ತಿದ್ದ ಸರ್ವೆಂಟ್ ಛೇರ್‌ಗಳನ್ನ ತಂದು ಹಾಕಿ ನಿಂತಾಗ ಹೋಗುವಂತೆ ಸನ್ನೆ ಮಾಡಿ "ಕೂತ್ಕೊಳ್ಳಿ, ಸರಿತ ನಮ್ಮ ಅಲಾಪನಾ ತುಂಬಾ ಬೆಳದಂಗೆ ಕಾಣ್ತಾಳೆ" ಎಂದಳು ವೈಜಯಂತಿ.

"ಅಣ್ಣನಂಗೆ ಅಂದ್ಕೊಂಡಿದ್ದೆ, ಆದರೆ ಅಲಾಪನಾ ನಿಮ್ಮಂಗೆ" ಸಹಜವಾಗಿ ಹೇಳಿ ಬ್ಯಾಗ್‌ನಲ್ಲಿದ್ದ ಮಲ್ಲಿಗೆ ದಂಡೆ ತೆಗೆದುಕೊಟ್ಟು "ನಮ್ಮ ಕ್ವಾರ್ಟಸ್ ಹಿಂಭಾಗದಲ್ಲಿ ಒಂದ್ಮನೆ ಇದೆ. ತುಂಬಾ ಮಲ್ಲಿಗೆ ಗಿಡಗಳನ್ನು ಹಾಕ್ಕೊಂಡಿದ್ದಾರೆ. ನಮ್ಮ ಅಲಾಪನಾಗೆ ಆ ಹುಡ್ಗೀ ಫ್ರೆಂಡ್, ದಿನ ಬಿಡ್ಸಿ ತಂದು ಕೊಡ್ತಾಳೆ" ಮಲ್ಲಿಗೆ ದಂಡೆಯ ಹಿನ್ನೆಲೆ ವಿವರಿಸಿ "ಹೇಗಿದ್ದೀರಿ?".

"ಫೈನ್, ಏನು ತೊಂದರೆ ಇಲ್ಲ, ಒಳ್ಗಡೆ ಹೋಗೋಣ" ಮೇಲೆದ್ದಳು. "ಇಲ್ಲೇ ಚೆನ್ನಾಗಿದೆ" ಸುತ್ತಲೂ ನೋಟ ಹರಿಸಿ, "ಗಾರ್ಡನ್ ಬಗ್ಗೆ ಅಂಥ ಇಂಟರೆಸ್ಟ್ ಇದ್ದಂಗೆ ಕಾಣ್ಲಿಲ್ಲ, ಬರೀ ಮಾಲಿ ಮ್ಯಾನೇಜ್‌ಮೆಂಟ್, ಆದ್ರೂ ಚೆನ್ನಾಗಿದೇಂತ ಅನ್ನಿಸ್ತು" ಎಂದಳು. ಬಲವಂತದಿಂದ ಒಳಗಿನ ಸಿಟ್‌ಔಟ್‌ಗೆ ಕರೆದೊಯ್ದಳು. ತಿಂಡಿ, ಕಾಫಿಯು ಆಯಿತು. ಸ್ವಲ್ಪ ಮನ ಬಿಚ್ಚಿ ಮಾತಾಡಿದಳು ವೈಜಯಂತಿ, ಅವೆಲ್ಲ ಅಲಾಪನಾಗೆ ಸಂಬಂಧಿಸಿದ್ದು.

"ಹೋಗು, ಅಜ್ಜಿ ತಲಆತನ ಮಾತಾಡ್ಸಿಕೊಂಡ್ಬಾ" ಕಳಿಸಿದಳು ಸರ್ವೆಂಟ್ ಜೊತೆ "ಅಲಾಪನಾ ಹೊಂದಿಕೊಂಡಿದ್ದಾಳ? ಸ್ವಲ್ಪ ಹಟ ಜಾಸ್ತಿ ಇತ್ತೂಂತಲೇ ಅವಳನ್ನು ರೆಸಿಡೆನ್ಷಿಯಲ್ ಸ್ಕೂಲ್‌ಗೆ ಸೇರಿಸಿದ್ದು."

ವೈಜಯಂತಿಯ ಈ ಮಾತುಗಳಿಗೆ ಸರಿತ ಪ್ರತಿಕ್ರಿಯಿಸಲು ಇಷ್ಟಪಡಲಿಲ್ಲ.

ಶಂಕರ ಪಾಟೀಲರು ಮನೆಯಲ್ಲೇ ಇದ್ದುದ್ದರಿಂದ ಅಲಾಪನಾನ ರೂಮಿಗೆ

ಕರೆಸಿಕೊಂಡರು. ಮಗಳ ಮಗಳು, ತೀರಾ ಮುದ್ದಾಗಿದ್ದಳು. ದ್ವೇಷ ಅಂಥದೇನು ಇಲ್ಲದಿದ್ದರು ಇಷ್ಟವಾಗದ ಹೇಮಂತ್ ಮಗಳು, ಅದೊಂದು ದೊಡ್ಡ ಕಾರಣವಾಗಿತ್ತು ಅಷ್ಟೆ.

"ಬಾರೇ, ಅಲಾಪನಾ" ಕೂಗಿದರು.

ಅವಳೇನು ಹತ್ತಿರಕ್ಕೆ ಹೋಗಲಿಲ್ಲ, ಪಾಟೀಲರ ಹೆಂಡತಿ ಬಂದು ಗಂಡನ ಪಕ್ಕದಲ್ಲಿ ದಿವಾನದ ಮೇಲೆ ಅಸೀನರಾದರು. ಮೊಮ್ಮಗಳ ಮೇಲೆ ಪ್ರೀತಿ ಇತ್ತು. ಅದು ಮಗಳ ದಾಂಪತ್ಯಕ್ಕೆ ಭಾದಕವಾಗಬಹುದೆಂಬ ಭಯ.

"ಒಂದಿಷ್ಟು ಹೆಚ್ಚು ಎತ್ತರ ಬೆಳೀತಾಳೆ, ಅವನಪ್ಪನದೇ ನಿಲುವು" ಇಂಥದೊಂದು ಮಾತು ಶಂಕರ ಪಾಟೀಲರ ಹೆಂಡತಿಯ ಬಾಯಿಂದ ಬಂದೇ ಬಿಟ್ಟಿತು. "ಸಾಕು ತೆಗೀ, ತಿಂಡಿ ಕೊಟ್ಯಾ? ಒಂದಿಷ್ಟು ದುಡ್ಡು ಕಾಸು ಅಂಥದ್ನ ಕೊಡೋಣ, ಅವ್ಳಿಗೂ ಅನ್ಯಾಯವಾಗೋದು ಬೇಡ" ಈ ವಿಷಯದ ಮೇಲೆ ಗಂಡ, ಹೆಂಡತಿ ಚರ್ಚೆ ಷುರು ಮಾಡಿದಾಗ ಅಲಾಪನಾ ನೇರವಾಗಿ ಸಿಟ್‌ಔಟ್‌ಗೆ ಬಂದು "ಅತ್ತೆ ಹೋಗೋಣ" ಅನ್ನುತ್ತ ಅವಳಿಗೆ ಒರಗಿ ನಿಂತಾಗ ತಟ್ಟನೆ ಮೇಲೆದ್ದು "ಇನ್ನೊಂದ್ಸಲ ಬರ್ತೀವಿ, ಅಜಯ್ ಸಿಗಲೇ ಇಲ್ಲ. ಆಗಾಗ ಅಕ್ಕ ತಮ್ಮ ಭೇಟಿ ಮಾಡಿದ್ರೆ ಚೆನ್ನ" ಹಣ್ಣು, ಚಾಕಲೇಟ್ ಇದ್ದ ಬ್ಯಾಗನ್ನು ಅಲ್ಲೇ ಇಟ್ಟು "ಇದೆರಡು ತಮ್ಮನಿಗೆ, ಅಮ್ಮನಿಗೇಂತ ಅಲಾಪನಾನೆ ಆಯ್ಕೆ ಮಾಡಿದ್ದು. ಬರ್ತೀನಿ" ಕೈ ಜೋಡಿಸಿದಳು.

ಸ್ವಲ್ಪ ಪ್ರಯಾಸದಿಂದಲೇ ಮೇಲಕ್ಕೆದ್ದ ವೈಜಯಂತಿ "ಎರಡು ದಿನ ಅಲಾಪನಾ ಇಲ್ಲೇ ಇರ್ಲಿ. ನಾನೇ ಆಮೇಲೆ ಡ್ರೈವರ್ ಜೊತೆ ಕಳ್ಸಿಕೊಡ್ತೀನಿ" ಅಂದಳು. ಆ ಬಗ್ಗೆ ಸರಿತ ಯೋಚಿಸಬೇಕೇನು ಇರಲಿಲ್ಲ "ಹಾಗೆ ಮಾಡಿ" ಸಮ್ಮತಿ ಇತ್ತು.

ಆದರೆ ಅಲಾಪನಾ ಮುಖ ಒಂದು ತರಹ ಆಯಿತು. ಮತ್ತಷ್ಟು ಸರಿತಳ ಪಕ್ಕ ಸರಿದು "ನೋ, ನಾನಿರೋಲ್ಲ, ಪಪ್ಪ ನಂಗೋಸ್ಕರ ಕಾಯ್ತ ಇರ್ತಾರೆ" ಮುಲಾಜಿಲ್ಲದೆ ಕಡ್ಡಿ ಎರಡು ತುಂಡು ಮಾಡಿದಂತೆ ಹೇಳಿದಾಗ ಬೆಚ್ಚಿ ಬಿದ್ದಳು ವೈಜಯಂತಿ, ರೆಸಿಡೆನ್ಷಿಯಲ್ ಸ್ಕೂಲುಗೆ ಸೇರಿಸಿದಾಗ ತೆಕ್ಕೆ ಬಿದ್ದು "ಪ್ಲೀಸ್, ನನ್ನ ಕಳಿಸಬೇಡಿ ಮಮ್ಮಿ, ನಂಗೆ ನಿಮ್ಮನ್ನ ಬಿಟ್ಟು ಇರೋಕ್ಕಾಗೋಲ್ಲ" ಎಂದು ಅತ್ತ ಅಲಾಪನಾ ಇವಳೇನಾ? ಅಂದಿನ ಸ್ಥಿತಿ ಬೇರೆ, ಇಂದು ಅವಳ ತಂದೆ ಜೊತೆಗಿದ್ದ ಬಹುಧಃ ಒಂದು ಸುಂದರವಾದ ಬದುಕನ್ನು ಕಟ್ಟಿ ಕೊಡುವಂಥ ಕಾನ್ಫಿಡೆನ್ಸ್ ಅವಳಿಗೆ ಸಿಕ್ಕಿತ್ತು. ತನ್ನನ್ನು ದೂರ ಮಾಡಿಕೊಂಡ ಅಮ್ಮ ಈಗ ಅಷ್ಟೊಂದು ಅಗತ್ಯವಾಗಿ ಕಂಡಿಲ್ಲ.

ವೈಜಯಂತಿಯ ಕಣ್ಣುಗಳಲ್ಲಿ ನೀರಾಡಿದರು, ಬಲವಂತವಾಗಿ ಮುಗುಳ್ನಕ್ಕಳು, ಅವಳ ಮಾತಿಗೆ ಕಣ್ಣಲ್ಲಿಯೇ ಒಪ್ಪಿಗೆ ಸೂಚಿಸಿದಳು.

ಹಾಲ್‌ಗೆ ಬಂದಾಗ ಕೂತಿದ್ದ ಶಂಕರ ಪಾಟೀಲರು ಒಂದು ತರಹ ನೋಡಿದರು. ಸರಿತ ವಿದ್ಯಾವಂತೆ, ಅದಕ್ಕೆ ಮೀರಿದ ಉತ್ತಮ ಸಂಸ್ಕಾರ ಅವಳಲ್ಲಿತ್ತು. ಹಿರಿಯರು

ಅಂದರೆ ಗೌರವವೇ, ಆದರೆ ಇವರಲ್ಲಿ ಆ ಗೌರವದ ಪ್ರದರ್ಶನ ಬೇಡವಾಗಿತ್ತು.

"ಸರಿತಾ ಅಂತ" ಅಷ್ಟು ಪರಿಚಯಿಸಿದ ಕೂಡಲೇ ದೇಶಾವರಿ ನಗೆ ಬೀರಿ "ಗೊತ್ತಾಯ್ತು... ಗೊತ್ತಾಯ್ತು... ಬೈದಿ ಬೈ... ಸರಿತಾ? ಅಲಾಪನಾ ನಂಗೂ ಮೊಮ್ಮಗಳೇ, ನಮ್ಗೂ ಜವಾಬ್ದಾರಿ ಇದೆ, ಅವಳ ಹೆಸರಿನಲ್ಲಿ ಒಂದಿಷ್ಟು ಹಣ ಫಿಕ್ಸೆಡ್‌ನಲ್ಲಿ ಹಾಕಿದ್ದೀನಿ. ಅದರ ಬಡ್ಡಿಯಲ್ಲಿ ಅವಳ ಎಲ್ಲಾ ಖರ್ಚುಗಳನ್ನು ತೂಗಿಸಬಹುದು. ಅದ್ನ ನಿನ್ನಣ್ಣನಿಗೆ ಹೇಳು, ಒಂದ್ಸಲ ಬಂದು ನನ್ನ ನೋಡ್ಲೀ" ಬಿಗುಮಾನ ಬೆರೆತ ಅಹಂಕಾರದ ಮಾತುಗಳು.

ಮಾತು ಸರಿತಗೆ ಬೇಡವೆನಿಸಿದರು, ಸ್ವಾಭಿಮಾನಕ್ಕೆ ಬಿದ್ದ ಪೆಟ್ಟು, ಇದಕ್ಕೆ ಹೇಮಂತನ ಪ್ರತಿಕ್ರಿಯೆ ಹೇಗಿರುತ್ತಿತ್ತೋ, ಏನೋ "ಖಂಡಿತ ಅದರ ಅಗತ್ಯವಿರೋಲ್ಲ, ಅಲಾಪನಾ ಅವಳ ತಂದೆ ಹತ್ರ ಇರೋದು" ಅಂದವಳು ಹೊರಟಳು.

"ಧಿಮಾಕ್ ನೋಡು! ಹಣದ ಬೆಲೆ ಗೊತ್ತಿಲ್ಲದೋರು, ಪೂರ್ ಮಿಡಲ್‌ಕ್ಲಾಸ್ ರೋಗ್ಸ್" ಅಂದ ಶಂಕರ ಪಾಟೀಲರಿಗೆ ವೈಜಯಂತಿ ಸರಿಯಾಗಿ ಉತ್ತರ ನೀಡಿದಳು "ನಿಮ್ಗೇ ಬೇರೆಯವ್ರ ಸ್ವಾಭಿಮಾನ ಕೊಬ್ಬಿನ ತರಹ ಕಾಣಿಸುತ್ತೆ. ವಿಚಿತ್ರವಾಗಿ ನೀವು ನಿರ್ಮಿಸಿಕೊಂಡ ಜಗತ್ತುನಲ್ಲಿ ನೀವು ಬಂದಿ, ನಿಮ್ಗೇ ಪ್ರೀತಿ, ಪ್ರೇಮ, ಮಮತೆ ಬಗ್ಗೆ ಗೊತ್ತಿಲ್ಲ" ಮುಖ ತಿರುಗಿಸಿಯೆ ವೈಜಯಂತಿ ಹೋಗಿದ್ದು.

ಮಗಳ ಹಾರಾಟಕ್ಕೆ ಸುಸ್ತಾದರು. ಮುದ್ದಿನ ಮಗಳು, ಅವಳಿಗಾಗಿ ಬಹಳ ಪರಿತಪಿಸಿ ಕುತಂತ್ರದ ಜಾಲವನ್ನು ಹೆಣೆದಿದ್ದರು. ಹೇಮಂತ್ ಮತ್ತು ವೈಜಯಂತಿಯ ಮಧ್ಯೆ ಕಂದಕ ತೋಡಲು ಸಾಕಷ್ಟು ಪ್ರಯತ್ನಪಟ್ಟು ಜಯಶಾಲಿಯಾದ ಮನುಷ್ಯ, ಅತಿಯಾದ ಚಾಣಾಕ್ಷ.

"ಯಾಕೆ ಏನೇನೋ ಮಾತಾಡ್ತೀರಾ! ನೀವೆಷ್ಟು ಅಂದರು ಅಲಾಪನಾ ಅವಳಿಗೆ ಮಗಳೇ, ಮೊದಲ ಸಂತಾನದ ಮೇಲೆ ಬಹಳ ಪ್ರೇಮ ಇರುತ್ತೆ, ಹೇಗೆ ಒಪ್ಪಿಕೊಂಡಳೋ ಏನೋ, ನಂಗೂ ಒಂದೊಂದು ಸಲ ಅಯ್ಯೋಂತ ಅನ್ನಿಸುತ್ತೆ! ಹಿಂದೆಲ್ಲ ಗಂಡನ ಬಿಟ್ಟು ಮದ್ವೆಯಾದದ್ದುಂಟಾ? ನಮ್ಮ ಮನೆತನದಲ್ಲಿ ಇದೇ ಮೊದಲನೆಯದು" ಮಾತು ಬಂದು ಎಲ್ಲಿಯೋ ಮುಟ್ಟಿದಾಗ ಶಂಕರ ಪಾಟೀಲರ ಸಿಟ್ಟು ನೆತ್ತಿಗೇರಿತು.

"ಸಾಕು ಸುಮ್ಮನಿರೇ, ಅದೇನು ಹೆಣ್ಣು ಬುದ್ದಿನೋ, ಸಮಾನತೆ, ಸ್ವತಂತ್ರ ಅಂತ ಬಾಯಿ ಬಡ್ಕೋತೀರಾ? ಗಂಡು ಒಂದಲ್ಲ, ಮೂರು ಕಟ್ಕೋತಾನೆ, ವೈಜಯಂತಿ ಮದ್ವೆ ಆಗಿದ್ದರಲ್ಲಿ ತಪ್ಪೇನಿದೇ? ನಾವು ಮೊದ್ಲಿನಿಂದ ಅವಳ್ನ ಹರ್ಷನಿಗೆ ಕೊಟ್ಟು ಲಗ್ನ ಮಾಡ್ಬೇಕೂಂತ ತಾನೇ ಇದ್ದಿದ್ದು? ಅವಳೇ ತಪ್ಪು ಮಾಡಿದ್ದು, ಹೇಮಂತ್‌ನ ಒಪ್ಪಿಕೊಳ್ಳೋಕ್ಕಾಗುತ್ತ? ನಾವು ಒಪ್ಪಿಕೊಂಡರು ಅವ್ನ ವಿರೋಧಿಸ್ಥ, ಏನು ಸೀಮೆಗಿಲ್ಲದ ಸ್ವಾಭಿಮಾನ? ಮದ್ವೆ ಮಾಡಿಕೊಳ್ಳೋಕೆ ಮೊದ್ಲು ಅವ್ನು ಶಂಕರ ಪಾಟೀಲರ ಮಗಳೂಂತ ಗೊತ್ತಿರಲಿಲ್ವಾ? ಪಾಟೀಲ ಮನೆತನದ ಹುಡ್ಗೀ ಅನ್ನೋ ಪರಿಜ್ಞಾನ ಅವನಿಗೆ ಇರಬೇಕಿತ್ತು.

ಈಡಿಯಟ್..." ಸ್ವಲ್ಪ ವಾಯ್ಸ್ ಜೋರು ಮಾಡಿದಾಗ ಬಾಯಿ ಮುಚ್ಚಿ "ತೆಪ್ಪಗಿರಿ, ಹೋಗಿ ಮೊದ್ಲು ಸಮಾಧಾನವಾಗಿ ಟೆನ್‍ಷನ್ ಜಾಸ್ತಿಯಾದರೇ ಬಿ.ಪಿ. ರೈಸ್ ಆಗುತ್ತೇಂತ... ಡಾಕ್ಟ್ರು ಹೇಳಿದ್ದಾರೆ" ಒಂದಿಷ್ಟು ಗದರಿಸಿದರು ಹೆಂಡತಿ.

ಪಾಟೀಲರಿಗೆ ಸರಿಯೆನಿಸಿತು. ಮಗಳ ವಿಷಯ ಬಂದರೆ ಮೆತ್ತಗಾಗಿ ಬಿಡುತ್ತಿದ್ದರು. ಎದ್ದು ರೂಮಿಗೆ ಹೋಗಿ ಮುಚ್ಚಿದ ಬಾಗಿಲನ್ನು ತಳ್ಳಿ ಒಳಗೆ ಹೋದವರೇ ಗಾಬರಿಯಾದರು.

ವೈಜಯಂತಿ ಬಿಕ್ಕಿ ಬಿಕ್ಕಿ ಅಳುತ್ತಿದ್ದಳು.

"ಮಗಳೇ, ತಪ್ಪಾಯ್ತು ಕಣಮ್ಮ, ಅಲಾಪನಾ ಕೂಡ ನನ್ನ ಮೊಮ್ಮಗಳೇ ಅವಳ ಭವಿಷ್ಯಕ್ಕೂ ಏನಾದ್ರೂ ಮಾಡ್ಬೇಕೂಂತಲೇ ಹಣನ ಅವಳ ಹೆಸರಿಗೆ ಡೆಪಾಸಿಟ್ ಮಾಡ್ದೇ. ಅದ್ನ ಹೇಳೋದು ಕರ್ತವ್ಯ ಅನ್ನಿಸ್ತು. ಅವನೊಬ್ಬನ ಸಂಪಾದನೆಯಿಂದಲೇ ಅವಳನ್ನು ಸಾಕಬೇಕಾದ್ದಿಲ್ಲಂತ ಹೇಳೋ ಉದ್ದೇಶ ಕೂಡ ಅಷ್ಟೆ" ಅಂದ ಕೂಡಲೆ ಸಿಡಿದು ಬಿದ್ದಳು "ಸಾಕು! ನಿಮ್ಮ ಹಣದ ಮೇಲೆ ಆಸೆ ಇದ್ದಿದ್ದರೇ ಹೇಮಂತ್ ಹೇಳ್ದಂಗೆ ಕೇಳ್ಕೊಂಡ್ ಇಲ್ಲೇ ಬಿದ್ದಿರುತ್ತಿದ್ರು. ಆ ತರಹದ ಮನುಷ್ಯನಲ್ಲ. ನಿಮ್ಮ ಹಣನ ನಿಮ್ಮ ಮೊಮ್ಮಕ್ಕಳಿಗೆ ಇಟ್ಕಳಿ" ಅಂದವಳೆ ತಲೆ ಹಿಡಿದು ಕೊಂಡು ಪ್ರಜ್ಞೆ ತಪ್ಪಿದಾಗ, ಅವರ ಜೀವ ಹಾರಿ ಹೋದಂತಾಯಿತು. ಅಪರೂಪದ ಮಗಳ ಮೇಲೆ ಜೀವ. ತಕ್ಷಣ ಡಾಕ್ಟರ್‌ಗೆ ಬುಲಾವ್, ನರ್ಸಿಂಗ್ ಹೋಂಗೆ ಕರೆದೊಯ್ದರು. ಅವಧಿಗೆ ಮೊದಲೆ ಡೆಲಿವರಿ ಆಯ್ತು ಎಲ್ಲರ ಆಸೆಯಂತೆ ಹೆಣ್ಣು ಮಗುನೆ 'ಶಂಕರ ಪಾಟೀಲ'ದಲ್ಲಿ ಸಂಭ್ರಮದ ವಾತಾವರಣ.

* * *

ಮೂರು ಜನ ಮೊಗ್ಗಿನ ಮನೆಗೆ ಹೋದರು. ಶಿವಮೊಗ್ಗ ಜಿಲ್ಲೆಯ ಆಚೆಗೆ ಸಾಗರದ ಬದಿಯಲ್ಲಿ ಬರುವ ಮೊಗ್ಗಿನ ಮನೆ ಇವರುಗಳ ಸ್ವಂತ ಪ್ರದೇಶವಲ್ಲ. ಇತ್ತೀಚಿನ ವರ್ಷಗಳಲ್ಲಿ ಅಂದರೆ ಇಪ್ಪತ್ತು ವರ್ಷದ ಹಿಂದೆ ಬಂದು ನೆಲೆಸಿದಾಗ ಇವರಿಬ್ಬರು ಸಣ್ಣವರು. ಅಲ್ಲೇ ನಂತರದ ವಿದ್ಯಾಭ್ಯಾಸ, ಹೇಮಂತ್ ತಂದೆಯ ಆರೋಗ್ಯದ ಸಲುವಾಗಿ ಆ ಪ್ರದೇಶವನ್ನು ಆಯ್ಕೆ ಮಾಡಿಕೊಂಡಿದ್ದರು. ಸುತ್ತಮುತ್ತಲೂ ಇವರುಗಳ ವಿದ್ಯಾಭ್ಯಾಸ ನಡೆದರೂ ಹೇಮಂತ್ ಎಂ.ಬಿ.ಎ. ಮಾಡಿದ್ದು ಬೆಂಗಳೂರಿನಲ್ಲಿ, ಅಲ್ಲೇ ವೈಜಯಂತಿ ಪರಿಚಯ, ಪ್ರೇಮ, ವಿವಾಹ, ವಿಚ್ಛೇದನ ಕೂಡ.

ಅವನಮ್ಮ ಕಾರಿನಲ್ಲಿ ಇಳಿದವರಲ್ಲಿ ಹುಡುಕಾಡಿದ್ದು ಸೊಸೆಯನ್ನು "ಎಲ್ಲೋ ನಿನ್ನ ಹೆಂಡ್ತಿ? ಇನ್ನು ನಮ್ಮ ಮೇಲೆ ಕೋಪನಾ? ನಿಂದೇ ತಪ್ಪು ಬಿಡು" ಮಗನನ್ನೆ ತರಾಟೆಗೆ ತಗೊಂಡರು.

"ಖಂಡಿತ ಅಣ್ಣನದೇ ತಪ್ಪು! ಮೊದ್ಲು ನಿನ್ನ ಮೊಮ್ಮಗಳನ್ನ ನೋಡು" ಅಂದ

ಕೂಡಲೆ ಅವಳನ್ನು ಬಾಚಿ ಎತ್ತಿಕೊಂಡು ಲೊಚ ಲೊಚ ಮುತ್ತನಿಟ್ಟು "ಎಷ್ಟು ಚೆಂದ ಇದ್ದಾಳೆ. ಯಾಕೆ ಇಷ್ಟೊಂದು ಮಂಕಾಗಿದ್ದಾಳೆ? ನನ್ನ ಕುಂಜು ಮರೀ" ಮೊಮ್ಮಗಳ ಕೆನ್ನೆ, ಹಣೆಯೆಲ್ಲ ಸವರಿದರು, ಸೊಸೆಯ ಮೇಲೆ ಕೋಪ ಇರಬಹುದು, ಮೊಮ್ಮಗಳ ಮೇಲಲ್ಲ.

"ಚೆಂದ ಇರೋದಂತು ನಿಜ, ಮಂಕಾಗಿಯೇನಿಲ್ಲ, ದಾರಿಯುದ್ದಕ್ಕೂ ಹರಟಿಕೊಂಡೇ ಬಂದ್ವಿ, ನಿಮ್ಮ ಬಗ್ಗೆ ಅವಳದು ನೂರು ಪ್ರಶ್ನೆ, ಅಪ್ಪಯ್ಯ ಎಲ್ಲಿ?" ಕೇಳಿ ಸುತ್ತಲು ನೋಟ ಹರಿಸಿದಳು. ತೀರಾ ಆಸುಪಾಸಿನಲ್ಲಿ ಮನೆಗಳೇನು ಇರಲಿಲ್ಲ. ಪ್ರಶಾಂತವಾದ ಹಸಿರು ತುಂಬಿದ ವಾತಾವರಣ, ಶುಭ್ರವಾದ ಗಾಳಿ ಬೆಳಕು.

ತಾಯಿಯ ಬಾಯಿ ಸದ್ಯಕ್ಕೆ ಮುಚ್ಚಿಸುವ, ಸತ್ಯವನ್ನು ತಿಳಿಸುವ ಪೂರ್ತಿ ಜವಾಬ್ದಾರಿಯನ್ನು ತಂಗಿಗೆ ವಹಿಸಿದ್ದ. ಕೆಲವಕ್ಕೆ ಪಶ್ಚಾತಾಪವಿತ್ತು. ಮದುವೆಯನ್ನು ಹೆತ್ತವರು ವಿರೋಧಿಸಿದಕ್ಕೆ ಅವರದೇ ಆದ ಕಾರಣವಿತ್ತು ಎನ್ನುವ ತೀರ್ಮಾನಕ್ಕೆ ಬಂದಿದ್ದ, ಅದನ್ನು ಕ್ಷಮಿಸಬಲ್ಲರು, ಆದರೆ ಡೈವೋರ್ಸ್ ಮೆಚ್ಚಲಾರರು.

ಆಗಾಗ ಸೊಸೆ ಬರದಿದ್ದಕ್ಕೆ ಗೊಣಗಿಕೊಂಡು ಮಗ, ಮೊಮ್ಮಗಳನ್ನು ಉಪಚರಿಸಿದರು. ಒಂದೆರಡು ಗಂಟೆಯ ನಂತರ ಶ್ರೀಕಾಂತಯ್ಯ ತಮ್ಮ ಎಂದಿನ ಔಷಧಿಗಳ ಬ್ಯಾಗು ಹಿಡಿದುಕೊಂಡು ಬಂದರು. ಅದರ ತುಂಬ ಪುಟ್ಟ ಪುಟ್ಟ ಸೀಸೆಗಳು, ಡಬ್ಬಿಗಳಲ್ಲಿ ಗುಳಿಗೆ ಚೂರ್ಣ, ಭಸ್ಮ ಅಂಥದನ್ನೆಲ್ಲ ಇಟ್ಟುಕೊಂಡು ಓಡಾಡುತ್ತಿದ್ದರು. ಕೆಲವು ಕುಟುಂಬಗಳಿಗೆ ಮನೆ ವೈದ್ಯರು.

ನೋಡಿ, ನಿಮ್ಮ ಮೊಮ್ಮಗ್ಳು ಅಲಾಪನಾನ ತಂದು ನಿಲ್ಲಿಸಿದರು ಲೀಲಾಭಾಯಿ ಗಂಡನ ಮುಂದೆ, ಮಮತೆಯಿಂದ ನೋಡಿದರು. ರಕ್ತದ ಬಳ್ಳಿ "ಬಾ ಇಲ್ಲಿ, ಕಂದ" ಕರೆದರು. ಅವಳ ನೋಟ ಹರಿದಿದ್ದು ಹೇಮಂತ್ ಕಡೆಗೆ "ಹೋಗು... ತಾತ" ಅಂದ. ಅವಳು ಬರಲಿಲ್ಲ, ಅವರೇ ಹೋಗಿ ಎತ್ತಿಕೊಂಡರು. ಅವಳೇನು ಭಾರವೆನಿಸಲಿಲ್ಲ, "ಇರು..." ಎತ್ತಿಕೊಂಡು ಹೋಗಿ ದೇವರ ಮುಂದಿದ್ದ ಕಲ್ಲು ಸಕ್ಕರೆ ತುಂಡನ್ನು ಅವಳ ಬಾಯಿಗಿಟ್ಟು "ಚೆನ್ನಾಗಿರು... ಪುಟ್ಟ" ಮುದ್ದಿಸಿ ಕೆಳಗೆ ಬಿಟ್ಟರು, ಅವರಿಗೆ ಸಂತೋಷವಾಗಿತ್ತು. ಬೆಳೆದ ಪುಟಾಣಿಯನ್ನು ವರ್ಷಗಳ ನಂತರ ಕರೆದುಕೊಂಡು ಬಂದಿದ್ದ ಮಗ "ಎಲ್ಲಿ ಸೊಸೆ?" ಪ್ರಶ್ನಿಸಿದರು.

ಹೇಮಂತ್ ತಂಗಿಯತ್ತ ನೋಡಿ ಕೋಣೆಗೆ ಹೋದ, ವಿವಾಹಕ್ಕೆ ಅವರ ವಿರೋಧ ಎಷ್ಟಿತ್ತೋ, ಡೈವೋರ್ಸ್‌ಗೆ ಅದರ ಹತ್ತರಷ್ಟು ವಿರೋಧವಿರುತ್ತಿತ್ತೆಂದು ಅವನಿಗೆ ಗೊತ್ತಿತ್ತು. ಅದಕ್ಕಾಗಿಯೇ ವರ್ಷಗಳ ಮಟ್ಟಿಗೆ ಮುಚ್ಚಿಟ್ಟಿದ್ದ.

"ನಾನು ಹೇಳ್ತೀನಿ" ಎಂದಳು ಸರಿತ.

"ಅಂದು, ಮನೆ ಬಾಗಿಲಿಗೆ ಬರಬೇಡವೆಂದು ಅಂದಿದ್ದು ನಿಜ, ಈಗ ಅದೆಲ್ಲ ಮುಗಿದಿದ್ದು, ವಯಸ್ಸಾದ ಈ ಸಮಯದಲ್ಲಿ ನಮ್ಗೇ ಕೋಪ, ವಿರೋಧ ಬೇಕಾ?

ಅದೆಲ್ಲ ಏನು ಇಲ್ಲಾಂತ ಸಾಕಷ್ಟು ಸಲ ಹೇಳಿದ್ದೇ ಆ ಹುಡ್ಗೀಗೆ, ಯಾಕೆ ಹಟ?" ಬೇಸರಿಸಿದರು ಶ್ರೀಕಾಂತಯ್ಯ, ಆಗ ಮೌನವಹಿಸಿದರು ತೀರಾ ಸಂಜೆ ಹೇಮಂತ್ ಮಗಳನ್ನ ಕರೆದುಕೊಂಡು ಹೊರಗೆ ಹೋದಾಗ, ಪೂರ್ತಿ ವಿಷಯ ಅವರ ಮುಂದೆ ಬಿಚ್ಚಿಟ್ಟಳು ಸರಿತ.

"ಈಗ ಅಲಾಪನಾ ಅಣ್ಣನ ಜೊತೆ ಇದ್ದಾಳೆ, ಅದಕ್ಕೆ ಅತ್ತಿಗೆ... ಅಲ್ಲ ವೈಜಯಂತಿ ಒಪ್ಗೇ ಕೊಟ್ಟಿದ್ದಾಳೆ. ಇದಿಷ್ಟು ವಿಷ್ಯ, ಅಣ್ಣನ್ನ ಈ ವಿಷಯವಾಗಿ ಪ್ರಶ್ನಿಸೋಕೆ ಹೋಗ್ಬೇಡಿ, ಈಗಾಗ್ಲೇ ಸಾಕಷ್ಟು ನೊಂದಿದ್ದಾನೆ. ಅವನೀಗ ಒಂಟಿ" ಗಂಡ, ಹೆಂಡತಿ ಮುಖ ಮುಖ ನೋಡಿಕೊಂಡರು, ಸೊಸೆಯ ಮೇಲೆ ಕೋಪ ಮಗನ ಮೇಲೆ ರೋಷ, ಮೊಮ್ಮಗಳ ಬಗ್ಗೆ ಸಹಾನೂಭೂತಿ.

"ಸ್ವಲ್ಪನಾದ್ರೂ ಬುದ್ದಿ ಬೇಡ್ವಾ? ವಿವಾಹ ಜೀವನಕ್ಕೆ ಒಂದು ಪವಿತ್ರತೆ ಇದೆ. ಮುಂದಿನ ಪೀಳಿಗೆ ಬಗ್ಗೆ ಗಮನ ಬೇಡ್ವಾ? ಇದು ನಮ್ಮ ಮನೆತನದಲ್ಲಿ ನಡೆದಿದ್ದಿಲ್ಲ, ಬಿಡು" ಲೀಲಾವತಿ ಮಗನಿಗೆ ಛೀಮಾರಿ ಹಾಕಿದರು. ಸೊಸೆಯಾಗಿದ್ದವಳ ಬಗ್ಗೆ ದುಪ್ಪಟ್ಟು ಕೋಪ "ನಂಗಂತು ಒಪ್ಗೇಯಾಗಿಲ್ಲ, ಬಿಡು ಮಗುಗೆ ತಾಯಿ ಪ್ರೀತಿ ಬೇಡ್ವಾ? ಇನ್ನೊಬ್ಬನನ್ನ ಕಟ್ಟಿಕೊಂಡು ಹೊರ್ಗೇ ಓಡಾಡೋದೊಂದರೇ ಹೇಗೆ? ಮತ್ತೆರಡು ಮಕ್ಳು" ಇನ್ನಷ್ಟು ಗೊಣಗಿದರು. ಇದು ಅವರ ಮಟ್ಟಿಗೆ ಅಪವಿತ್ರ ಸಂಬಂಧ.

ಶ್ರೀಕಾಂತಯ್ಯ ಮೆತ್ತಗಾಗಿದ್ದರು. ಬದುಕಿನ ಬಗ್ಗೆ ತಮ್ಮ ನಿಲುವನ್ನು ಈಚೆಗೆ ಬದಲಾಯಿಸಿಕೊಂಡಿದ್ದರು. ಹಟದ ಮನುಷ್ಯನಲ್ಲ ರಾಜಿಯ ಪ್ರವೃತ್ತಿ ಬೆಳೆಸಿಕೊಂಡಿದ್ದರು.

"ಹೋಗ್ಲಿ ಬಿಡು, ನಿನ್ನ ಹಾರಾಟ ಯಾರು ಕೇಳಬೇಕು? ಪುಟ್ಟ ಕಂದನ ಮುಂದೆ ಪಂಚಾಯಿತಿ ಬೇಡ, ಸಾಕಷ್ಟು ಬದಲಾವಣೆಗಳು ಬಂದಿದೆ ಗಂಡಿಗೊಂದು, ಹೆಣ್ಣಿಗೊಂದು ನ್ಯಾಯ ಯಾಕೆ ಬೇಕು? ಮುಂದಿನದನ್ನ ಯೋಚ್ಸು" ಎದ್ದು ಹೋದರು. ಆಮೇಲೆ ಮಗನ ಬಳಿ ಆ ವಇಷಯ ಪ್ರಸ್ತಾಪಿಸಲಿಲ್ಲ, ಆದರೆ ಹೋಗುವ ಮುನ್ನ ಕರೆದು "ನಿಂಗೂ ಚಿಕ್ಕವಯಸ್ಸು ಒಂಟಿಯಾಗಿರೋದು ಕಷ್ಟ ಮನೆಗೆ ಹೆಣ್ಣು ದಿಕ್ಕು, ಮಗುವಿಗೆ ತಾಯಿಯ ಅಗತ್ಯವಿದೆ, ಮತ್ತೊಂದು ಮದ್ವೆ ಆಗು, ಇನ್ನೊಂದು ವಿಷಯ, ಸರಿತ ಯಾಕೋ ಲಗ್ನ ಅಂದರೆ ಹಾರಿ ಬೀಳ್ತಾಳೆ, ಸಾಕಷ್ಟು ಸಂಬಂಧಗಳು ಬಂದಿದ್ದು, ಒಲ್ಲೆ ಅಂತಾಳೆ, ಆಕೆ ಯಾರನಾದ್ರೂ ಪ್ರೀತಿಸಿದ್ದಾಳೆ ಅನ್ನೋದ್ನ ತಿಳ್ಕೋ. ಅದೊಂದು ಜವಾಬ್ದಾರಿನ ಕಳ್ಕೋಬೇಕು" ಇಷ್ಟು ವಿಷಯ ಹೇಳಿದರು, ಮನ್ನಿಸಿ, ಒಂದು ಜವಾಬ್ದಾರಿ ವಹಿಸಿದರು.

ಮೌನವಾಗಿ ಹೂಗುಟ್ಟಿದ, ಸರಿತಾಗೂ ವಿವಾಹದ ವಯಸ್ಸು, ಬಹುಶಃ ಎರಡು ವರ್ಷದಿಂದ ಆ ಬಗ್ಗೆ ಮಾತುಕತೆಗಳು ನಡೆಯುತ್ತಿತ್ತು.

"ಅಮ್ಮ, ನೀವು ಅಪ್ಪ ಅಲ್ಲಿಗೆ ಬಂದ್ಬಿಡಿ, ಅಲ್ಲೇ ಒಂದ್ಗಂಡು ನೋಡಿ ಸರಿತಾಗೆ ಲಗ್ನ ಮಾಡಾಣ" ತಾಯಿಗೆ ಹೇಳಿದ ಕಾರು ಹತ್ತುವ ಮುನ್ನ "ನಿನ್ನ ತಂದೆ

ಆರೋಗ್ಯ ಸುಧಾರಣೆಯ ಸಲುವಾಗಿಯೇ ಇಲ್ಲಿಗೆ ಬಂದಿದ್ದು, ಈ ಪ್ರದೇಶ ಒಗ್ಗಿ ಹೋಗಿದೆ. ಮತ್ತೆ ಸಿಟಿ ಜೀವ್ನ ಬೇಡಾಂತ ಅನಿಸಿದೆ. ನಿನ್ನ ತಂಗಿಗೊಂದು ಲಗ್ನ ಗೊತ್ತು ಮಾಡು. ಆ ವೇಳೆಗೆ ಬರೋ ಮನಸ್ಸು ಆಗಬಹುದು. ಇನ್ನೊಂದ್ವಿಷ್ಯ ಹೇಮ... ನೀನು ಸಂಸಾರ ಮಾಡಿದ್ನ ನಾವು ಕಣ್ತುಂಬ ನೋಡ್ಲಿಲ್ಲ, ಈಗ ಆಕೀನೇ ಲಕ್ಷಣವಾಗಿ ಮದ್ವೆ ಮಾಡ್ಕೊಂಡ್ ಮಕ್ಕಳನ್ನ ಹಡೀದಿದ್ದಾಳೆ. ನೀನು ಗಂಡು ನಿಂಗ್ಯಾಕೆ ಈ ಒಂಟಿತನದ ಹಣೆಬರಹ?" ಬುದ್ಧಿ ಹೇಳಿದರು. ಇಂಥ ಒಂದು ಆಸೆ ಅವರಲ್ಲಿ ಮೊಳೆತಿತ್ತು.

"ಮೊದ್ಲು ಸರಿತ ಮದ್ವೆಯೊಂದು ಆಗ್ಲಿ! ಆಮೇಲೆ ಯೋಚ್ನೆ ಮಾಡ್ತೀನಿ" ಇಷ್ಟು ಮಾತ್ರದ ಭರವಸೆ ಕೊಟ್ಟ, ಹೆತ್ತವರ ಅಂತಃಕರಣಕ್ಕೆ ಹನಿಗಣ್ಣಾದ, ಕಾರಿನ ಚಕ್ರಗಳು ನಿಧಾನವಾಗಿ ಉರುಳುತ್ತಿತ್ತು.

"ಅತ್ತೆ, ಮೊನ್ನೆ ನೀನೊಂದು ಹಾಡು ಹೇಳ್ತಾ ಇದ್ದೆಯಲ್ಲ, ಅದ್ನ ಹಾಡು" ಅಲಾಪನಾ ಕೈ ಹಿಡಿದು ಪುಸಲಾಯಿಸಿದಳು. ಸರಿತಾ, ಅಲಾಪನಾ ಹಿಂದಿನ ಸೀಟಿನಲ್ಲಿ ಕೂತು ಹರಟೆಯೊಡೆಯುತ್ತಿದ್ದರು. "ಹೌದೆ ಸರೀ 'ನಾ ನಿನ್ನ ಧ್ಯಾನದೊಳಿರಲು... ಮಿಕ್ಕ ಹೀನ ಮಾನವರೇನು ಮಾಡುವರೋ...' ಎಂದು ಹಾಡ್ತಾ ಇದ್ದೆ, ಅದಕ್ಕೆ ವೇಣು ಮಾಧವನ್ನ ಸೇರ್ಪಡೆ ಮಾಡಿದ್ದೇ, ಯಾರು ಆ ವೇಣು ಮಾಧವ? ಪ್ರೇಮ ಭರಿತ ಭಕ್ತಿಯ ಪರಾಕಷ್ಟೆ ಮುಟ್ಟಿದಂತೆ ಹಾಡ್ತಾ ಇದ್ದೆ, ನಂಗೇನೋ, ಆಗಿನಿಂದ್ಲೇ... ಡೌಟ್! ಯು ಆರ್ ಇನ್ ಲವ್, ನನ್ನ ಅನುಮಾನ ನಿಜ ತಾನೇ? ಕೇಳಿದ ಮೆಲ್ಲಗೆ ಅವಳಿಗೆ ಗಾಬರಿಯೋ... ಗಾಬರಿ, ಎರಡು ಕ್ಷಣ ಬೆವರು, ಅತ್ತಿತ್ತ ನೋಡಿ ಪೆಚ್ಚು ನಗೆ ಬೀರಿದಳು.

"ಅದು ದಾಸರ ಕೀರ್ತನೆ, ವೇಣು ಮಾದವ ಅಂದರೆ ದೇವರು ಅಷ್ಟೆ. ನೀನು ಏನೇನೋ ಊಹಿಸ್ಕೋಬೇಡ. ಇಲ್ಲಿ ಅಲಾಪನಾ ಇದ್ದಾಳೆ" ಹೇಳಿದಾಗ ಒಮ್ಮೆ ಹಿಂದಿರುಗಿ ನೋಡಿದ ಹೇಮಂತ್ "ನಂಗೆ ಹಾಗೇ ಅನ್ನಿಸೋಲ್ಲ, ನಂಗೂ ಪ್ರೀತಿ, ಪ್ರೇಮದ ಅನುಭವ ಇದೆ. ನಾನು ವೈಜಯಂತಿನ ಪ್ರೀತಿಸಿಯೇ ವಿವಾಹವಾಗಿದ್ದು. ಅದಕ್ಕೆ ಎಂಥ ಪವರ್‌ಫುಲ್ ಶಕ್ತಿ ಇರುತ್ತೆಂದರೇ, ಬರೀ ರಕ್ತ ಸಂಬಂಧಗಳನ್ನು ಮಾತ್ರವಲ್ಲ, ಅವಳನ್ನು ಬಿಟ್ಟು ಸಮಸ್ತವನ್ನು ತಿರಸ್ಕರಿಸುವ, ದ್ವೇಷಿಸುವ, ಇಡೀ ಜಗತ್ತನ್ನು ಎದುರಿಸುವ ಶಕ್ತಿ ಬಂದು ಬಿಟ್ಟಿರುತ್ತೆ, ಪ್ರೇಮಿಸಿದವಳನ್ನು ಬಿಟ್ಟು ಮಿಕ್ಕಿದೆಲ್ಲ ಶೂನ್ಯವೆನಿಸುವ ಹೊತ್ತು. ಹೆಣ್ಣು ಮತ್ತು ಗಂಡನ ಪ್ರೇಮಕ್ಕೆ ಎಂಥ ಶಕ್ತಿ! ನೆನಸಿಕೊಂಡರೆ ಬೆವರುವಂತಾಗುತ್ತೆ. ಎಲ್ಲಿ ಅವಳನ್ನು ಕಳೆದುಕೊಳ್ಳಬೇಕಾಗುತ್ತೋ, ಅನ್ನುವ ಅಂಜಿಕೆ ಎಷ್ಟಿತ್ತೆಂದರೆ... ಎಷ್ಟೋ ರಾತ್ರಿಗಳು ನಿದ್ರಿಸದೇ ಎದ್ದು ಕುಳಿತಿದ್ದು ಅವಳ ಧ್ಯಾನದಲ್ಲಿ, ಇದು ಕಲಿತ ಮೆಚ್ಯೂರಿಟಿ ಇರುವ ಮನುಷ್ಯನ ಮಾತು, ಆದರೆ 'ಮೊಗ್ಗಿನ ಮನೆ'ಯ ಮುದ್ದಿನ ಹುಡ್ಗೀಯ ಪ್ರೇಮವೆಂದರೆ ತುಂಬ ವಂಡರ್‌ಫುಲ್" ನಕ್ಕ, ಮತ್ತೆ ನಾಲ್ಕು ಮಾತು ತನ್ನ ವೈಜಯಂತಿಯ ಬಗ್ಗೆ ಬಡಬಡಿಸಿದ, ಅಲ್ಲಿ ಅಲಾಪನಾ ಇರುವುದನ್ನ ಮರೆತು

ಮನೆಗೆ ಬಂದ ಮೇಲೆ ಮಗಳು ಷಾಕ್ ನೀಡಿದಳು.

"ಹಾಗಾದರೆ ಯಾಕೆ ಡೈವೋರ್ಸ್ ತಗೊಂಡೆ? ನಿಮ್ಮ ಪ್ರೀತಿ ಸುಳ್ಳು... ಸುಳ್ಳೇ ಆಗಿತ್ತು! ಒಳ್ಳೆಯ ಮಮ್ಮಿನ ಯಾಕೆ ದೂರ ಮಾಡಿದೆ?" ಅಲಾಪನಾ ಜೋರಾಗಿ ಅಳೋಕೆ ಷುರು ಮಾಡಿದಾಗ ಅಣ್ಣ, ತಂಗಿ ಬೆಚ್ಚಿ ಬಿದ್ದರು ತಟ್ಟನೆ ಮಗಳನ್ನು ತಬ್ಬಿಕೊಂಡ "ಸಾರಿ ಕಣೋ, ಪುಟ್ಟ... ಆಗ ನೀನಿಷ್ಟು ಬೆಳೆದು ನಮ್ಮಿಬ್ಬರಿಗೂ ಬುದ್ಧಿ ಹೇಳಿದ್ದರೇ ಖಂಡಿತ ಡೈವೋರ್ಸ್ ತಗೋತಾ ಇರ್ಲಿಲ್ಲ. ಈಗ ಕ್ಷಮ್ಸಿ... ಬಿಡು" ಎಂದು ಹೇಳಿ ಅವಳನ್ನು ಸರಿತಾಗೆ ಒಪ್ಪಿಸಿ ತಾನು ರೂಮಿಗೆ ಹೋಗಿ ಬಾಗಿಲು ಹಾಕಿಕೊಂಡ, ಭವಿಷ್ಯದ ಪ್ರತಿನಿಧಿಗಳಾದ ಮಕ್ಕಳು ಒಟ್ಟಾಗಿ ನಿಂತು ಡೈವೋರ್ಸ್ ತಗೊಂಡ ದಂಪತಿಗಳನ್ನು ಪ್ರಶ್ನಿಸಿದಂತಾಯಿತು.

ಹೊರಗೆ ಬಂದು ಮಗಳಿಗೆ ಮುಖ ತೋರಿಸದಷ್ಟು ನಾಚಿಕೆಯಿಂದ ನರಳಿದ, ತಾನು ವೈಜಯಂತಿ ಬೇರೆಯಾಗಲು ಅಂಥ ಪ್ರಬಲವಾದ ಕಾರಣಗಳಾಗಿತ್ತು? ಅಂದು ಅಗಾಧವೆನಿಸಿದ ಕಾರಣಗಳೆಲ್ಲ ಇಂದು ಏನು ಅಲ್ಲದಾಗಿ ಕಂಡಿತು.

ಆಸ್ತಿ, ಅಂತಸ್ತು, ಅವಳ ಹೆತ್ತವರು ತೋಡಿದ ಕಂದಕದಲ್ಲಿ ಬಿದ್ದು ತನ್ನ ಮತ್ತು ವೈಜಯಂತಿಯ ದಾಂಪತ್ಯ ನೆಲ ಸಮವಾಗಿತ್ತು. ವಿವಾಹದ ಹಿಂದೆ ಕೂಡ ಎರಡು ಕಡೆಯ ಹೆತ್ತವರಿಂದ ವಿರೋಧವಿತ್ತು. ಆದರೂ ಅಂದು ಎದುರಿಸಿ ಹಿಮ್ಮೆಟ್ಟಿಸಿ ವಿವಾಹವಾದವರು ನಂತರ ಸೋತದ್ದು ಯಾಕೆ?

ತಲೆಯ ಕೂದಲು ಕಿತ್ತುಕೊಂಡು ಮೈ ಪರಚಿಕೊಳ್ಳುವಂತಾಯಿತು. ಅವನಿಗೆ ವೈಜಯಂತಿಯನ್ನು ಮತ್ತೆ ಹಿಂದೆ ತರಲು ಸಾಧ್ಯವೇ? ಈ ಪ್ರಶ್ನೆಗೆ ಸಮಾಜ ಕೇಕೆ ಹಾಕಿತು, ಕಡೆಗೆ ಅವಳೇ ನಕ್ಕಂತಾಯಿತು.

* * *

ಆ ದಿನ ಹೇಮಂತ್ ಮನೆಗೆ ಬಂದವನೇ "ನಿಂಗೆ ಸರ್ಯಾದ ಒಂದು ಗಂಡನ್ನ ತಲಾಷ್ ಮಾಡಿದ್ದೀನಿ, ಅಮ್ಮ, ಅಪ್ಪ ಕೂಡ ಒಪ್ಕೋ ಬಹ್ದು. ನಿನ್ನ ಒಪ್ಪಿಸೋದು ಕೂಡ ಕಷ್ಟವಲ್ಲಾಂತ ಅನಿಸಿದೆ" ಎಂದು ಅವಳ ಕೆನ್ನೆ ತಟ್ಟಿದ, ಆ ಜವಾಬ್ದಾರಿಯನ್ನು ಹೊತ್ತುಕೊಂಡಿದ್ದು ಅದನ್ನು ನೆರವೇರಿಸಲು ತುದಿಗಾಲಿನಲ್ಲಿ ನಿಂತಿದ್ದ, ಸದಾ ಗಲಿಬಿಲಿಯಾಗಿ ಇರೋದು ಆ ವಿಷಯ ಬಂದ ಕೂಡಲೆ ನೀರಸವಾಗಿ ಎದ್ದು ಹೋಗುತ್ತಿದ್ದ ಅವಳು ಸಮಸ್ಯೆಯಾಗಿ ಕಾಣುತ್ತಿದ್ದಳು. ಇಂದು ಕೂಡ ಸರಿತ ಮಾಡಿದಷ್ಟೆ.

ಷೂ ಬಿಚ್ಚೀ ಬಟ್ಟೆ ಬದಲಾಯಿಸಿ ಬಂದವನು "ಸರಿತ ಬಾ ಇಲ್ಲಿ, ಏನು ಸನ್ಯಾಸಿಯಾಗಲು ಪಣ ತೊಟ್ಟಿದ್ದೀಯ?" ಕಸಿವಿಯಿಂದಲೇ ಪ್ರಶ್ನಿಸಿದ, ಕಾಫೀ ಹಿಡಿದು ಬಂದವಳು "ಸ್ವಲ್ಪ ಡಿಸ್ಟರ್ಬ್ ಆಗಿದ್ದೀನಿ ಅಂದರೆ ನಿನ್ನ ವಿಷಯವಾಗಿ, ಸ್ವಲ್ಪ ಸಮಯ ಕೊಡು, ಯಾಕೆ ಅಷ್ಟೊಂದು ತರಾತುರಿ? ಪಿ.ಯು.ಸಿ. ಮುಗ್ಸಿ ಮನೆಯಲ್ಲಿ ಕೂತಿದ್ದೇ

ತಪ್ಪಾಯ್ತು. ಆರಾಮಾಗಿ ಒಂದಾದ್ಮೇಲ್ಲೊಂದು ಕೋರ್ಸು ಮಾಡ್ಕೊಂಡ್ ಇರಬಹುದಿತ್ತು. ಈಗ ಅದು ಬಿಟ್ಟು ಬೇರೆ ಮಾತಾಡು" ಅಲ್ಲೇ ಕೂತಳು, ಅಲ್ಲಿ ಅಷ್ಟೊಂದು ಅನುಕೂಲವಿಲ್ಲದ್ದು ಇಬ್ಬರಿಗೂ ಗೊತ್ತು.

ಕಾಫೀ ಕಪ್ ಹಿಡಿದು ಅವಳ ಎದುರಿನಲ್ಲೇ ಕೂತು "ಸುಮ್ನೇ ಏನೇನೋ ಮಾತಾಡ್ಬೇಡ, ನನ್ನ ವಿಷಯದಲ್ಲಿ ಡಿಸ್ಟರ್ಬ್ ಆಗೋಥದೇನಿಲ್ಲ. ಅಮ್ಮ ಕೂಡ ನಿನ್ನ ಈ ರಾಗದ ಬಗ್ಗೆ ಬೇಜಾರು ಮಾಡ್ಕೊಂಡಿದಾರೆ, ನನ್ನಿಂದ ನೋವುಂಡಿದ್ದಾರೆ, ಈಗ ನಿನ್ಮೂಲಕ ಮರುಕಳಿಸೋದು ಬೇಡ. ಕ್ಷಿತಿಜನ್ನ ನೋಡಿದ ಕೂಡಲೆ ನಿಂಗೆ ಬೇಡ ಅನ್ನೋಕೆ ಕಾರಣವೇ ಇರೋಲ್ಲ. ನಿನ್ನಷ್ಟು ಚೆಂದ ಅಲ್ಲದಿದ್ರೂ... ಪರ್ವಾಗಿಲ್ಲ ಅನ್ನೋಷ್ಟರ ಮಟ್ಟಿಗೆ ಇದ್ದಾನೆ, ನಂಗಂತು ಇಷ್ಟವಾಗಿದ್ದಾನೆ, ಎಜುಕೇಷನ್ ಬಿ.ಕಾಂ. ಜೊತೆಗೆ ಸಿ.ಎ. ನಮ್ಮ ಆಫೀಸ್‌ನ ಆಡಿಟ್ ಸೆಕ್ಷನ್‌ಗೆ ಜಾಯಿನ್ ಆಗಿದ್ದಾನೆ. ಜಾತಿ, ಕುಲ, ಧರ್ಮ, ಜಾತ್ಕದವರ್ಗೂ ಸರಿ ಹೊಂದುವಂಥ ಸಂಬಂಧವೇ, ನಾನು ಊಟಕ್ಕೆ ಕರೀದಿದ್ದೀನಿ," ಇಂಥದೊಂದು ಒತ್ತಡ ತಂಗಿಯ ಮುಂದಿಟ್ಟ, ಆದಷ್ಟು ಬೇಗ ಅವಳ ವಿವಾಹ ಮುಗಿಸಬೇಕನ್ನೋ ತರಾತುರಿ.

"ಅಣ್ಣ ತಪ್ಪು ತಿಳ್ಕೋಬೇಡ, ಊಟಕ್ಕೆ ಬರೋದ್ರಲ್ಲಿ ನನ್ನ ಅಭ್ಯಂತರವೇನಿಲ್ಲ. ನಿನ್ತಂಗಿ ಅನ್ನೋದು ಬಿಟ್ಟು ಬೇರೇನು ಪ್ರಸ್ತಾಪವಾಗಬಾರದು. ಅಂಥದೊಂದು ಕಂಡೀಷನ್ ನೀನು ಒಪ್ಪಿಕೊಳ್ಳಲೇಬೇಕು" ಇವಳದು ಪಟ್ಟು, ಇಬ್ಬರು ವಾದ ಮಾಡಿದರ ಗಡುವಿಗೆ ಒಪ್ಪಿಗೆ ಸೂಚಿಸಿದ್ದರಿಂದ ಕ್ಷಿತಿಜ ಮತ್ತು ಸರಿತ ನಡುವೆ ಸ್ನೇಹ ಬೆಳೆಸಬೇಕೆಂದು ನಿಶ್ಚಯಿಸಿದ. ಇಬ್ಬರು ಸರಳ ಮನಸ್ಕರ ಸ್ನೇಹ ಉತ್ತಮ ಮಾತ್ರವಲ್ಲ ನಂತರದ ದಾಂಪತ್ಯವು ಸುಖಮಯವೆನ್ನುವ ಇರಾದೆ ಅವನದು.

ಆ ವೇಳೆಗೆ ಶಂಕರ ಪಾಟೀಲರ ವಿದೇಶಿ ಕಾರು ಬಂತು ಕಾಂಪೌಂಡ್‌ನ ಮುಂದೆ ನಿಂತಿತು. ಕಾರುಕೊಳ್ಳುವುದು ಆ ಮನುಷ್ಯನಿಗೊಂದು ಷೋಕಿ, ಅವರ ಬಳಿಯಲ್ಲಿರುವ ಕಾರುಗಳ ಒಂದು ಲಿಸ್ಟ್ ತಯಾರಿಸಬಹುದಿತ್ತು.

ಅದನ್ನು ಗಮನಿಸುವ ವೇಳೆಗೆ ಹೇಮಂತ್ ಮೊಬೈಲ್ ಸದ್ದಾಯಿತು "ಹೇಮಂತ್ ವೈಜಯಂತಿ ಅಲಾಪನಾನ ನೋಡಬೇಕಂತೆ, ಕಾರು ಕಳಿಸಿದ್ದೀನಿ, ಡ್ರೈವರ್ ಜೊತೆ ಕಳ್ಸಿ ಕೊಡು, ಅವನು ಹಳಬ, ನೋ ಪ್ರಾಬ್ಲಮ್" ಫೋನ್ ಕಟ್ ಆಯಿತು. ಹೆಚ್ಚಿನ ಮಾತು, ಬೆಳವಣಿಗೆ ಹರ್ಷನಿಗೆ ಇಷ್ಟವಿಲ್ಲ. ಅದು ಸಹಜ ಕೂಡ, ಕೈ ಹಿಡಿದ ಪತಿ ಪತ್ನಿಯ ಹಿಂದಿನ ಪ್ರೇಮ, ದಾಂಪತ್ಯವನ್ನು ದ್ವೇಷಿಸ್ತಾನೆ. ಆದರೆ 'ಹರ್ಷ ಗ್ರೇಟ್' ಎನ್ನುವಂತೆ ನಡೆದುಕೊಳ್ಳುತ್ತಿದ್ದ.

"ಅಲಾಪನ ಎಲ್ಲಿ?" ಕೇಳಿದ.

"ಫ್ರೆಂಡ್ಸ್ ಕಟ್ಟಿಕೊಂಡು ಪಾರ್ಕ್‌ಗೆ ಹೋಗಿದ್ದಾಳೆ. ಅಲ್ಲಿನ ಎನ್ವಿರಾನ್‌ಮೆಂಟ್‌ಗಿಂತ ಇಲ್ಲಿ ತೀರಾ ಭಿನ್ನ, ಬಗ್ಗಿಕೊಂಡಿದ್ದಾಳೆ, ಅವರಿಷ್ಟು ಬ್ರಿಲಿಯಂಟೋ, ಅಷ್ಟೇ ಸ್ನೇಹಮಯಿ,

ಇಲ್ಲಿ ಗರಿಗೆದರಿದ ಹಕ್ಕಿ" ಅಕ್ಕರೆಯಿಂದ ಅವಳ ಬಗ್ಗೆ ತಿಳಿಸಿದ ಸರಿತಾ ಕಾಂಪೌಂಡ್ ನಾಚೆ ನೋಟ ಹರಿಸಿದಳು "ಹರ್ಷ ಕಾರು ಕಳ್ಸಿದ್ದಾರೆ, ವೈಜಯಂತಿ ಮಗಳನ್ನು ನೋಡೇಕಂತೆ" ಎಂದು ಹೇಳಿ ರೂಮಿಗೆ ಹೋದ, ಇಂಥ ಸಂದರ್ಭಗಳಲ್ಲಿ ಅವನೆದೆಯಲ್ಲಿ ಬಿರುಗಾಳಿ ಏಳುತ್ತಿತ್ತು.

ಸರಿತಾ ಅವಳನ್ನು ಕರೆತಂದು ಡ್ರೆಸ್ ಛೇಂಜ್ ಮಾಡಿ "ನಿನ್ನಮ್ಮ ಹೇಳಿ ಕಳ್ಸಿದ್ದಾರೆ. ನಾನು ಬರಬೇಕೂಂತ ಹಟ ಮಾಡಬೇಡ. ಡ್ರೈವರ್ ವಾಪ್ಸು ತಂದು ಬಿಡ್ತಾರೆ, ತಲುಪಿದ ಕೂಡಲೇ ಫೋನ್ ಮಾಡು" ಎಂದು ಪೂಸಿಯೊಡೆದು ಅವಳನ್ನು ಕಳಿಸಿದ್ದು.

ಬಂದು ಹೇಮಂತ್‌ನ ಮುಂದೆ ಕೂತು "ನಿಂಗೆ ಹೇಳದೇನೇ ತಪ್ಪು ಮಾಡ್ದೇ, ಯಾಕೋ ವೈಜಯಂತಿಯವರನ್ನು ಫೋನ್‌ನಲ್ಲಿ ಆರೋಗ್ಯ ವಿಚಾರಿಸಬೇಕೆನಿಸಿತು. ಅಮ್ಮ ಕೂಡ ಅತ್ತಿಗೆಯ ವಿಷಯದಲ್ಲಿ ಮೃದುವಾಗಿ ಬಿಟ್ಟಿದ್ರು, ಒಂದೆರಡು ಸಲ ಫೋನ್ ಮಾಡಿದ್ದೇ ಕೂಡ, ಡೋಂಟ್ ಡಿಸ್ಟರ್ಬ್ ಮೀ ಅನ್ನೋ ಎಸ್‌ಎಮ್‌ಎಸ್ ಬಂದ್ಮೇಲೆ, ತೀರಾ ಮುಜುಗರವಾಯ್ತು. ಬಹುಶಃ ಇಲ್ಲಿನ ಸಂಪರ್ಕ ಬೇಡಾಂತ ಅನ್ನಿಸಿರಬೇಕು" ಎಂದಳು ಮಾಡಿದ ತಪ್ಪನ್ನು ಒಪ್ಪಿಕೊಳ್ಳುತ್ತ, ಮುಖ ಮೇಲೆತ್ತಿ ಉಸಿರು ದಬ್ಬಿದ.

ಹೊರಗೆ ಹೋಗಿ ನಿಂತು ಒಳ ಬಂದ "ಅವ್ರಿಗೆ ಅಲಾಪನಾ ಒಂದು ರೀತಿಯಲ್ಲಿ ಬಿಸಿ ತುಪ್ಪ, ಮೊಮ್ಮಗು ಅನ್ನೋ ಸಹಜವಾದ ಪ್ರೀತಿಯಿಂದ ಅವರು ದೂರವಾಗೋಕೆ, ನಾನು ಅದರ ತಂದೆ ಅನ್ನೋ ಕಾರಣ, ಹರ್ಷನನ್ನು ಮನಸ್ಸಿನಲ್ಲಿ ಇಟ್ಕೊಂಡೇ ಅವಳನ್ನು ಬೆಳೆಸಿದ್ದು. ಮಗಳು ಎದುರು ಬಿದ್ದು ವಿವಾಹವಾಗಿದ್ದು ಸಹನೀಯವೆನಿಸಲಿಲ್ಲ. ಅದ್ನ ದೊಡ್ಡದು ಮಾಡ್ಕೊಂಡ್ರು ನನ್ನ ಅಳಿಯಂತ ಒಪ್ಪಿಕೊಳ್ಳಲೇ ಇಲ್ಲ. ಏನೇನೋ ನಡ್ದು ಹೋಗಿ ಡೈವೋರ್ಸ್‌ನಲ್ಲಿ ಮುಕ್ತಾಯವಾಯ್ತು. ಡೈವೋರ್ಸ್‌ನ ನಂತರ 'ಶಂಕರ ಪಾಟೀಲ' ಬಂಗ್ಲೆಯ ಎದುರುಗಡೆಯ ಪಾರ್ಕ್ ಅಥವಾ ಲಾಡ್ಜ್‌ಗೆ ಫೋನ್ ಮಾಡಿ ಅಲಾಪನ್ನ ಕರೆಸಿಕೊಳ್ಳುತ್ತಿದ್ದೆ. ಹೊರಗೆ ಹರ್ಷ ವೈಜಯಂತಿಯನ್ನು ಒಂದು ನಾಲ್ಕು ಸಲ ಭೇಟಿ ಮಾಡಿದ್ದು. ಹರ್ಷ ಯಾವಾಗ್ಲೂ ನಾನು ವೈಜಯಂತಿಯ ಮಾಜಿ ಗಂಡ ಅನ್ನೋ ಭಾವದಲ್ಲಿ ವರ್ತಿಸಿದ್ದೇ, ಇಲ್ಲ. ಅದರ ಪಳೆಯುಳಿಕೆಗಳು ಕೂಡ ಅವನಿಗೆ ಇಷ್ಟವಿಲ್ಲ. ಅದನ್ನ ಅನಾಗರೀಕವಾಗಿ ತೋರ್ಪಡಿಸಲಾರ. ಬಿಡು, ಆ ವಿಚಾರ, ಮತ್ತೆ ಯಾವಾಗ್ಲೂ ಫೋನ್ ಮಾಡೋಕೆ ಹೋಗಬೇಡ. ನಾನೇ ಒಪ್ಪಿ ಡೈವೋರ್ಸ್ ಕೊಟ್ಟಿದ್ದೀನಿ, ಒಂಟಿತನ ಅಭ್ಯಾಸವಾಗಿದೆ" ನಿರಾಶೆಯಿಂದ ನುಡಿದಂತಿತ್ತು, ಒಗ್ಗಿ ಕೊಂಡಿದ್ದ. ಅಲಾಪನಾ ಒಡನಾಟ ಸಾಕಿತ್ತು ಅನಿಸಿತ್ತು.

"ಬೇಡ ಅಣ್ಣ, ನೀನು ಮದ್ವೆಯಾಗಿ ಬಿಡು, ವೈಜಯಂತಿಗೆ ಕಷ್ಟವಾಗದ್ದು, ನಿಂಗೂ ಕಷ್ಟವಾಗೋಲ್ಲ, ಹುಡ್ಗೀನ ಹುಡುಕೋದು ನಂಗೆ ಬಿಡು, ಈ ಸಲವಂತೆ

ಡೈವೋರ್ಸ್ ಆಗೋಲ್ಲ" ಗಾಜು ಸಿಡಿದಂತೆ ಹೇಳಿದಳು "ಅದು ನಿನ್ನ ಮದ್ವೇಯ ನಂತರ" ಕಿವಿ ಹಿಂಡಿದ, ಹಿಂದೆಯೇ ಅಲಾಪನಾಯಿಂದ ಫೋನ್ ಬಂತು.

"ಪಪ್ಪ, ಮಮ್ಮಿಯ ಹತ್ರ ಒಂದು ಪುಟ್ಟ ಮಗು ಇದೆ. ಎಷ್ಟೊಂದು ಚೆನ್ನಾಗಿದೆ ಗೊತ್ತಾ? ಅವ್ಳು ನಂಗೆ ತಂಗಿಯಂತೆ, ನಾನು ತೊಡೆ ಮೇಲೆ ಮಲಗಿಸ್ಕೋತೀನಿ" ಮೊಬೈಲ್ ಕಟ್ ಮಾಡಿದಳು.

ನಿಜವಾಗಿಯು ಅಲಾಪನಾಗೆ ಖುಷಿ, ,ಪುಟ್ಟ ಮಗುವಿನ ಕೆನ್ನೆ ಸವರಿದ್ದೇ ಸವರಿದ್ದು "ಮಮ್ಮಿ, ನಾನು ಕೂಡ ಹೀಗೆನೇ ಅಂದರೆ ಇಷ್ಟೊಂದು ಚೆಂದ ಇದ್ನಾ?" ಅಮ್ಮನ ಪಕ್ಕ ಸರಿದು ಕೇಳಿದ್ದು.

"ನೀನು ಇನ್ನು ಚೆಂದ ಇದ್ದೆ, ಗೊತ್ತಾ? ನಿನ್ನ ಡ್ಯಾಡಿ ಬಣ್ಣ ನಿಂದು ಇವ್ಳು ಅಷ್ಟು ಬೆಳ್ಳಗಿರೋಲ್ಲ, ಸುಮಾರಷ್ಟೇ, ನಿನ್ನ ತಾತನಿಂದ ಹಿಡಿದು ಸರಿತವರೆಗೂ ಒಳ್ಳೆ ಸಂಪಿಗೆ ಬಣ್ಣ. ಇಲ್ಲಿ ಶಂಕರ ಪಾಟೀಲರಿಂದ ಹಿಡಿದು ಅವ್ರ ಅಣ್ಣ, ತಮ್ಮಂದಿರು ಹರ್ಷ, ಅಜಯ್‌ವರೆಗೂ ಸಾಧಾರಣ ಬಣ್ಣವೇ, ಇವಳು ಅಷ್ಟೇ" ಮೈಮರೆತು ಭಾವುಕಳಾಗಿ ಇಷ್ಟನ್ನು ಹೇಳಿದ್ದು ಬಾಗಿಲ ಬಳಿಗೆ ಬಂದ ಹರ್ಷನ ಕಿವಿಗೆ ಈ ಮಾತುಗಳು ಬಿದ್ದಾಗ ಭೂಮಿಗೆ ಇಳಿದಂತಾಯಿತು.

ತುಟಿಯನ್ನು ಕೋಪದಿಂದ ಕಚ್ಚಿಡಿದ, ಅಂದರೆ ವೈಜಯಂತಿ ಮನಸ್ಸಿನಲ್ಲಿ ಹೇಮಂತ್ ಇದ್ದಾನೆ! ವಿವಾಹಕ್ಕೆ ಮುನ್ನವೇ ಅವಳು "ಪ್ಲೀಸ್ ಹರ್ಷ ಅರ್ಥ ಮಾಡ್ಕೋ, ನಿಂಗೆ ನನ್ನನ್ನು ಕೊಟ್ಟು ಮದ್ವೆ ಮಾಡೋ ತೀರ್ಮಾನ ಮನೆಯವರದು ಆಗಿತ್ತು. ನಾನೇನು ಆ ಬಗ್ಗೆ ತಲೆ ಕೆಡ್ಸಿಕೊಂಡಿರ್ಲಿಲ್ಲ. ನಾನು ಹೇಮಂತ್ ಪ್ರೀತಿಸಿಯೇ ವಿವಾಹವಾಗಿದ್ದು. ಆ ಮೇಲಿನದು... ಬಿಡು ಕಾನೂನಿನ ರೀತಿ ಬಿಡುಗಡೆ ಸಿಕ್ಕಿದೆ. ನಾನು ಇನ್ನೊಬ್ಬರನ್ನು ವಿವಾಹವಾಗೋ ಎಲಿಜಿಬಿಲಿಟಿ ಇದೆ. ಸ್ವಲ್ಪ ಯೋಚ್ಸು, ನೀನು ಇಷ್ಟಪಟ್ಟರೇ ಇನ್ನು ಒಳ್ಳೆ ಹುಡ್ಗೀ ಸಿಕ್ತಾಳೆ. ಡೈವೋರ್ಸಿಯನ್ನು ವಿವಾಹವಾಗೋ ಹಣೆ ಬರಹ ನಿಂಗ್ಯಾಕೆ?" ವಿವೇಕ ಹೇಳುವುದರ ಜೊತೆಗೆ ಪ್ರಶ್ನಿಸಿದ್ದಳು.

ಆದರೆ ಹರ್ಷನಿಗೆ ಅವಳು ಕನಸ್ಸಾಗಿದ್ದಳು. ಜೊತೆಗೆ ಪಾಟೀಲರ ಸಾಮ್ರಾಜ್ಯಕ್ಕೆ ಅಧಿಪತಿಯಾಗುವುದನ್ನು ಅವನು ಕಳೆದುಕೊಳ್ಳಲು ಸಿದ್ಧವಿರಲಿಲ್ಲ.

"ಡೋಂಟ್‌ವರೀ, ನನ್ನ ಕನಸ್ಸಿನಲ್ಲಿ ಇದ್ದಿದ್ದು ನೀನೇ, ಇನ್ನೊಬ್ಬ ಹುಡ್ಗೀ ಸಾಧ್ಯವಿಲ್ಲ" ಅಂದಿದ್ದ.

ಆದರೆ ಅಷ್ಟು ಸುಲಭವಾಗಿ ವೈಜಯಂತಿ ವಿವಾಹಕ್ಕೆ ಒಪ್ಪಿರಲಿಲ್ಲ. ಶಂಕರ ಪಾಟೀಲರಿಗೆ ಹಾರ್ಟ್ ಅಟ್ಯಾಕ್, ಜೊತೆಗೆ ಕವಾಟದ ಜೋಡಣೆ. ಆಗಿನ ಹರ್ಷನ ವರ್ತನ ಮೆತ್ತಗಾಗಿಸಿತು. ಆಸರೆ ಅಗತ್ಯವೆನಿಸಿ ವಿವಾಹವಾಗಿದ್ದು.

ಇವೆಲ್ಲ ನಡೆದು ಹೋಗಿದ್ದು, ಹರ್ಷನ ತಾಳ್ಮೆ ಮೆಚ್ಚಬೇಕು ಎನ್ನುವ ತರಹ ನಡೆದುಕೊಂಡಿದ್ದ.

ಕೇಳಿಸಿಕೊಂಡವನು ಬಾಲ್ಕನಿಗೆ ಹೋಗಿ ನಿಂತ. ಹೇಮಂತ್‌ನ ಬೆಸುಗೆ ಉಳಿಸಲು, ನೆನಪಿಸಲು ಅಲಾಪನಾ ಇದ್ದಳು! ಅವಳನ್ನು ನಿವಾರಿಸಿ ಕೊಳ್ಳಲು ಸಾಧ್ಯವಿರಲಿಲ್ಲ. ಆದರೆ ಈಗೀಗ ಕಡಿಮೆಯಾಗುತ್ತಿದೆಯೆನಿಸಿತು. ಡೆಲಿವರಿಯ ನಂತರ ಮೊದಲ ಭೇಟಿ.

ತನಗೆ ತಾನೆ ಸಮಾಧಾನ ತಂದುಕೊಂಡು ರೂಮಿಗೆ ಬಂದ. ಪುಟ್ಟ ಮಗುವನ್ನು ಅಲಾಪನಾ ತೊಡೆಯ ಮೇಲೆ ಮಲಗಿಸಿದ್ದ ವೈಜಯಂತಿ ಅತ್ಯಂತ ಸಂತೋಷವಾಗಿದ್ದಳು.

"ಓ, ಅಲಾಪನಾ... ಹೇಗಿದ್ದೀ ಮರೀ?" ಬಂದು ಅವಳ ಪಕ್ಕದಲ್ಲಿಯೇ ಕೂತ. ಕ್ಷಣ ಮಂಕಾದರು "ಫೈನ್, ಪಾಪು ತುಂಬ ಚೆನ್ನಾಗಿದೆ" ಅದೊಂದು ಮಾತನ್ನು ಹೆಚ್ಚಿಗೆ ಆಡಿದಳು. ಅವಳಿಗೆ ಮಗು ತುಂಬ ಇಷ್ಟವಾಗಿತ್ತು. ನಾಲ್ಕು ಮಾತು ಹೆಚ್ಚಿಗೆ ಆಡಿ ಹೊರಗೆ ಬಂದ. ಮೀಟಿಂಗ್ ಇದ್ದುದ್ದರಿಂದ ಅಮ್ಮನ ರೂಮಿಗೆ ಬಂದು "ಅಮ್ಮ, ನಾನು ಹೋಗ್ಬರ್ತೀನಿ ಅಲಾಪನಾ ಬಂದಿದ್ದಾಳೆ ಒಂದಿಷ್ಟಟು ಹುಷಾರ್, ಅಜಯ್ ಬಗ್ಗೆ ಕೆಟ್ಟದಾಗಿ ನಡ್ಡುಕೊಂಡಿದ್ದರಿಂದಲೇ ಅವಳ್ನ ರೆಸಿಡೆನ್ಸಿ ಶಾಲೆಗೆ ಸೇರಿಸಿದ್ದು. ಈಗ್ಲೂ ಏನಾದ್ರೂ ಯಡವಟ್ಟು ಮಾಡಿಯಾಳು. ನಾನು ಇದ್ನ ನೇರವಾಗಿ ವೈಜಯಂತಿಗೆ ಹೇಳೋಕ್ಕಾಗೋಲ್ಲ" ತಿಳಿಸಿ ಹೋದ ಇದು ನುಂಗಲಾರದ ಬಿಡಿ ಕಡಬೇ.

ಆಕೆ ನೇರವಾಗಿ ಸೊಸೆಯ ರೂಮಿಗೆ ಹೋದರು.

"ಯಾವಾಗ್ಬಂದೇ, ಅಲಾಪನಾ? ಈಗ ತುಂಬ ಬೆಳೆದು ಬಿಟ್ಟೆ" ಅನ್ನುತ್ತ ಅವಳ ಪಕ್ಕದಲ್ಲಿ ಕೂತವರು ಬಗ್ಗಿ ಮಗುವನ್ನೆತ್ತಿಕೊಂಡು "ನಿನ್ತಂಗಿಗೆ ಒಂದು ಹೆಸರು ಹುಡ್ಕಿಕೊಡು, ಹೇಗಿದ್ದಾರೆ ಸರಿತ ಆಂಟಿ?" ಕೇಳಿದರು.

"ಅವ್ರು ಆಂಟೀ ಅಲ್ಲ, ನನ್ನ ಪಪ್ಪನ ಸ್ವಂತ ತಂಗಿ, ನಂಗೆ ಅತ್ತೆ, ಹಾಗೇ ಕರೀಬೇಕೂಂತ ಹೇಳಿದ್ದಾರೆ. ಅವ್ರಿಗೆ ಆಂಟೀ ಆಗೋದು ಇಷ್ಟವಿಲ್ಲ" ಸ್ಪಷ್ಟವಾಗಿ ಹೇಳಿದ ಮಗಳನ್ನು ತನ್ನತ್ತ ಎಳೆದುಕೊಂಡು "ಇಷ್ಟು ದಿನ ಯಾಕೆ ಫೋನ್ ಮಾಡಿಲ್ಲ?" ಕೇಳಿದಳು ವೈಜಯಂತಿ.

"ಅಯ್ಯೋ ಮಾಡಿದ್ದೇ, ನೀವೇ ರಿಸೀವ್ ಮಾಡಿಕೊಳ್ಳಿಲ್ಲ. ಅತ್ತೆ ಈ ಸಮಯದಲ್ಲಿ ಡಿಸ್ಟರ್ಬ್ ಮಾಡ್ಬಾರ್ದೂಂತ ಹೇಳಿದ್ರು. ಅತ್ತೆ ತುಂಬ, ತುಂಬಾನೇ ತಿಳ್ಕೊಂಡಿದ್ದಾರೆ. ಮೊಗ್ಗಿನ ಮನೆಗೆ ಹೋಗಿದ್ದೆ, ತುಂಬ ಚೆನ್ನಾಗಿದೆ. ಅಲ್ಲಿ ಅಜ್ಜಿ, ತಾತ ಇದ್ದಾರೆ. ನಿನ್ನ ಯಾಕೆ ಕರ್ಕಂಡ್ ಬರ್ಲಿಲ್ಲಾಂತ ಬೈಯ್ದರು. ಪಪ್ಪನಿಗೆ ಆಕೆ ತುಂಬ ಜೋರು ಇದ್ದಾರೆ. ತಾತ ಪರ್ವಾಗಿಲ್ಲ. ಮೊದ್ಲು ತುಂಬ ಮಾತಡೋರಂತೆ, ಜಗಳ ಕಾಯೋರಂತೆ, ಈಗ ಅದೆಲ್ಲ ಬಂದ್ ಮಾಡಿದ್ದಾರಂತೆ, ಆದರೆ ಇಬ್ರೂ ಜೊತೆಯಾಗಿಯೇ ಇದ್ದಾರೆ, ಡೈವೋರ್ಸ್ ಮಾಡಿಲ್ಲ" ಮುಕ್ತವಾಗಿ ಆಡಿಬಿಟ್ಟಳು.

ಇಬ್ಬರಿಗೂ ಇರಸು ಮುರಸು, ಹರ್ಷನ ಅಮ್ಮನಂತು ಮಗುವನ್ನೆತ್ತಿಕೊಂಡು ಆಚೆ ಹೋದರವರು ಶಂಕರ ಪಾಟೀಲರ ಹೆಂಡತಿಯ ಬಳಿ "ಅತ್ತಿಗೆ, ಆ ಆಲಾಪನಾ

ಡೈವೋರ್ಸ್ ಅಂಥದೆಲ್ಲ ಮಾತಾಡೋಕೆ ಹೊರಟಿದ್ದಾಳೆ, ವೈಜಯಂತಿ ಬಾಣಂತಿ, ಏನಾದ್ರೂ ಮನಸ್ಸಿಗೆ ಹಚ್ಕೊಂಡರೇ? ಸ್ವಲ್ಪ ನೋಡ್ಹೋಗಿ, ನಿಮ್ಮ ಮಗ್ಳು ಹಸುಳೇನಾ ತಗೊಂಡ್ಹೋಗಿ ಅವ್ಳ ತೊಡೆಯ ಮೇಲೆ ಮಲಗ್ಸಿದ್ದಾಳೆ. ಏನಾದ್ರೂ ಹೆಚ್ಚು ಕಡ್ಮೇಯಾದರೇ, ಹರ್ಷನಿಗೆ ಮಕ್ಳೂಂದರೇ ಪ್ರಾಣ" ಬಡಬಡಿಸಿದರು. ಆಕೆ ವನಮಾಲಾ, ಶಂಕರ ಪಾಟೀಲರ ಒಬ್ಬಳೇ ತಂಗಿ ವಹಿವಾಟುನಲ್ಲಿ ಅವರದು ಪಾಲಿತ್ತು, ಸಂಬಂಧ ಮತ್ತಷ್ಟು ಬಿಗಿಯಾಗಲು ಇದೊಂದು ಕಾರಣ ಕೂಡ.

ರೂಮಿಗೆ ಬಂದ ಲೀಲಾವತಿ "ಅರೇ, ಅಲಾಪನಾ ಯಾವಾಗ್ಬಂದೇ? ಈಗ ಅಮ್ಮನ್ನ ತುಂಬ ಮಾತಾಡ್ಸಬಾರ್ದು, ಹೇಗೆ ಮಾಡಿದ್ದೀ ಪರೀಕ್ಷೆಯಲ್ಲಿ?" ಎಬ್ಬಿಸಿ ಕರೆದೊಯ್ದರು.

ವೈಜಯಂತಿಗೆ ಸುಸ್ತೆನಿಸಿತು 'ಡೈವೋರ್ಸ್' ಎನ್ನುವ ಪದವನ್ನು ಎತ್ತಿ ಆಡಿದ್ದಳು ಅಲಾಪನಾ, ಇದು ವ್ಯಂಗ್ಯವಾ? ಸಹಜವಾಗಿ ನುಡಿದಿದ್ದಾ? ಇಲ್ಲ ಸರಿತಳ ಟ್ರೈನಿಂಗಾ? ತನ್ನ ಅಣ್ಣನ ಒಂಟಿತನಕ್ಕೆ ನಾನೇ ಕಾರಣವೆಂದು ಸೇಡು ತೀರಿಸಿಕೊಳ್ಳಲು ಹೊರಟಿದ್ದಾಳಾ?

ತಲೆಯಲ್ಲಿ ಗೊಂದಲ ಷುರುವಾದಾಗ ತಲೆ ಭಾರ, ನೋವು ನರಳತೊಡಗಿದ್ದು ನೋಡಿ ಕೆಲಸದವಳು ಸುದ್ದಿ ಮುಟ್ಟಿಸಿ ಮೀಟಿಂಗ್‌ನಲ್ಲಿದ್ದ ಹರ್ಷ ಡಾಕ್ಟರ್‌ನೊಂದಿಗೆ ಬಂದುಬಿಟ್ಟ, ಮನೆಯವರು ಆತಂಕದಲ್ಲಿ ಅಲಾಪನಾನ ಮರೆತು ಬಿಟ್ಟರು.

"ಪಪ್ಪ, ಮಮ್ಮಿಗೆ ಇಲ್ಲೇನೋ ಆಗಿದೆ, ನನ್ನ ಬಂದು ಕರ್ಕಂಡ್ ಹೋಗು" ಅಳು ಕೇಳಿಸಿದ ಮರು ಕ್ಷಣವೇ ಹೇಮಂತ್ ಹೊರಟ, ಅವನಿಗೆ ಗಾಬರಿಯೋ, ಗಾಬರಿ? ವೈಜಯಂತಿಗೆ ಏನಾಗಿದ್ಯೋ, ಏನೋ? ಫೋನ್ ಮಾಡಿ ವಿಚಾರಿಸಬೇಕೆನಿಸಿತು. ಹರ್ಷನ ಮೊಬೈಲ್‌ಗೆ ರಿಂಗ್ ಮಾಡಿದಾಗ ಕಟ್ ಮಾಡಿದ.

ಗೇಟು ಮುಂದೆ ಕಾರು ನಿಲ್ಲಿಸಿದ. ಅವನಿಗೆ ಒಳಗೆ ಹೋಗಬೇಕೆನಿಸಲಿಲ್ಲ. ಅಲ್ಲಿ ಯಾರಿಗೂ ಇವನು ಬರುವುದು ಇಷ್ಟವಾಗದು. ಅಲಾಪನಾ ಕೈಯಲ್ಲಿದ್ದ ಮೊಬೈಲ್‌ಗೆ ಫೋನ್ ಮಾಡಿ "ನಾನು ಹೊರ್ಗಡೆ ಇದ್ದೀನಿ, ಹೇಳ್ಬಾ..." ತಿಳಿಸಿದ.

ಗೇಟುನಲ್ಲಿದ್ದ ವಾಚ್‌ಮನ್ ಸೆಲ್ಯೂಟ್ ಹೊಡೆದು ಗೇಟು ತೆರೆಯಲು ಹೋದಾಗ ಬೇಡವೆಂದು ಸನ್ನೆ ಮಾಡಿ "ಅಲಾಪನಾನ ಹೇಳಿ ಕರ್ಕಂಡ್ ಬಾ" ಅಂದ ಶಂಕರ ಪಾಟೀಲರ ಮಾಜಿ ಅಳಿಯ.

"ಅಚ್ಚಾ ಸಾಬ್" ಎಂದು ಒಳಗೆ ಹೋದ ವಾಚ್‌ಮನ್ ಐದು ನಿಮಿಷದಲ್ಲಿ ವಾಪಸ್ಸು ಬಂದ. ಅವನ ಜೊತೆಯಲ್ಲಿ ಅಳುತ್ತಿದ್ದ ಅಲಾಪನಾ "ಯಾಕೆ... ಕಂದ?" ಅವಳನ್ನೆತ್ತಿಕೊಂಡ "ಮಮ್ಮಿಗೆ ಏನೋ ಆಗಿದೆ" ಬಿಕ್ಕಿದಳು ಇಲ್ಲಿ ಅವನದು ಅಪರಿಚಿತ ಸ್ಥಾನ, ಒಳಗೆ ಹೋಗಿ ವಿಚಾರಿಸುವಂಥ ಸಂಬಂಧಿ ಅಲ್ಲ!

ಮಗಳ ಕಣ್ಣೊರೆಸಿ "ಡಾಕ್ಟ್ರು ಬಂದಿರುತಾರೆ. ಅಲ್ಲಿ ಅಂಕಲ್, ಅಜ್ಜಿ ತಆತ ಎಲ್ಲಾ ಇರ್ತಾರೆ. ನಮ್ಮ ಅಗತ್ಯವಿರೋಲ್ಲ. ಆ ಮೇಲೆ ಫೋನ್ ಮಾಡಿ ತಿಳ್ಕೊಳ್ಳೋಣ"

ಅಂದು ಮಗಳನ್ನು ಕಾರಿಗೆ ಹತ್ತಿಸಿ ಹಿಂದಕ್ಕೆ ಬಂದು ಐದು ನೂರರ ಒಂದು ನೋಟನ್ನು ಬಲವಂತವಾಗಿ ವಾಚ್‌ಮನ್ ಕೈಗಿಟ್ಟು ಕಾರು ಹತ್ತಿದ. ಇಂದು ಧಾರಾಳವಾಗಿ ವರ್ತಿಸಿದ. ಹಾಗೆಂದು ಅವನು ಧಾರಾಳಿಯಲ್ಲ ಹಣ, ಅಂತಸ್ತೂ ಸಮಾಜದಲ್ಲಿ ಚಲಾವಣೆಯಾಗಲು ಬೇಕು, ಪೂರ್ತಿ ಅದೇ ಅಲ್ಲ ಅನ್ನೋ ಭಾವ ಕೂಡ ಇತ್ತು.

ಅವಳನ್ನು ಕ್ವಾರ್ಟಸ್ ಬಳಿ ಇಳಿಸಿ ಆಫೀಸ್‌ಗೆ ಹೋದ.

"ಅತ್ತೆ, ಅಮ್ಮನಿಗೆ ಏನೋ ಆಗಿದೆ. ಡಾಕ್ಟ್ರು ಕೂಡ ಬಂದಿದ್ರು" ಅಳೋಕೆ ಷುರು ಮಾಡಿದಾಗ ಸರಿತಾಗೆ ಗಾಬರಿಯಾದರು, ಶ್ರೀಮಂತರ ಮನೆಗೆ ಡಾಕ್ಟರ್ ಬರುವುದು ಅಪರೂಪ ಅಲ್ಲವೆನಿಸಿತು "ಹಾಗೇನು ಆಗಿರೋಲ್ಲ. ನಿನ್ನ ಮಮ್ಮಿ ಬಾಣಂತಿ ಅಲ್ವಾ? ಆಗಾಗ ಡಾಕ್ಟ್ರು ಚೆಕ್‌ಅಪ್‌ಗೆ ಬರ್ತಾರೆ" ಎಂದು ಸಮಾಧಾನ ಮಾಡಿದಳು.

ಸರುತ ವ್ಯಾಕುಲ ಚಿತ್ತಳಾದಳು, ಒಮ್ಮೆ ಹರ್ಷ ಫೋನ್ ಮಾಡಿ "ಪ್ಲೀಸ್, ಟ್ರೈ ಟು ಅಂಡರ್‌ಸ್ಟಾಂಡ್ ಮಿ, ದಯವಿಟ್ಟು ಅರ್ಥ ಮಾಡ್ಕೊಳ್ಳಿ. ವೈಜಯಂತಿ ತುಂಬಾ ವೀಕಾಗಿದ್ದಾಳೆ, ಈ ಡಿಸ್ಟರ್ಬ್ ಆಗೋದು ಅಪಾಯ. ನೀವು ಅರ್ಥ ಮಾಡ್ಕೋ ಬಲ್ಲಿರಿ, ನಂದು ವಿಚಿತ್ರ ಪರಿಸ್ಥಿತಿ, ಈಗ ಅವಳದೇ ಆದ ಮಕ್ಕು, ಸಂಸಾರ ಇದೆ. ಹಿರಿಯರ ಆಶೀರ್ವಾದವಿದೆ, ತೃಪ್ತಳಾಗಿದ್ದಾಳೆ. ಅಷ್ಟಕ್ಕೆ ಬಿಡಿ, ಅಲಾಪನಾ ಪ್ರವೇಶದಿಂದ ನೆನಪುಗಳು ಅವಳನ್ನು ಘಾಸಿಗೊಳಿಸುತ್ತೆ, ಅದು ನಮ್ಗೇ ಇಷ್ಟವಾಗದು" ಮತ್ತೇನೋ ಹೇಳಲು ಹೊರಟಾಗ "ಹೇಳಿದ್ದು ಮುಗೀತಲ್ಲ, ಫೋನ್ ಇಡ್ತೀನಿ" ಅಂತ್ ಕಟ್ ಮಾಡಿದಳು. ಪೂರ್ತಿ ಅರ್ಥವಾಗಿತ್ತು. ಅಲಾಪನಾ ಬರೀ ಹೇಮಂತ್‌ನ ಮಗಳಾಗಿಯೇ ಉಳಿಬೇಕಷ್ಟೆ. ತಾಯಿ ಪ್ರೀತಿ ಬೇರೆಯವರಿಂದ ಸಿಗಬೇಕಷ್ಟೇ, ಅಂದುಕೊಂಡವಳು ಅಲಾಪನಾ ಫೋನ್ ಮಾಡಲು ಹೊರಟಾಗಲ್ಲೆಲ್ಲ ತಡೆಯುತ್ತಿದ್ದಳು, ಬೇರೆ ಬೇರೆ ನೆಪಗಳನ್ನು ಹೇಳಿ ಪೂಸಿಯೊಡೆದು ಪಾರ್ಕ್‌ಗೆ ಕರೆದೊಯ್ದಳು. ಬೇರೆ ಹುಡುಗರ ಮಧ್ಯೆ ಒಂದಿಷ್ಟು ಮರೆತ ನಂತರ ಮನೆಗೆ ಹಿಂತಿರುಗುವಾಗ "ನೋ ಪ್ರಾಬ್ಲಮ್, ನಿನ್ನ ಮಮ್ಮಿ ಹುಷಾರಾಗಿದ್ದಾರಂತೆ, ಒಂದಿಷ್ಟು ರೆಸ್ಟ್ ಬೇಕೂಂತ ಹೇಳಿರೋದರಿಂದ ನೀನು ಡಿಸ್ಟರ್ಬ್ ಮಾಡ್ಬಾರ್ದು" ಮಾತು ಮರೆಸಿದಳು.

ಕ್ವಾರ್ಟಸ್‌ಗೆ ಹಿಂದಿರುಗುವ ವೇಳೆಗೆ ಹೇಮಂತ್, ಕ್ಷಿತಿಜ್ ಬಾಲ್ಕನಿಯಲ್ಲಿ ಕೂತು ಕ್ರಿಕೆಟ್ ಬಗ್ಗೆ ಹರಟೆಹೊಡೆಯುತ್ತಿದ್ದರು. ಅಂದು ಊಟಕ್ಕೆ ಬಂದು ಹೋದನಂತರ ಕ್ಷಿತಿಜ್ ಒಂದೆರಡು ಸಲ ಬಂದು ಹೋಗಿದ್ದರಿಂದ ಮಾತಾಡುವಷ್ಟು ಪರಿಚಯವಿತ್ತು.

"ಏಯ್ ಸರಿತ, ನಮ್ಮ ಕ್ಷಿತಿಜ್‌ಗೆ ವಿದೇಶಕ್ಕೆ ಹೋಗೋ ಅಪಾರ್ಚುನಿಟಿ ಸಿಕ್ಕಿದೆ. ಬ್ರಿಲಿಯೆಂಟ್ ಮೆದುಳಿಗೆ ವಿದೇಶದಲ್ಲಿ ಭಾರಿ ಬೇಡಿಕೆ, 'ನಹಿ ಜ್ಞಾನೇನ ಸದೃಶಂ' ಜ್ಞಾನಕ್ಕೆ ಸರಿಸಾಟಿಯಾದದ್ದು ಯಾವುದು ಇಲ್ಲ" ಹೇಳಿ ಹೇಮಂತ್ ಕ್ಷಿತಿಜನತ್ತ ನೋಡಿದ, ಒಂದು ರೀತಿಯ ಅಭಿಮಾನ.

"ಅಂತು ನನ್ನ ಬೇರೆ ದೇಶಕ್ಕೆ ಸಾಗಾಕೋ ಆತುರ ಯಾಕೆ? ನನ್ನಿಂದ ಏನಾದ್ರೂ ತೊಂದರೆ ಆಗಿದ್ಯಾ? ನಿಮ್ಮಣ್ಣನ ವಿದೇಶಿ ಪ್ರೀತಿಗೆ ನನ್ನ ಬಲಿ ಕೊಡಲು ಹೊರಟಿದ್ದಾರೆ," ನಗುತ್ತ ನುಡಿದ.

ಅವಳು ಬರೀ ಮುಗುಳ್ನಗೆ ಬೀರಿ ಒಳಗೆ ಹೋದಳು.

"ಈ ಅಪಾರ್ಚುನಿಟಿ ಬಿಡ್ಬೇಡ, ಕೆಲವೊಮ್ಮೆ ತಾನಾಗಿ ಒದಗಿ ಬರೋಲ್ಲ ಹಿಂದೆ ಭಾರತದೇಶ ಹಾವಾಡಿಗರ ಬೀಡು, ಸಾವಿರ ದೇಗುಲಗಳನ್ನು ಪೂಜಿಸುವ ಬುದ್ಧಿಹೀನರ ನಾಡು ಅಂತ ತಿಳಿದ ಪಾಶ್ಚಿಮಾತ್ಯರ ದೃಷ್ಟಿಕೋನವೇ ಬದಲಾಗಿದೆ. ನಮ್ಮವರು ಭರತ ಭೂಮಿಯ ಸಾಮರ್ಥ್ಯವನ್ನು ಜಗತ್ತಿನ ಭೂಪಟದಲ್ಲಿ ಬರೆಯುತ್ತಿದ್ದಾರೆ, ಅದರಿಂದ ಭಾರತವನ್ನು ನೋಡುವ ವಿದೇಶಿಯರ ದೃಷ್ಟಿ ಕೋನವೆ ಬದಲಾಗಿದೆ, ಈಗ ಬೇರೆ ದೇಶಗಳಲ್ಲಿ ಇರುವ ಭಾರತೀಯರ ಸಂಖ್ಯೆ ಅರವತ್ತು ಲಕ್ಷ" ಎನ್ನುತ್ತಿದ್ದಂತೆ ಸರಿತ ಬಿಸ್ಕತ್, ಟೀ ಹಿಡಿದು ಬಂದಾಗ ಕ್ಷಿತಿಜ ಕೈ ಮುಗಿದ.

"ಖಂಡಿತ ಈ ರೀತಿಯ ಅತಿಥ್ಯ ಬೇಡ, ಹಸಿದೆ ಬಂದಿದ್ದೀನಿ, ಉಪ್ಪಿಟ್ಟು, ರೊಟ್ಟಿ, ಅವಲಕ್ಕಿ ಅಂತ ತಿಂಡಿಯೇನಾದ್ರೂ ಮಾಡ್ಕೊಡಿ, ನಾನು ಬೇಕಾದರೇ ಸ್ವಲ್ಪ ಹೆಲ್ಪ್ ಮಾಡಬಲ್ಲೆ, ಮನುಷ್ಯ ಒಂಟಿಯಾದ್ರೂ ಹೊರ್ಗಿನದು ಇಷ್ಟವಾಗೋಲ್ಲ, ಪ್ಲೀಸ್ ಏನು ತಿಳ್ಕೋಬೇಡಿ, ಸದ್ಯಕ್ಕೆ ಇಲ್ಲಿ ಬೇರೆ ಯಾರು ಪರಿಚಯವಿಲ್ಲ. ಅದಕ್ಕೆ ಹೇಮಂತ್‌ನ ಪಟ್ಟಾಗಿ ಹಿಡಿದಿದ್ದೀನಿ" ಎಂದು ಹುಸಿ ನಗು ಚೆಲ್ಲುತ್ತ. ಅವಳು ಆರಾಮಾಗಿ ನಕ್ಕುಬಿಟ್ಟಳು.

ಸಂಪ್ರದಾಯಸ್ಥ, ಸದಾಚಾರ, ಸರಳತೆಯಲ್ಲಿ ಬೆಳೆದ ಅವಳ ತುಂಬು ಸ್ನೇಹ ಜೀವಿಯೇ. ಬಿಂಕ, ಬಿಗುಮಾನ ಅಂಥದೆಲ್ಲ ಇಲ್ಲವೇ ಇಲ್ಲ.

"ನಿಮ್ಮ ಹೆಲ್ಪ್ ಏನು ಬೇಡ, ಹಸಿದಿರೋದರಿಂದ ಬೇಗ ಆಗೋಂಥ ತಿಂಡಿ ಮಾಡ್ಕೊಂಡು ಬರ್ತೀನಿ, ಬೇಕಾದರೆ ಟೀ ಕುಡಿಯಬಹುದು" ಅಲ್ಲೇ ಟ್ರೇ ಇಟ್ಟು ಒಳಗೆ ಹೋದಳು.

ಅಷ್ಟರಲ್ಲಿ ಫೋನ್ ಬಂದಿದ್ದರಿಂದ ಹೇಮಂತ್ ಆಫೀಸ್‌ಗೆ ಹೋದ. ಕ್ವಾರ್ಟಸ್‌ಗೂ, ಆಫೀಸ್‌ಗೂ ನಡುಗೆಯ ಹಾದಿ, ಗೋಡಾನ್ ಕೂಡ ಪಕ್ಕದಲ್ಲಿಯೇ ಇತ್ತು. ಒಂದು ರೀತಿಯಲ್ಲಿ ಸಂಪೂರ್ಣ ಜವಾಬ್ದಾರಿಯ ಪೋಸ್ಟ್. ಎಸ್ಟಾಬ್ಲಿಷ್ ಆದ ಆಫೀಸು, ಜೊತೆಗೆ ಒಂದು ಕಟ್ಟಡವು ಏಳುತ್ತಿತ್ತು.

ಈಚೆಗೆ ಅಲಾಪನಾಗೂ ಕೂಡ ಮಾತು ಬೇಕಿತ್ತು. ಮೊದಲಿನ ಹಾಗೆ ರೆಸ್ಟ್ರಿಕ್ಷನ್ ಇಲ್ಲ. ಆರಾಮಾಗಿ ಮಾತಾಡಬಲ್ಲಳು.

"ನಿಮ್ಗೇ ಎಷ್ಟೆಲ್ಲ ಗೊತ್ತು?" ಅವಳ ಪ್ರಶ್ನೆಗೆ ಸುಸ್ತಾದ.

"ಬಹುಶಃ ಏನು ಗೊತ್ತೆ ಇಲ್ಲ" ಕೈಯಲ್ಲಾಡಿಸಿದ. ಅವಳ ಕಣ್ಣುಗಳಲ್ಲಿನ ಚುರುಕುತನ ನೋಡಿಯೆ ಅಲಾಪನಾ ಬುದ್ಧಿವಂತೆಯೆಂದು ಹೇಳಿಬಿಡಬಹುದಿತ್ತು. "ಇದ್ನ ನಾನು ನಂಬೋಲ್ಲ, ಕೆಲವು ಪ್ರಶ್ನೆಗಳನ್ನು ಕೇಳ್ತೀನಿ ಉತ್ತರ ಹೇಳಿ ಆಮೇಲೆ ನಿಮ್ಗೇ ಎಷ್ಟು

ಗೊತ್ತುಂತ ಮಾರ್ಕ್ಸ್ ಕೊಡ್ತೀನಿ" ಸವಾಲ್ ಹಾಕಿ ಎದುರು ಕೂತಾಗ ಅವನಿಗೂ ಇಂಟರೆಸ್ಟ್ ಅನಿಸಿತು. ಇಂಥ ಅನುಭವಗಳೆ ಕ್ಷಿತಿಜ್‌ಗೆ ಕಡಿಮೆ.

"ಹಬ್ಬಗಳು ಏನ್ನನ್ನ ಸೂಚಿಸುತ್ತೆ?"

ಈ ಸಲ ಹೋದಾಗ ತಾತನ ಬಳಿ ಸಾಕಷ್ಟೆ ಕಲಿತು ಬಂದಿದ್ದಳು, "ಓಕೆ, ಸಿಂಪಲ್ಲಾಗಿ ಹೇಳ್ಲಾ? ಭಾರತೀಯ ಹಬ್ಬಗಳು ನಮ್ಮ ಸಂಸ್ಕೃತಿ, ಆಚರಣೆಗಳನ್ನು ಬಿಂಬಿಸುತ್ತೆ" ಅಂದ ಸಿರಿಯಸ್ಸಾಗಿ ನೋಡಿ "ಬರೀ ಅರ್ಧ ಉತ್ತರ ಹೇಳಿದ್ದೀರಷ್ಟೆ ಇದ್ರಿಂದ ಫುಲ್ ಮಾರ್ಕ್ಸ್ ಸಿಗೋಲ್ಲ "ತಲೆ ಅಡ್ಡಡ್ಡ ಆಡಿಸಿದಳು. ಅವನು ಅತ್ತಿತ್ತ ನೋಡಿದ ತಕ್ಷಣಕ್ಕೆ ಏನು ಹೊಳೆಯಲಿಲ್ಲ "ಸಾರಿ, ಬೇಕಾದರೆ... ನಾಳೆ ಹೇಳಬಲ್ಲೆ" ಅಂದ ಸಂಕೋಚದಿಂದ "ನೋ, ಆಕ್ಸೆಪ್ಟ್ ಮಾಡಿಕೊಳ್ಳೋಕ್ಕಾಗೋಲ್ಲ, ಇದು ಸಾಧ್ಯನಾ? ನಾನು ಹೇಳ್ಲ? ಭಾರತೀಯ ಹಬ್ಬಗಳು ತನ್ನದೇ ಆದ ವೈಶಿಷ್ಟ್ಯಗಳನ್ನು ಹೊಂದಿದೆ. ಆಯಾ ಋತುಮಾನಗಳಿಗೆ ತಕ್ಕಂತೆ ಆರೋಗ್ಯ ರಕ್ಷಿಸುವ ಸೂತ್ರಗಳು ಅದರಲ್ಲಿ ಅಡಕವಾಗಿದೆ, ಸ್ವಲ್ಪ ಡಿಟೈಲ್ಲಾಗಿ ಹೇಳ್ತೀನಿ, ನಿಮ್ಮ ಮೈಂಡ್‌ನಲ್ಲಿ ನೋಟ್ ಮಾಡ್ಕಳ್ಳಿ, ಪ್ರಕೃತಿಯಲ್ಲಾಗುವ ಬದಲಾವಣೆಗೆ ಅನುಸಾರವಾಗಿ ಆಯನ, ಋತು, ಮಾಸ ಎಂಬ ಅಭಿಧಾನಗಳೊಂದಿಗೆ ವಿಂಗಡಿಸಿದ್ದಾರೆ. ಇಲ್ಲಿ ಸೂರ್ಯನ ಚಲನೆ ಮುಖ್ಯವಾಗುತ್ತೆ. ಸೂರ್ಯ ತನ್ನ ಸ್ಥಾನದಿಂದ ಉತ್ತರಾಭಿ ಮುಖವಾಗಿ ಸಂಚರಿಸಿದರೆ ಉತ್ತರಾಯಣ, ದಕ್ಷಿಣಾಭಿಮುಖವಾಗಿ ಸಂಚರಿಸಿದರೇ ದಕ್ಷಿಣಾಯನ, ಉತ್ತರಾಯಣದಲ್ಲಿ ಶಿಶಿರ, ವಸಂತ, ಗ್ರೀಷ್ಮ ಋತುಗಳು, ದಕ್ಷಿಣಾಯನದಲ್ಲಿ ವರ್ಷ, ಶರದ್ ಮತ್ತು ಹೇಮಂತ ಋತುಗಳು ಬರುತ್ತೆ, ಒಂದು ಎಕ್ಸಾಂಪಲ್ ಕೊಡ್ಲಾ? ಯುಗಾದಿ ಬರುವುದು ಶಿಶಿರ ಕಳೆದ ನಂತರ ಹಾಗೂ ವಸಂತದ ಆಗಮನದೊಂದಿಗೆ, ಇದೊಂದು ಸಂಧಿಕಾಲ, ಅಂದರೆ ಶಿಶಿರ ಋತುವಿನ ಜನವರಿ, ಫೆಬ್ರವರಿಯ ನಂತರ ಕಫ ದೋಷದ ದುಷ್ಟಿಯಾಗುತಂತೆ, ಆಗ ಬರೋದೇ ಉಗಾದಿ. ಅವತ್ತು ಬೇವು ಸೇವಿಸಿದರೇ ಅದು ಕಫಹರ, ರಕ್ತ ಶೋಧಕ, ನಂಜು ನಿವಾರಕ ಹಾಗೂ ಗಾಯಗಳನ್ನು ಗುಣಪಡಿಸುವ ಗುಣ ಹೊಂದಿದೆ" ಹೇಳುತಲೇ ಹೋದಳು. ಮೊಬೈಲ್‌ನಲ್ಲಿ ರೆಕಾರ್ಡ್‌ಮಾಡಿಕೊಂಡ, ಎಂಥ ಚೂಟಿಯೆಂದು ಅಚ್ಚರಿಗೊಂಡ.

"ಇದೆಲ್ಲ ತಾತನಿಂದ ತಿಳಿದಿದ್ದು, ಅವ್ರು ಔಷ್ಧ ಕೊಡ್ತರಲ್ಲ ನಂಗೆ ನೆಗಡಿಯಾದಾಗ ಗುಳಿಗೆ ಕೊಟ್ರು, ವಾಸಿಯಾಯ್ತು. ತುಂಬ ಇಷ್ಟವಾಗಿ ಬಿಡ್ತಾರೆ. ಈ ಸಲ ಮೊಗ್ಗಿನ ಮನೆಗೆ ಹೋಗೋವಾಗ ನಿಮ್ಮನ್ನ ಕರ್ಕಂಡ್ ಹೋಗ್ತೀನಿ." ಇವಳ ಪ್ರವರ ಇನ್ನು ಕಂಟಿನ್ಯೂ ಆಗುತ್ತ ಇದ್ದಾಗಲೇ ಘಮ ಘಮ ಎನ್ನುವ ಉಪ್ಪಿಟ್ಟಿನ ತಟ್ಟೆಗಳನ್ನು ಹಿಡಿದು ಬಂದು "ಸಾರಿ, ಒಂದಿಷ್ಟು ಲೇಟು ಅಂತಿಟ್ಕೊಳ್ಳಿ, ನೀವು ಸ್ವಯಂ ಪಾಕ ಪ್ರವೀಣರಾಗಿರೋದರಿಂದ, ನನ್ನ ತಿಂಡಿ ನಿಮ್ಮ ನಾಲಿಗೆಯ ಹದ ಕೆಡ್ಸಬಾರ್ದಲ್ಲ" ಅಂತ ಟೀಪಾಯಿ ಮೇಲಿಟ್ಟು "ನೀನು ತಗೊಂಡ್ಬಿಡು ಪುಟ್ಟ" ಅಲಾಪನಾನ ಮುದ್ದು ಮಾಡಿದಳು.

ಕ್ಷಿತಿಜ್ ಎದ್ದು ಷೂ ಬಿಚ್ಚಿ ಹೋಗಿ ಕೈ ತೊಳೆದು ಬಂದು "ನೀವು ತಗೋಬಹುದಲ್ಲ, ನಂಗೆ ಹಸಿವಾಗಿರೋದರಿಂದ ನೀವು ತಿನ್ನೋದರಲ್ಲಿ ನನ್ನೊತೆ ಕಂಫೀಟ್ ಮಾಡೋಕ್ಕಾಗೋಲ್ಲ" ನಕ್ಕ, ಆ ನಗುವಿನಲ್ಲಿ ಶುಭ್ರತೆಯ ಜೊತೆ ಆತ್ಮೀಯತೆ ಕೂಡ ಇತ್ತು.

ಆ ವೇಳೆಗೆ ಹೇಮಂತ್ ಕೂಡ ಬಂದು ಅವನ ಬಲವಂತವು ಸೇರಿದ್ದರಿಂದ ಅವಳು ಕೂಡ ಅವರುಗಳ ಜೊತೆಗೆ ತಿಂಡಿ ತಗೊಳ್ಳಬೇಕಾಯಿತು. ಮಾತು ನಗುವಿನಲ್ಲಿ ತಿಂಡಿ ಮುಗಿಯಿತು. ಎಲ್ಲಾ ಮಾತು ಅಲಾಪನಾ ಬಗ್ಗೆಯೇ ರೆಕಾರ್ಡ್ ಮಾಡಿದ ಮೊಬೈಲ್‌ನ ಆನ್ ಮಾಡಿ ಅವರುಗಳ ಮುಂದಿಡಿದ.

'ಬೇವು – ಬೆಲ್ಲದ ಸೇವನೆಯಲ್ಲಿ ಇನ್ನೊಂದು ಮುಖ್ಯ ಅಂಶವಿದೆ, ಬೇವು–ಬೆಲ್ಲ ತಿನ್ನೋದರಿಂದ ಸಿಹಿ, ಕಹಿ ಬೆರೆಯುತ್ತೆ, ಕಹಿಯ ಅನುಭೂತಿ ಇಲ್ಲದಿದ್ದರೇ, ಸಿಹಿಯ ರಸಾನೂಭೂತಿ ಸಿಗೋಲ್ಲ' ಅಲಾಪನಾ ದನಿಯಲ್ಲಿನ ಮಾತುಗಳು, ಹೇಮಂತ್ ಮಗಳನ್ನು ಹತ್ತಿರಕ್ಕೆಳೆದುಕೊಂಡು ಅಪ್ಪಿಕೊಂಡು ಬಿಟ್ಟ. "ಇದೆಲ್ಲ ತಾತನಿಂದ ತಿಳಿದಿದ್ದು, ಪಪ್ಪ. ನಿನ್ನೊಂದು ಆಸ್ಪತ್ರೆ ಕಟ್ಟಿಸಿ ಬಿಡು, ನಾನು ತಾತನಿಂದ ಎಲ್ಲಾ ತಿಳಿದು ಡಾಕ್ಟರಾಗಿ ಬಿಡ್ತೀನಿ" ಇಷ್ಟೆಲ್ಲ ಗೆಲುವು ಹರಿಡಿದವಳು ತಾಯಿಯ ನೆನಪಿನಿಂದ ಸಪ್ಪಗಾದಳು "ನಾನು ಮಮ್ಮಿನ ನೋಡ್ಬೇಕು... ನಾನು ಮಮ್ಮಿ ಹತ್ರ ಹೋಗ್ಬೇಕು." ಇದೇ ಜಪವಾಯಿತು, ಏನು ಹೇಳಿದರು ಕೇಳಲಿಲ್ಲ.

ಹೇಮಂತ್ ಫೋನ್ ಮಾಡಲು ಹಿಂಜರಿದ. ಸರಿತ ಒಂದೆರಡು ಸಲ ಫೋನ್ ಮಾಡಿದರು ಕಟ್ ಆಯಿತು. ಈಗೇನು ಮಾಡುವುದು? ಅಲಾಪನಾದು ತಪ್ಪೆನ್ನಲಾರ, ಆದರೆ ಹಿಂದಿನ ಬದುಕುನಿಂದ ವೈಜಯಂತಿಯನ್ನು ದೂರ ಎಳೆದೊಯ್ಯುವುದು ಹರ್ಷ ಮಾತ್ರವಲ್ಲ ಅವರೆಲ್ಲರ ವಿಚಾರ, ಅದನ್ನು ತಪ್ಪೆನ್ನಲಾರ, ತಪ್ಪು ಎಲ್ಲಿದೆ? ಯಾರಿಗೆ ಶಿಕ್ಷೆ?

ಮರು ದಿನವೆಲ್ಲ ಇದೇ ರಾಗ "ಅತ್ತೆ, ಮಮ್ಮಿ ಹತ್ರ ಕರ್ಕಂಡ್ ಹೋಗು" ಸರಿತಗೆ ಏನು ಮಾಡಬೇಕೋ ತೋಚಲಿಲ್ಲ. ಹಿಂದಿನಂತೆ ವೈಜಯಂತಿಯಿಂದ ಅಲಾಪನಾಗೆ ಫೋನ್ ಕಾಲ್‌ಗಳು ಬರುತ್ತಿರಲಿಲ್ಲ "ಹೋಗೋಣ... ನಿನ್ನ ಮಮ್ಮಿ ಊರಲ್ಲಿ ಇದ್ದಾಳೋ, ಇಲ್ವೋ... ವಿಚಾರಿಸ್ತೀನಿ" ಇಂಥ ಸಮಾಧಾನಗಳು ಕೂಡ ಏನು ಪ್ರಯೋಜನವಾಗದಿದ್ದಾಗ ಅಣ್ಣನ, ತಂಗಿ ಗಾಬರಿಯಾದರು, ಹೇಗೆ ಸಮಾಧಾನಿಸುವುದು? ಹೆತ್ತಮ್ಮನ ಮೇಲಿನ ಪ್ರೀತಿ ತಪ್ಪಾ?

"ಈಗೇನು ಮಾಡೋದು?" ಕೇಳಿದ.

" 'ಶಂಕರ ಪಾಟೀಲ'ಗೆ ಹೋಗ್ಬಂದರೇ ಹೇಗೆ?"

ತಂಗಿಯ ಸಲಹೆಗೆ ತಲೆಯಾಡಿಸಿದ. ಒಂದು ರೀತಿಯ ಬೇಸರ.

"ಏನು ಪ್ರಯೋಜನವಾಗೋಲ್ಲ, ನಾನು ಸಾಕಷ್ಟು ಮುಜುಗರ, ಅವಮಾನವನ್ನು

ಅನುಭವಿಸಿದ್ದೀನಿ, ಆ ಮನೆಗೆ ಅಳಿಯನಾಗಿದ್ದಾಗಲೇ ಕ್ಯಾರೇ ಅನ್ನದ ಜನ, ಸುಮ್ನೇ ನೋವಷ್ಟೆ, ವೈಜಯಂತಿ ಅಲಾಪನಾಗೆ ತಾಯಿ ಅನ್ನೋದ್ನ ಮರೆತಿದ್ದಾಳಾ? ಸ್ಟೂಪಿಡ್... ಲೇಡಿ, ಈ ಸಂಪತ್ತುಗೆ ಪ್ರೇಮ, ಪ್ರೀತಿ, ಮದ್ವೆ, ಮಗು ಯಾಕೆ ಬೇಕಿತ್ತು? ಆ ಜನ ಮನುಷ್ಯರೇ, ಅಲ್ಲ... ಥೂ" ಉಗಿದ. ಆದರೂ ಮಗಳ ಬಳಿ ಅವಳಮ್ಮನ ಕೆಟ್ಟವಳನ್ನಾಗಿಸಲು ಇಚ್ಛಿಸಲಿಲ್ಲ.

ಸರಿತಾ ಸುಮ್ಮನೆ ಕೂಡಲು ಇಚ್ಚಿಸಲಿಲ್ಲ.

ಆ ವಿಷಯನ ಅಲ್ಲಿಗೆ ಕೈ ಬಿಟ್ಟರೂ ಹರ್ಷನನ್ನ ಹುಡ್ಕಿಕೊಂಡು 'ಶಂಕರ ಪಾಟೀಲ' ಯೂನಿವರ್ಸಿಟಿಗೆ ಹೋಗಿ ಆವರಣದಲ್ಲಿಯೇ ನಿಂತು ಮೊಬೈಲ್‌ನಿಂದ ಹರ್ಷನನ್ನು ಸಂಪರ್ಕಿಸಿದಳು.

"ಹಲೋ..." ಎಂದ ಸ್ವಲ್ಪ ದರ್ಪದಿಂದಲೇ.

"ಹಲೋ, ಒಂದು ನಿಮಿಷ ಕೇಳಿ, ನಾನು ಹೇಮಂತ್‌ನ ತಂಗಿ ಸರಿತ ನಾನು ನಿಮ್ಮನ್ನೊಮ್ಮೆ ಭೇಟಿಯಾಗಬೇಕು, ದಯವಿಟ್ಟು ಒಂದು ಹತ್ತು ನಿಮಿಷ ಮಾತಾಡೋಕೆ ಅವಕಾಶ ಕೊಡಿ... ಪ್ಲೀಸ್" ರಿಕ್ವೆಸ್ಟ್ ಮಾಡಿಕೊಂಡಳು. ಏನು ಅನ್ನಿಸಿತೋ "ಬನ್ನಿ..." ಎಂದು ಫೋನ್ ಕಟ್ ಮಾಡಿದ.

ಬೃಹತ್ತಾದ ಬಿಲ್ಡಿಂಗ್, ಶಂಕರ ಪಾಟೀಲ ವಿದ್ಯಾ ಸಂಸ್ಥೆಗಳ ರೂಪದಲ್ಲಿ ದೊಡ್ಡ ಸಾಮ್ರಾಜ್ಯವನ್ನು ಕಟ್ಟಿದ್ದರು, ಬಂದ ಅಟೆಂಡರ್ ಹರ್ಷನ ರೆಸ್ಟ್ ರೂಮಿಗೆ ಕರೆದೊಯ್ದ.

ಸೋಫಾದಲ್ಲಿ ಅಸೀನನಾಗಿದ್ದ ಹರ್ಷ ಕೂಡುವಂತೆ ಸನ್ನೆ ಮಾಡಿದ "ಐಯಾಮ್ ವೆರಿ ಬಿಜಿ, ಕೆಲವೊಮ್ಮೆ ವಾರಗಟ್ಟಲೇ ನನ್ನ ಅಪಾಯಿಂಟ್ ಸಿಕ್ಕೋಲ್ಲ" ಅಲ್ಲಿಂದಲೇ ಪ್ರಾರಂಭಿಸಿದ, ಬಹುಶಃ ನಿಜವಿರಬಹುದು.

"ದಯವಿಟ್ಟು ಕ್ಷಮ್ಸಿ, ನಿಮ್ಮನ್ನ ಭೇಟಿ ಮಾಡುವುದು ಅನಿವಾರ್ಯವಾಗಿತ್ತು. ಅಲಾಪನಾ ನಿಮ್ಮ ಮಡದಿ ವೈಜಯಂತಿ ಹೆತ್ತರು ಅವಳ ತಂದೆ ಹೇಮಂತ್, ಅದು ನಿಮ್ಗೇ ಸಹನೀಯವಲ್ಲ. ಆದ್ರೂ... ತಾಯಿ ಮಕ್ಕಳ ಸಂಬಂಧ ಕಡಿದೇ ಹಾಕೋದು ಅಷ್ಟೊಂದು ಸುಲಭವಲ್ಲ, ಆಕೆಗೆ ಇಬ್ಬರು ಮಕ್ಕಳು 'ಅಮ್ಮ' ಅನ್ನಲು, ಆದರೆ ಅಲಾಪನಾ ವೈಜಂತಿಯನ್ನ ಮಾತ್ರ 'ಅಮ್ಮ' ಅನ್ನಬಹುದು. ಪರಿಸ್ಥಿತಿಯನ್ನ ಅರ್ಥ ಮಾಡ್ಕೊಳ್ಳಿ, ಬೆಳೀತಾ... ಬೆಳೀತಾ... ಅವಳಿಗೆ ಅರ್ಥವಾದರೇ, ಅವಳೇ ಪೂರ್ತಿಯಾಗಿ ದೂರ ಸರಿತಾಳೆ. ಈಗ ಅವಳಿಗೆ ಅಮ್ಮನ ಬಯಕೆ" ಎಲ್ಲವನ್ನು ವಿವರಿಸಿದಳು, ಅರ್ಥವಾಗುವಂತೆ ವ್ಯಾಖ್ಯಾನಿಸಿದ್ದು ಕೂಡ.

ಮನಸ್ಸಿಟ್ಟು ಆಲಿಸಿದವ ನಿಟ್ಟುಸಿರು ದಬ್ಬಿದ.

"ಅಂದು ಷಾಕ್‌ಗೆ ಒಳಗಾದವಳು ಚೇತರಿಸಿಕೊಳ್ಳಲು ವಾರಗಳೇ ಬೇಕಾಯಿತು. ಅವಳು ಸಹ ಮಗಳಿಗಾಗಿ ಕನವರಿಸಿದರು ಅಜಯ್, ಮಗಳ ಲಲನೆಯಲ್ಲಿ ಮರೀತಾಳೆ,

ಅದನ್ನ ನಾವು ಬಹಳ ಎಚ್ಚರಿಕೆಯಿಂದ ನಿರ್ವಹಿಸಬೇಕಾಗುತ್ತೆ... ಸದ್ಯಕ್ಕೆ ಅವರಿಬ್ಬರ ಭೇಟಿ ಬೇಡ, ವೈಜಯಂತಿ ಆರೋಗ್ಯ ದೃಷ್ಟಿಯಿಂದ ಇದು ಒಳ್ಳೆಯದಲ್ಲ, ನೀವೇ ಹೇಗಾದ್ರೂ ಮ್ಯಾನೇಜ್ ಮಾಡ್ಕೊಳ್ಳಿ" ನೇರವಾಗಿಯೇ ಹೇಳಿದ, ಕಟುಕನಂತೆ ಕಂಡ.

ಒಂದೆರಡು ನಿಮಿಷಗಳ ಮೌನದ ನಂತರ "ನೋಡಿ, ನಿಮ್ಮ ಕುಟುಂಬದ ಬಗ್ಗೆ ಮಾತ್ರ ಯೋಚ್ಸಿದ್ರಿ, ಅಲ್ಲಿದ್ದ ಅಲಾಪನಾನ ದೂರ ಇಟ್ರಿ, ಇದು ಸರಿನಾ? ಮೊದಲ ಮಾತೃತ್ವ ದೊರಕಿಸಿಕೊಟ್ಟವಳು, ಅಲಾಪನಾನೇ, ವೈಜಯಂತಿಗೆ ನಂತರವೆ ನಿಮ್ಮ ಮಕ್ಳು. ಅದು ನಿಮ್ಮ ನೆನಪಿನಲ್ಲಿ ಇರ್ಲಿ, ಸಂಬಂಧಗಳ ಹಿಗ್ಗಾಮುಗ್ಗಾ ಎಳೆದಾಟ ಯಾರ್ಗೂ ಒಳ್ಳೆದಲ್ಲ, ನನ್ನಣ್ಣ ಯಾವ ಕಾರಣಕ್ಕೂ ಮಗಳನ್ನು ಬಿಟ್ಟು ಕೊಡೋಲ್ಲ. ಆ ಮಗುವಿನಿಂದ ನಿಮ್ಮ ಕುಟುಂಬಕ್ಕೆ ಯಾವ ತೊಂದರೇನು ಇಲ್ಲ" ಹೇಳಿದಳು ನೇರವಾಗಿ.

ಆಮೇಲೆ ಮುಖ ಗಂಟಿಕ್ಕಿದ್ದರು ಬುದ್ಧಿವಂತನಂತೆ ನಡೆದುಕೊಂಡ ಹರ್ಷ, ಸದ್ಯಕ್ಕೆ ವೈಜಯಂತಿ ಮುಂಬಯಿನಲ್ಲಿರೋ ವಿಷಯ ಅವಳಾಗಿಯೇ ಅಲಾಪನಾಗೆ ಹೇಳಬೇಕೆಂಬ ಕಂಡೀಷ್ ಮೇಲೆಯೇ ಎದ್ದಿದ್ದು ಸರಿತ.

ಅವಳು ವಾದ ಮಂಡಿಸಿದ ರೀತಿಗೆ ಹರ್ಷ ದಂಗಾಗಿದ್ದ, ರೂಮಿನಿಂದ ಹೊರ ಬಂದು ಅವಳನ್ನು ಬಿಳ್ಕೊಟ್ಟ, ಶ್ರೀಮಂತಿಕೆಯಲ್ಲಿ ಹುಡುಗಿಯರನ್ನು ಕಂಡಿದ್ದ ಅವನಿಗೆ ಮೊದಲ ಸಲ ಸಾಧಾರಣ ಹುಡುಗಿಯ ಬಗ್ಗೆ ಮೆಚ್ಚಿಕೆ ಮೂಡಿದ್ದು ಆಶ್ಚರ್ಯವೇ.

ಮನೆಗೆ ಬಂದ ಕೂಡಲೆ ರೂಮಿಗೆ ಹೋದ ಮಗಳನ್ನು ತೊಡೆಯ ಮೇಲೆ ಮಲಗಿಸಿಕೊಂಡು ಮುದ್ದು ಮಾಡುತ್ತಿದ್ದ ವೈಜಯಂತಿ "ನಿನ್ನ ಡ್ಯಾಡಿ ಬಂದ್ರು, ನೋಡು" ಅಂದಳು, ತೊಳೆದ ರಾಶಿ ಕಪ್ಪು ಕೂದಲು ಫಳಫಳ ಎನ್ನುತ್ತಿತ್ತು. ಅವಳು ಸುಂದರಿಯೆ, ಅವನ ಪಾಲಿಗೆ ಅಪ್ಸರೆ.

ಪಕ್ಕದಲ್ಲಿ ಕೂತು ಮಡದಿಯ ಕೂದಲನ್ನು ಸವರುತ್ತ "ನಿನ್ನಷ್ಟು ಮುದ್ದಾಗಿಲ್ಲ ಬಿಡು, ಯು ಲುಕ್ ಬ್ಯೂಟಿಫುಲ್" ತನ್ಮಯತೆಯಿಂದ ನುಡಿದಾಗ ನಸು ಮುನಿಸಿನಿಂದ ಅವನ ಕೈಯನ್ನು ಪಕ್ಕಕ್ಕೆ ಸರಿಸಿ "ಷಟಪ್, ನೀವು ಎರಡು ಮಕ್ಕಳ ತಂದೆ, ಹೊಗಳಾಟ ಹುಡುಗಾಟ ಸಾಕು, ನನ್ನ ಮೊಬೈಲ್ ಸಿಕ್ತ? ಮನೆ ತುಂಬ ಸ್ವಂತದವರ್ಗಿಂತ ಆಳುಕಾಳುಗಳೇ ಜಾಸ್ತಿ, ಅಷ್ಟು ಜನ ಬೇಕಾ? ಅಪ್ಪನ ದೊಡ್ಡಸ್ಥಿಕೆಯ ಪ್ರದರ್ಶನ" ಗೊಣಗಿದಳು.

ಒಂದು ಹೊಸ ಮೊಬೈಲ್ ಸೆಟ್‌ನ ಅವಳಿಗೆ ಕೊಟ್ಟು "ಸದ್ಯಕ್ಕೆ ಇದ್ನ ಇಟ್ಕೋ, ಹಳೆ ನಂಬರ್‌ಗಳ್ನ ಇದಕ್ಕೆ ಲೋಡ್ ಮಾಡ್ಕೋಬಹ್ದು, ತುಂಬಾ ಅಡ್ವಾನ್ಸಾಗಿದೆ" ಎಂದು ಅವಳ ಮತ್ತು ಮಗುವಿನ ಫೋಟೋ ಕ್ಲಿಕಿಸಿದ, ಹರಟೆಯೊಡೆದ, ಮಡದಿಯ ಒಳ್ಳೆ ಮೂಡ್ ನೋಡಿಕೊಂಡು ಹೇಳಿದ.

"ಅಲಾಪನಾಗೆ ಫೋನ್ ಮಾಡಿ, ಮುಂಬಯಿಯಲ್ಲಿ ಇದ್ದೀನೀಂತ ಹೇಳು" ಅಂದ ಕೂಡಲೆ ಮುಖ ಗಂಟಾಕಿದ ವೈಜಯಂತಿ "ಷಟಪ್, ಸುಳ್ಳು ಬೇಕಾ? ಇಷ್ಟು

ದಿನ ಅವಳು 'ಮೊಗ್ಗಿನ ಮನೆ'ಗೆ ಹೋಗಿದ್ದಾಳೇಂತ ಹೇಳ್ದೇ. ಈಗ ನನ್ನ ಮುಂಬಯಿಗೆ ಎತ್ತಿ ಹಾಕ್ತಾ ಇದ್ದೀರಿ, ಏನಾದ್ರೂ... ಪ್ಲಾನಾ?" ಕನಲಿದಳು.

ಹಣೆಯನ್ನೊತ್ತಿಕೊಳ್ಳುತ್ತ ಮೇಲೆದ್ದ "ನೀನು ತುಂಬಾ ಅಲಾಪನಾನ ಹಚ್ಚಿಕೊಳ್ಳೋದರಿಂದ ಹೆಚ್ಚಿನ ತೊಂದರೆ, ನೋವು ಹೇಮಂತ್‌ಗೆ, ಅವ್ನು ಮೂರು ಹೊತ್ತು ನಿನ್ನ ಜಪ ಮಾಡ್ಕೊಂಡು ಕೂತರೆ ಹೇಗೆ ಸಮಾಳಿಸ್ತಾನೆ? ಅವ್ನ ಎಜುಕೇಷನ್, ಫ್ಯೂಚರ್ ಬಗ್ಗೆ ಯೋಚ್ಸು. ಇಲ್ಲ ಆರಾಮಾಗಿ ಅವಳ್ನ ಇಲ್ಲೇ ತಂದಿಟ್ಕೋ" ಇಂದು ರೇಗಾಡಿ ಬಿಟ್ಟ ನಂತರ ಅನುನಯಿಸಿದ, ಅಲಾಪನಾ ಫ್ಯೂಚರ್ ಬಗ್ಗೆ ಮತ್ತೆ ಮತ್ತೆ ಹೇಳಿದ.

ಮೊದಲ ಸಲ ಯೋಚಿಸುವಂತಾಗಿತ್ತು, ಬಹುಶಃ ಅಲಾಪನಾ ತನ್ನನ್ನು ಹಚ್ಚಿಕೊಂಡರೇ, ಎರಡು ಕಡೆಯು ತೊಂದರೆಗಳು, ಟೀಕೆ, ಟಿಪ್ಪಣಿ, ವ್ಯಂಗಗಳನ್ನು ಸಮಾಜದಿಂದ ಎದುರಿಸಬೇಕಿತ್ತು.

"ನಿಮ್ಮಿಷ್ಟ..." ಅಂದ ಕೂಡಲೆ ಮಡದಿಯನ್ನು ಎದೆಗೊರಗಿಸಿಕೊಂಡು ಸಮಾಧಾನಿಸಿದ. "ಕುಟುಂಬದ ವ್ಯವಸ್ಥೆ ಸರಿಯಾಗಿರಬೇಕಾದರೆ, ಒಂದಿಷ್ಟು ಸಣ್ಣಪುಟ್ಟ ತ್ಯಾಗಗಳ ಅಗತ್ಯವಿದೆ, ಅಲಾಪನಾ ಹತ್ತಿರ ಮಾತಾಡಿ ಮುಂಬಯಿನಲ್ಲಿರೋ ವಿಷಯ ತಿಳ್ಸು, ಒಂದಿಷ್ಟು ಅಲ್ಲಿಗೆ ಹೊಂದಿಕೊಂಡ್ಮೇಲೆ ಸಮಸ್ಯೆಯೆನಿಸೋಲ್ಲ," ನಂಬರ್‌ಗಳನ್ನೊತ್ತಿ ಮಡದಿಯ ಕೈಗೆ ಕೊಟ್ಟ ಎದ್ದು ಹೋದ ಅರಿವಿಲ್ಲದ ಹಸುಳೆ ಅಮ್ಮನ ತೊಡೆಯ ಮೇಲೆ ನಗುತ್ತ ಮಲಗಿತ್ತು.

ಅಲ್ಲಿ ಮೊಬೈಲ್ ರಿಂಗಾದ ಕೂಡಲೆ "ಹಲೋ..." ಅಂದ ಅಲಾಪನಾಗೆ ಅಮ್ಮನ ದನಿ ಕೇಳಿದಾಗ ಖುಷಿಯೋ, ಖುಷಿ, ಬಡ ಬಡಿಸಿದಳು, ಕೋಪ ಪ್ರದರ್ಶನದ ನಂತರ "ನಂಗೆ ಫೋನ್ ಮಾಡಲೇ ಇಲ್ಲ. ಪುಟ್ಟ ತಂಗಿನ ನಂಗೆ ನೋಡ್ಬೇಕೂಂತ ಅನಿಸಿದೆ, ಮಮ್ಮಿ" ಆರ್ದ್ರಳಾಗಿ ಹೇಳಿದಾಗ ಅವಳ ಗಂಟಲೊತ್ತಿ ಬಂತು. ಮಾತನಾಡಲಾಗಲಿಲ್ಲ ತಕ್ಷಣ ಅವಳ ಕೈಯಲ್ಲಿನ ಮೊಬೈಲ್ ತಗೊಂಡು ಮ್ಯಾನೇಜ್ ಮಾಡಿದ "ಖಂಡಿತ, ಬೆಂಗ್ಳೂರಿಗೆ ಹಿಂದಿರುಗಿದ ಕೂಡಲೇ ಫೋನ್ ಮಾಡಿಸ್ತೀನಿ. ನೀನು, ನಿನ್ನ ಆಂಟೀ ಬಂದು ನೋಡಬಹುದು" ಹರ್ಷ ಹೇಳಿದ ಕೂಡಲೆ ಮೊಬೈಲ್ ಕಟ್ ಮಾಡಿ ಅಷ್ಟು ದೂರಕ್ಕೆ ಎಸೆದು ಅಳತೊಡಗಿದಳು.

ಅವಳನ್ನ ನಾರ್ಮಲ್ ಸ್ಥಿತಿಗೆ ಕರೆತರಲು ಸರಿತ ತುಂಬ ಪ್ರಯತ್ನ ಪಡಬೇಕಾಯಿತು. ಇದೆಲ್ಲ ತೀರಾ ವಿಚಿತ್ರವೆನಿಸಿತು! ನನ್ನ ಮಕ್ಕಳು, ನಿನ್ನ ಮಕ್ಕಳು ನಮ್ಮ ಮಕ್ಕಳು ಆಡುತ್ತಿದ್ದಾರೆ ಎಂದು ವಿದೇಶಿ ಪತಿ ತನ್ನ ಪತ್ನಿಗೆ ಹೇಳುತ್ತಾನೆ ಆದರೆ... ಇಲ್ಲಿ... ಅವಳ ತಲೆ ಕೆಟ್ಟಂತಾಯಿತು.

ಸಂಜೆ ತಂದೆ ಬಂದ ಕೂಡಲೇ ತನ್ನದೇ ರೀತಿಯಲ್ಲಿ ದೋಷಾರ್ಪಣೆ ಮಾಡಿದಳು. "ಪಪ್ಪ, ಡೈವೋರ್ಸ್ ಮಾಡಿದ್ದು ಖಂಡಿತ ತಪ್ಪು, ಅಜಯ್ ಜೊತೆ ನಂಗೆ ಈಗ ಒಬ್ಬ

ಪುಟ್ಟ ತಂಗಿ ಇದ್ದಾಳೆ. ನಾವು ಮೂರು ಜನ ಒಟ್ಟಿಗೆ ಇರಬಹುದಿತ್ತು."

ಹೇಮಂತ್ ಬೆವೆತು ಬಿಟ್ಟ ಮುಂದೆ ಇಂಥ ಪ್ರಶ್ನೆಗಳಿಗೆ ಉತ್ತರಿಸಬೇಕಾಗುತ್ತದೆ ಎನ್ನುವ ಅರಿವು ತಮಗಿಬ್ಬರಿಗೂ ಇರಲಿಲ್ಲ. ತಂದೆ, ತಾಯಿ ಸ್ಥಾನದಲ್ಲಿದ್ದು ತಾನೇಕೆ ಮಗಳ ಭವಿಷ್ಯದ ಬಗ್ಗೆ ಯೋಚಿಸಲಿಲ್ಲ.

"ಸಾರಿ, ಖಂಡಿತ ಮುಂದೆ ಮಾಡೋಲ್ಲ" ಮಗಳ ಮುಂದೆ ಕೆನ್ನೆಗೆ ಹಾಕಿಕೊಂಡು "ಮತ್ತೆ ಮದ್ವೆ ಆಗ್ತೀಯಾ? ಮಮ್ಮಿ ಮದ್ವೆ ಮಾಡುಕೊಂಡಿದ್ದಾಳೆ. ನಂಗೆ ಅವರು ಇಷ್ಟವಾಗಲಿಲ್ಲ. ಈಗ ನೀನು ಮದ್ವೆಯಾದರೇ, ಅವ್ರು ಇಷ್ಟವಾಗೋಲ್ಲ" ಅವಳದೇ ರೀತಿಯ ವ್ಯಾಖ್ಯಾನ. ನಿಂತಿದ್ದ, ಸರಿತ ಒಳಗೆ ಹೋದಳು.

ಪ್ರತಿ ಸಲ ಫೋನ್ ಮಾಡಿದಾಗಲೆಲ್ಲ ಅವಳಮ್ಮನದು ಒಂದೇ ರಾಗ "ನಿಮ್ಮಣ್ಣನಿಗೆ ಯಾತರಲ್ಲಿ ಕಡ್ಮೇ ಇದೆ? ಹೆಣ್ಣಾದ ಅವಳೇ ಇನ್ನೊಬ್ಬನ್ನ ಕಟ್ಟಿಕೊಂಡು ಎರ್ಡು ಮಕ್ಕಳನ್ನು ಹೆತ್ತಿದ್ದಾಳೆ. ಅವನಿಗೆ ನಾಚ್ಕೇ ಆಗ್ಬೇಕ್, ಮೊದ್ಲು ಒಂದು ಹೆಣ್ಣಿಗೆ ತಾಳಿ ಕಟ್ಟಿ ಅವ್ಳ ಮುಂದೆ ತಗೊಂಡ್ಹೋಗಿ ನಿಲ್ಸುಂತ ಹೇಳು. ಹೇಳೋರು, ಕೇಳೋರು ಇಲ್ಲದಿದ್ದರಿಂದ್ಲೇ ಹಾಳಾದ" ಇಂಥ ಮಾತುಗಳನ್ನು ಅವಳಿಗೆ ಕೇಳಿ ಸಾಕಾಗಿತ್ತು.

ಅಣ್ಣ ಒಂಟಿಯಾಗಿ ಉಳಿದ ದಿನಗಳನ್ನು ಕಳೆಯುವುದು ಅವಳಿಗೂ ಬೇಡ, ಆದರೆ ಹೇಮಂತ್ ಉತ್ಸುಕನಾಗಿಲ್ಲವೆನಿಸಿತ್ತು.

ಆದರೆ ಅಷ್ಟರಲ್ಲಿ ಕ್ಷಿತಿಜ ಬಂದವ "ಸರಿತ, ನಂಗೆ ಇವತ್ತು ಒಂದಿಷ್ಟು ತರಕಾರಿ ಖರೀದಿಸಲು ನಿಮ್ಮ ಹೆಲ್ಪ್ ಬೇಕು. ನಾಳೆ ನಮ್ಮ ಮನೆಗೆ ಗೆಸ್ಟ್ ಬರ್‍ತಾ ಇದ್ದಾರೆ."

ಹೊರಗೆ ಬಂದ ಸರಿತ "ಇದು ಟೂ ಮಚ್, ನಾನೇನು ಎಕ್ಸ್‌ಪಿರಿಯನ್ಸ್ ಹ್ಯಾಂಡ್ ಅಲ್ಲ. ಅದೆಲ್ಲ ಅಮ್ಮನ ವಿಂಗ್‌ಗೆ ಬರುತ್ತೆ, ನಾವೇನಿದ್ರೂ ಬರೀ ತಿನ್ನೋಕೆ ಲಾಯಕ್ಕಾದ ಜನ, ನಮ್ಮಣ್ಣ ಎಂಬಿಎ ನಾನು ಬರೀ ಪಿಯುಸಿ, ಎಸ್.ಎಸ್.ಎಲ್.ಸಿ. ಯಲ್ಲಿ ಐವತ್ತೆರಡು ಪರ್ಸೆಂಟ್, ಇಲ್ಲಾದರೆ ನಂಗೆ ಕಾಲೇಜಿನಲ್ಲಿ ಸೀಟು ಸಿಕ್ತಾ ಇರ್‍ಲಿಲ್ಲ" ಇಂಥದೊಂದು ಡೈಲಾಗ್, ಕ್ಷಿತಿಜ ನಕ್ಕು ಬಿಟ್ಟ "ನಾನು ಕೆಲವನ್ನು ನಂಬೋಲ್ಲ, ಸದ್ಯಕ್ಕೆ ನನ್ನ ಜೊತೆ ತರಕಾರಿ ಖರೀದಿಸೋಕೆ ಬನ್ನಿ" ಬಲವಂತದಿಂದ ಕರೆದೊಯ್ದ.

ಹೆದ್ದಾರಿಯ ಒಂದು ಪಕ್ಕದಲ್ಲಿ ರೈತರು ತಾವು ಬೆಳೆದ ತರಕಾರಿಗಳನ್ನು ತಂದು ಮಾರುವುದನ್ನು ಅಭ್ಯಾಸ ಮಾಡಿಕೊಂಡಿದ್ದರು ಮಧ್ಯಸ್ಥಿಕೆಯ ದಳ್ಳಾಳಿಗಳಿಂದ ರೋಸೊ ಹೋಗಿ ಈ ನಿರ್ಣಯಕ್ಕೆ ಬಂದಿದ್ದರಿಂದ ಅನುಕೂಲವಾಗಿತ್ತು. ಅಲ್ಲಿ ಅವರುಗಳೊಂದಿಗೆ ಮಾತನಾಡುತ್ತ ತರಕಾರಿಕೊಳ್ಳುವುದು ಅವಳಿಗೆ ಇಷ್ಟವಾದ ಕೆಲಸವೆ.

ಮೊದಲು ಕ್ಷಿತಿಜನಿಗೆ ಬೇಕಾದ ತರಕಾರಿ ಖರೀದಿಸಿದ ನಂತರವೆ, ತಮಗೆ ಸರಿತ ಖರೀದಿಸಿದ್ದು, ಸೌತೆಕಾಯಿ, ಕೊತ್ತಂಬರಿ ಸೊಪ್ಪು ಖರೀದಿಸುವಾಗ ಕ್ಷಿತಿಜ ಮಧ್ಯೆ ಮಾತಾಡಿದ.

"ನಿಮ್ಗೇ ಸ್ವಾಭಿಮಾನ ಹೆಚ್ಚು, ಅಥವಾ ತುಂಬಾ ಕಂಜೂಸ್" ಎಂದ ಬಗ್ಗಿ ಎಳೆ ಸೌತೆಕಾಯಿ ಆಯ್ಕೆ ಮಾಡುತ್ತಿದ್ದವಳು ಮುಂದಕ್ಕೆ ಬಿದ್ದ ಜಡೆಯನ್ನು ಹಿಂದಕ್ಕೆಸೆದು, ಸೊಂಟ ನೇರ ಮಾಡಿ "ಎರಡೂನು ಸಮ... ಸಮವೆ ಇದೆ" ಅಂದಳು ಮುಗುಳ್ನಗುತ್ತ. ಅಣ್ಣ ಮೊದಲೆ ಅವಳ ಮುಂದೆ ವಿಷಯ ಪ್ರಸ್ತಾಪಿಸಿ ಬಿಟ್ಟಿದ್ದರಿಂದ ಆದಷ್ಟು ಹಿಂದೆ ಸರಿಯುತ್ತಿದ್ದಳು.

ನಡುಗೆಯ ದೂರ ಇಬ್ಬರು ತರಕಾರಿ ಬ್ಯಾಗ್‌ಗಳನ್ನು ಹಿಡಿದು ಮನೆಗೆ ನಡೆದು ಬಂದರು. ಆಫಿಸು ಮತ್ತು ಕಾರ್ಮಿಕ ವರ್ಗದ ಜನರು ಅಲ್ಲೇ ತರಕಾರಿ ಖರೀದಿಸುತ್ತಿದ್ದರಿಂದ ಆ ಹಾದಿಯಲ್ಲಿ ಈಗ ಬರುವ ಹೋಗುವವರ ಸಂಖ್ಯೆ ಹೆಚ್ಚೇ ಇರುತ್ತಿತ್ತು.

ಬಾಲ್ಕನಿಯಲ್ಲಿ ನಿಂತ ಹೇಮಂತ್ ನಕ್ಕ, ಈಗ ಕಂಪನಿ ಇಬ್ಬರು ಸರ್ವೆಂಟ್ಸ್, ವಾಚ್‌ಮನ್‌ನ ಕೊಟ್ಟಿತ್ತು ಆದರೂ ಅವರು ನಾಮಕಾವಸ್ಥೆ ಉತ್ಸಾಹದಿಂದ ಓಡಿಯಾಡುತ್ತ ಎಲ್ಲಾ ಕೆಲಸಗಳನ್ನು ಮಾಡಿಕೊಳ್ಳುತ್ತಿದ್ದಳು ಸರಿತ ಅವಳಮ್ಮನಷ್ಟೆ ಚುರುಕು ವ್ಯಕ್ತಿತ್ವ, ಆದರೆ ಅಷ್ಟೊಂದು ಬಾಯಿಲ್ಲವೆನ್ನುವುದು ಸಮಾಧಾನ.

ಕ್ಷಿತಿಜ ಮತ್ತು ಹೇಮಂತ್ ಎದುರುಬದುರಾಗಿ ಕೂತರು.

"ಸರಿತ ಚೆನ್ನಾಗಿ ವ್ಯಾಪಾರ ಮಾಡ್ತಾರೆ, ಮಾಲ್ ಸಂಸ್ಕೃತಿ ಬಂದ ಮೇಲೆ ಸಣ್ಣ ಪುಟ್ಟ ವ್ಯಾಪಾರಿಗಳು ಬಾಗಿಲು ಹಾಕಿದ್ದಾರೆ, ಸರಕಿನ ಗುಣಮಟ್ಟ ಮತ್ತು ಪ್ರಮಾಣ ಹೇಗೆ ಇದ್ದರೂ ಚೆಂದದ ಕವರ್‌ಗಳಿಗೆ ಹಾಕಿಕೊಟ್ಟು 'ಪ್ರೋಗ್ರಾಮ್ ರೋಬೋಟ್‌ಗಳಂತೆ ಕೃತಕ ನಗು ಅರಳಿಸುವ ಮಾಲ್ ಸಂಸ್ಕೃತಿಯೆಂದರೆ ಇಷ್ಟವಾಗೋಲ್ವಂತತೆ, ನಂಗೆ ಈಚೆಗೆ ಪ್ರತಿಯೊಂದರಲ್ಲು ಕನ್‌ಫ್ಯೂಶನ್, ಸಾಧಾರಣವಾಗಿ ನಾನು ಹಲ್ಲು ಪುಡಿ ಬಿಟ್ಟು ಬ್ರಷ್ ಮಾಡೋಕೆ ಶುರು ಮಾಡಿದ ಮೇಲೆ ಸಿಂಪಲ್ಲಾಗಿ ಕೊಲ್ಗೆಟ್ ಉಪಯೋಗಿಸ್ತಾ ಇದ್ದೆ. ಈಗ ಪೇಸ್ಟುಗಳಲ್ಲಿ 100 ಬಗೆಯಾದರೂ ಇದೆ, ಕೊಲ್ಗೆಟ್ಟಾ? ಕ್ಲೊಸಪ್ಪಾ? ಇಲ್ಲಾ ಸ್ವದೇಶಿ ಪೆಪ್ಸೋಡೆಂಟಾ? ಇಲ್ಲ ವಜ್ರದಂತಿಯಾ? ಅದರಲ್ಲಿ ಎಷ್ಟು ನಮೂನೆ ಅಂತೀಯ ಉಪ್ಪಿರೋದು, ಶುಂಠ ಪ್ರಭಾವ ಜಾಸ್ತಿ ಇರೋದು, ಹಲ್ಲು ಹೆಚ್ಚು ಬಿಳಿಯಾಗೋಂಥದ್ದು, ಬಟ್ಟೆ ಒಗೆಯುವ ಸೋಪು ಪುಡಿಯಿಂದ ಹಿಡಿದು, ಗಡ್ಡ ಕೆರೆದುಕೊಳ್ಳುವ ಬ್ಲೇಡ್‌ವರೆಗೂ ಎಷ್ಟೊಂದು ವಿಧ. ತಲೆ ಕೆಟ್ಟು ಹೋಗುತ್ತೆ ಅದಕ್ಕೆ ಸೂಪರ್ ಬಜಾರ್‌ಗೆ ಹೋಗೋದು ಬಿಟ್ಟು ಅಗತ್ಯವಾದುದನ್ನು ಸಣ್ಣ ಅಂಗಡಿಯಲ್ಲಿ ಖರೀದಿಸಿ ಬಿಡ್ತೀನಿ".

ಆ ಬಗ್ಗೆ ಇಬ್ಬರು ಮಾತಾಡಿದ್ದು, ಕ್ಷಿತಿಜ ಹೇಮಂತ್‌ಗೆ ಇಷ್ಟವಾಗಿದ್ದ ತಂಗಿಯನ್ನು ವಿವಾಹವಾಗಲೀ ಎನ್ನುವ ಉದ್ದೇಶವನ್ನಿಟ್ಟುಕೊಂಡೇ ಹೆಚ್ಚಿನ ಸ್ನೇಹ ಬೆಳೆಸಿದ್ದ.

ಸರಿತ, ಕ್ಷಿತಿಜನಿಗೂ ಇಷ್ಟವಾಗಿದ್ದಳು. ಬೇರೆಯವರಂತೆ ಶ್ರೀಮಂತಿಕೆಯ ಹಂಬಲವಾಗಲೀ, ಹೆಂಡತಿ ಸಾಫ್ಟ್‌ವೇರ್ ಇಂಜಿನಿಯರ್ ಆಗಿಯೇ,

ಕಾಲ್‌ಸೆಂಟರ್‌ನಲ್ಲೋ ದುಡಿದು ಲಕ್ಷ, ಲಕ್ಷ ತರಲೀಯೆನ್ನುವ ಮಹಾದಾಸೆ ಇರಲಿಲ್ಲ. ಸಹ್ಯ ಅಸೂಹ್ಯ ಜೀವನವನ್ನು ಇಷ್ಟಪಡುವ ಪೈಕಿ, ಅದಕ್ಕೆ ಹೇಮಂತ್‌ಗೆ ಇಷ್ಟವಾಗಿದ್ದ.

ಹದಿನೈದು ದಿನಗಳ ಮಧ್ಯೆ ಹರ್ಷ ಫೋನಾಯಿಸಿ ಮಾತಾಡಿಸಿದವ "ರಿಸಲ್ಟ್ ಬಂದಿರಬಹುದು, ಆ ಬಗ್ಗೆ ಒಂದೆರಡು ಸಲ ವೈಜಯಂತೆ ಪ್ರಸ್ತಾಪಿಸಿದರು. ಹೇಗೆ ಬಂದಿದೆ ಮಾರ್ಕ್ಸ್?" ವಿಚಾರಿಸಿದ ಸರಿತಾಗೆ ಆಶ್ಚರ್ಯ ವೈಜಯಂತಿಯೇ ಮಗಳ ಪ್ರೋಗ್ರೆಸ್ ಬಗ್ಗೆ ತಿಳಿಯಬಹುದಿತ್ತು. ಹರ್ಷ ಮಧ್ಯೆ ನಿಂತಂಗೆ ಕಂಡ "ಒಳ್ಳೆ ಮಾರ್ಕ್ಸ್ ಬಂದಿದೆ, ಇಲ್ಲೇ ಸ್ಕೂಲುಗೆ ಜಾಯಿನ್ ಆಗ್ತಾಳೆ ಹೇಗಿದ್ದಾರೆ, ವೈಜಯಂತಿ, ಪಾಪು?" ವಿಚಾರಿಸಿದಳು.

"ಓಕೇ, ಅನ್ನಬಹ್ದು, ಕೆಲವೊಮ್ಮೆ ವೈಜಯಂತಿ ವಿಚಿತ್ರವಾಗಿ ವರ್ತಿಸ್ತಾಳೆ ಸೈಕ್ರಿಯಾಟ್ರಿಸ್ಟ್ ಹತ್ರ ಕರ್ಕೊಂಡ್ ಹೋಗಿದ್ದೆ, ಟ್ರೀಟ್‌ಮೆಂಟ್ ಕೊಡ್ತಾ ಇದ್ದಾರೆ, ಸಮಸ್ಯೆ ಅಲಾಪನಾದ್ದು" ಅಂದ ಕೂಡಲೆ "ಷಟಪ್, ಏನೇನೋ ಮಾತಾಡ್ಬೇಡಿ" ಸೆಲ್‌ಫೋನ್ ಕಟ್ಟು ಮಾಡಿದಳು.

ಒಂದು ಕಡೆ ಕೂತು ಮಗುವಿನಂತೆ ಅತ್ತಳು. ಅಲಾಪನಾ ಕೇಳುವ ಪ್ರಶ್ನೆಗಳಿಗೆ ಉತ್ತರಿಸಲಾರದೆ ಹೋಗುತ್ತಿದ್ದಳು, ಇವರಿಬ್ಬರ ಮಧ್ಯೆ ಏನು ಅಂತ ವೈಮನಸ್ಸು? ಅರ್ಥವಾಗದ ಚಡಪಡಿಕೆ, ಅಲಾಪನಾಗೆ ಶಿಕ್ಷೆ ನೀಡಿದ್ದು ಯಾಕೆ?

ಅಂದು ಆಫೀಸ್‌ನಿಂದ ಹೇಮಂತ್ ಸ್ವಲ್ಪ ಆವೇಗದಿಂದಲೇ ತಂಗಿಯ ಬಳಿ ಬಂದು "ಹರ್ಷ ನಿನ್ಮೇಲೆ ಕಂಪ್ಲೇಂಟ್ ಮಾಡಿದ್ರು, ನೀನ್ಯಾಕೆ ಅಷ್ಟು ಒರಟಾಗಿ ಮಾತಾಡಿದೇ?, ಅವ್ರು ಶ್ರೀಮಂತ ಜನ, ಒಂದಿಷ್ಟು ಸೊಕ್ಕು ಇರುತ್ತೆ" ಎಂದ ಕೂಡಲೇ ಕಾಫೀ ಬೆರೆಸುತ್ತಿದ್ದ ಕೆಲಸ ನಿಲ್ಲಿಸಿ ಅವನತ್ತ ನೋಡಿ "ಸೊಕ್ಕು ಅಂದರೇನು? ಅದ್ನ ತೋರಿಸೋಕೆ ಬೇರೆ ಜನ ಇರ್ತಾರೆ. ನಂಗೇನು ಅವನಿಂದ? ಅಲಾಪನಾಯಿಂದ ವೈಜಯುಂತಿಗೆ ತೊಂದರೆಯುಂತೆ. ಅವನೊಬ್ಬ ಈಡಿಯುಟ್, ಅವನು ಮದ್ವೆಯಾಗಿರೋದು ಒಬ್ಬ ಡೈವರ್ಸಿನ ಅನ್ನೋ ಜ್ಞಾನ ಬೇಡ್ವಾ? ಆ ಮದ್ವೆಯಿಂದ ಆಗಿರೋ ಅನ್ಯಾಯ ಅಲಾಪನಾಗೆ" ಎದುರು ಬಿದ್ದಾಗ ಹೇಮಂತ್ ತೆಪ್ಪಗಾಗಿ ಮುಖವನ ಆ ಕಡೆ ತಿರುಗಿಸಿಕೊಂಡ. ಗಂಟಲಲ್ಲಿ ಸಿಕ್ಕಿಕೊಂಡಿದ್ದು ತೀರಾ ಕಹಿಯೆನಿಸಿತು. 'ಬಿಡುಗಡೆ'ಯಾಗೋಷ್ಟು ಸಂಬಂಧ ಕೆಟ್ಟಿತ್ತಾ? ಇದು ಬರೀ ಪ್ರಶ್ನೆಯಾಗಿಯೇ ಉಳಿಯುತ್ತಿತ್ತು.

ಅಂದು ರಾತ್ರಿಯೆ ಊರಿನಿಂದ ಅಪ್ಪ, ಅಮ್ಮ ಬಂದಿಳಿದಿದ್ದು ಸಂತೋಷದ ಜೊತೆ ಗಾಬರಿಯು ಕೂಡ, ಅಪ್ಪ ಗಂಭೀರವಾಗಿದ್ದರು, ಅಮ್ಮ ಜೋರೆಂದು ಗೊತ್ತಿತ್ತು. ಮಾತಿಗೆ ಬಾಯಿ ತೆರೆದರೆ ನಿಲ್ಲಿಸುವುದು ಕಷ್ಟ, ಈಗಂತು ಸೊಸೆ ಮದುವೆಯಾಗಿದ್ದು ಸವಾಲ್ ಎಂದು ಸ್ವೀಕರಿಸಿದ್ದರು. ಮಗನಿಗೆ ತಾವು ವಿವಾಹ ಮಾಡಿಯೇ ಬಿಡಬೇಕೆನ್ನುವ ಆತುರದಲ್ಲಿ ಇದ್ದಿದ್ದು.

ಶ್ರೀಕಾಂತಯ್ಯ ಕೈಕಾಲು ತೊಳೆದು ಬಂದು ತೆಪ್ಪಗೆ ಸೋಫಾ ಮೇಲೆ ಕೂತು 'ವೈದ್ಯೋ ನಾರಾಯಣೋ ಹರಿಃ' ಎಂದರು. ಲೀಲಾಬಾಯಿ ಇಡೀ ಮನೆಯಲ್ಲೆಲ್ಲ ಓಡಾಡಿ ಬಂದರು ಅವರಿಗೆ ಪೂರಾ ಮೆಚ್ಚಿಗೆಯೆ.

"ಮನೆ ಚೆನ್ನಾಗಿದೆ ಕಣೋ, ಹೇಮ ಇಷ್ಟು ದೊಡ್ಡ ಮನೆಗೆ ಕಡೆ ಪಕ್ಷ ಅಂದರೆ ಒಂದು ಹತ್ತು ಜನವಾದರು ಇರ್ಬೇಕು" ಇಂಥದೊಂದು ಮಾತಾಡಿಯೆ ಆಕೆ ಬಾತ್‌ರೂಂಗೆ ಹೋಗಿದ್ದು.

ಹೇಮಂತ್ ಮೇಲೆ ಕೆಳಗೆ ನೋಡಿಯೆ ತಂದೆಯ ಎದುರು ಕೂತಿದ್ದು. ಹಿಂದಿನ ಜೋರು ತಂದೆಯದಲ್ಲವೆಂಬ ಅರಿವು ಆಗಿದ್ದರು, ಒಂದು ರೀತಿಯ ಭಯ ಭಕ್ತಿ.

"ಹೇಗಿದ್ದೀರಿ?" ಮೆಲ್ಲಗೆ ಪ್ರಶ್ನಿಸಿದ.

"ಚೆನ್ನಾಗಿದ್ದೀನಿ, ಸುತ್ತಮುತ್ತಲ ಜನರ ಪರಿಚಯವಿದೆ, ಅದೂ ಇದೂ ಹೇಳಿಕೊಂಡ್ ಜನ ಔಷಧಿ, ಗುಳಿಗೆಗೆ ಬರ್ತಾರೆ, ನಾನು ಓಡಾಡ್ತೀನಿ, ಸಮಯ ಸರಿಯುತ್ತೆ, ದೊಡ್ಡ ಸಂಪಾದನೇಂತ ಇಲ್ಲದಿದ್ದರು ಜೀವನಕ್ಕೆ ತೊಂದರೆ ಇಲ್ಲ." ಅಂದು ನಿಟ್ಟುಸಿರು ದಬ್ಬಿದರು.

ಅಲ್ಲಿ ಕೂಡುವುದು ಕಷ್ಟವಾಯಿತು, ಮೆಲ್ಲನೆ ಮೇಲಕ್ಕೆದ್ದು ಬಂದು ಬಾಲ್ಕನಿಯಲ್ಲಿ ನಿಂತ ತನ್ನ ಪ್ರೇಮ ವಿವಾಹಕ್ಕೆ ವಿರೋಧ ಸೂಚಿಸಿದ, ಹೆತ್ತವರು ಅಂದು ದುಷ್ಮನ್‌ಗಳಾಗಿ ಕಂಡಿದ್ದರು.

"ಹುಡ್ಗೀ ತೀರಾ ಶ್ರೀಮಂತರ ಮನೇದು ಅಂತೀಯ, ಒಬ್ಬೇ ಮಗ್ಳು, ಅವ್ರು ನಿನ್ಜೊತೆ ಬಾಳಲು ಬಿಟ್ಟಾರ, ಸ್ವಲ್ಪ ಯೋಚ್ಸು ಇಂಥ ಲಗ್ನದಿಂದ ಸುಖವಿರೋಲ್ಲ" ತಂದೆ ಬುದ್ಧಿವಾದ ಹೇಳಿದ್ದರು.

ನೆನಪುಗಳು ಬಾಧಿಸಿದವು, ತನ್ನೊಂದಿಗೆ ಬಾಳ್ವೆ ಮಾಡಲು ಅವರು ಬಿಡಲಿಲ್ಲ! ತಾನು ಸರ್ವೆಂಟ್ ತರಹ ನಡೆದುಕೊಂಡಿದ್ದರೇ ಪರಿಸ್ಥಿತಿ ಬೇರೆಯದಾಗುತ್ತಿತ್ತೇನೋ– ಛೀ.... ಅವನ ಮೈನ ರೋಮಗಳು ಸ್ವಾಭಿಮಾನದಿಂದ ಸೆಟೆದು ನಿಂತವು.

"ಅಣ್ಣಾ, ಅಮ್ಮ ಕರೀತಾರೆ, ಒಂದಿಷ್ಟು ನಾಲ್ಕೈದು ಫೋಟೋ ಜಾತ್ಕಗಳನ್ನು ಇಡಕೊಂಡ್ ಬಂದಿದ್ದಾರೆ, ಏನು ಮಾಡ್ತೀಯೋ ಏನೋ, ಆದ್ರೂ ಈ ಒಂಟಿತನ ಬೇಡಾಂತ ಅನ್ನಿಸುತ್ತೆ. ವೈಜಯಂತಿಯವರಿಗೆ ಸಾಧ್ಯವಾಗಿದ್ದು, ನಿಂಗೆ ಹೇಗೆ ಸಾಧ್ಯವಾಗೋಲ್ಲ?" ನೇರವಾಗಿಯೇ ಕೇಳಿದಳು. ಅವಳು ಕೂಡ ಹಟ ತೊಟ್ಟಂತೆ ಕಂಡಿದ್ದಳು.

"ಪ್ಲೀಸ್ ಸ್ವಲ್ಪ ನನ್ನ ಬಿಡು, ಸಧ್ಯಕ್ಕೆ ನಾನು ಈಗ ಒಬ್ಬ ಜವಾಬ್ದಾರಿಯುಳ್ಳ ಅಣ್ಣ, ನಂಗೆ ನಿನ್ಮದ್ವೆ ಮುಖ್ಯ ನಂತರ ನನ್ನ ಬಗ್ಗೆ ಯೋಚಿಸ್ತೀನಿ. ಅಪ್ಪ, ಅಮ್ಮ ಕೂಡ ಈ ಮಾತುಗೆ ಇಲ್ಲಾಂತ ಅನ್ನೋಲ್ಲ ಅವರುಗಳು ಬಂದಿದ್ದರಿಂದ ಒಳ್ಳೆದಾಯ್ತು ಕ್ಷಿತಿಜನ್ನ ಹಿಡಿದು ತಂದು ಅವ್ರ ಮುಂದೆ ನಿಲ್ಸಿಬಿಡ್ತೀನಿ, ಅಪ್ಪ ಜಾತ್ಕಕ್ಕೆ ಬದಲು ಅವ್ನ ನಾಡಿ

ಬಡಿತ ನೋಡಿಯೆ ಹಣೆ ಬರಹ ನಿರ್ಧರಿಸಿ ಬಿಡ್ತಾರೆ" ಮುಕ್ತವಾಗಿ ನಕ್ಕ. ಅವಳ ಮುಖ ಮಂಕಾಯಿತು.

"ಪ್ಲೀಸ್ ಸದ್ಯಕ್ಕೆ ಈ ವಿಷಯ ಬಿಡು, ನಂಗೆ ಸಮಯ ಬೇಕಣ್ಣ" ಅಂದ ಅವಳ ಮುಖದಲ್ಲಿನ ಗೊಂದಲ, ತಳಮಳ, ಸಮ್ಮಿಶ್ರಭಾವಗಳ ತಕಲಾಟ ನೋಡಿ ಗಾಬರಿಯಾದ, ರೆಟ್ಟೆ ಹಿಡಿದು "ಏನು ವಿಷಯ? ನನ್ನ ಹಾಗೇ ಪ್ರೀತಿ, ಪ್ರೇಮದಲ್ಲೇನಾದ್ರೂ ಬಿದ್ದಿದ್ದೀಯ? ಡೋಂಟ್ ವರೀ, ಅಪ್ಪ, ಅಮ್ಮ ಕೂಡ ತಲೆ ಕೆಡ್ಸಿ ಕೊಳ್ಳೋಲ್ಲ, ನಾನೇ ನಿಂತು ಕನ್ಯಾದಾನ ಮಾಡಿಬಿಡ್ತೀನಿ" ಪರಿಹಾರ ಸೂಚಿಸಿದ.

ಅವಳು ತಲೆ ಕೆಡವಿದಳು.

"ಪ್ಲೀಸ್, ಸ್ವಲ್ಪ ಅರ್ಥ ಮಾಡ್ಕೋ, ನಾನೊಂದು ಆಯೋಮಯ ಸ್ಥಿತಿಯಲ್ಲಿ ಇದ್ದೀನಿ" ಅಂದು ಒಳಗೆ ಹೋದಾಗ ಹೇಮಂತ್‌ಗೆ ಆತಂಕವೇ ಬೇರೇನಾದರೂ... ಯಾವುದೇ ನಿರ್ಣಯಕ್ಕೆ ಬರಲಾರದೆ ಹೋದ.

ಊಟದ ನಂತರ ನೇರವಾಗಿಯೇ ಅವನಮ್ಮ ಪ್ರಸ್ತಾಪಿಸಿದರು.

"ನಾಲ್ಕೈದು ಸಂಬಂಧಗಳು ಬಂದಿವೆ, ಜಾತ್ಕಾ ಸ್ತೂಲವಿದೆ, ಯಾವ್ದೇ ಎಡವಟ್ಟು ಆಗೋಲ್ಲ, ಸಂಪ್ರದಾಯ, ವ್ಯವಸ್ಥೆಯ ಬಗ್ಗೆ ನಂಬಿಕೆ ಇದ್ದ ಜನ ಮಗಳು ಮುನಿದು ಬಂದರೇ ಬೆನ್ನು ತಟ್ಟದೆ ಛೀಮಾರಿ ಹಾಕಿ ಗಂಡನ ಮನೆಗೆ ಅಟ್ಟೋಥವರು."

ಅವನಿಗೆ ಕುಟುಕಿದಂತಾಯಿತು, ನೇರವಾಗಿ ವೈಜಯಂತಿಯ ಅಪ್ಪ ಅಮ್ಮನನ್ನು ಮೂದಲಿಸಿದಿದ್ದರು ವ್ಯಂಗ್ಯವಾಡಿದಂತು ನಿಜ.

ಗಂಟಲು ಸರಿ ಮಾಡಿಕೊಂಡ, ಮಾತುಗಳು ಹೊರ ಬರಲಿಲ್ಲ, ಅಂಥ ಆಕಾಂಕ್ಷೆ, ಹಟ ಆಗಾಗ ಮೂಡಿ ಮರೆಯಾಗುತ್ತಿತ್ತು. ಕೆಲವೊಮ್ಮೆ ವಿಚಾರ ಹುಟ್ಟಿದ ಕೂಡಲೆ ಸಾಯುತ್ತಿದ್ದುದು ಯಾಕೆ? ಇನ್ನೊಬ್ಬ ಹೆಣ್ಣನ್ನ ಸೆಲೆಕ್ಟ್ ಮಾಡಿಕೊಳ್ಳುವುದು ಕಷ್ಟವೆನಿಸುತ್ತಿತ್ತು. ಅಂದರೆ ತಾನು ಇನ್ನು ವೈಜಯಂತಿಯನ್ನು ಪ್ರೀತಿಸುತ್ತಿದ್ದೀನಾ? ಪ್ರಶ್ನೆಗೆ ಉತ್ತರ ಸಿಗಲಿಲ್ಲ.

"ಅಂದು ಯೋಚ್ಸದಿದ್ರೂ... ಈಗ ಸರಿತ ವಿವಾಹದ ನಂತರ ಮಾತ್ರ ಆ ಬಗ್ಗೆ ಯೋಚ್ಸಬಹ್ದು" ಮೆಲ್ಲಗೆ ಉಸುರಿದ.

ಅದು ಆಕೆಗೆ ಸರಿಯೆನಿಸದಿದ್ದರು, ಮಗಳು ಸಮಸ್ಯೆಯಾಗಿ ಕೂತದ್ದು ಚಿಂತೆಯಾಗಿತ್ತು.

"ಅವ್ಳಿಗೆ ಕಾದರೇ, ಈ ಜನ್ಮದಲ್ಲಿ ಮತ್ತೆ ನಿಂಗೆ ಕಂಕಣ ಭಾಗ್ಯ ಕೂಡಿ ಬರೋಲ್ಲ, ಅದೇನಾಗಿದೆಯೋ, ಅವ್ಳಿಗೆ? ಲಗ್ನದ ಸುದ್ಧಿ ಎತ್ತಿದ ಕೂಡಲೆ ಎದ್ದು ಹೋಗ್ತಾಳೆ, ಇವಳೇನು ಸನ್ಯಾಸಿ ಆಗ್ತಾಳಾ?" ಆಕೆ ಕಟುವಾಗಿಯೇ ಹೇಳಿದ್ದು.

ಹೊರಗೆ ಇಣಕಿದ ಸರಿತ ಹಿಂದಕ್ಕೆ ಸರಿದವಳ ಕಿವಿ ಹಿಡಿದು ಎಳೆದು ತಂದು

ಅಲ್ಲಿ ಕೂಡಿಸಿ "ನನ್ನ ವಿಷಯ ಎಲ್ಲಾ ತಿಳಿದಿದ್ದೆ, ನಿಂದು ಹೇಳು, ಸನ್ಯಾಸಿಯಾಗಿ ಮಠ ಓಪನ್ ಮಾಡೋ ಉದ್ದೇಶವಿದ್ಯಾ? ಈಗ ಮಾತಾಜಿಗಳ ಸಂಖ್ಯೆ ಜಾಸ್ತಿಯಾಗಿದೆ ಅಲ್ಲು ತುಂಬಾ ಕಾಂಪಿಟೇಷನ್ ಕಣೇ, ಏನದು ವಿಷಯ? ವಿವಾಹವಾಗೋ ಯೋಚ್ನೆ ಇಲ್ವಾ?" ಅಧಿಕಾರದಿಂದಲೇ ಕೇಳಿದ ಹೇಮಂತ್.

ಮೊದಲು ತಲೆ ಬಗ್ಗಿಸಿ ಕೂತವಳು ಒಮ್ಮೆ ತಂದೆಯ ಕಡೆ, ಇನ್ನೊಮ್ಮೆ ತಾಯಿಯ ಕಡೆ ನೋಡಿ "ಸನ್ಯಾಸಿ, ಮಠ ಅಂಥದೇನಿಲ್ಲ, ಸದ್ಯಕ್ಕೆ ಬೇಡಾಂತ ಅನಿಸುತ್ತೆ" ಎಂದಳು.

"ಇದನ್ನ ಸಾಕಷ್ಟು ಸಲ ಹೇಳಿದ್ದಿ. ಅದೇ ರಾಗ ಮತ್ತೆ ಬೇಡ. ಕಾರಣ, ಉದ್ದೇಶ ಹೇಳು. ಕಲಿಯೋ ಹುಡ್ಗೀಗೆ ಒಂದು ಕಾರಣ ಇರುತ್ತೆ, ನಿಂಗೇನು ಅಂಥ ಕಾರಣವಿಲ್ಲ ಮಗಳೇ" ಎಂದು ನುಡಿದರು ಶ್ರೀಕಾಂತಯ್ಯ.

ರೇಗಾಟ, ಗದರುವಿಕೆ ಇಲ್ಲದಿದ್ದರು ಈ ಜವಾಬ್ದಾರಿಯಿಂದ ಪಾರಾಗಬೇಕೆನ್ನುವ ಮನೋಭಾವವಂತು ಇತ್ತು. ಈಚೆಗೆ ಒಂದು ರೀತಿಯ ವಿರಕ್ತ ಭಾವ.

"ಅಪ್ಪ ಇವಳು ಒಂದು ನಿಲುವಿಗೆ ಬರಲೇಬೇಕು. ಈಗಾಗ್ಲೇ ಒಂದು ಹುಡ್ಗನ್ನ ನೋಡಿಟ್ಟಿದ್ದೀನಿ. ಹೆತ್ತವರಿಲ್ಲ ಸಾಕಿದ ಸೋದರ ಮಾವ ಕೂಡ ಈಗಿಲ್ಲ. ಚೆಂದ ಇದ್ದಾನೆ. ಎಲ್ಲಾ ರೀತಿಯಲ್ಲಿ ತಕ್ಕವ, ನೀವೊಮ್ಮೆ ನೋಡಿ, ಆ ಮೇಲಿನದು ಮುಂದಿನ ಮಾತು. ಸರಿತಾ ಕೂಡ ಸಾಕಷ್ಟು ಸಲ ನೋಡಿದ್ದಾಳೆ" ಅಷ್ಟು ಹೇಳಿ ತಂಗಿಯ ಕಡೆ ನೋಡಿದ, ಇತ್ಯರ್ಥ ಬೇಕಿತ್ತು.

ಅಯೋಮಯಳಾದ ಸರಿತ ತುಸು ಗಾಬರಿಯಿಂದಲೇ ನೋಡಿ "ಈಗ ನೀನು ಸುಮ್ಮನಿದ್ದರೇ ಚೆನ್ನಿತ್ತು. ಜಾಥ್ಕ, ಅವ್ರ ಹಿರಿಯರು ಇಲ್ಲದ ಸಂಬಂಧನ ಅಮ್ಮ ಒಪ್ಪೋಲ್ಲ. ಅಪ್ಪನ್ನ ಬೇಕಾದರೇ ನೀನು ಕನ್ವಿನ್ಸ್ ಮಾಡ್ಬಹ್ದು, ಸದ್ಯಕ್ಕೆ ನಂಗೆ ಮದ್ವೆ ಬೇಡ" ಘೋಷಣೆಗೆ ಅವಳಮ್ಮ ಉರಿದು ಬಿದ್ದರು.

"ಸಾಕು ಸುಮ್ಮನಿರು, ನಾವ್ ಇನ್ನ ಕೇಳೋಕೆ ತಯಾರಿಲ್ಲ, ಬೇಡಾಂತ ಅನ್ನೋಕೆ ಕಾರಣ ಹೇಳು, ಇಲ್ಲ, ಜೀವ್ನ ಪೂರ್ತಿ ಕುಮಾರಿಯಾಗಿಯೇ ಉಳೀತೀಯ, ಯಾವ್ದನ್ನು ಹೇಳ್ಬಿಡು. ನಾವು ನಿಶ್ಚಿಂತೆಯಿಂದ ಇರ್ತೀವಿ, ನಿಮ್ಮಪ್ಪನ ವೈದ್ಯ ಅಷ್ಟಿಷ್ಟು ಗೊತ್ತು, ಅದ್ನೇ ಮುಂದುವರಿಸ್ಕೊಂಡ್ಹೋಗು, ಅವ್ನು ಹಿಂಗೇ ಕುಂತಿದ್ದಾನೆ. ನಿನ್ನದೊಂದು ತಲೆನೋವು, ಕಾಡೋಕೇಂತ್ಲೇ ಹುಟ್ಟಿದ್ರಾ?" ಜೋರು ದನಿ ತಟಸ್ಥವಾಗಿ ಕಣ್ಣುಗಳಿಂದ ಗಂಗೆ, ಕಾವೇರಿ ಉರುಳೋಕೆ ಷುರುವಾಯಿತು.

ಹಾಗೂ ಹೀಗೂ ದೊಡ್ಡ ರೀತಿಯಲ್ಲಿ ಮಾತುಕತೆಗಳು ನಡೆದು, ಕ್ಷಿತಿಜನು ಅವರಿಗೆ ಒಪ್ಪಿಗೆಯಾದರೇ, 120 ದಿನ ಅಂದರೆ ನಾಲ್ಕು ತಿಂಗಳು ಮೇಲೊಂದು ದಿನ ಮಗಳಿಗೆ ಸಮಯಾವಕಾಶ ಕೊಡಲು ಒಪ್ಪಿದರು, ಅದಕ್ಕೊಂದು ಲೆಕ್ಕಾಚಾರ ಹಾಕಿಟ್ಟಿದ್ದರು.

"ಹೇಮಾ, ಅವ್ನು ಮನೆಯಲ್ಲಿ ಇರೋ ಸಮಯ ನೋಡಿ ನಾವೆಲ್ಲ ಒಮ್ಮೆ

ಹೋಗಿ ಬರೋಣ. ಹೆಣ್ಣು ಕೊಡೋಕೆ ಮೊದ್ಲು ಮನೆ, ಮಠ... ಸಂಪ್ರದಾಯ ನೋಡೋ ಪದ್ಧತಿಯುಂಟು. ನೇರವಾಗಿ ಅವ್ನ ಸಂಸ್ಕಾರ, ಅಚ್ಚುಕಟ್ಟುತನ ನೋಡೋಣ, ಜಾತ್ಕ ಇಲ್ಲದಿದ್ದರೇನಾಯ್ತು, ನಾಡಿ ಹಿಡಿದೇ ನಿಮ್ಮಪ್ಪ ಎಲ್ಲಾ ಹೇಳ್ತಾರೆ" ಲೀಲಾಬಾಯಿ ಇಂಥ ನಿರ್ಣಯ ಮಂಡಿಸಿದರು, ಎಷ್ಟೋ ಸಲ ಇಷ್ಟವಿಲ್ಲದಿದ್ದರು ಒಪ್ಪುವುದು ಶ್ರೀಕಾಂತಯ್ಯನವರಿಗೆ ಇತ್ತೀಚೆಗೆ ಅನಿವಾರ್ಯವಾಗಿತ್ತು "ಆಯ್ತು" ಒಪ್ಪಿಗೆ ಸೂಚಿಸಿದರು.

ಆಮೇಲೆ ಲೀಲಾಬಾಯಿ ತಡ ಮಾಡಲಿಲ್ಲ.

"ಹೇಗೂ, ಇಂದೇ ಹೋಗ್ಬಂದಾರಾಯ್ತು" ಇವರು ನಾಲ್ಕು ಜನ ಹೊರಡುವ ತೀರ್ಮಾನ ಮಾಡಿದರು. ಮೊಬೈಲ್‌ನಲ್ಲಿ ಗುಟ್ಟಾಗಿ ಒಂದು ಸೂಚನೆ ನೀಡಿದ ಕ್ಷಿತಿಜನಿಗೆ, ಸದ್ಯಕ್ಕೆ ಹೆತ್ತವರು ಒಪ್ಪಿ ಬಿಟ್ಟರೇ, ಮುಂದೆ ಪ್ರಯಾಸದಿಂದಲಾದರೂ ತಂಗಿಯನ್ನು ಒಪ್ಪಿಸಬೇಕೆನ್ನುವ ತೀರ್ಮಾನಕ್ಕೆ ಬಂದ.

ರೂಮಿಗೆ ಎಳೆದೊಯ್ದು ಸರಿತ ಜಗಳಕ್ಕೆ ನಿಂತಳು "ನೀನು ಅರ್ಥ ಮಾಡ್ಕೋ ಬಹ್ದೂಂತ ಅಂದ್ಕೊಂಡಿದ್ದೆ, ನಂಗೆ ಸದ್ಯಕ್ಕೆ ಮದ್ವೆ ಬೇಡ" ಅಂದಕೂಡಲೆ ಮುಷ್ಟಿ ಬಿಗಿ ಹಿಡಿದು ಕೈಯೆತ್ತಿ ಮೇಲಕ್ಕೆ "ಐ ವಾಂಟ್ ರೀಸನ್, ನನ್ನಿಂದ ತಪ್ಪಾಗಿ ಹೋಯ್ತು, ಪ್ರೇಮ, ಪ್ರೀತಿ ಅನ್ನೋದು ಒಂದು ರೀತಿಯ ಅಮಲು ಏನೇನೋ ನಡ್ದು ಹೋಯ್ತು, ಮತ್ತೆ ನಿನ್ನ ವಿಷಯದಲ್ಲಿ ಮರುಕಳಿಸಿ ಹೆತ್ತವರಿಗೆ ನೋವು ಕೊಡೋದು ಬೇಡ, ಕ್ಷಿತಿಜ ಇಷ್ಟವಿಲ್ಲಾಂದರೇ, ಬೇರೆ ಪ್ರಯತ್ನ ಮಾಡ್ತೀನಿ... ಹೇಳು" ಜೋರಾಗಿಯೆ ಗದರಿಸಿದ. ಸರಿತ ತಟಸ್ಥಳಾದಳು. ಅಣ್ಣನ ದೃಷ್ಟಿಯಲ್ಲಿ ತಾನು ಏನಾಗಬಹುದು? "ಅಣ್ಣ, ನಿಂಗೆ ಹೇಳೋಕ್ಕಾದ್ರೂ ನಾನು ಮಾನಸಿಕವಾಗಿ ಸಿದ್ಧಳಾಗ್ಬೇಕು. ಒಂದ್ವಾರ ಅವಕಾಶ ಕೊಡು, ಇನ್ನೊಂದ್ವಿಷ್ಯ ಹರ್ಷ ಫೋನ್ ಮಾಡಿದ್ರು, ಅತ್ತಿಗೆ... ಸಾರಿ... ವೈಜಯಂತಿ ಹರ್ಷ ಅವರು ಕುಂಜುನ ನೋಡ್ಬೇಕೂಂತ ಇದ್ದಾರಂತೆ, ಆಮೇಲೆ ಅಲಾಪನಾನ ಅಮ್ಮ ಕೂಡ ಫೋನ್ ಮಾಡಿದ್ರು, ಈಗೇನ್ಮಾಡೋದು? ಅಮ್ಮ ಅಪ್ಪನಿಗೆ ತಿಳಿಸೋದ್ಬೇಡ" ಇಲ್ಲಿ ವಿಷಯಾಂತರವಾಯಿತು.

ಹೇಮಂತ್ ಮೌನವಹಿಸಿದ. ನೆನಪುಗಳು ಒಟ್ಟಿಗೆ ಮುತ್ತಿ ಬಾಧಿಸಿದವು. ಮಗಳನ್ನು ಕರೆದೊಯ್ದು ಇಟ್ಕೊಂಡ ಪಾಟೀಲ ಹಂತ ಹಂತವಾಗಿ ಅವಮಾನಸಿದ್ದರು. ಗಂಡ – ಹೆಂಡಿರ ಮಧ್ಯೆ ದೊಡ್ಡ, ಆಳವಾದ ಕಂದಕ ನಿರ್ಮಾಣ ಮಾಡಿದ್ದರು, ದಾಟಲಾಗದು ಬಿದ್ದರೇ ಎದ್ದು ಬರಲು ಸಾಧ್ಯವಿಲ್ಲ.

"ವೈಜಯಂತಿ ನೋಯೋದು ನಂಗಿಷ್ಟವಿಲ್ಲ, ನೀನೇ ಒಮ್ಮೆ ಕರ್ಕಂಡ್ಹೋಗಿ ಬಂದ್ಬಿಡು, ಅಪ್ಪ, ಅಮ್ಮನಿಗೆ ವಿಷಯ ತಿಳಿಸ್ಬೇಡ" ಎಂದು ಹೊರ ಹೋದ, ಇಂದಿಗೂ ಎಡಬಿಡದೆ ನೋವು, ನಿರಾಸೆ ಅನುಭವಿಸುತ್ತಿದ್ದಾನೆಂದು ಅವಳಿಗೆ ಗೊತ್ತು, ಭಾರವಾದ ಉಸಿರು ದಬ್ಬಿ ವೈಜಯಂತಿ ಮೊಬೈಲ್‌ಗೆ ಫೋನ್ ಮಾಡಿದಳು, ಯಾರು ರಿಸೀವರ್ ಎತ್ತಲಿಲ್ಲ, ಹರ್ಷ ಬುದ್ಧಿವಂತನಾಗಿ ಕಂಡ, ಚತುರತೆಯಿಂದ ಹೆಂಡತಿಯ ಸುತ್ತಲು

ಕೋಟೆ ನಿರ್ಮಿಸಿ ಹೊರ ಬಾಗಿಲಲ್ಲಿ ಕಾವಲು ನಿಂತಿದ್ದ. ಅವಳೆದೆಯ ಭಾವನೆಗಳಲ್ಲಿ ಅವನೊಬ್ಬನೇ ಇರಬೇಕೆಂಬ ಸ್ವಾರ್ಥ, ಆದರೆ ಅದು ಸಾಧ್ಯವೇ?

ಹರ್ಷ ಮತ್ತೆ ಫೋನ್ ಮಾಡಿದ.

"ವೆಹಿಕಲ್ ಕಳ್ಸಿ ಕೊಡ್ಲಾ? ಏನೀ ಪ್ರಾಬ್ಲಮ್?" ವೈಜಯಂತಿಯದು ಒಂದೇ ಗೋಳಾಟವಾಗಿತ್ತು. ಅಜಯ್‌ಗೆ ಕೂಡ ಎರಡು ಬಡಿದಾಗ ಷಾಕ್ ಆಗಿದ್ದ "ಡೋಂಟ್ ಬೀ ಎಮೋಷನಲ್, ಅವಳ್ನ ಸಂಜೆಯ ವೇಳೆಗೆ ಕರ್‍ಸೀಕೊಡ್ತೀನಿ. ನಿನ್ನ ಪ್ರೀತಿ ತಾಯಿ ಪ್ರೇಮ ಇವೆರಡಕ್ಕೆ ಹಂಚಿದರೇ ಸಾಲ್ದೇ?" ಗೊಣಗಿಕೊಂಡೇ ಹೊರ ಹೋಗಿದ್ದವನು ಸರಿತಾಗೆ ಫೋನ್ ಮಾಡಿದ್ದ.

"ಎಂಥದ್ದು ಇಲ್ಲ, ಅವ್ಳು ಶಾಲೆಯಿಂದ ಬರ್ಬೇಕು, ನಮ್ಮ ತಂದೆ, ತಾಯಿ ಬಂದಿದ್ದಾರೆ. ಹೊರ್ಗೇ ಹೋಗ್‌ಬೇಕಾದರೆ ಏನಾದರೂ ಸಮಾಜಾಯಿಸಿ ಹೇಳ್ಬೇಕ್, ಆಯ್ತು ಕರ್ಕಂಡ್ ಬರ್ತೀನಿ" ಫೋನ್ ಕಟ್ ಮಾಡಿದ್ದಳು.

ಕ್ಷಿತಿಜನ ಮನೆಗೆ ಹೋಗುವ ಒಂದು ಪ್ರೋಗ್ರಾಂ ಫಿಕ್ಸ್ ಆಗಿದ್ದರಿಂದ ಮರುದಿನ ಶಾಲೆಗೆ ಹೋಗುವ ಮುನ್ನ ಅವಳನ್ನು ಕರೆದೊಯ್ಯಬೇಕಿತ್ತು.

ಶಾಲೆ ಅಂಥ ದೂರವಿಲ್ಲದಿದ್ದರಿಂದ ಸಂಜೆ ಶ್ರೀಕಾಂತಯ್ಯ, ಲೀಲಾವತಿ ಹೋಗಿ ತಾವೇ ಕರೆದುಕೊಂಡು ಬರುತ್ತಿದ್ದರು, ಇಂದು ಕೂಡ ಅವರೇ ಕರೆತಂದಾಗ ಹರ್ಷಚಿತ್ತಳಾಗಿದ್ದಳು ಅಲಾಪನಾ.

"ಅಜ್ಜಿ, ವಾಚ್‌ಮನ್ ಮೇಲೆ ತುಂಬ ಜೋರು ಮಾಡಿದ್ರು" ಅಂದು ಪಕ್ಕನೆ ನಕ್ಕು ಬಾಯಿ ಮುಚ್ಚಿಕೊಂಡಾಗ, ಲೀಲಾವತಿ "ಬಾ ಇಲ್ಲಿ" ಪ್ರೀತಿಯಿಂದ ಹತ್ತಿರಕ್ಕೆಳೆದುಕೊಂಡು ಮುದ್ದಿಸಿದರು.

"ಈಗ ಯಾರು, ಯಾರು ಹೋಗೋದು?" ಅನ್ನುವ ಕಲೆ ಒಳಗೆ ಬಂದ ಹೇಮಂತ್ ಮಗಳನ್ನು ಹತ್ತಿರಕ್ಕೆಳೆದುಕೊಂಡು "ಅಜ್ಜಿ, ತಾತ ಬಂದ್ಮೇಲೆ ನಿಂಗೆ ಮುದ್ದು ಜಾಸ್ತಿ ಆಯ್ತು. ನನ್ನ ಮಾತಾಡಿಸೋದೆ ಕಷ್ಟವಾಯ್ತು" ಮಗಳನ್ನು ಛೇಡಿಸಿದ ಕೂಡಲೇ ತಲೆಯ ಕುತ್ತಿಗೆಯನ್ನು ಅಪ್ಪಿಕೊಂಡು "ಸಾರಿ... ಸಾರಿ... ಸಾರಿ... ರಾತ್ರಿ ನಾನು ಮಲಗೋದು ನಿನ್ಹತ್ರನೆ ಅಲ್ವಾ?" ಮುದ್ದಾಗಿ ಅಂದ ಮಗಳನ್ನು ಮುದ್ದಾಡಿದ. ಇಂಥ ಅಮೂಲ್ಯವಾದ ಉಡುಗೊರೆಯನ್ನು ನೀಡಿದ ವೈಜಯಂತಿಯನ್ನು ಮರೆಯಲು ಸಾಧ್ಯವೇ?

ಇದ್ದಿದ್ದರಲ್ಲಿಯೇ ಚೆಂದವಾದ ಸೀರೆಯುಟ್ಟು ಆಕೆ ರೆಡಿಯಾಗಿ ಬಂದಾಗ ಸರಿತ ಅಚ್ಚರಿಯಿಂದ ಕಣ್ಣರಳಿಸಿ "ಅಪ್ಪ, ನೋಡಿದ್ರಾ? ನೀವು ಅಮ್ಮನ್ನ ನೋಡೋಕೆ ಹೋದಾಗ ಇನ್ನಷ್ಟು ಭರ್ಜರಿಯಾಗಿ ಅಲಂಕಾರ ಮಾಡಿಕೊಂಡಿರಬೇಕು, ಇಂಥ ಸಂಭ್ರಮ ಜೀವನೋತ್ಸಾಹ ಈಗಿನ ಹುಡ್ಗೀಯರಿಗೆ ಖಂಡಿತ ಇರೋಲ್ಲ" ಅಮ್ಮನನ್ನು ಛೇಡಿಸುವಷ್ಟು ಧೈರ್ಯ ಮಾಡಿದ್ದು ಬಹುಶಃ ಇಂದೇ ಇರಬೇಕು, ಹೇಮಂತ್ ಕೂಡ ನಕ್ಕು ಬಿಟ್ಟ.

"ಸಾಕು ತೆಗೀ, ಏಯ್ ಹೇಮೂ ಇಲ್ಲಿಗೆ ಬಂದ್ಮೇಲೆ ಬಹಳ ಧೈರ್ಯ ಬಂದಿದೆ, ಸಿಟಿ ಗಾಳಿನೇ ಅಂಥದ್ದೂಂತ ಕಾಣುತ್ತೆ" ಸರ, ಸೆರಗು ಸರಿ ಮಾಡಿಕೊಂಡರು ಲೀಲಾವತಿ, ಅಲಂಕಾರ ಪ್ರಿಯೆ ಅಲ್ಲದಿದ್ದರು, ಅಚ್ಚುಕಟ್ಟಾಗಿ ಇರಬೇಕೆನ್ನುವ ಮನೋಭಾವ ಉಳ್ಳ ಹೆಣ್ಣು.

ಬರೀ ನಾಲ್ಕು ಜನ ಹೊರಡುವ ತೀರ್ಮಾನವಿದ್ದರು ಕೊನೆಯಲ್ಲಿ ಸರಿತ ಕೂಡ ಹೊರಡುವ ತೀರ್ಮಾನವಾಯಿತು. ಒಮ್ಮೆ ಅವಳು, ಅವಳಣ್ಣ ಗೆಸ್ಟ್ ಆಗಿ ಹೋಗಿದ್ದರು.

ಮೊದಲೆ ಕ್ಷಿತಿಜನಿಗೆ ಸೂಚನೆ ಸಿಕ್ಕಿದ್ದರಿಂದ ಮನೆ ಅಚ್ಚುಕಟ್ಟಾಗಿತ್ತು. ತರಕಾರಿ, ಹಣ್ಣುಗಳು ಮೂಲೆಯ ಸ್ಟಾಂಡ್‌ನಲ್ಲಿದ್ದ ಬುಟ್ಟಿಗಳಲ್ಲಿತ್ತು. ಪರಿಚಯಿಸಿದ ಹಿರಿಯರಿಗೆ ಬಗ್ಗಿ ನಮಸ್ಕರಿಸಿದ.

"ಅಮ್ಮ ಅಂತು ಬೋಲ್ಡ್" ತಂಗಿಯ ಬಳಿ ಸರಿದು ಪಿಸುಗುಟ್ಟಿದ "ಅಷ್ಟು ಈಸೀಯಲ್ಲ ಬಿಡು, ಅಮ್ಮನ ಪ್ರಶ್ನೆಗಳಿಂದ, ಮಾತಿನ ಧಾಟಿಯಿಂದ ನೀನು ಆಗಾಗ ಕ್ಷಿತಿಜನ್ನ ಪಾರು ಮಾಡಬೇಕಾಗುತ್ತೆ" ಮೆಲ್ಲಗೆ ಹೇಳಿ, ಒಂದು ಬೆತ್ತದ ಛೇರ್ ಮೇಲೆ ಆರಾಮಾಗಿ ಹೋಗಿ ಕೂತು ಬಿಟ್ಟಳು.

ಈಗಾಗಲೇ ಕ್ಷಿತಿಜ ಮತ್ತು ಹೇಮಂತ್ ನಡುವೆ ಆತ್ಮೀಯತೆ ಬೆಳೆದಿದ್ದರಿಂದ "ಈ ಕಡೆ ಬಂದಿದ್ವಿ, ನಿಮ್ಮಲ್ಲಿಗೆ ಒಂದು ಭೇಟಿ ಅಷ್ಟೆ" ಕಣ್ಣೊಡೆದ "ಯಾಕೆ ಆಗ್ಬಾರ್ದು? ನಂಗೆ ತುಂಬ ಸಂತೋಷವೇ, ನಾನೇ ಆಹ್ವಾನಿಸಬೇಕೆಂದುಕೊಂಡಿದ್ದೆ, ಸ್ವಲ್ಪ ಹಿಂಜರಿಕೆ" ಎನ್ನುತ್ತಲೆ ಅವರನ್ನು ಆಹ್ವಾನಿಸಿದ.

ಕೂಡುವ ಮೊಲು ಲೀಲಾವತಿ ಇಡೀ ಮನೆಯನ್ನು ಒಮ್ಮೆ ನೋಡಿ ಬಂದರು. ಅವರ ಮನೆಗೆ ಹೋಲಿಸಿದರೇ, ಇದು ಅರಮನೆನೇ, ಮೆಚ್ಚಿಗೆ ಮೂಡಿತು. ಕ್ಷಿತಿಜ ಕೂಡ ಇಷ್ಟವಾಗಿದ್ದ, ಆದರೆ 'ಜಾತಿ, ಮನೆತನ ಪರಂಪರೆ, ಜಾತಕ ಅಂಥದ್ದರ ಬಗ್ಗೆ ವಿಚಾರಿಸುವುದೇನು ಬೇಡ ನನಗೆ ತಿಳಿದ ಮಟ್ಟಿಗೆ ಹೇಳಿದ್ದೀನಿ ಇನ್ನೇನು ಪ್ರಶ್ನಿಸಬೇಡ' ಅಮ್ಮನಿಗೆ ಹೊರಡುವಾಗ ಹೇಮಂತ್ ತಾಕೀತು ಮಾಡಿದ್ದರಿಂದ ಸುಮ್ಮನಿರಬೇಕಿತ್ತು.

ಲಘುವಾದ ಫಲಹಾರವಾಯಿತು, ಶ್ರೀಕಾಂತಯ್ಯ ಆಳವಾದ ವಿಷಯಗಳ ಬಗ್ಗೆ ಮಾತಾಡಲಿಲ್ಲ, ಹಾಗೆ ನೋಡಿದರೇ ಅವರು ಮಾತೇ ಆಡಲಿಲ್ಲವೆನ್ನಬೇಕು, ಎಲ್ಲರು ಆಡಿದನ್ನ ಕೇಳಿದರಷ್ಟೆ, ಲೀಲಾವತಿಗೂ ಒಪ್ಪಿಗೆಯೇ ನಾಲ್ಕು ಮಾತು ಹೆಚ್ಚಿಗೆ ಆಡಿ ಓಡಾಡಿದ್ದು ಅಲಾಪನಾನೇ, ಮನೆಗೆ ಹಿಂದಿರುಗಿದ ಕೂಡಲೇ "ನಿಮ್ಗೇ ಏನ್ನನಿಸಿತು?" ಗಂಡನ ಕಡೆ ನೋಡಿದಾಗ, ಶ್ರೀಕಾಂತಯ್ಯ "ನನ್ನ ಕೇಳ್ಲೋ ಬದಲು ನಿನ್ನ ಮಗಳನ್ನ ಕೇಳು, ಅವ್ಳು ಹ್ಞೂ ಅಂದರೆ ನನ್ನ ಅಭ್ಯಂತರವಿಲ್ಲ. ನಮ್ದು ಹಳೆಯದಾಯ್ತು, ಹುಡ್ಗನಂತು ಆರೋಗ್ಯವಾಗಿದ್ದಾನೆ" ಅಂದು ಸುಮ್ಮನೆ ಕೂತರು, ಮನಗ ವಿವಾಹವನ್ನು ವಿರೋಧಿಸಿ ತಾವು ಕಳೆದುಕೊಂಡಿದೆಷ್ಟು, ಎಂದು ಲೆಕ್ಕ ಹಾಕಿ

ನೊಂದಿದ್ದರು, ಮತ್ತೆ ಅಂಥ ತಪ್ಪಾಗುವುದು ಅವರಿಗೆ ಬೇಕಿರಲಿಲ್ಲ.

"ಎಂಥ ಮಾತು? ಹಿರಿಯರು ಅನ್ನಿಸ್ಕೊಂಡ ನಮ್ಗೇ ಸ್ವಲ್ಪ ಜವಾಬ್ದಾರಿ ಬೇಡ್ವಾ? ಹೇಮಂತ ಮಾಡ್ಕೊಂಡು ಈಗ ಅನುಭವಿಸ್ತಾ ಇದ್ದಾನಲ್ಲ" ಮತ್ತೆ ಮಾತಿನ ವರಸೆ ಆ ಕಡೆ ತಿರುಗಿದಾಗ ಮೇಲೆದ್ದರು "ಮತ್ತೆ... ಮತ್ತೆ... ಆ ಮಾತು ಬೇಡ"

ಅಂತು ಕ್ಷಿತಿಜ ಇವರಿಗೆ ಒಪ್ಪಿಗೆಯೇ, ಆದರೆ ಸರಿತಾಗೆ ಅರವತ್ತೊಂದು ದಿನ ಕಾಲಾವಕಾಶವಿತ್ತು, ಅದರಲ್ಲಿ ಒಂದು ದಿನ ಸರಿದು ಹೋಗಿತ್ತು.

ಮರುದಿನ ಅಲಾಪನಾನ ಶಾಲೆಗೆ ರೆಡಿ ಮಾಡುವ ವೇಳೆಗೆ ಹರ್ಷನಿಂದ ಅವಳಿಗೊಂದು ಫೋನ್ ಬಂತು. ಅವನು ಈಚೆಗೆ ಹೇಮಂತ್‌ನ ಸಂಪರ್ಕ ಬಿಟ್ಟು ಹೇಳುವುದು, ಕೇಳುವುದು ಸರಿತಳಲ್ಲಿ ಮಾತ್ರ.

ಮರುದಿನ ಅಲಾಪನಾನ ಎತ್ತಿದ್ದ ಹೇಮಂತ್ "ನಾನು ಹರ್ಷ, ಸ್ವಲ್ಪ ಸರಿತಗೆ ಫೋನ್ ಕೊಡ್ತೀರಾ?" ಅಂದಾಗ, ಹಲ್ಮುಡಿ ಕಚ್ಚಿಡಿದ 'ಇಡೊ ಫೋನ್ ಈಡಿಯೆಟ್' ಎಂದು ಹೇಳಬೇಕೆನಿಸಿದರು ಕೋಪ ನುಂಗಿ ತಂಗಿಗೆ ಫೋನ್ ಕೊಟ್ಟು ಹೊರಗೆ ಹೋದ.

"ವೈಜಯಂತಿ ಏನಾದ್ರೂ ಫೋನ್ ಮಾಡಿದ್ಲಾ? ಮಗಳನ್ನು ಹೆಚ್ಚು ಕನವರಿಸೋಕೆ ಷುರು ಮಾಡಿದ್ದಾಳೆ, ದಯವಿಟ್ಟು ಸ್ವಲ್ಪ ಕರ್ಕಂಡ್ ಬರ್ತೀರಾ? ಇಲ್ಲ ವೆಹಿಕಲ್ ಕಳ್ಸಿಕೊಡ್ತೀನಿ" ಅಂದ ಕೂಡಲೆ "ಬೇಡ, ನಾನೇ ಕರ್ಕಂಡ್ ಬರ್ತೀನಿ" ಎಂದು ಫೋನ್ ಕಟ್ ಮಾಡಿದಳು.

ಹೇಮಂತ್‌ನ ಮುಖ ಕೋಪದಿಂದ ಕೆಂಪಗಾಗಿದ್ದನ್ನು ಗುರುತಿಸಿದ್ದಳು. ಅದು ಸಹಜ ಕೂಡ, ನೋವು ನುಂಗಿಕೊಂಡು ಅವನ ಮುಂದೆ ಹೋಗಿ ನಿಂತಳು.

"ಪ್ಲೀಸ್, ಸ್ವಲ್ಪ ಅರ್ಥ ಮಾಡ್ಕೋ, ಹರ್ಷನಿಗೆ ವೈಜಯಂತಿಯ ಹಿಂದಿನ ಚರಿತ್ರೆಯೆಲ್ಲ ಗೊತ್ತಲ್ಲ. ನಿನ್ನ ದ್ವೇಷಿಸೋದು, ಅವಾಯ್ಡ್ ಮಾಡೋದು ಸಹಜ ತಾನೇ? ಬಹುಶಃ ಅಲಾಪನಾ ಒಬ್ಬಳಿಲ್ಲದಿದ್ದರೆ ಬೇರೆ ಚಿತ್ರನೇ ಮೂಡುತ್ತಿತ್ತು. ನೀನು ಹರ್ಷನ ಸ್ಥಾನದಲ್ಲಿ ಇದ್ದರು ಅಷ್ಟೆ, ಈಗ ಅಲಾಪನಾ ಕೂಡ ಮೊದಲಿನ ಹಾಗೇ 'ಮಮ್ಮಿ, ಮಮ್ಮಿ, ಅಂತ ಕನವರಿಸೋಲ್ಲ, ಹಾಗಂತ ಹೆತ್ತ ತಾಯಿನ ಮರ್ರ್‍ಯೋಕ್ಕಾಗೋಲ್ಲ? ತಾಯಿ, ಮಗಳನ್ನು ಬೇರೆ ಮಾಡೋದು ಬೇಡ. ವೈಜಯಂತಿ ಮಗಳನ್ನು ನೋಡ್ಬೇಕೂಂತ ಹಂಬಲಿಸ್ತಾ ಇದ್ದಾರಂತೆ. ನೀನು ಪರ್ಮಿಷನ್ ಕೊಟ್ಟರೇ, ಕರ್ಕಂಡ್ ಹೋಗ್ಬರ್ತೀನಿ" ಅರ್ಥೈಯಿಸಿದಳು.

"ಬೇಡ, ಏನ್ಬೇಕಾದ್ರೂ... ಮಾಡ್ಕೊಳ್ಳಿ, ಹೇಗೂ ಇಬ್ರೂ ಮಕ್ಳು ಇದ್ದಾರಲ್ಲ, ಮಧ್ಯೆ ಇವಳ್ಯಾಕೆ ಬೇಕ್? ಈ ಸಲ ಫೋನ್ ಮಾಡಿದರೇ ಕಳಿಸೋಲ್ಲಾಂತ ಹೇಳು. ಕೋರ್ಟುನಲ್ಲೆ ಡಿಸೈಡ್ ಆಗ್ಬಿಡ್ಲಿ" ಕನಲಿದ, ಸರಿತ ಮೌನವಾದಳು.

ಆದರೆ ಆಫೀಸ್‌ಗೆ ಹೋಗುವ ಮುನ್ನ "ಅಲಾಪನಾನ ಕರ್ಕಂಡ್ ಹೋಗ್ತಾ, ಕಾರುನ ಹಿಂದಕ್ಕೆ ಕಳಿಸ್ತೀನಿ" ಅಂದ ಕಾರಿನ ಚಕ್ರಗಳು ಮುಂದಕ್ಕೆ ಉರುಳಿದವು, ಪ್ರೀತಿ, ಪ್ರೇಮ ಲೆಕ್ಕಾಚಾರಕ್ಕೆ ಸಿಗದ ವಿಸ್ಮಯವೆನಿಸಿತು.

ಅಲಾಪನಾ ಯೂನಿಫಾರಂ ಬಿಚ್ಚಿ ಬೇರೆ ಡ್ರೆಸ್ ಹಾಕಿ "ನಿನ್ನ ಅಮ್ಮನ ಹತ್ರ ಕರ್ಕಂಡ್ ಹೋಗ್ತೀನಿ" ಅಂದ ಕೂಡಲೆ "ಹಾಯ್, ನಂಗೆ ಮಮ್ಮಿನ ನೋಡೋಕೆ ಇಷ್ಟನೇ. ಶಾಲೆಗೆ ಚಕ್ಕರೊಡೆದರೆ ಮಿಸ್ ಪನೀಷ್ ಮಾಡ್ತಾರೆ" ಅನ್ನೋ ವೇಳೆಗೆ ಬಾಗಿಲಿಗೆ ಬಂದ ಲೀಲಾವತಿ ಹಾಗೆಯೇ ನಿಂತರು. ಮಗನ ವಿವಾಹದ ಬಗ್ಗೆ ದೊಡ್ಡ ವಿರೋಧವಿತ್ತು. ಅದು ಕಾಲ ಕ್ರಮೇಣ ಕರಗಿ ಹೋಗಿತ್ತು. ಈಗ ಸ್ವಾಗತಿಸಬಲ್ಲರು, ಆದರೆ... ಆಕೆಯ ಕಣ್ಣಂಚು ಒದ್ದೆಯಾಯಿತು.

"ಕುಂಜಮ್ಮ ಸ್ಕೂಲಿಗೆ ಹೋಗೋಲ್ವಾ?" ಕೇಳಿದರು.

"ಇಲ್ಲ, ಇವತ್ತು ಬೇರೆ ಪ್ರೋಗ್ರಾಂ ಇದೆ" ಅನ್ನುವ ವೇಳೆಗೆ "ಮಮ್ಮಿ ಮುಂಬಯಿನಿಂದ ಬಂದಿದೆಯಂತೆ, ನೋಡೋಕೆ ಹೋಗ್ತಾ ಇದ್ದೀನಿ" ಖುಷಿಯಿಂದ ಹೇಳಿದ ಮೊಮ್ಮಗಳನ್ನು ನೋಡಿದರು, ಈಗ ಮೊಮ್ಮಗಳನ್ನು ಹೆತ್ತವಳ ಮೇಲೆ ಕೋಪ ಇತ್ತು. ಅದರ ಪ್ರದರ್ಶನ ಬೇಡವೆಂದು ಮಗ, ಮಗಳು, ಮೊಮ್ಮಗಳು ಬುದ್ಧಿ ಹೇಳಿದ್ದರು. ಸುಮ್ಮನೆ ಅಡಿಗೆಯ ಮನೆಗೆ ಹೋದರು. ಅದರ ಸಂಪೂರ್ಣ ಜವಾಬ್ದಾರಿ ಅವರದೇ.

ಶ್ರೀಕಾಂತಯ್ಯನವರು ಹೊರಗೆ ಅಡಾಡಿ ಬರಲು ಹೋಗಿದ್ದರಿಂದ ಕಾರು ಬಂದ ಕೂಡಲೆ ಸರಿತ ಮತ್ತು ಅಲಾಪನಾ ಲೀಲಾವತಿಗೆ ಹೇಳಿ ಕಾರು ಹತ್ತಿದರು.

ವಾಚ್‌ಮನ್ ಗೇಟು ತೆರೆದ, ವೈಜಯಂತಿ ಅಮ್ಮ, ಅತ್ತೆ ಎದುರುಗೊಳ್ಳುವಂತೆ ಇಬ್ಬರು ಹೊರಗೆ ಬಂದರು ಸ್ವಂತ ಮಗಳ ಮಗಳು ಆಕೆಗಂತು ಮಮತೆ, ಆದರೆ ಅದು ನೋವಾಗಿ ಪರಿಣಮಿಸಿತ್ತು.

"ಬಾರೇ, ಅಲಾಪನಾ, ಹೇಗಿದ್ದೀ?" ಕರೆದರು.

ಅವಳ ಬಾಬ್ ಕೂದಲು ಈಗ ಎರಡು ಜಡೆಗಳಾಗಿದ್ದದ್ದು ಅವರ ಗಮನಕ್ಕೆ ಬಂತು 'ಹೋಗು' ಸನ್ನೆ ಮಾಡಿದ ನಂತರವೇ ಅವಳು ಅವರುಗಳತ್ತ ಬಂದಿದ್ದು.

"ಹೇಗಿದ್ದಿ?" ಕೈ ಹಿಡಿದು ತಮತ್ತ ಎಳೆದುಕೊಂಡ ವೈಜಯಂತಿ ತಾಯಿ ಶಾಂತಬಾಯಿ "ತುಂಬಾನೆ ಬೆಳೆದಿದ್ದಾಳೆ" ಅಕ್ಕರೆ ತೋರಿಸಿದರು ಮೊದಲಿನ ಹಂಬಲಿಕೆ ಅವಳಲ್ಲಿ ಇರಲಿಲ್ಲ "ಮಮ್ಮಿನ ನೋಡ್ಕೊಂಡ್ ಬರ್ತೀನಿ" ಪುರೆಂದು ಹಾರಿ ಹೋದ ಅವಳತ್ತ ನೋಡಿದರು. ನೇರವಾಗಿ ಅನ್ಯಾಯವಾಗಿದ್ದು ಈ ಮಗುಗೆ ಅಂದುಕೊಂಡರು ಆ ಕ್ಷಣ. ಅಪರಾಧ ಭಾವ ಇಣಕಿತು.

"ಮಮ್ಮಿ..." ಕೂಗಿಗೆ ಹಿಂದಿರುಗಿದ ವೈಜಯಂತಿ ಪುಳಕಿತಳಾದಳು ಎರಡು ಕೈಗಳನ್ನು ಚಾಚಿ ಅಪ್ಪಿಕೊಂಡವಳ ಕಣ್ಣಲ್ಲಿ ನೀರಿತ್ತು "ಹೇಗಿದ್ದಿ?" ಸಣ್ಣ ಪ್ರಶ್ನೆಗೆ ಅರಳು

ಉರಿದಂತೆ ಉತ್ತರಿಸತೊಡಗಿದಳು "ಫೈನ್... ವೆರಿ ಫೈನ್... ಐಯಾಮ್ ವೆರಿ ಹ್ಯಾಪಿ, ಅಜ್ಜಿ, ತಾತ ಬಂದಿದ್ದಾರೆ. ಎಷ್ಟೊಂದು ತರಹ ತಿಂಡಿಗಳನ್ನು ತಂದಿದ್ರೂ ಗೊತ್ತಾ? ತಾತ ಡಾಕ್ಟ್ರು... ನನ್ನ ನೆಗಡಿ ಕೆಮ್ಮುಗೆ ಅವ್ರೆ ಔಷ್ದಿ ಕೊಟ್ರು ಎಲ್ಲಾ ನನ್ನ ತುಂಬ ಪ್ರೀತಿ ಮಾಡ್ತಾರೆ, ಬೋರ್... ಅಂಥದೆಲ್ಲ ಇಲ್ಲ, ನೀನು ಇದ್ದಿದ್ರೆ... ತುಂಬ ಚೆನ್ನಾಗಿರೋದು."

ಪಟ ಪಟ ಸಿಡಿಯುವ ಮಾತುಗಳು! ಅವಳಲ್ಲಿ ತುಂಬ ಬದಲಾವಣೆ ಬಂದಿದೆಯೆನಿಸಿತು ವೈಜಯಂತಿಗೆ, ಸಂತೋಷದ ಜೊತೆ, ಈರ್ಷೆಯು! ಮಂಕಾಗಿ ಕೆಲವೊಮ್ಮೆ ಸಿಟ್ಟು ಸೆಡವು ತೋರಿಸುತ್ತಿದ್ದ ಮಗಳು ಇವಳೇನಾ, ಅನಿಸಿತು.

"ಅಂತು ತುಂಬ ಖುಷಿಯಾಗಿದ್ದೀ, ಆ ಸಂತೋಷದಲ್ಲಿ ನಿಂಗೆ ಮಮ್ಮಿಯ ನೆನಪಿಲ್ಲ!" ಆಕ್ಷೇಪಿಸಿದಂತೆ ಗಲ್ಲ ಸವರಿದಾಗ "ಇಲ್ಲಪ್ಪ, ಗಾಡ್ ಪ್ರಾಮಿಸ್... ನಿನ್ನ ಮರೆತಿಲ್ಲ, ನಿಂಗೆ ತೊಂದರೆ ಆಗ್ಬಾರ್ದಲ್ಲ, ಅದಕ್ಕೆ ಅಲ್ವಾ, ನನ್ನ ರೆಸಿಡೆನ್ಷಿಯಲ್ ಸ್ಕೂಲ್‌ಗೆ ಸೇರಿಸಿದ್ದು" ಬಳ ಬಳ ಅತ್ತೇ ಬಿಟ್ಟಳು, ತಕ್ಷಣ ಅಪ್ಪಿಕೊಂಡ ವೈಜಯಂತಿಯ ಕಣ್ಣಲ್ಲಿ ನೀರಿತ್ತು, ಹೌದು... ಅನಿಸಿತು.

ಅಷ್ಟರಲ್ಲಿ ಬಾಗಿಲಿಗೆ ಬಂದ ಸರಿತ ಅಲ್ಲೇ ನಿಂತಳು, ಆ ಮಮತೆಯನ್ನು ಬಲ್ಲಳು. ತೊಟ್ಟಿಲುನಲ್ಲಿದ್ದ ಮಗು ಅಳು ಕೇಳಿ ಹೊರಗಿದ್ದ ಆಯಾ ಒಳಗೆ ಬಂದಾಗ ವೈಜಯಂತಿ ಹೋಗುವಂತೆ ಸನ್ನೆ ಮಾಡಿ ತಾನೇ ಎತ್ತಿಕೊಂಡಿದ್ದು ಚೆಂದದ ಕೂಸು, ಮಗುವಿನ ಮುಗ್ಧ ಮುಖ ಮುದ್ದು ತರುವಂಥದ್ದು.

ಮರೆತವಳಂತೆ ಧಾವಿಸಿದ ಅಲಾಪನಾ "ಮಗು ಸೋ ಪ್ರಿಟಿ ಅಲ್ವಾ? ನಾನು ಹೀಗೇ ಇದ್ದೇಂತೆ ಕಾಣುತ್ತೆ ಅಬ್ಬ... ಯಾವಾಗ್ಲ ಎತ್ತಿಕೊಂಡೇ ಇರ್ತಾ ಇದ್ದೇ ಅಲ್ವಾ? ನನ್ನಂಡ್ರೆ ನಿಂಗೆ ತುಂಬಾ ಇಷ್ಟಾಂತ ಪಪ್ಪ ಹೇಳ್ತಾರೆ. ಇದ್ನ ನನ್ತಂಗಿ ಅಂದ್ಕೋ ಬಹುದಲ್ಲ?" ಅದರ ಕೆನ್ನೆ ಸವರತೊಡಗಿದಳು, ಮುಗ್ಧವಾಗಿ ಆಡಿದ ಮಾತುಗಳು ಮುಳ್ಳುಗಳಂತೆ ಚುಚ್ಚುತಿತ್ತು, ಏನು ಹೇಳಲಾರದೆ ಸ್ಥಬ್ದಳಾದಳು.

ಮಧ್ಯೆ ಬಂದ ಸರಿತ ಪಾಪುನ ಎತ್ತಿಕೊಂಡು "ಹೇಗಿದ್ದಾಳೆ ನೋಡು, ನಿನ್ನ ಎಲ್ಲಾ ಅಜಯ್ ತರಹ, ಸ್ಕೂಲಿಗೆ ಹೋಗಿದ್ದಾನಾ? ಇವ್ನಿಗೂ ಹಾಕ್ಕೊಂಡ ಯೂನಿಫಾರಂ ಬಿಚ್ಚಿಸಿ ಕರ್ಕಂಡ್ ಬಂದೆ, ಹೇಗಿದ್ದೀರಾ? ಯಾವಾಗ್ಬಂದಿದ್ದು ಮುಂಬಯಿನಿಂದ?" ಮಾತನ್ನು ಬೇರೆಡೆ ಒಯ್ದಳು.

ಆಮೇಲೆ ಆಡಿದ್ದು ಅಲಾಪನಾ ಓದಿನ ಬಗ್ಗೆ, ಶಾಲೆಯ ಬಗ್ಗೆ ಮಾತ್ರ ಮಗುವಿನೊಂದಿಗೆ ಆಟವಾಡುತ್ತಿದ್ದ ಅಲಾಪನಾ "ಮಮ್ಮಿ ಇಲ್ನೋಡು ನಂಗೆ ಅಜ್ಜಿ ಬಳೆ, ಸರ ಮಾಡ್ಸಿಕೊಂಡ್ ಬಂದಿದ್ದಾರೆ, ತುಂಬ ಚೆನ್ನಾಗಿದೆ ಅಲ್ವಾ?" ತಾಯಿಯ ಮುಂದೆ ಎರಡು ಕೈಗಳನ್ನು ಚಾಚಿದಳು, ಮಿಂಚುವ ಎರಡೆರಡು ಚಿನ್ನದ ಬಳೆಗಳು ಅವಳ ಕೈಗಳನ್ನು ಅಲಂಕರಿಸಿತು. ಇಂಥ ಹತ್ತಾರು ಜೊತೆ ಬಳೆಗಳನ್ನು ಮೊಮ್ಮಗಳಿಗೆ ಮಾಡಿಸಿ ಹಾಕುವಂಥ ಕುಟುಂಬ ಪಾಟೀಲರದು.

ವೈಜಯಂತಿ ಪೆಚ್ಚಾದಳು.

"ನಮ್ಮಮ್ಮ ತುಂಬ ಅಕ್ಷರ ಜ್ಞಾನವಿಲ್ಲದ ಸರಳ ಹೆಣ್ಣು, ಸಂಭ್ರಮ, ಸಂತೋಷ ಬೇಗ ವ್ಯಕ್ತಪಡಿಸುವಂಥ ಮನಸ್ಸು, ತಮ್ಮಲ್ಲಿದ್ದ ಹಳೆಯ ಚಿನ್ನ ಮುರ್ಸೀ ಮಾಡ್ಸಿ ಹಾಕಿದ್ದಾರೆ. ಅದ್ನ ಪದೇ ಪದೇ ಹೇಳಿ, ಅಲಾಪನಾ ಕೂಡ ಆ ಬಗ್ಗೆ ಸಂಭ್ರಮ ಪಡುವಂತಾಗಿದೆ" ಅರ್ಥೈಯಿಸಿದಳು. ಅವಳು ಪೆಚ್ಚು ನಗೆ ಬೀರಿದಳು. ತನ್ನಿಂದ ಅಲಾಪನಾ ಮತ್ತಷ್ಟು ದೂರ ಹೋದ ಅನುಭವವಾಯಿತು.

"ಇವಳ್ನ ನಾನು ಕರ್ಕೊಂಡ್ಹೋಗ್ತೀನಿ, ತಾಯಿ ಮಗ್ಳು ಒಂದಿಷ್ಟು ಮಾತಾಡ್ಕೊಳ್ಳಿ" ಎಂದು ಮಗುವನ್ನೆತ್ತಿಕೊಂಡು ಹೊರಗೆ ಹೋದಳು ಸರಿತ. ವೈಜಯಂತಿಗೆ ಏನು ಮಾತಾಡಬೇಕೋ ತೋಚಲಿಲ್ಲ, ಮಗಳನ್ನು ಕಣ್ತುಂಬಿಕೊಳ್ಳುವಂತೆ ನೋಡಿದಳು "ಕೂದಲು ಯಾಕೆ ಕಟ್ ಮಾಡಿಸ್ಲಿಲ್ಲ?"

ಎರಡು ಜಡೆಗಳನ್ನು ಮುಂದೆ ಹಾಕಿಕೊಂಡು "ಮೊದ್ಲು ಬೇಡಾಂತ ಅನ್ನಿಸಿದರು, ಈಗ ಇದೇ ಇಷ್ಟವಾಯ್ತು. ಎಲ್ಲರಿಗೂ ಇದೇ ಇಷ್ಟ. ಪ್ಲೀಸ್ ಮಮ್ಮಿ ನೀನು ಕೂಡ ಬಂದ್ ನಮ್ಜೊತೆ ಇದ್ಬಿಡು. ಪಪ್ಪ ನಿಂಗೇ ಯಾವತ್ತಾದ್ರೂ ಹೊಡೆದಿದ್ರಾ? ಬೈದಿದ್ರಾ? ನನ್ಜೊತೆ ಇದ್ದ ಇಂದು ತಂದೆ ಡಾ. ಕಿರಣ್, ಅವ್ಳ ಮಮ್ಮಿನ ತುಂಬ ಹೊಡೆಯೋರಂತೆ, ಅದಕ್ಕೆನಂತೆ ಡೈವೋರ್ಸ್ ತಗೊಂಡಿದ್ದು, ನಿಂಗೂ ಪಪ್ಪ ಹೊಡೀತಾ ಇದ್ರಾ?" ಬಹಳ ತೀಕ್ಷ್ಣವಾಗಿ ಪ್ರಸ್ತಾಪಿಸಿದ ಕೂಡಲೆ ವೈಜಯಂತಿ ಗಲಿಬಿಲಿಗೊಂಡಳು. ತಟ್ಟನೆ ಉತ್ತರಿಸುವುದು ಸಾಧ್ಯವಿರಲಿಲ್ಲ. ಹಾಗೆಂದು ಹೇಮಂತ್ ಮೇಲೆ ಸುಳ್ಳು ಅಪಾದನೆಯೊರೆಸುವಷ್ಟು ಕೆಟ್ಟವಳಲ್ಲ.

"ಈಗ ಆ ವಿಷಯ ಬೇಡ, ನಿನ್ನ ಓದು, ಸಕೂಲು ಬಗ್ಗೆ ಹೇಳು" ಪುಸಲಾಯಿಸುವ ವೇಳೆಗೆ ಹರ್ಷ ಬಂದ "ಹಾಯ್... ಚಲೂಟಿ..." ಅವಳ ಪಕ್ಕ ಬಂದು ಕೂತು ಕೆನ್ನೆ ಸವರಿ ಜಡೆ ಮುಂದಕ್ಕೆ ಹಾಕಿ "ದೇಟು ಹಳ್ಳಿ ಹುಡ್ಗೀಯಂಗೆ ತಯಾರಾಗಿದ್ದಾಳೆ, ನಿನ್ನ ಮಗ್ಳೂಂತ ಹೇಳೋಕ್ಕಾಗೋಲ್ಲ" ಛೇಡಿಸಿದ.

"ನೋ, ನಾನು ಹೇಗಿದ್ರೂ ವೈಜಯಂತಿ ಮಗಳೇ, ಅದ್ನ ಪಪ್ಪ ನಂಗೆ ಸಾಕಷ್ಟು ಹೇಳಿದ್ದಾರೆ" ಅಂದು ಗೆಲುವನ್ನು ಮುಖದಲ್ಲಿ ಪ್ರದರ್ಶಿಸಿದ ಅವಳತ್ತ ನಗೆಯ ನೋಟ ಬೀರಿ. "ವೆರಿ ಬ್ರಿಲಿಯಂಟ್, ಚೆನ್ನಾಗಿ ಮಾತು ಕಲಿತಿದ್ದಾಳೆ, ಎಷ್ಟು ಈಸೀಯಾಗಿ ಕನ್ನಡದಲ್ಲಿ ಮಾತಾಡ್ತಾಳೆ ನೋಡು" ಹೇಳಿ ಎದ್ದು ಹೋದ, ಸ್ವಲ್ಪ ಹಿಂಜರಿಕೆಯೇ ಹರ್ಷನಿಗೆ, ಬೇರೊಬ್ಬರನ್ನು ವಿವಾಹವಾಗಿ ಒಂದು ಮಗುವನ್ನು ಪಡೆದಿದ್ದಳೆಂದು ತಿಳಿದು ವಿವಾಹವಾಗಿದ್ದ. ಅದು ಧಾರಾಳತನವೋ, ಸೌಕರ್ಯವೋ ಅಗತ್ಯವೋ– ಅತ್ಯಂತ ಸಂತೋಷದಿಂದಲೇ ಅವಳ ಕುತ್ತಿಗೆಗೆ ತಾಳಿ ಕಟ್ಟಿದ್ದ. ಆಗಾಗ ಹಿಂಸೆಯೆನಿಸುತ್ತಿತ್ತು. ಅರಗಿಸಿಕೊಳ್ಳಲಾರದೆ ಒದ್ದಾಡುತ್ತಿದ್ದ ಹಲವಾರು ವಿದ್ಯಾಸಂಸ್ಥೆಗಳ ಕಾರು ಬಾರುನ ಜೊತೆ ವೈಜಯಂತಿ ಅವನ ಕನಸ್ಸಾಗಿದ್ದಳು, ಅದರ ನನಸಿಗಾಗಿ ಒಂದಿಷ್ಟು ತ್ಯಾಗ.

ಶಾಂತಬಾಯಿ ಮೊಮ್ಮಗಳನ್ನು ಸರಿತ ಕೈಯಿಂದ ತಗೊಂಡು "ನಿನ್ನ ಮದ್ವೆ ಯಾಕೆ ಆಗಿಲ್ಲ?" ಇಂಥದೊಂದು ಪ್ರಶ್ನೆ "ಕಾರಣ ಹೇಳಿದ್ರೆ ನೀವು ಬೇಜಾರು ಮಾಡ್ಕೋಬಹ್ದು. ಈಗೀಗ ಪ್ರೀತ್ಸಿ ವಿವಾಹವಾದವರೇ ಡೈವೋರ್ಸ್ ತಗೋತಾ ಇದ್ದಾರೆ. ಅಂಥದ್ದರಲ್ಲಿ... ಹೋಗ್ಲೀ ಬಿಡಿ. ಸ್ವಲ್ಪ ಗಿಡಗಳ ಮಧ್ಯೆ ಆಡಾಡುತೀನಿ" ಹೊರಗೆ ಬಂದಳು. ಅತ್ಯಂತ ಸುಂದರವಾದ ಉದ್ಯಾನದಂತೆ ಕಂಗೊಳಿಸುತ್ತಿತ್ತು.

ಹರ್ಷ ಹೊರಗೆ ಬಂದವ ಅವಳತ್ತ ಬಂದ.

"ಹಲೋ, ಯಾಕೆ ಹೊರ್ಗೆ ಉಳಿದ್ರಿ?" ನಗೆ ಹಾರಿಸಿದ, ಅವನಿಗೆ ಸುಂದರವಾದ ಯುವತಿಯರೆಂದರೆ ಇಷ್ಟ. ಅದು ಅವನ ವಿಕ್‌ನೆಸ್ ಅಂದುಕೊಂಡರೂ ಪರವಾಗಿಲ್ಲ. ಹಾಗೆಂದು 'ಫ್ಲರ್ಟ್' ಮಾಡುವವ ಎನ್ನಲಾಗುವುದಿಲ್ಲ, ಅದರಲ್ಲು ದರ್ಜೆ ಇತ್ತು. ಹಿಡಿತ ಸಾಧಿಸಿದ್ದ. ಆದರೆ ತೀರಾ ಸರಳವಾಗಿ, ಸ್ವಾಭಿಮಾನದಿಂದ ವರ್ತಿಸುವ ಅವಳು ಇಷ್ಟವಾಗಿದ್ದಳು "ಏನಿಲ್ಲ ತಾಯಿ ಮಗಳಿಗೆ ಪ್ರೈವೆಸಿ ಇರಲೀಂತ ಅನಿಸಿತು. ಸ್ವಲ್ಪ ನಾನು ಹಸಿರಿನ ಮಧ್ಯೆ ಬೆಳೆದವಳು, ಅಚ್ಚುಗಟ್ಟು, ಶಿಸ್ತು ಅಂಥದೇನು ಇಲ್ಲದ ಪ್ರದೇಶ ನಮ್ದು" ಆಡಾಡುತ್ತಿದ್ದವಳು ನಿಂತು ನುಡಿದಳು ಹಸನ್ಮುಖಳಾಗಿ.

"ಬನ್ನಿ..." ಅಲ್ಲಿದ್ದ ಮಂಟಪದತ್ತ ನಡೆದಾಗ ಅವಳಿಗೆ ಒಂದು ರೀತಿಯ ಮುಜುಗರ. ಮಾತಿರಲಿಲ್ಲ, ಆಡುವುದಕ್ಕೆ "ಏನಾದ್ರೂ ಹೇಳೋದು ಇದ್ಯಾ?" ಕೇಳಿದಳು.

ಕತ್ತು ಹಿಂದಕ್ಕೆ ತಿರುಗಿಸಿ ಆಕರ್ಷಕ ನಗೆ ಬೀರಿದ.

"ಷೂರ್, ಮಾತಾಡೋದಿದೆ, ಒಳ್ಗೇ ಕೂತು ಮಾತಾಡೋಣ" ಮುಂದಿನ ಸಿಟ್ಟಿಂಗ್ ರೂಮುಗೆ ಕರೆದೊಯ್ದು "ಕೂತ್ಕೊಳ್ಳಿ ಸರಿತ ಈ ಪ್ರಶ್ನೆ ನನಗೆ ಸಂಬಂಧಿಸಿದ್ದು ಅಲ್ದೇ ಇರ್ಬಹ್ದು ಹೇಮಂತ್ ಯಾಕೆ ವಿವಾಹವಾಗಿಲ್ಲ? ಡೈವೋರ್ಸ್ ಸಿಗೋ ಮೊದ್ಲೇ ಬೇರೆ ಹೆಣ್ಣಿನ ಜೊತೆ ಅಫೇರ್ ಇಟ್ಕೊಂಡ್ ಇರ್ತಾರೆ ಕೆಲವೊಮ್ಮೆ ವಿವಾಹ ಕೂಡ ಮುಗಿದಿರುತ್ತೆ" ಹೇಳಿದ ಅವಳ ತುಟಿಯಂಚಿನಲ್ಲಿ ನಗುವೊಂದು ಮುದ್ದಾಗಿ ಕೂತಿತು.

"ನಂಗೆ ಅರ್ಥವಾಗಿರೋದು ಸ್ವಲ್ಪ, ಅದನ್ನ ಕೂಡ ನಿಮ್ಮ ಮುಂದೆ ಹೇಳೋದು ಸರಿಯೆನಿಸ್ತ ಇಲ್ಲ. ನಿಮ್ಗೇ ಮುಜುಗರ ತರಬಹುದು. ಅದೆಲ್ಲ ಬೇಡಾಂತ ಅನ್ನಿಸಿದೆ. ಮಾತುಗಳ ಪ್ರಾರಂಭಕ್ಕೆ ಮುಕ್ತಾಯವಾಡುವುದು ಸರಿಯೆನಿಸುತ್ತೆ" ಮೇಲೆದ್ದಳು ಸ್ಯಾಡಿಸ್ಟ್ ಅಲ್ಲ, ನಡೆದು ಹೋಗಿರೋದು ನಡೆದು ಹೋಗಿದೆ, ವೈಜಯಂತಿ ಮತ್ತು ಹರ್ಷನ ಮನದಲ್ಲಿ ವಿಷವೆಬ್ಬಿಸುವುದು ಬೇಡವಾಗಿತ್ತು.

ಅವಳನ್ನು ನೇರವಾಗಿ ನೋಡಿದ ಸುಲಭವಾಗಿ ಅರ್ಥಮಾಡಿಕೊಂಡು ತಾನು ಮೇಲೆದ್ದ "ಥ್ಯಾಂಕ್ಸ್ ಫಾರ್ ಲಾಟ್, ನನ್ನ ಡಿಸ್ಟರ್ಬ್ ಮಾಡೋ ಇಷ್ಟ ನಿಮ್ಗಿಲ್ಲ, ಐ ಲೈಕ್ ಯು" ಮೆಚ್ಚಿಗೆಯ ನುಡಿಗಳನ್ನಾಡಿದ.

ಇಬ್ಬರು ಒಟ್ಟಿಗೆ ವೈಜಯಂತಿ ರೂಮಿಗೆ ಬಂದರು, ತನ್ನದೇ ಭಾಷೆಯಲ್ಲಿ ಏನೇನೋ ಹೇಳುತ್ತಿದ್ದ ಅಲಾಪನಾ "ಅತ್ತೆ ಹೋಗೋಣ" ಮಂಚವಿಳಿದು ಬಂದಳು.

"ಈಗ್ಲೇನಾ?" ಅಂದ ವೈಜಯಂತಿ "ಒಂದೆರಡು ದಿನಗಳು ಇಲ್ಲೇ ಇರಲೀ ನಾಳೆ ಕಳ್ಸೀ ಕೊಡ್ತೀನಿ" ಪೂರ್ತಿ ಮಾಡೋಕೆ ಮುನ್ನವೇ "ನೋ... ನೋ... ಇಂಪಾಜಿಬಲ್, ಇವತ್ತೊಂದು ದಿನ ಸ್ಕೂಲಿಗೆ ಚಕ್ಕರ್, ಅಜ್ಜಿ, ತಾತನಿಗೆ ನಾನಿಲ್ಲದಿದ್ದರೇ ಬೋರಾಗಿ ಬಿಡುತ್ತೆ. ಪಪ್ಪನಿಗೆ ನಾನೇ ನಿದ್ದೆ ಮಾಡಿಸ್ಬೇಕ್, ಸಾರಿ... ಮಮ್ಮಿ... ವೆಕೆಷನ್‌ಗೆ ಬರ್ತೀನಿ" ಮುಖ ಒಂದು ತರಹ ಮಾಡಿ "ಏನು ತಿಳ್ಕೋಬೇಡ" ಹೊರಡಲು ಸಿದ್ಧವಾಗಿದ್ದು ನೋಡಿ ವೈಜಯಂತಿ ಬೆಪ್ಪಾದಳು ಹಿಂದೆ ಹೋಗಲು ಗಲಾಟೆ ಮಾಡುತ್ತಿದ್ದಳು ಅಳುತ್ತಿದ್ದಳು ರೆಸಿಡೆನ್ಷಿಯಲ್ ಸ್ಕೂಲಿಗೆ ಸೇರಿಸಿದಾಗ ಹಟವಿರುತ್ತಿತ್ತು. ಆದರೆ ಇಂದು... ಅವಳೇ ಹೊರಟು ನಿಂತಿದ್ದಾಳೆ, ಮಹತ್ತರವಾದುದ್ದನ್ನು ಕಳೆದುಕೊಂಡಂತೆ ಪರಿತಪಿಸಿದಳು.

"ನಿಂಗೆ ಡ್ರೆಸ್ ಕೊಡುಸ್ತೀನಿ" ಇಂಥದೊಂದು ಪುಟ್ಟ ಆಸೆ.

"ಈಗ್ಬೇಡ ಮಮ್ಮಿ, ವೆಕೆಷನ್‌ಗೆ ಬಂದಾಗ ಬರ್ತೀನಿ, ಈ ಸಲ ಅಜ್ಜಿ ಊರಿಗೆ ಬರಬೇಕೂಂತ ಹೇಳಿದ್ದಾರೆ, ಅಲ್ಲೆಲ್ಲ ತುಂಬಾ ಚೆನ್ನಾಗಿದೆ, ಆಗ ಅಜ್ಜಿ, ತಾತ ರೇಗಾಡಿದಂತೆ ಈಗ ಖಂಡಿತ ರೇಗೋಲ್ಲ" ಹೇಳುತ್ತಲೇ ಸಾಗಿದಳು.

ಆ ವೇಳೆಗೆ ಶಾಂತಬಾಯಿ ಹರ್ಷನ ತಾಯಿ ವನಮಾಲ ಇಬ್ಬರು ಬಂದರು "ಬನ್ನಿ, ಇವತ್ತು ಇಲ್ಲೇ ಊಟ, ನಿಂಗೆ ಇಷ್ಟವಾಗಿದೆಲ್ಲ ಮಾಡ್ಸಿದ್ದೀನಿ" ಅಂದರು. ಮಗಳ ಮಗಳೆನ್ನುವ ಪ್ರೀತಿ ಇತ್ತು! ಅದನ್ನು ಪೂರ್ತಿಯಾಗಿ ತೋರಿಸಲಾಗಿರಲಿಲ್ಲ. ಅಜರ್ಯ ಹುಟ್ಟಿದ ಮೇಲಂತು ಈ ದಂಪತಿಗಳು ಪೂರ್ತಿಯಾಗಿ ನಿರ್ಲಕ್ಷಿಸಿದ್ದರು.

"ಬೇಡ, ಮನೆಗೆ ಹೋಗ್ತೀನಿ. ಅಲ್ಲಿ ಅಜ್ಜಿ, ತಾತ ನಂಗೋಸ್ಕರ ಕಾಯ್ತ ಇರ್ತಾರೆ" ಅಂದ ಅಲಾಪನಾ ಧಿಮಾಕ್ ನೋಡಿ ಬೆರಗಾದರು "ಆಯ್ತು, ನಾನು ಅಜ್ಜಿ ಅಲ್ವೇನು? ನೀನು ಶಂಕರ ಪಾಟೀಲರ ಮೊಮ್ಮಗ್ಳು ಕಣೇ" ಪುಸಲಾಯಿಸಿಯೇ ಡೈನಿಂಗ್ ಟೇಬಲ್‌ಗೆ ಕರೆದೊಯ್ದುದ್ದು. ವೈಜಯಂತಿ ಕೂಡ ಬಂದು ಮಗಳ ಪಕ್ಕ ಕೂತು "ಇವತ್ತು ಇಲ್ಲೇ ಇರು. ನಾಳೆ ಬೆಳಿಗ್ಗೆ ನಾನೇ ಕಳ್ಸಿ ಕೊಡ್ತೀನಿ, ಸಂಜೆ ಷಾಪಿಂಗ್‌ಗೆ ಹೋಗೋಣ" ಮಗಳನ್ನು ಒಲಿಸಿಕೊಳ್ಳುವ ಪ್ರಯತ್ನ ಮಾಡಿದಳು.

"ಸಾರಿ ಮಮ್ಮಿ, ನೀನೇ ಅಲ್ಲಿ ಬಂದು ಬಿಡು" ಚಟ್ಟಕ್ಕೆಂದು ಹೇಳಿದಳು. ಹರ್ಷನ ಮುಖ ಗಂಟಾಯಿತು "ಸಾಕ್ ಓಲೈಸಿದ್ದು ಬಿಡು, ಅವಳೀಗ ಮೊದಲಿನ ಅಲಾಪನಾ ಅಲ್ಲ" ರೇಗಿ ಎದ್ದು ಹೋದ, ವನಮಾಲ ಮುಖ ಒಂದು ತರಹ ಆಯಿತು "ಏನೇನೋ ಮಾತಾಡ್ತಾಳೆ ಮಗು ಅನ್ನೋದೇ ಇಲ್ಲ, ಹೋಗ್ಲೀ ಬಿಡು, ಮುದ್ದು ಮಾಡೋಕೂ ಒಂದು ಮಿತಿ ಇದೆ, ನಿಂದು ವಿಪರೀತವಾಯ್ತು ವೈಜಯಂತಿ, ಹರ್ಷ ಬೇಸರಿಸ್ಕೊಂಡ್ ಎದ್ದು ಹೋದ. ಅವಳೊಬ್ಬಳಿಗಾಗಿ ನಿನ್ನ ಸಂಸಾರ ಹಾಳು ಮಾಡ್ಕೋಬೇಡ" ಹರ್ಷನ ತಾಯಿ ಚುರುಕು ಮುಟ್ಟಿಸಿ ಹೋದರು. ಆಕೆಗಂತು ಡೈವರ್ಸಿಯನ್ನು ವಿವಹವಾದ ಮಹಾ ಆದರ್ಶ ಪುರುಷನಂತೆ, ಜೊತೆಗೆ ಹೆಡ್ಡನಂತೆ

ಕೂಡ ಕಂಡಿದ್ದ ಮಗ.

ತಂದಿಟ್ಟ ಅಡಿಗೆ ಪದಾರ್ಥಗಳು, ಅರೆಬರೆ ಬಡಿಸಿದ ತಟ್ಟೆಗಳು ಅನಾಥವಾದಂತೆ ಕಂಡಿತು.

"ದಯವಿಟ್ಟು ಕ್ಷಮ್ಸಿ, ಇನ್ನೊಮ್ಮೆ ಕರ್ಕಂಡ್ ಬರ್ತೀನಿ, ಇದ್ನ ಮನಸ್ಸಿಗೆ ತಗೋಬೇಡಿ, ಇದೆಲ್ಲ ನಿರೀಕ್ಷಿತವೇ" ಎಂದು ವೈಜಯಂತಿಗೆ ಹೇಳಿ ಅಲಾಪನಾನ ಕರೆದುಕೊಂಡು ಬಂದು ಕಾರು ಹತ್ತಿದಳು. ವೈಜಯಂತಿ ಬಗ್ಗೆ ಮರುಕಗೊಂಡಳು ಅಲ್ಲಿ ತಾಯ್ತನ ಗೋಳಿಟ್ಟಂತೆ ಕಂಡಿತು. ಅಲ್ಲಿ ಗಹಗಹಿಸಿದ್ದು ಯಾರು? ಹರ್ಷ ಕೂಡ ಈ ಸುಳಿಯಲ್ಲಿ ಇದ್ದದ್ದರಿಂದ ಅವನತ್ತ ಬೆಟ್ಟು ಮಾಡಲು ಸಾಧ್ಯವಿರಲಿಲ್ಲ.

ಮನೆಗೆ ಬರುವವರೆಗೂ ಸರಿತ ಮೌನವಹಿಸಿದಳು. ಅಲಾಪನಾಗೆ ಅಳುವಿನ ಜೊತೆ ಭಯ ಕೂಡ.

ಗೇಟುನಿಂದ ಒಳಗೆ ಪ್ರವೇಶಿಸಿದ ಕೂಡಲೆ "ಅತ್ತೆ, ಮಮ್ಮಿಗೊಂದು ಫೋನ್ ಮಾಡಿ ಎಕ್ಸ್‌ಕ್ಯೂಸ್ ಕೇಳ್ಲಾ?" ಅಂದಾಗ ಸರಿತಗೂ ಸರಿಯೆನಿಸಿತು "ಹಾಗೇ ಮಾಡು" ಎಂದು ಮೊಬೈಲ್ ಅವಳಿಗೆ ಕೊಟ್ಟು ಒಳ ಹೋದಳು.

ಶ್ರೀಕಾಂತಯ್ಯ ಸದಾ ತಮ್ಮ ಜೊತೆಯಲ್ಲಿರುತ್ತಿದ್ದ ಔಷಧಿ ಪೆಟ್ಟಿಗೆಯನ್ನು ಮುಂದಿಟ್ಟುಕೊಂಡು ಕೂತಿದ್ದರು ಪರಧ್ಯಾನದಿಂದ, ಅವರಿಗೆ ಗೊತ್ತಿದ್ದುದು ಅದೇ, ಅವರ ತಂದೆ ಪೂರ್ತಿಯಾಗಿ ಜೀವನಕ್ಕೆ ಇದನ್ನ ಆಶ್ರಯಿಸಿರದಿದ್ದರು, ಇವರು ಮಾತ್ರ ಇದನ್ನ ವೃತ್ತಿ ಮಾಡಿಕೊಂಡಿದ್ದರು. ಸಂಪಾದನೆ ತಕ್ಕ ಮಟ್ಟಿಗೆ ಇತ್ತು. ಹೀಗೆ ದಿನಗಳನ್ನು ದೂಡಿದ್ದರು. ವರ್ಷಾನು ಗಟ್ಟಲೇ ಒಂದೊಂದು ಕಡೆ ಇದ್ದರು 'ಮೊಗ್ಗಿನ ಮನೆ'ಗೆ ಬಂದ ನಂತರ ಬೇರೆಡೆ ಹೋಗುವ ಮನಸ್ಸು ಮಾಡಲೇ ಅಲ್ಲೇ ಉಳಿದಿದ್ದರು.

"ಊರಿಗೆ ಹೋಗೋದೂಂತ ಮಾಡಿದ್ದೀನಿ, ಕೆಲವು ಪರ್ಮನೆಂಟ್ ರೋಗಿಗಳು ಇದ್ದಾರೆ. ನನ್ನ ಭಸ್ಮ, ಕಷಾಯ, ಗುಳಿಗೆಗಳು ಬೇಕು ಅವರಿಗೆ, ಊರು ಬಿಡ್ತಾ ಇದ್ದಿದ್ದೇ ಕಡ್ಮೇ, ಇಲ್ಲಿ ಬಂದು ನಿಂತದ್ದು ಹಲವರಿಗೆ ತೊಂದರೆಯೇ, ನಿನ್ನ ಕೂಡ ಕರ್ಕಂಡ್ ಹೋಗೋದೂಂತ ಅಂದು ಕೊಂಡರೇ, ಇಲ್ಲಿ ಹೇಗೆ? ಅದೊಂದು ಚಿಂತೆ. ಬೇಗ ಇವ್ನಿಗೊಂದು ಮದ್ವೆ ಆಗ್ಬೇಕು. ನಿನ್ನದೊಂದು ತರಹ ಹಟ. ಅವನು ಪಟ್ಟು ಹಿಡಿದು ಕುಂತಿದ್ದಾನೆ, ನೀವ್‌ಗಳ್ ಮಾತಾಡಿ ಬೇಗ ತೀರ್ಮಾನ ಮಾಡ್ಕೊಳ್ಳಿ" ಇಷ್ಟನ್ನು ಒಟ್ಟಿಗೆ ಹೇಳಿದರು.

ಅಡಿಗೆ ಮನೆಯಿಂದ ಕೈಯಾಸುತ್ತ ಬಂದ ಲೀಲಾವತಿ "ನಿಮ್ಮಪ್ಪ ಹೊರಟೆ ಬಿಡ್ಬೇಕೂಂತ ಕೂತಿದ್ದಾರೆ. ಒಬ್ಬರನ್ನು ಹೇಗೆ ಕಳಿಸ್ಲೀ? ನಂಗೇನೋ ಈ ಮನೆ ಎಲ್ಲಾ ಒಗ್ಗಿದೆ, ನಾನೇ ಹೋಗಿ ಅಡ್ಡಾಡಿ ತರಕಾರಿ, ಸಾಮಾನು ಎಲ್ಲಾ ತಂದ್ಕೋತೀನಿ, ಇವ್ರಿಗೆ ಒಗ್ಗವಲ್ಲದು" ಎಂದರು. ಸರಿತಗೆ ಅಚ್ಚರಿ, ಇವರುಗಳು ಹೊರಟಾಗ ಆ ಮಾತುಗಳು ಇರಲಿಲ್ಲ ದಿಢೀರ್ ನಿರ್ಧಾರ!

"ಇನ್ನಷ್ಟು ದಿನ ಇದ್ದು ಹೋದರಾಯ್ತು" ಇಂಥದೊಂದು ಮಾತಾಡಿದಳು. ಶ್ರೀಕಾಂತಯ್ಯ ಒಂದು ಅಂಚೆ ಕಾರ್ಡನ್ನು ಕೊಟ್ಟು "ಮೊಗ್ಗಿನ ಮನೆ ಶಾಮಣ್ಣ ಬರ್ದಿದ್ದಾನೆ, ಮನೆ ಹತ್ರ ಜನ ಬಂದ್ ಬಂದ್... ಹೋಗ್ತಾ ಇದ್ದಾರಂತೆ, ಇಲ್ಲಿದ್ದು ಏನು ಉಪಯೋಗ? ಅಲ್ಲಾದ್ರೂ ನಾಲ್ಕು ಜನಕ್ಕೆ ಪ್ರಯೋಜನವಾಗುತ್ತೆ, ನಾನಂತು ಹೊರಡೋ ತೀರ್ಮಾನ ಮಾಡಿದ್ದೀನಿ ನಿಮ್ಮಮ್ಮನಿಗೆ ಇಲ್ಲಿನ ಗಾಳಿ, ನೀರು ಒಗ್ಗಿದೆ, ಇನ್ನಷ್ಟು ದಿನ ಇದ್ದು ಬರಲೀ, ನಾನೊಬ್ಬನಿಗೆ ಬೇಯ್ಸಿಕೊಳ್ಳೋದು ಕಷ್ಟವಾಗದು" ಎಂದರು ದೃಢವಾಗಿ ಅವರು ಹೋಗುವ ತೀರ್ಮಾನವಂತು ಮಾಡಿ ಮುಗಿಸಿದ್ದರು.

ಆಗಲೇ ರೂಮು ಸೇರಿದ್ದ ಅಲಾಪನಾ ತನ್ನ ಪುಸ್ತಕಗಳನ್ನು ಮುಂದೆ ಹಾಕಿಕೊಂಡು ಕೂತಿದ್ದಳು. 'ಆ ಶಾಲೆಗಳಲ್ಲಿ ಕೋಚಿಂಗ್ ಅಷ್ಟಕಷ್ಟೆ, ನೀನು ಚೆನ್ನಾಗಿ ಓದಬೇಕಷ್ಟೆ' ವೈಜಯಂತಿ ಅವಳಿಗೆ ಹೇಳಿದ್ದನ್ನು ಗಮನವಿಟ್ಟು ಕೇಳಿದ್ದಳು.

ಸೊಸೆಯ ಬಗ್ಗೆ ಇನ್ನು ಕುತೂಹಲ ಉಳಿಸಿಕೊಂಡಿದ್ದ ಲೀಲಾವತಿ ಮಗಳನ್ನು ರೂಮಿಗೆ ಕರೆದೊಯ್ದು "ಹೇಗಿದ್ದಾಳೆ? ಯಾರನ್ನಾದ್ರೂ ವಿಚಾರ್ಸಿಕೊಂಡ್ಲಾ?" ಅವಳಿಗೆ ನಗು ಬಂತು.

"ಯಾರನ್ನ ಯಾಕೆ ವಿಚಾರಿಸ್ತಾರೆ? ನಮ್ಗೂ, ವೈಜಯಂತಿಗೂ ಯಾವ್ದೇ ಸಂಬಂಧವಿಲ್ಲ. ಅಲಾಪನಾ ಇಲ್ಲಿರೋದರಿಂದ ಒಂದಿಷ್ಟು ಉಳಿದುಕೊಂಡಿದೆ, ಆದರೆ ಸಂಬಂಧವಾಗಿ ಅಲ್ಲ, ಆ ವಿಷಯ ಮನಸ್ಸಿನಿಂದ ತೆಗ್ದು ಹಾಗ್ಬಿಡು" ಬುದ್ಧಿ ಹೇಳಿದಳು.

ಆಕೆಯ ಮುಖ ಕಳೆಗುಂದಿತು. ಅದು ಅಷ್ಟು ಸುಲಭಾನಾ? ಈಗಲೂ ಮೊದಲ ಸಲ ಅವಳನ್ನು ಕರೆತಂದು ಸೊಸೆಯಾಗಿ ಪರಿಚಯಿಸಿದ್ದು ನೆನಪಿಗೆ ಬರುತ್ತಿತ್ತು. ಆಗ ತಾವುಗಳು ನಡೆದುಕೊಂಡ ರೀತಿ ತಪ್ಪು, ಅದೇ ಬೆಟ್ಟದಷ್ಟು ಕಂದಕ ತೋಡಿತಾ ಅವರಿಬ್ಬರ ಮಧ್ಯೆ?

"ನಂಗೊಂದು ಅನುಮಾನ! ನಾವ್ ಅವ್ರ ಮದ್ವೆನಾ ವಿರೋದಿಸಿದ್ದು ತಪ್ಪಾಯ್ತಾ? ಅದಕ್ಕೆ ಡೈವೋರ್ಸ್ ತಗೊಂಡರಾ? ಅವಳು ಈಗ ನಕ್ಕೇ ಬಿಟ್ಟಳು. ಅಮ್ಮ ತಕಊರಾ ಮುಗ್ಧಳಾಗಿ ಕಂಡಳು.

"ಆ ತರಹ ಯೋಚ್ಸಬೇಡ, ಅವ್ರು ಪ್ರೀತಿಸುವಾಗ, ಮದ್ವೆಯಾಗುವಾಗ ನೀವುಗಳು ಖಂಡಿತ ಲೆಕ್ಕಕ್ಕೆ ಇರಲಿಲ್ಲ. ಆಮೇಲೂ ನಿಮ್ಮಗಳ ವಿರೋಧವೇನು ಅವ್ರುಗಳ್ನ ಬಾಧಿಸಲಿಲ್ಲ. ಅಲ್ಲಿ ಸಾಮರಸ್ಯವೇ ಎಡವಟ್ಟಾಗಿದ್ದು, ಬಹುಶಃ ಅತ್ತಿಗೆಯವರ ತವರು ಮನೆಯವರು ಮಧ್ಯೆ ಪ್ರವೇಶಿಸದಿದ್ದರೇ, ಇಂಥದೇನು ಆಗ್ತಾ ಇರ್ಲಿಲ್ವೇನೋ? ಈಗ ಆ ವಿಚಾರದ ಪ್ರಸ್ತಾಪದಿಂದ ಪ್ರಯೋಜನವಿಲ್ಲ" ಅಂದಿದ್ದು ನಿಶ್ಚಿಂತೆಯಿಂದ.

"ಹೋಗ್ಲಿ ಹೇಗಿದ್ದಾಳೆ? ಮಗು ಚೆನ್ನಾಗಿದ್ಯಾ? ನಂಗೂ ಒಮ್ಮೆ ಹೋಗಿ ನೋಡೋಣಾಂತ ಅನ್ನಿಸ್ತು. ಆಮೇಲೆ ಬೇಡಾಂತ ಅಂದು ಕೊಂಡೆ. ಸೊಸೆಯಾಗಿದಾಗ್ಲೇ ನಾವು ಬೇಕಿರಲಿಲ್ಲ. ಈಗ ಯಾಕೆ?" ಮುಖ ಒಂದು ತರಹ ಮಾಡಿದರು. ಎಂದೋ

ನಡೆದು ಹೋಗಿದಕ್ಕೆ ಇಂದು ಪಶ್ಚಾತಾಪವಿತ್ತು.

ಅಮ್ಮನ ಕೈ ಹಿಡಿದುಕೊಂಡು "ಚೆನ್ನಾಗಿದ್ದಾರೆ. ಹೇಮಂತ್‌ನೊಂದಿಗಿನ ಸಂಬಂಧ ಮಗು ಅದೆಲ್ಲ ಹಿಂದಿನ ಜನ್ಮದ್ದು ಅಂದುಕೊಂಡಿರಬೇಕು. ಈ ಜನ್ಮಕ್ಕೆ ಬೇರೆ ಸಂಬಂಧಗಳು ಇವೆ. ಅಜಯ್, ಅದಿತಿ... ಇಬ್ರೂ ಚೆನ್ನಾಗಿದ್ದಾರೆ. ಶ್ರೀಮಂತ ಪರಿಸರ, ಅತ್ತೆ ಅಮ್ಮ ಟೊಂಕ ಕಟ್ಟಿ ನಿಂತಿದ್ದಾರೆ ಅತ್ತಿಗೆಯ ಯೋಗಕ್ಷೇಮ ನೋಡಿಕೊಳ್ಳೋಕೆ. ತುಂಬ ಪ್ರೀತಿಸುವ ಗಂಡ ಹರ್ಷ, ಇಷ್ಟು ಇದ್ದವರು ಸುಖೀಗಳು ತಾನೇ?" ಒಂದು ಸಂಪೂರ್ಣ ಚಿತ್ರವನ್ನು ಬಿಡಿಸಿಟ್ಟಳು.

ಸಂಜೆ ಮನೆಗೆ ಬಂದ ಕೂಡಲೆ ಹೇಮಂತ್ ವಿಚಾರಿಸಿದ "ಹೇಗಿದ್ದಾಳೆ, ವೈಜಯಂತಿ?" ಅವಳ ಬಗೆಗಿನ ಪ್ರೀತಿ ಜೀವಂತ.

"ತುಂಬಾ... ತುಂಬಾನೆ... ಚೆನ್ನಾಗಿದ್ದಾಳೆ. ಅದಿತಿ ಕೂಡ ಗೊಂಬೆ ತರಹ ಇದ್ದಾಳೆ" ಅಂದವಳು "ಇನ್ನೊಂದು ವಿಶೇಷ ಸುದ್ದಿ. ನಿನ್ನ ಮಗ್ಳು ತಾನಾಗಿಯೇ ಹೊರಟಳು. ಅವ್ರುಗಳು ಇದೊಂದು ದಿನವಾದ್ರೂ ಅವಳನ್ನು ಉಳಿಸಿಕೊಳ್ಳಬೇಕೆಂದು ಪ್ರಯತ್ನಿಸಿ ಸುಮ್ಮನಾದ್ರು. ಅಲಾಪನಾ ಬಹಳ ಬದಲಾಗಿದ್ದಾಳೆ" ಡಿಸ್ಟರ್ಬ್ ಆಗಬಾರದೆಂದು ಈ ವಿಚಾರ ತಿಳಿಸಿದಷ್ಟೆ. ಅವನು ಮಾತಾಡದೇ ರೂಮಿಗೆ ಹೋಗಿ ಬಾಗಿಲು ಹಾಕಿಕೊಂಡ.

ಈ ಸಲ ಅಲಾಪನಾ ಬಂದು ಹೋದಂದಿನಿಂದ ವೈಜಯಂತಿ ಮಾತು ಕಡಿಮೆ ಮಾಡಿದ್ದು ಮನೆಯವರ ಗಮನಕ್ಕೆ ಬಂತು. ಅಂದಿನ ಅಲಾಪನಾ ಮಾತಿಗೆ ಹರ್ಷ ಕೋಪಿಸಿಕೊಂಡಿದ್ದ. ಆಮೇಲೆ ತಾನಾಗಿ ಸಮಾಧಾನವಾಗಬೇಕಾಯಿತು. ಹೆಂಡತಿಯಂತು ಲಕ್ಷಿಸಲಿಲ್ಲ.

ಅವನಮ್ಮ ತುಸು ಕೋಪದಿಂದಲೇ "ಇದು ಬೇಕಿತ್ತಾ ನಿಂಗೆ? ದೊಡ್ಡ ಆಸ್ತಿ ಮೇಲೆ ನಮ್ಮ ಪಾಲಿತ್ತು. ಅಣ್ಣನಿಗೆ ತಾನೇ ಇನ್ನ ಯಾರಿದ್ರು? ಇವಳಂತು ಬೇರೆಯವನ್ನು ಕಟ್ಟಿಕೊಂಡು ಹೋದ್ಮೇಲೆ ಕೋಪಿಸಿಕೊಂಡಿದ್ರು, ಎಲ್ಲಾ ನಿನ್ನ ಹೆಸರಿಗೆ ವಿಲ್ ಮಾಡಿ ಬಿಡೋರು. ಬೇರೊಂದು ಕಡೆ ನಿಂಗೆ ಸಂಬಂಧ ನೋಡಿ ಬಿಡಬಹುದಿತ್ತು" ಅಸಹನೆ ಕಕ್ಕಿದರು, ಹರ್ಷ ನಕ್ಕು ಬಿಟ್ಟ.

"ಮಗ್ಳು ಅನ್ನೋ ಸಂಬಂಧಕ್ಕೆ ಒಂದು ವಿಶಿಷ್ಟ ಅರ್ಥವಿದೆ, ಭಾವವಿದೆ. ಅದು ರಕ್ತ ಸಂಬಂಧ, ಕಿತ್ತು ಹೋಗೋಂಥದಲ್ಲ. ಮಾವ, ಅತ್ತೆ ಕೋಪ ನಿಧಾನವಾಗಿಯಾದ್ರೂ ಕರಗ್ತಾ ಇತ್ತು. ಮಗ್ಳು ಹತ್ತಿರವಾಗೋಳು, ಎಲ್ಲಕ್ಕೂ ಮೀರಿ ನಂಗೆ ವೈಜಯಂತಿಯೆಂದರೆ ಇಷ್ಟ. ಈಗಿನ ಜಾಮಾನದಲ್ಲಿ ಇದೆಲ್ಲ ಕಾಮನ್, ಎರಡ್ಮೂರು ಮದ್ವೆಗಳು ಆಗ್ತಾರೆ, ಅದೆಲ್ಲ ಸೀರಿಯಸ್ಸಾಗಿ ತಗೊಳ್ಳೋಂಥ ವಿಷ್ಯವಲ್ಲ. ಕ್ರಮೇಣ ವೈಜಯಂತಿಯಿಂದ ಅಲಾಪನಾ ದೂರ ಸರಿತ್ತಾಳೆ, ಆಮೇಲೆ ಮಿಕ್ಕಿದೆಲ್ಲ ಸರ್‍ಯೋಗುತ್ತೆ. ವೈಜಯಂತಿಗೆ ಅವಳದೇ ಆದ ಎರ್ಡು ಮಕ್ಳು ಇದೆ. ಸುಮ್ನೇ ತಲೆ ಕೆಡಿಸ್ಕೋಬೇಡ" ಅಮ್ಮನಿಗೆ ಬುದ್ಧಿ

ಹೇಳಿದ. ಈ ಮಾತುಗಳು ಆಗಾಗ ನಡೆಯುತ್ತಿತ್ತು.

ಒಂದಿಷ್ಟು ಹುರುಪುನಿಂದ ರೂಮಿಗೆ ಬಂದ ಹರ್ಷ "ನಂಗೆ ತುಂಬಾನೆ ಜಲಸ್, ಈ ಮಗ್ಳು ಬಂದ್ಮೇಲೆ ನನ್ನ ಪೂರ್ತಿಯಾಗಿ ಮರ್ತು ಬಿಟ್ಟಿದ್ದೀ. ಇದ್ನ ಸಹಿಸೋಕ್ಕಾಗೋಲ್ಲ ಡಾರ್ಲಿಂಗ್" ಬಳಸಿ ಮಡದಿಯ ಕೆನ್ನೆಗೆ ಕೆನ್ನೆಯೊತ್ತಿ "ನಾಳೆಯಿಂದ ಇವಳ್ನ ಅಮ್ಮನ ರೂಂಗೆ ಷಿಫ್ಟ್ ಮಾಡಿ ಬಿಡೋಣ. ಇನ್ನ ನೀನು ಹಾಲು ಕುಡ್ಸೋದು ಬೇಡ, ತುಂಬ ವೀಕಾಗಿ ಬಿಡ್ತಿ" ರೋಮ್ಯಾಂಟಿಕ್ಕಾಗಿ ಹೇಳಿದ.

"ಸದ್ಯಕ್ಕೆ ಇದೆಲ್ಲ ಬೇಡ, ಹಿಂದೆ ಒಂಬತ್ತು ತಿಂಗ್ಳು ಬಾಣಂತನ ಮಾಡ್ಕೋತಾ ಇದ್ದರಂತೆ, ನಂಗೆ ಒಂದ್ವರ್ಷ ತುಂಬೋವರೆಗೂ ಅಪ್ಪನ ಕೋಣೆಗೆ ಕೂಡ ಸೇರಿಸ್ತಾ ಇರ್ಲಿಲ್ವಂತೆ ನಮ್ಮಜ್ಜಿ, ಈಗ್ಲೂ ಅದೇ ಪಾಲಿಸಿ" ಅಂದಳು ನಗುತ್ತಾ "ಮೈ ಗಾಡ್..." ಪೂರ್ತಿ ಅವಳಿಗೆ ಒರಗಿ ಕಣ್ಮುಚ್ಚಿದ.

ತೊಟ್ಟಿಲಿನಲ್ಲಿದ್ದ ಅದಿತಿ ರಾಗ ಎಳೆದು ಎಚ್ಚರಿಸಿದಳು.

"ಛೇ..." ಕಣ್ಣೊಡೆದು ಎದ್ದು ಹೋದ ತಟ್ಟನೆ ಹೇಮಂತ್‌ನ ನೆನಪಾಯಿತು. ಇಷ್ಟೊಂದು ರೋಮ್ಯಾಂಟಿಕ್ ಅಲ್ಲ. ಆದರೆ ಬದುಕಿನ ಬಗ್ಗೆ ಅತ್ಯುತ್ತಮವಾದ ಕನಸುಗಳು ಇತ್ತು. ಜೀವನ್ಮುಖಿ, ಸಮಾಜ ಮುಖಿ, ಬೇಗ ಬೇರೆಯವರ ವೇದನೆಗಳಿಗೆ ಸಂವೇದಿಸಿದರು ಸ್ವಾಭಿಮಾನಿ, ಅಂದಿನ ನೆನಪೊಂದು ಕಣ್ಮುಂದೆ ಅರಳಿತು.

ಅಂದು ಸ್ಪೆಷಲ್ ರೂಮಿನೊಳಕ್ಕೆ ಕಾಲಿಟ್ಟ ಅವನು "ಸಾರಿ, ಈ ಬಗ್ಗೆ ಹೇಗೆ ಪ್ರಕ್ರಿಯಿಸಬೇಕೋ ಗೊತ್ತಾಗ್ತಾ ಇಲ್ಲ. ನಮ್ಮ ಮನೆಗೆ ಹೋಗೋಣ" ಆರು ದಿನಗಳ ಮಗುವಾದ ಅಲಾಪನಾನ ತೊಡೆಯ ಮೇಲೆ ಹಾಕಿಕೊಂಡ ಅವಳಿಗೆ ಹೇಳಿದಾಗ ಒಂದು ತರಹ ನೋಡಿ "ಕಷ್ಟವಾಗುತ್ತೆ, ಇಷ್ಟು ಚಿಕ್ಕ ಮಗು ಮತ್ತೇನಾದ್ರೂ ಹೆಚ್ಚು ಕಡ್ಮೇಯಾದರೇ? ಕೆಲವು ತಿಂಗಳಾದ್ರೂ, ಅಲ್ಲಿರಬೇಕೂಂತ ಅಂದಿದ್ದಾರೆ' ಅಂದಾಗ ತೀರಾ ನೊಂದು, ಅರೆ ಮನಸ್ಸಿನಿಂದಲೇ ಒಪ್ಪಿಗೆ ಸೂಚಿಸಿದ್ದ.

ಆಮೇಲೆ ಆ ಮನೆಯವರು ಅತ್ಯಂತ ಸೂಕ್ಷ್ಮವಾಗಿ ಹಂತ ಹಂತವಾಗಿ ಅವಮಾನಿಸುತ್ತ ಇವಳ ಅರಿವಿಗೆ ಬರುವ ವೇಳೆಗೆ ಎಲ್ಲಾ ಮೀರಿ ಹೋಗಿ ಡೈವೋರ್ಸ್ ಹಂತಕ್ಕೆ ಬಂದು ನಿಂತಿತ್ತು. 'ಅಹಂ'ನ ಜಟಾಪಟಿ.

ಈ ಯಓಚನಾಲಹರಿಯಿಂದ ಹೊರ ಬಂದಿದ್ದು ಶಂಕರ ಪಾಟೀಲರು ಬಂದಾಗಲೇ, ಮೊಮ್ಮಗಳೆಂದರೆ ಬಹಳ ಮುದ್ದು, ಮನೆಯಲ್ಲಿದ್ದರೇ ಹೆಚ್ಚು ಸಮಯ ಅವಳೊಂದಿಗೆ ಕಳೆಯುತ್ತಿದ್ದರು.

"ಅಮ್ಮ ಮರಿ... ಅದೃಷ್ಟದ ಮೊಮ್ಮಗ್ಳು, ಮತ್ತೊಂದು ಇಂಜಿನಿಯರಿಂಗ್ ಕಾಲೇಜ್‌ಗೆ ಪರ್ಮಿಷನ್ ಸಿಕ್ಕಿದೆ" ಮೊಮ್ಮಗಳನ್ನು ಎತ್ತಿಕೊಂಡು ಮುದ್ದಾಡಿದವರು ಪ್ಲಾಟಿನಂ ಚೈನನ್ನು ಅವಳ ಕುತ್ತಿಗೆಗೆ ಹಾಕಿದಾಗ "ಅಪ್ಪ, ಇದು ತೀರಾ ಓವರ್ ಆಯ್ತು. ಒಂದೊಂದು ನೆಪ ಮಾಡ್ಕೊಂಡ್ ಒಡ್ವೆ ತರ್ತೀರ ಇದೆಲ್ಲ ಬೇಕಾ? ಅದ್ಕೇ

ಹಾಕಿಕೊಳ್ಳೋಕಾದ್ರೂ... ಆಗುತ್ತ?" ಬೇಸರ ವ್ಯಕ್ತಪಡಿಸಿದಳು.

"ಇರ್ಲೀ ಬಿಡು. ದೊಡ್ಡವಳಾದ್ಮೇಲೆ ಹಾಕ್ಕೋತಾಳೆ, ಹಿಂದಿನಿಂದ್ಲೂ ನಂಗೆ ಸ್ವಲ್ಪ ಚಿನ್ನದ ಹುಚ್ಚೇ. ನೆಪಕ್ಕೊಂದು ಒಡ್ವೇಂತ ತರೋ ಅಭ್ಯಾಸ. ಯಾಕೋ ಹರ್ಷ ಎರಡ್ಮೂರು ದಿನದಿಂದ ತುಂಬ ಡಲ್ಲಾಗಿದ್ದಾನೆ, ಏನೀ ಪ್ರಾಬ್ಲಮ್? ಗಂಡ, ಹೆಂಡ್ತಿ ಅಂದ್ಮೇಲೆ ಅದೂ ಇದೂ ನಗು, ಮುನಿಸು, ವಿರಸಾಂತ ಇರೋದು ಚೆನ್ನ, ಅದ್ನ ದಿನಗಟ್ಲೇ ಎಳೀಬಾರ್ದು. ಅವ್ನು ತೀರಾ ಸೆನ್ಸಿಟಿವ್ ಹುಡ್ಗ, ನೀನೂಂದರೇ ಪ್ರಾಣ ನಿನ್ನ ಸಲುವಾಗಿ ಎಷ್ಟೊಂದು ದೊಡ್ಡ ತ್ಯಾಗ ಮಾಡಿದ್ದಾನೆ, ನೀನೆಷ್ಟು ಡಿಪ್ರೆಸ್ ಆಗಿದ್ದೆ, ಅದರಿಂದ ಹೊರ ತರೋಕೆ ಸಾಕಷ್ಟು ಶ್ರಮಿಸಿದ್ದಾನೆ. ನಿನ್ನ ಎರಡು ಮಕ್ಳ ತಂದೆ ಅವ್ನು, ಅದ್ನ ಮೈಂಡ್‌ನಲ್ಲಿ ಇಟ್ಕೋ, ಭೂತದಲ್ಲಿ ಬದ್ಕೋದು ಬೇಡ ವರ್ತಮಾನದಲ್ಲಿ ಜೀವಿಸಿದರೇ ಫ್ಯೂಚರ್ ಚೆನ್ನಾಗಿರುತ್ತೆ" ಇಂದು ಸ್ವಲ್ಪ ಹೆಚ್ಚಿಗೇನೇ ಬುದ್ಧಿ ಹೇಳಿದರು. ಯಾವುದೇ ಕಾರಣಕ್ಕೂ ಅವರಿಬ್ಬರಲ್ಲಿ ಒಡಕು ಮೂಡುವುದು ಬೇಡವಾಗಿತ್ತು. ಅವರು ಎಜುಕೇಷನ್ ಸೊಸೈಟಿಯ ವಿಸ್ತರಣೆಯಲ್ಲಿ ಅವರಿಗೆ ಹರ್ಷನಂಥ ಯಂಗ್ ಡೈನಾಮಿಕ್‌ನ ನೆರವು ಬೇಕಾಗಿತ್ತು. ಮತ್ತೆ ಮಗಳ ತಲೆ ಸವರಿ "ಸ್ವಲ್ಪ ಬುದ್ಧಿವಂತಳಾಗು, ನಿನ್ನ ಕರ್ಮ ಕಾಂಡದ ಹಿಂದಿನ ಬುದ್ದೀಗೆ ಇತಿಶ್ರೀ ಹಾಡು, ಹೊಸ ಜೀವನ ನೀಡಿದ ಹರ್ಷನ ಬಗ್ಗೆ ತಾತ್ಸಾರ ಬೇಡ" ಅದನ್ನು ಸ್ವಲ್ಪ ಕಟುವಾಗಿಯೇ ಹೇಳಿ ಹೊರ ಹೋದರು.

ಆ ಕ್ಷಣ ಅಪ್ಪನ ಕೆನ್ನೆಗೆ ಬಾರಿಸಬೇಕೆನಿಸಿತು.

ಸಂಜೆ ಅಜಯ್‌ಗೆ ಜ್ವರ ಬಂದಿದ್ದರಿಂದ ಡಿಪ್ರೆಷನ್‌ನಿಂದ ಹೊರ ಬಂದು ಮಗನ ಕಡೆ ಗಮನ ಕೊಟ್ಟಳು, ಆದರೆ ಅಲಾಪನಾ ಕೇಳಿದ ಪ್ರಶ್ನೆ ಅವಳನ್ನು ಕಾಡುತ್ತಿತ್ತು 'ನಿಂಗೆ ಪಪ್ಪ ಹೊಡೀತಾ ಇದ್ದರೆ?' ಛೇ ಹೇಮಂತ್ ಅಂಥ ಕೆಟಾಗರಿಗೆ ಸೇರಿದವನಲ್ಲ, ಇಡೀ ಮನೆಯವರು ಹರ್ಷನ ಪರ ಇದ್ದುದ್ದರಿಂದ ಅವಳು ರಾಜಿಯಾಗುವುದು ಅನಿವಾರ್ಯವಾಯಿತಷ್ಟೆ. ಅವನು ತೀರಾ ಕೆಟ್ಟವನೆಂದು ಹೆಸರಿಸುವುದನ್ನು ಅವಳ ಪ್ರಾಮಾಣಿಕ ಮನಸ್ಸು ಒಪ್ಪದು. ಖಂಡಿತ ಹೇಮಂತ್ ಒಳ್ಳೆಯವನೇ!

* * *

ಇಂದು ಹೇಮಂತ್, ಕ್ಷಿತಿಜ ಇಬ್ಬರು ಒಟ್ಟಾಗಿಯೇ ಮನೆಗೆ ಬಂದಾಗ ಸಂಜೆ ಆರರ ಸಮಯ.ಅಲಾಪನಾಗೆ ಹೋಂ ವರ್ಕ್ ಮಾಡಿಸುತ್ತಿದ್ದವಳು ಎದ್ದು ಹೊರ ಬಂದಳು. ಹೇಮಂತ್ ಭಾರವಾದ ಉಸಿರು ದಬ್ಬಿದ.

"ಸರಿತ, ಹೊಟ್ಟೆಯಲ್ಲಿ ಬಕಾಸುರ ಸೇರಿಕೊಂಡಂಗಿದೆ, ಸದ್ಯಕ್ಕೆ ಅವನನ್ನು ಸಮಾಧಾನಿಸಲು ಏನಾದ್ರೂ ತಗೊಂಡ್ಬಾ" ಎನ್ನುತ್ತ "ಕ್ಷಿತಿಜ, ನೀನು ಒಂದ್ನೂರು

ಫ್ರೆಶ್ ಆಗ್ಬಿಡು, ತಿಂದ ನಂತರ ಬೇಕ್" ಬಟ್ಟೆ ಬದಲಾಯಿಸಲು ರೂಮಿಗೆ ಹೋದ.

ಆಗಾಗ ಬಂದು ಹೋಗುತ್ತಿದ್ದರಿಂದ ಅಷ್ಟೊಂದು ಸಂಕೋಚವೇನು ಕ್ಷಿಜಿತನಿಗೆ ಇರಲಿಲ್ಲ, ಟವಲಿಡಿದು ಬಾತ್‌ರೂಂಗೆ ಹೋಗಿ ಮುಖ ತೊಳೆದು ಬಂದವನು ಒಮ್ಮೆ ರೂಮಿನಲ್ಲಿ ಇಣಕಿ "ಹಲೋ... ಅಲಾಪನಾ ಮೇಡಮ್..." ಅಂದ.

"ಹಾಯ್ ಕ್ಷಿತಿಜ್, ಹೌ ಆರ್ ಯು? ಪಪ್ಪ... ಬಂದ್ರಾ? ಡಿಸ್ಟರ್ಬ್ ಆಗಿಬಿಡತ್ತೆ. ಒಮ್ಮೆ ಹೋಂ ವರ್ಕ್ ಮುಗ್ಸಿಕೊಂಡು ಬಂದ್ಬಿಡ್ತೀನಿ" ಅಂದಾಗ ಮೆಲ್ಲನೆ ಕಿಚನ್‌ನಲ್ಲಿ ಇಣಕಿ "ಏನೀ ಹೆಲ್ಪ್ ಫ್ರಮ್ ಮಿ? ನಾನು ಅಡಿಗೆ ಮಾಡೋದರಲ್ಲಿ ಬೆಟರ್ ಅಂತ ಸರ್ಟಿಫಿಕೇಟ್ ಕೊಟ್ಟಿದ್ದೀರಿ, ಬಂದು ಏನಾದ್ರೂ ಸಹಾಯ ಮಾಡ್ಲಾ?" ಸ್ನೇಹಪೂರ್ವಕವಾಗಿ ಕೇಳಿದಾಗ, ತಟ್ಟೆಗೆ ಗೊಜ್ಜು ಬಡಿಸುತ್ತಿದ್ದವಳು ತಲೆ ತಿರುಗಿಸಿ "ಸದ್ಯಕ್ಕಂತು ಬೇಡ, ಅಗತ್ಯವಿದ್ದಾಗ ಹೇಳ್ತೀನಿ. ಅಮ್ಮ ಕಲಿಸಿ ಕೊಟ್ಟ ಬೆಂಡೆಕಾಯಿ ಗೊಜ್ಜು, ನಿಮ್ಗೆ ಹೇಗೆ ಅನಿಸುತ್ತೋ, ಸೇರಿದಷ್ಟು ತಿಂದರೆ ಉಪಕಾರ" ನಗೆ ಬೀರಿದಳು. ಅವನ ಬಗ್ಗೆ ಅಸಹನೆಯಂತು ಇಲ್ಲ.

"ಖಂಡಿತ ಎಲ್ಲಾ ಗೊಜ್ಜು ಮುಗಿಸ್ತೀನೀಂತ ಭರವಸೆ ಕೊಡದಿದ್ದರೂ ನಾನು ಹೊರಟಾಗ ಡಬ್ಬಿಗೆ ಹಾಕಿ ಕೊಡೋದು ಮರೀ ಬೇಡಿ, ನಗಂತು ಇಂಥ ಗೊಜ್ಜುಗಳು ಮಾಡೋಕೆ ಬರೋಲ್ಲ, ತಿನ್ನಕ್ಕಂತು ಇಷ್ಟ" ಹುಸಿ ನಗೆ ಚೆಲ್ಲಿದ.

ಆ ವೇಳೆಗೆ ಹೇಮಂತ್ ಕೂಡ ಬಂದವ "ಕ್ವಿಕ್... ಕ್ವಿಕ್... ಹಸಿವು ಗೊತ್ತು ಆದರೆ ಇಂದಿನ ಹಸಿವಿಗೆ ಅದರದೇ ಆದ ತೀಕ್ಷ್ಣತೆ ಇದೆ" ಎಂದು ಒಳ ನುಗ್ಗಿದವನು ನೀರಿನ ಲೋಟಗಳನ್ನು ಕೊಂಡೊಯ್ದು.

ಇಬ್ಬರು ಬೆಂಡೆಕಾಯಿ ಗೊಜ್ಜು, ಒಂದಿಷ್ಟು ಕಾಯಿ ಚಟ್ನಿಯ ಜೊತೆ ಮೂರು ಮೂರು ರೊಟ್ಟಿಗಳನ್ನು ಮುಗಿಸಿ ಒಂದಿಷ್ಟು ಟೀ ಕುಡಿದ ನಂತರ ಸಮಾಧಾನಗೊಂಡಿದ್ದು.

"ಎಲ್ಲಿ ನಮ್ಮ ಪ್ರಿನ್ಸ್? ಹೋಂ ವರ್ಕ್ ಮಾಡೋವಾಗ ಸ್ಟಡೀಸ್‌ನಲ್ಲಿದ್ದಾಗ ಡಿಸ್ಟರ್ಬ್ ಮಾಡಬೇಡಾಂತ ಆರ್ಡರ್ ಮಾಡಿದ್ದಾಳೆ, ಅದ್ನ ಕಡ್ಡಾಯವಾಗಿ ಪಾಲಿಸಬೇಕಲ್ಲ" ಮಗಳ ಬಗ್ಗೆ ಮಾತಾಡಿದ.

ಕ್ಷಿತಿಜ ಮೇಲೆದ್ದ "ಒಂದಿಷ್ಟು ವರ್ಕ್ಸ್ ಇದೆ... ನಾಳೇನೇ ಸಿಗೋದು ಅಕೌಂಟ್ಸ್ ನಂಗೆ ಇಷ್ಟವೇ, ಕೆಲವೊಂದು ತೀರಾ ಬೋರಾಗಿ ಬಿಡುತ್ತೆ" ಚಂದವಾಗಿ ಮಾತಾಡಿ ಜೊತೆಯಲ್ಲಿ ಅಲಾಪನಾನ ಕೂಡ ಕರೆದೊಯ್ದ.

ಪೋಸ್ಟ್‌ನಲ್ಲಿ ಬಂದ ಕವರ್‌ನ ಅಣ್ಣನ ಕೈಗೆ ಕೊಟ್ಟು "ಇನ್ನೆರಡು ಫೋಟೋ ಕಳ್ಸಿದ್ದಾರೆ, ನಿಂಗೆ ಮದ್ವೆ ಮಾಡೋವರ್ಗೂ ಅಪ್ಪ, ಅಮ್ಮನಿಗೆ ಸಮಾಧಾನವಿಲ್ಲ, ಹೇಗೂ ನಿನ್ನ ಇಷ್ಟ ಮುಗಿದಿದೆ, ಅವ್ರ ಇಷ್ಟಕ್ಕೆ ಹ್ಞೂ ಅಂದು ಬಿಡು" ಎನ್ನುತ್ತ ಅವರ ಎದುರು ಕೂತಳು. ಒಮ್ಮೆ ಸಿರಿಯಸ್ಸಾಗಿ ಅವಳತ್ತ ನೋಡಿದ.

ಕವರ್‌ನಲ್ಲಿದ್ದ ಫೋಟೋಗಳನ್ನು ತೆಗೆದು ನೋಡಿ ಕವರ್‌ಗೆ ತುರುಕಿ ಒಂದೆಡೆ ಇಟ್ಟ. ಮ್ಲಾನವದನನಾದ, ನಿರಂತರವಾಗಿ ಹಟ, ಕ್ಷೋಭೆ ಅನುಭವಿಸಿದ.

"ನಂಗೆ ಅಷ್ಟು ಸುಲಭವಾಗಿ ಕಾಣೋಲ್ಲ, ಸರಿತ. ನಾನು ವೈಜಯಂತಿನ ಪ್ರೀತ್ಸಿ ಮದ್ವೆ ಆಗಿದ್ದು" ಎಂದ ಕಂಗೆಟ್ಟವನಂತೆ, ಆ ಕ್ಷಣ 'ಅಯ್ಯೋ' ಎನಿಸಿತು. ಈಗ ವೈಜಯಂತಿ ಆರಾಮಾಗಿದ್ದಾಳೆ! ಇವನು ಒಂಟಿಯಾಗಿ 'ಪ್ರೇಮ' ಜಪ ಮಾಡುತ್ತ ಕೂಡಬೇಕಾ? ಬೇಡವೆನಿಸಿತು ಅವಳಿಗೆ "ಅವರು ನಿನ್ನ ಪ್ರೀತ್ಸೇ ತಾನೇ ಮದ್ವೆ ಆಗಿದ್ದು? ಈಗ ಬೇರೊಂದು ಜೀವನ ಅವರದಾಗಿದೆ. ಅವರಿಗಾಗಿದ್ದು ನಿಂಗೆ ಯಾಕೆ ಆಗೋಲ್ಲ? ಇಂಥದೊಂದು ಪ್ರಶ್ನೆ ನಿನ್ಮುಂದೆ ನಿಲ್ಲೋಲ್ವಾ?" ಕೇಳಿದಳು.

"ಖಂಡಿತ, ಹೌದು ಅಂಥ ಪ್ರಶ್ನೆಗೆ ಹಟದ ಉತ್ತರ, ಎಷ್ಟೋ ಸಲ ಬೇಗ ವಿವಾಹವಾಗಿ ಬಿಡೋ ನಿರ್ಣಯ ಕೈಗೊಂಡಿದ್ದುಂಟು. ಯಾಕೋ ನಂತರದ ಜೀವನ – ಭಯವೆನಿಸುತ್ತೆ. ಬೇರೊಂದು ಹೆಣ್ಣಿನ ಜೊತೆ ಬಾಳ್ವೆ ಸಾಧ್ಯನಾ ಅನಿಸುತ್ತೆ. ಡೈವೋರ್ಸ್ ತಗೊಂಡಿದ್ದಕ್ಕೆ ಅಲ್ಪ ಪಶ್ಚಾತಾಪವಿದ್ದರೂ ಸ್ವಾಭಿಮಾನಿ ಗಂಡನಾಗಿ ಅವಮಾನ ಅನುಭವಿಸಲು ಸಾಧ್ಯವಿರಲಿಲ್ಲ" ಅವುಡುಗಳು ಬಿಗಿದುಕೊಂಡವು, ಹಲ್ಲು ಕಡಿದ ಅವಳಿಗೆ ಏನು ಹೇಳಬೇಕೋ ಅರ್ಥವಾಗಲಿಲ್ಲ.

"ಈಗ್ಲೂ ನನ್ನ ಕನಸು, ಮನಸ್ಸಿನಲ್ಲಿ ವೈಜಯಂತಿ ಇದ್ದಾಳೆ 'ಬಿಡುಗಡೆ' ಸಿಕ್ಕಿರಬಹುದು ಕಾನೂನಿನಲ್ಲಿ, ನನ್ನ ಮನಸ್ಸು ವೈಜಯಂತಿಯನ್ನು ಬಿಟ್ಟು ಕೊಡೋಕೆ ಒಪ್ಪೋಲ್ಲ. ನಾಳೆ ಬರೋ ಹೆಣ್ಣಿಗೆ ನನ್ನ ತುಂಬ ಪ್ರೀತಿ ಸಿಗದಿದ್ದರೇ, ಅವಳ ಅಸಹನೆಯ ಬೆಂಕಿಯಲ್ಲಿ ಅಲಾಪನಾ ಹಂತ ಹಂತವಾಗಿ ದಗ್ಧವಾಗಿ ಬಿಡ್ತಾಳೆ. ಅದು ಖಂಡಿತ ಬೇಕಿಲ್ಲ, ಹರ್ಷ ನನ್ನತ್ರ ಸಹಜವಾಗಿ ವರ್ತಿಸುವ ಪ್ರಯತ್ ಮಾಡಬಹುದು. ಅದು ಬರೀ ಪ್ರಯತ್ನವೇ, ಅವ್ನು ನನ್ನ ದ್ವೇಷಿಸ್ತಾನೆ. ಕೆಲವೊಮ್ಮೆ ಅವನ ಮಾತು, ವರ್ತನೆ ಅಸಹಜವಾಗಿರುತ್ತೆ. ಡೈರೆಕ್ಟಾಗಿ ವೈಜಯಂತಿಯನ್ನು ನೋಯಿಸದಿದ್ದರೂ ಅಂಥ ಭಾವನೆಗಳ ಸಂಘರ್ಷದಲ್ಲೇ ಇರ್ತಾನೆ" ಎಂದ ಅತ್ಯಂತ ಆಳವಾಗಿ ಯೋಚಿಸಿದ್ದ. ಇಂದು ತಂಗಿಯ ಮುಂದೆ ಎಲ್ಲಾ ಹೇಳಿಕೊಂಡ, ಆಡಲು ಮಾತುಗಳೇ ಇಲ್ಲವೆನ್ನುವಂತೆ ಕೂತಳು.

"ಮುಂದೆ?" ನಿಮಿಷಗಳ ನಂತರ ಕೇಳಿದ್ದು.

"ಇಲ್ಲಿ ಈಗ ನಂಗೆ ಹೆತ್ತವರು ಮುಖ್ಯ, ಸಮಯ ಬೇಕೂಂತ ಅನ್ನಿಸುತ್ತೆ. ಮುಂದೆ ನೋಡೋಣ, ಈಗ ಅಲಾಪನಾ ನನ್ಜೊತೆ ಇದ್ದಾಳೆ, ಅವಳ ಜವಾಬ್ದಾರಿಯೆನ್ನುವ ಕಮಿಟ್‌ಮೆಂಟ್‌ನಲ್ಲಿ ದಿನಗಳು ಕಳೆಯೋದೇನು ಕಷ್ಟವಲ್ಲ. ಆದರೆ..." ಮುಂದೆ ಆಡಲಾರದೆ ಮಾತುಗಳನ್ನು ನುಂಗಿದ.

ಆಮೇಲೆ ಕೆಲವು ನಿಮಿಷಗಳ ಮೌನದ ನಂತರ "ಈಗ್ಲಾದ್ರೂ ಬಾಯಿ ಬಿಡು. ನಿನ್ನ ವಿವಾಹ ಮುಂದೆ ಹಾಕೋಕೆ ಕಾರಣವೇನು? ಪ್ರೇಮ, ಪ್ರೀತಿ ಅಂಥದೇನಾದ್ರೂ...

ಇದ್ಯಾ?" ಕೇಳಿದಾಗ ಅವಳ ತಲೆ ತಗ್ಗಿತು. ಮೊದಲು ವಿಸ್ಮಿತನಾದ, ನಂತರ ಛೇಡಿಸಿದ.

"ನೀನು ಸಿಟಿ ಕಡೆ ಬಂದಿದ್ದಿಲ್ಲ. ಆಂಧ್ರದ ವಿಶಾಖ ಪಟ್ಟಣದಲ್ಲಿ ಅಮ್ಮನ ಕಡೆಯ ನೆಂಟರ ವಿವಾಹಕ್ಕೆ ಎರಡು ಸಲ ಹೋಗಿದ್ದೆ. ಅಲ್ಲೇನಾದ್ರೂ... ಯಾರು ನಿನ್ನ ಮನವನ್ನು ಕದ್ದ ಧೀರ?"

ಹಲ್ಮುಡಿಯನ್ನು ಕಚ್ಚಿಡಿದ ಸರಿತ ಅಡ್ಡಡ್ಡ ತಲೆಯಾಡಿಸಿದಳು ತಂಗಿಯ ಸ್ವಭಾವ ಬಲ್ಲ ಅವನಿಗೆ ಇದನ್ನು ನಂಬಲೇ ಕಷ್ಟ.

"ಪ್ಲೀಸ್, ಇನ್ನು ಕಾಯಿಸೋದ್ಬೇಡ, ಫುಲ್ ಡಿಟೈಲ್ಸ್ ಹೇಳು, ಇವೊತ್ತಿನಿಂದಲೇ ಕಾರ್ಯಪ್ರವರ್ತಕನಾಗಿ ಬಿಡ್ತೀನಿ" ಬಲವಂತ ಪಡಿಸಿದ ಹೇಳುವುದು ಅವಳಿಗೆ ಅನಿವಾರ್ಯವಾಗಿತ್ತು.

"ನಾನು ಎಸ್.ಎಸ್.ಎಲ್.ಸಿ. ಪ್ರೌಢಶಾಲೆಯ ಕೊನೆಯ ವರ್ಷ ಆಗ ನಡೆದ ಘಟನೆ, ಸನ್ನಿವೇಶ, ವ್ಯಕ್ತಿಯ ಬಗೆಗಿನ ಆಸಕ್ತಿ ನಿಂಗೆ ಮಾತ್ರವಲ್ಲ... ಬಹುಶಃ ಎಲ್ಲರಿಗೂ ಹಾಸ್ಯಾಸ್ಪದವೆನಿಸಬಹುದು" ಎಂದ ಕೂಡಲೆ ಅವನಲ್ಲಿ ಕಾತರ ಮೂಡಿತು "ಹಿಸಿ ಈಟ್, ನಂಬಬೇಕಾ? ಯಾರದು?" ಕೇಳಿದ ವಿಸ್ಮಿತ ವಿಚಾರವೆ.

"ಗೊತ್ತಿಲ್ಲ ಅನ್ನೋದ್ನ ಕೂಡ ನಂಬಬೇಕು" ಎಂದಳು ಭಾರವಾದ ಸ್ವರದಲ್ಲಿ.

ಸರಿತಳ ಈ ಮಾತಿಗೆ ಸುಸ್ತಾದ "ಗೊತ್ತಿಲ್ಲದೇ, ಪ್ರೇಮಿಸಿದ್ಯಾ? ಅವನನ್ನು ವಿವಾಹವಾಗಬೇಕನ್ನೋ ಬೆಪ್ಪುತನವ? ಮೊಗ್ಗಿನ ಮನೆಯ ಸುತ್ತು ಮುತ್ತಲಿನವರಾ? ಎಷ್ಟು ದಿನ, ತಿಂಗಳು, ವರ್ಷದ ಪರಿಚಯ?" ಮೌನವಾದಳು ಸರಿತ. ನಿಮಿಷಗಳ ನಂತರ ಬಾಯಿ ಬಿಟ್ಟಿದ್ದು.

ಅಂದು ತೀರಾ ಸಂಜೆಯಲ್ಲ, ನಾಲ್ಕರ ಸುಮಾರು, ಮೂವರು ಯುವಕರನ್ನು ಪಕ್ಕದ ಊರಿನ ಸೋಮಶೇಖರಪ್ಪ ಅವಳ ತಂದೆಯ ಬಳಿಗೆ ಕರೆತಂದ

"ಸ್ವಲ್ಪ ನೋಡಿ ಕಾರು ಕೆಟ್ಟಿ ನಿಂತಿದೆ. ಗಿಡಗಳ ನಡ್ವೇ ಅಡಾಡೋಕೆ ಹೋಗಿ ಜಾರಿ ಬಿದ್ದಿದ್ದಾರೆ. ಒಬ್ಬರಿಗೆ ಸಣ್ಣ ಪುಟ್ಟ ತರಚುವಿಕೆ. ಈ ಹುಡ್ಗನ್ನ ನೋಡಿ" ಕರ್ಚಿಪ್ ಕಟ್ಟಿದ ರಕ್ತಸಿಕ್ತವಾದ ಕೈಯನ್ನು ಅವರ ಮುಂದಿಡಿದರು.

ಶ್ರೀಕಾಂತಯ್ಯ ತಮ್ಮ ಔಷಧಿ ಡಬ್ಬಿ ಮುಂದೆ ತಂದಿಟ್ಟುಕೊಂಡು ರಕ್ತವೆನ್ನುರೆಸಿ ಯಾವುದೋ ರಸ ಸವರಿ ಪುಡಿ ಮತ್ತಿಬ್ಯಾಂಡೆಜ್ ಮಾಡಿ ಗುಳಿಗೆ ನುಂಗಿಸಿ ಆಯಾಸಗೊಂಡ ಅವನಿಗೆ ಹೇಳಿದರು.

"ಇಲ್ಲೇ ಇಂದು ಉಳಕೊಳ್ಳಿ, ಶರೀರಕ್ಕೆ ಒಂದಿಷ್ಟು ಆರಾಮ್ ಬೇಕು. ಮತ್ತೆ ಎರಡು ಸಲ ಗುಳಿಗೆ ಕೊಡಬೇಕು" ಎಂದು ಬಲವಂತದಿಂದಲೆ ಉಳಿಸಿಕೊಂಡಿದ್ದು ಇನ್ನು ಉಳಿದ ಇಬ್ಬರು ತರಚುವಿಕೆಗೂ ಕೂಡ ಯಾವುದೋ ಲೇಪನ ಹಾಕಿ ಗುಳಿಗೆ ನುಂಗಿಸಿದರು.

ಅಗ ಹತ್ತಿರವಿದ್ದು ಆ ಯುವಕನನ್ನು ಉಪಚರಿಸಿದ್ದು ಸರಿತ, ಹರೆಯದ ಪ್ರಭಾವವೋ, ಎಂದೂ ಮೂಡದ ಒಂದು ಭಾವ ಮಿಂಚಿ ಮರೆಯಾಗಿದಂತು ನಿಜ, ಆದರೆ ದಟ್ಟವಾಗಿ ನಿಂತದ್ದು ಆಚ್ಚರಿ. ಮರುದಿನ ಅವರು ಹೊರಟಾಗ ಆ ಯುವಕನ ಕನ್ನಡಕದೊಳಗಿನ ಕಣ್ಣುಗಳು ದಿಟ್ಟಿಸಿ ಕೃತಜ್ಞತೆ ಸೂಚಿಸಿತು. ತುಟಿಗಳ ಮೇಲೆ ಮಧುರವಾದ ನಗೆಯ ಲೇಪನ, ನಂತರ ಎಷ್ಟೋ ದಿನಗಳವರೆಗೆ ಅವನ ಕಣ್ಣೋಟ, ನಗು ಎರಡು ಸದಾ ಜ್ಞಾಪಕಕ್ಕೆ ಬರುತಿತ್ತು. ಅದನ್ನು ವಿಪರೀತವಾಯಿತೆಂದರೆ ಅ ನೋಟ ನಗು ತನಗಾಗಿಯೇ ಅನ್ನಿಸಲು ಷುರುವಾಯಿತು. ಅದೆಷ್ಟು ಹತ್ತಿರವಾಯಿತೆಂದರೆ ಬುದ್ದಿಯನ್ನು ದಿಕ್ಕರಿಸಿ ಮನದ ಮೂಲೆಗೆ ಬಂದು ಸೇರಿಕೊಂಡು ಬಿಟ್ಟಿತು. ಕಾಡಿದ ನೋಟದ ಬಲೆಯಲ್ಲಿ ಬಿದ್ದವಳಂತೆ ಒದಡಿದ್ದು ನಿರಂತರವಾಗಿ.

ತಾನು ಅವನನ್ನು ಪ್ರೇಮಿಸುತ್ತಿದ್ದೆನೆಂದು ಅರಿವಾದಾಗ ಬಿಚ್ಚಿ ಬಿದ್ದಳು. ಅಣ್ಣನ ಪ್ರಕರಣದಿಂದ ನೊಂದಿದ್ದ ಹೆತ್ತವರು ಮತ್ತಷ್ಟು ನೋಯಬಾರದೆಂದು ಎಷ್ಟೇ ಪ್ರಯತ್ನಪಟ್ಟರು ಮರೆಯದಾದಳು, ಅಪರಿಚಿತವಾಗಿ ಉಳಿದು ಹೋಗಬಹುದಾಗಿದ್ದ ವ್ಯಕ್ತಿ ಅವಳ ಭಾವ ಸಂಚಾರದಲ್ಲಿ ಉಳಿದು ಬಿಟ್ಟಿದ್ದ. ತಳ್ಳಿದಷ್ಟು ಹತ್ತಿರವಾಗುತ್ತಿದ್ದೆ ಇದನ್ನ ಯಾರೊಂದಿಗಾದರೂ ಹೇಳಲು ಸಾಧ್ಯವೇ?

"ನಿಮ್ಮಂದೆನೇ ಹೇಳಿರೋದು? ಮರೆಯೋಕೆ ಸಾಧ್ಯವಿಲ್ಲ, ನಂಗೊಸ್ಕರ ಮತ್ತೆ ಬರ್ತಾರೆ ಅನ್ನೋ ಅನಿಸಿಕೆ ನನ್ನನ್ನು ಬಲವಾಗಿ ಕಾಡುತಿದೆ" ಅಣ್ಣನ ಭುಜಕ್ಕೆ ತಲೆಯಾನಿಸಿ ಅತ್ತು ಬಿಟ್ಟಳು ಸ್ತಂಭ ಭೂತನಾದ ಈ ಪರಿಯ ಪ್ರೇಮಕ್ಕೆ ಏನು ಹೇಳಬೇಕು? ಹರೆಯದ ಬರೀ ಆಕರ್ಷಣೆಯೋ?

"ಆ ಯುವಕನ ಹೆಸರೇನು?" ಕೇಳಿದ

"ಗೊತ್ತಿಲ್ಲ" ಕಣ್ಣೀರು ತೊಡೆದುಕೊಂಡು ಹೇಳಿದಳು.

ಎಲ್ಲಾ ವಿಚಿತ್ರವೆನಿಸಿತು ಅವನ ಬಗ್ಗೆ ಅವಳಿಗೇನು ಗೊತ್ತಿಲ್ಲ, ಮಾತು ಪೋನ್, ಸುತ್ತಾಟ ಇಂಥದೇನು ಇಲ್ಲದ ಈ ರೀತಿಯ ಪ್ರೇಮಕ್ಕೆ ಇಂಥ ಶಕ್ತಿಯಾದರೂ ಬಂದದ್ದು ಹೇಗೆ?

ಬಹಳಷ್ಟು ಯೋಚಿಸಿದ ಹೇಮಂತ್ "ಅಷ್ಟೊಂದು ತಲೆ ಕೆಡಿಸ್ಕೋಬೇಡ ಕೆಲವು ಗಂಟೆಗಳ ಬರೀ ಪರಿಚಯ. ಇಲ್ಲಿಯವರೆಗೂ ಉಳಿದಿದ್ದು ನೆನಪಿನ ಶಕ್ತಿಯಿಂದ್ಲೇ, ಇದು ತೊಡೆದು ಹಾಕೋದು ಅಷ್ಟೊಂದು ಕಷ್ಟವಲ್ಲ ನಾನು ಹೆದರಿದ್ದೇ, ನೀನು ನಿಶ್ಚಿಂತೆಯಿಂದ ಕ್ಷಿತಿಜನ್ನ ಮದ್ವೆ ಆಗು. ಒಂದು ರೀತಿಯ ಭ್ರಮೆಯಲ್ಲಿ ಇದ್ದೀ, ಅದ್ನ ಪ್ರೇಮ, ಪ್ರೀತಿ ಅಂದ್ಕೊಂಡ್ ಜೀವ್ನ ಹಾಳು ಮಾಡಿಕೊಳ್ಳೋದು ನಂಗಿಷ್ಟವಿಲ್ಲ" ನೇರವಾಗಿಯೇ ಹೇಳಿದ.

ಎರಡು ಕೈಯಲ್ಲು ಕಣ್ ಮುಚ್ಚಿಕೊಂಡು ಗಳ ಗಳ ಅತ್ತಾಗ 'ಅಯ್ಯೋ' ಅನಿಸಿತು. ಕೆಲವು ನಿಮಿಷಗಳ ನೋಟ, ಪುಟ್ಟ ನಗು ಪ್ರೇಮವಾಗಿ ನಿಂತಿದ್ದು

ಯಾಕೆ? ಇಂದಿನ ಬದುಕಿನಲ್ಲಿ ದಿನಗಳೇನು ತಿಂಗಳು ಒಟ್ಟೊಟ್ಟಿಗೆ ಸುತ್ತಾಡಿ 'ಪ್ರೀತಿ' ಅನ್ನುವ ಮಂಪರುನಲ್ಲಿ ಎಲ್ಲಾ ಅನುಭವಿಸಿ ಬಿಟ್ಟ ಯುವ ಜೋಡಿ 'ಬೈ' ಎಂದು ಬೇರೊಂದು ಮಗ್ಗುಲಿಗೆ ತಿರುಗಿ ಸುಖವನ್ನು ಅರಸುತ್ತ ಹೋಗುವ ಪ್ರೀತಿಯ ಭರಾಟಯಲ್ಲಿ ಇವಳಿಗೇನು ಹುಚ್ಚು? ಇದಕ್ಕೆ ಏನನ್ನಬೇಕು?

"ಅಳ್ಬೇಡ, ನೀನೇ ಸಿಂಪಲ್ಲಾಗಿ ಯೋಚ್ಸು, ನಾನು ಮತ್ತು ವೈಜಯಂತಿ ಮೂರ್ವರ್ಷ ಪ್ರೀತಿ, ಪ್ರೇಮಾಂತ ಓಡಾಡಿ ಮದ್ವೆಯಾದ್ವಿ, ಇದೊಂದು ಗೋಪ್ಯವಾದ, ಅನನ್ಯವಾದ ಸೂಕ್ಷ್ಮವಾದ ಸಂಬಂಧ. ಈ ಸಂಬಂಧ ಅತಿ ಉನ್ನತ ಮಟ್ಟದ ಮೌಲ್ಯವನ್ನು ಒಳಗೊಂಡಿದೆ. ಆದ್ರೂ ನಾನು, ವೈಜಯಂತಿ ಬೇರೆಯಾದ್ವಿ, ಈಗ ಇಂಥ ಜೋಡಿಗಳೇನು ಅಪರೂವಲ್ಲ, ಆಗ ಪ್ರೀತಿ ಪ್ರೇಮಕ್ಕಾಗಿ ಹೆತ್ತವರ ವಿರೋಧ ಕಟ್ಟಿಕೊಂಡೆ, ಅವ್ಳು ಈಗೆ ಬೇರೆಯೊಬ್ಬರ ಕೈ ಹಿಡಿದಿದ್ದಾಳೆ. ಆರಾಮದ ದಾಂಪತ್ಯ ಜೀವನ ಸಾಗ್ಸಿ ಎರಡು ಮಗುವನ್ನು ಪಡೆದಿದ್ದಾಳೆ. ಅಂಥ ಬದಲಾವಣೆಯ ಸಮಾಜದಲ್ಲಿ ಇರೋ ನಾವ್ ಈ ರೀತಿ ಯೋಚ್ಸ ಬಾರ್ದು" ತಿಳುವಳಿಕೆಯ ಮಹಾಪೂರವನ್ನು ಹರಿಸಿದ, ಅದೆಲ್ಲ ಸರಿಯೆನಿಸಿದರೆ, ಅದರಿಂದ ಹೊರ ಬರುವುದು ಕಷ್ಟವನಿಸಿತು. "ಹೌದು, ನಾನು ಹೇಳೋದು ಲಾಜಿಕ್‌ಗೆ ಸಗೊಂಥದಲ್ಲ, ಬಹುಶಃ ಪರಿಚಯವನ್ನು ಮರ್‍ತು ಬಿಡಬಹುದು, ಆದರೆ ಸಾಧ್ಯವಾಗ್ತ ಇಲ್ಲ, ಮೊದ ಮೊದಲು ಕನ್ನಡಕದೊಳಗಿನ ಕಣ್ಣೋಟ, ನಗು ಜ್ಞಾಪಕಕ್ಕೆ ಬರುತ್ತಿತ್ತು. ನಂತರ ಅದು ಸ್ನೇಹ ಪೂರಕವೆನಿಸುತ್ತಿತ್ತು. ಅದು ಪ್ರೀತಿಯಾಗಿ ಮಾರ್ಪಟ್ಟಿದ್ದು ಹೇಗೋ, ನನಗೆ ಗೊತ್ತಿಲ್ಲ. ಒಂದಲ್ಲ ಒಂದು ದಿನ ಆ ವ್ಯಕ್ತಿ ನನ್ನನ್ನು ಹುಡುಕಿಕೊಂಡು ಬರ್ತಾನೆ. ಇಂಥ ಭಾವನೆಗಳು, ಮೂಡಿದಕ್ಕೆ ನಾನು ಕಾರಣ ಕೊಡ್ಲಾರೆ. ಬೇರೆಯವರಿಗೆ ಹುಚ್ಚಾಟವೆನಿಸಬಹುದು. ಆದರೆ ಮನದಲ್ಲಿ ನಿಂತ ವ್ಯಕ್ತಿಯನ್ನು ಒತ್ತರಿಸುವುದು ಸಾಧ್ಯವಾಗುತ್ತಿಲ್ಲ, ನಾನು ಪ್ರಯತ್ನಿಸಿ ಸೋತಿದ್ದೇನೆ."

"ಹೋಗ್ಲಿ, ಅವ್ರ ಬಗ್ಗೆ... ಅಂದರೆ ಮೂವರಲ್ಲಿ ಒಬ್ಬರ ಬಗ್ಗೆಯಾದ್ರೂ ಕ್ಲೂ ಕೊಡಬಲ್ಲೆಯ? ಕನಿಷ್ಟ ಹುಡ್ಕೋ ಪ್ರಯತ್ನವಾದ್ರೂ ಮಾಡಬಹುದು?" ಎನ್ನುವ ನಿಲುವಿಗೆ ಬಂದ.

ಬಹಳಷ್ಟು ನೆನಪಿಸಿಕೊಳ್ಳುವ ಪ್ರಯತ್ನ ಮಾಡಿ "ಬಹುಶಃ ಉತ್ತರ ಭಾರತದ ಕಡೆಯವರು ಇರಬಹುದು. ಮೂವರಲ್ಲಿ ಇಬ್ಬರೂ ಕನ್ನಡಕ ಹಾಕಿದ್ರು ಅದೇ..." ಅಂದಾಗ ಅವನು ನಕ್ಕು ಬಿಟ್ಟ "ಒಂದು ತಾತ್ಕಲಿಕ ಹೆಸರು ಕೊಡೋಣ XYZ ಅಥವಾ ABC ಇಲ್ಲ, ಪ್ರಾಂತದ ಹೆಸರು, ದೇವರುಗಳ ಹೆಸರು, ಕವಿಗಳ ಹೆಸರು, ಸದ್ಯಕ್ಕೆ ಆ ಯುವಕನಿಗೆ ನಾಮಕರಣದ ಅಗತ್ಯವಿದೆ. ಅಲ್ಲಿಂದಲೇ ಪ್ರಾರಂಭ" ನಗೆ ಬೀರಿದೆ, ಅವಳಿಗೆ ಸಂಕೋಚವೆನಿಸಿತು, ನಾಚಿಕೆಯಿಂದ ಅವಳ ಕೆನ್ನೆಗಳು ಕೆಂಪಾದವು.

"ಮೈ ಗಾಡ್, ಬರೀ ನೆನಪೇ ನಿಂಗೆ ಕಚಗುಳಿ ಇಡುತ್ತದೆಯೆಂದರೇ, ಮುಂದಿನದು ಫೆಂಟಾಸ್ಟಿಕ್! ಅದೇ ಪ್ರೇಮ ಸಾಮ್ರಾಜ್ಯದ ಅಧಿಪತಿಗಳೆನ್ನುವಂತೆ ಅಂದಿನಿಂದ...

ಇಂದಿನವರೆಗೂ ಅವರ ಹೆಸರುಗಳನ್ನು ನಮ್ಗೇ ಬಿಟ್ಹೋದ ದೇವದಾಸ್ – ಪಾರ್ವತಿ, ಲೈಲಾ – ಮಜ್ನು, ಅನಾರ್ಕಲಿ – ಸಲೀಂ, ಈಗ ಸದ್ಯಕ್ಕೆ ಒಂದು ಹೆಸರು ಇಟ್ಟುಕೊಳ್ಳೋಣ. ಈಗ ನೆನಪಾಗ್ತಾ ಇದೆ 'ನಾ ನಿನ್ನ ಧ್ಯಾನದೊಳಿರಲು... ಮುಂದೆ ವೇಣು ಮಾಧವ ಅನ್ನೋ ಹೆಸರು ಸೇರಿಸ್ತಿಯಲ್ಲ, ಅದನ್ನ ಇಟ್ಕೊಂಡರೇ... ಹೇಗೆ?" ಅಂದು ಪಕ್ಕನೆ ನಕ್ಕಾಗ, ಅವಳ ಕಣ್ಣುಗಳು ಮಿನುಗಿತು, ನೆನಪಿಗೆ ಅಂಥ ಒಂದು ಹೆಸರು ನಿರ್ಮಾಣವಾಗಿತ್ತು ಅವಳಲ್ಲಿ 'ಮೌನಂ ಸಮ್ಮತಿ'ಯೆನಿಸಿತು. "ಸದ್ಯಕ್ಕೆ ವೇಣು ಮಾಧವ... ತುಂಬ ಬ್ಯೂಟಿಫುಲ್... ಫೆಂಟಾಸ್ಟಿಕ್ ಆ ಹೆಸರುನಲ್ಲೇ ಅಡಗಿದೆ ಪ್ರೇಮದ ಭಾವ ಸಂಚಾರ ಅಷ್ಟು ಬಿಟ್ಟು ಇನ್ನೇನು ಗೊತ್ತು?" ಪ್ರಶ್ನಿಸಿದ ಇನ್ನಷ್ಟು ತಿಳಿಯದೇ ಆ ಯುವಕನನ್ನು ಹುಡುಕುವುದು ಹೇಗೆ?

"ಮೋಸ್ಟ್ಲಿ ಏನು ಗೊತ್ತಿಲ್ಲ" ಚುಟುಕು ಉತ್ತರ.

ಅವಳ ಕೈ ಹಿಡಿದುಕೊಂಡು "ನಾನು ಸಾಕಷ್ಟು ನೋವು ಕೊಟ್ಟಿದ್ದೇನೆ, ಅಮ್ಮ ಅಪ್ಪನಿಗೆ. ನೀನು ನೋವು ಕೊಡೋದು ಬೇಡ, ನಾನು ಪ್ರಾಮಾಣಿಕ ಪ್ರಯತ್ನ ಮಾಡ್ತೀನಿ, ಸಫಲತೆಯ ಬಗ್ಗೆ ಭರವಸೆ ಕೊಡ್ಲಾರೆ, ನಂತರ ನಿನ್ನ ಪ್ರೇಮದ ಭ್ರಮೆಯಿಂದ ಹೊರ ಬಂದು ಕ್ಷಿತಿಜ ಅಥವಾ ಬೇರೆ ಗಂಡುನ ಜೊತೆ ನಿನ್ನ ವಿವಾಹವಂತು ನಿಶ್ಚಿತ" ಎಂದು ಪ್ರೀತಿಯಿಂದ ಹೇಳಿ "ಬೆಸ್ಟ್ ಆಫ್ ಲಕ್, ಮೊದ್ಲು ಮೊಗ್ಗಿನ ಮನೆಗೆ ಹೋಗಿ ಸೋಮಶೇಖರಪ್ಪನ ಹಿಡೀಬೇಕು, ಅವನಿಂದ ಏನಾದ್ರೂ ಮಾಹಿತಿ ಸಿಕ್ಕೂತಾಂತ ನೋಡ್ಬೇಕು, ಅಲ್ಲಿಂದಲೇ ಷುರು ಮಾಡ್ಬೇಕು, ಮನದಲ್ಲಿರೋ ಚಿತ್ರನ ಪೇಪರ್ ಮೇಲೆ ಒಂದಿಷ್ಟು ಬಿಡ್ಸಿಕೊಡು, ನಾನು ನಾಳೆಯಿಂದ ರಜೆಗೆ ಅಪ್ಲೇ ಮಾಡ್ತೀನಿ" ಎಂದ ಪ್ರಾಮಾಣಿಕವಾಗಿ, ತೀರಾ ವಿಚಿತ್ರವೆಂದುಕೊಂಡರೂ ತಂಗಿಯನ್ನು ನಿರಾಸೆ ಮಾಡಲು ಇಚ್ಛಿಸಲಿಲ್ಲ.

ಎಷ್ಟು ಬೇಗ ಚಿತ್ರ ಬಿಡಿಸಿಕೊಂಡು ಬಂದು ಕೊಟ್ಟಳೂಂದರೆ ವಿಸ್ಮಿತನಾದ, "ವಾಹ್, ವೆರಿ ಹ್ಯಾಂಡ್‌ಸಮ್, ಇಷ್ಟು ನಿನ್ನಲ್ಲಿ ಬಲವಾಗಿ ನಿಂತ ಅವ್ನು ಖಂಡಿತ ಅದೃಷ್ಟವಂತ, ಎಲ್ಲರಿಗೂ ಇದು ಸಿಗೋಲ್ಲ" ಕೆನ್ನೆ ತಟ್ಟಿದ.

ಆ ಭಾನುವಾರ ಅಣ್ಣ, ತಂಗಿ ಮತ್ತು ಅಲಾಪನಾ ಸೂರಜ್ ಮಾಲ್ ಹೋಗಿ ಪರ್ಚೆಸಿಂಗ್ ಮುಗಿಸಿಕೊಂಡು ರೆಸ್ಟೋರೆಂಟ್‌ನಲ್ಲಿ ಕೂತಿದ್ದರು. ಆಗ ಕಣ್ಣಿಗೆ ಬಿದ್ದವರು ಹರ್ಷ ಮತ್ತು ವೈಜಯಂತಿ, ಆ ಕ್ಷಣ ಹೇಮಂತ್‌ಗೆ ಹಿಂದಿರುಗಿ ಬಿಡಬೇಕೆನಿಸಿದ್ದು ಸುಳ್ಳಲ್ಲ, ಅದಕ್ಕೆ ಇಬ್ಬರಿಗೆ ಕಾರಣ ಕೊಡಬೇಕಾಗಿದ್ದರಿಂದ ಸುಮ್ಮನಾಗಿ ಆ ಕಡೆಯ ಟೇಬಲ್ ಅರಸಿಕೊಂಡು ಹೋದ.

ಮೆನುನ ಅಲಾಪನ ಅತ್ತ ತಳ್ಳಿ "ನಿಂಗೇನು ಬೇಕೋ ಆರ್ಡರ್ ಮಾಡು ನಾನು, ಸರಿತ ಗೆಸ್ಟ್ಸ್" ಎಂದು ಅವಳ ಕಿವಿಯಲ್ಲಿನ ಮುತ್ತಿನ ಗೊಂಚಲನ್ನು ಸವರಿದ, ಹೇಮಂತ್‌ನ ನೋಟ ಅತ್ತ ಸರಿಯದಂತೆ ನಿಗ್ರಹಿಸಿಕೊಳ್ಳಲಾರದೆ

ತೊಳಲಾಡುತ್ತಿದ್ದ. ಒಮ್ಮೆ ವೈಜಯಂತಿಗೆ "ನನಗೆ ಐಸ್‌ಕ್ರೀಮ್ ಹುಡ್ಗೀಯರೆಂದರೆ ಇಷ್ಟವಿಲ್ಲ" ಅಂದಿದದ್ದರಿಂದ ಅವಳು ಐಸ್‌ಕ್ರೀಮ್ ತಿನ್ನುವುದನ್ನು ಬಿಟ್ಟಿದ್ದು ಜ್ಞಾಪಿಸಿಕೊಂಡ, ಆದರೆ ಅಲಾಪನಾ ಪ್ರೆಗ್ನೇಂಟ್‌ನಲ್ಲಿ ಆಣೆ ಪ್ರಮಾಣ ಮಾಡಿ ಐಸ್‌ಕ್ರೀಮ್ ತಿನ್ನಿಸಿದ ಕ್ಷಣಗಳು ಚೇತೋಹಾರಿ ಇರಬಹುದು ನೆನಪಾಗಿ ಬಂದು ಕಣ್ಮುಂದೆ ನಿಂತರೇ, ತಳಮಳಿಸಿ ಹೋಗುತ್ತಿದ್ದ.

ಮೆನು ನೋಡುತ್ತಿದ್ದ ಅಲಾಪನಾ "ಸಾರಿ ಪಪ್ಪ, ನೀವೇ ಏನಾದ್ರೂ ಹೇಳಿ" ಅವನತ್ತ ತಳ್ಳಿದವಳ ನೋಟ ಕೇಳಿಸಿದ ನಗುವನ್ನು ಹಿಂಬಾಲಿಸಿ ಒಂದೆಡೆ ನಿಂತಿತು "ಅದೋ... ಮಮ್ಮಿ..." ಎನ್ನುತ್ತ ಅತ್ತ ಓಡಿಯೇ ಬಿಟ್ಟವಳು ಕ್ಷಣಗಳಲ್ಲಿ ವೈಜಯಂತಿಯ ತೆಕ್ಕೆಯಲ್ಲಿ "ತುಂಬ ಸಂತೋಷ ಆಯ್ತು, ಅಜಯ್... ಎಲ್ಲಿ?" ಮಾತಿಗೆ ಷುರು ಹಚ್ಚಿದವಳನ್ನು ನೋಡಿ ಮುಖ ಒಂದು ತರಹ ಮಾಡಿದ ಹರ್ಷ, ಸೈರಣೆಗೆ ಅಲಾಪನಾ ಸವಾಲಾಗಿದ್ದಳು.

ವೈಜಯಂತಿಯ ಪೂರ್ತಿ ಗಮನ ಈಗ ಮಗಳತ್ತ, ವೈಟರ್ ಎರಡು ಸಲ ಬಂದು ಹಓದ, "ಏನು ತಗೋತೀಯ?" ಕೇಳಿದಳು ಮಗಳನ್ನ.

"ಅಲ್ಲಿ ಪಪ್ಪ ಆರ್ಡರ್ ಮಾಡಿರಬಹುದು, ನೀನು ಆ ಟೇಬಲ್‌ಗೆ ಬಾ" ಮಗಳ ಕರೆಗೆ ವೈಜಯಂತಿ ಎದ್ದಳು "ಬೇಡ ಅಲಾಪನಾ, ನೀನು ಇಲ್ಲೇ ಏನಾದ್ರೂ ತಗೋ" ಹರ್ಷ ಹೇಳಿದ, ಅವನ ಗಂಟಲಲ್ಲಿ ಅಸಹನೆ ಇತ್ತು. ಕ್ಷಣ ವಿಚಲಿತಳಾದಳು, ಆ ವೇಳೆಗೆ ಬಂದ ಸರಿತಾ "ಬಾ ಕುಂಜು ಮರೀ, ಮಮ್ಮಿ ಜೊತೆ ಆಮೇಲೆ ಮಾತಾಡಬಹುದು ಇಲ್ಲ, ಇಲ್ಲೇ ತಿಂಡಿ ತಗೋ, ಹೇಗೆ ಮಾಡ್ತೀ" ಅಂದವಳು "ಹೇಗಿದ್ದೀರಿ?" ಹರ್ಷ ಮತ್ತು ವೈಜಯಂತಿಯನ್ನು ಉದ್ದೇಶಿಸಿ ಕೇಳಿದಳು.

"ಫೈನ್, ನೀವೇ ಸ್ವಲ್ಪ ಡಲ್ಲಾಗಿ ಕಾಣ್ತಾ ಇದ್ದೀರಾ" ಅಂದ ಹರ್ಷ ಉತ್ಸಾಹ ತುಂಬಿಕೊಂಡು, ಅಚ್ಚರಿಯೆನಿಸಿತು ವೈಜಯಂತಿಗೆ, ಅವಳ ಊಹೆಯೆ ಬೇರೆ ಇತ್ತು "ಇಲ್ಲಪ್ಪ, ನಮ್ಮ ಕುಂಜು ಮರಿಯ ಒಡನಾಟದಲ್ಲಿ... ನನ್ನ ವಯಸ್ಸು ಹಿಂದಕ್ಕೆ ಹೋಗ್ತಾ ಇದೆ, ಇವ್ಳ ಸ್ಟೇಜ್‌ಗೆ ಬಂದು ನಿಂತು ಬಿಡುತ್ತೇನೋ" ಮುಗುಳ್ನಕ್ಕಳು, ನಗು ಶುಭ್ರವಾಗಿತ್ತು.

ಅಲಾಪನಾಳೊಂದಿಗೆ ಹಿಂದಕ್ಕೆ ಬಂದಾಗ ಹೇಮಂತ್ ಚಡಪಡಿಸುತ್ತಿದ್ದ. ಅವನಲ್ಲಿ ದುಗುಡ, ಹೊಯ್ದಾಟ, ಅವಮಾನ ಹೆಡೆಯೆತ್ತುತ್ತಿತ್ತು. ಅರ್ಥಮಾಡಿಕೊಂಡವಳಂತೆ ಉಗುಳು ನುಂಗಿದ ಸರಿತ ಗಂಟಲು ಸರಿಪಡಿಸಿಕೊಳ್ಳುತ್ತ ಎಚ್ಚರಿಸಿದಳು.

"ಮೂರು ದೊಸೆಗೆ ಆರ್ಡರ್ ಮಾಡಿದೆ, ಮೆನುನಲ್ಲಿರೋ ಲಿಸ್ಟ್‌ನಲ್ಲಿರುವ ಹೊಸ ಹೊಸ ಹೆಸರಿನ ಎಲ್ಲಾ ಐಟಂಗಳನ್ನು ತಿಂದು, ನಮ್ಮೂರೆ ನಮ್ಗೇ ಮೇಲು ಎನ್ನುವಂತೆ ಇಡ್ಲಿ, ದೋಸೆ, ಉಪ್ಪಿಟ್ಟು... ಅಂಥದಕ್ಕೆ ಬಂದು ನಿಂತು ಬಿಟ್ಟಿದ್ದೀನಿ" ನಗುವ ಪ್ರಯತ್ನ ಮಾಡಿದ.

ಅತ್ತಲೇ ಪದೇ ಪದೇ ನೋಟ ಹರಿಸುತ್ತಿದ್ದ ಅಲಾಪನಾ ಕಣ್ಣು ತುಂಬಿಕೊಂಡು "ಅಲ್ಲಿ ಮಮ್ಮಿ, ನೀನು ಇಲ್ಲೀ, ನೀವಿಬ್ರೂ ಯಾಕೆ ಡೈವೋರ್ಸ್... ತಗೊಂಡ್ರಿ? ಜಗಳ ಆಡಿದ್ಮೇಲೆ ಕಾಂಪ್ರಮೈಸ್ ಆಗಿ ಬಿಡಬಹುದಿತ್ತಲ್ಲ" ಅಂದಕೂಡಲೆ ಕುಸಿಯುವಂತಾಯಿತು ಹೇಮಂತ್‌ಗೆ "ಸಾರಿ ಕುಂಜುಮರಿ, ಅಪ್ಪ ಅಮ್ಮ ಅನ್ನೋ ಸ್ಥಾನಗಳಿಗೆ ಮರ್ಯಾದೆ ಕೊಟ್ಟು... ಒಂದಿಷ್ಟು ತ್ಯಾಗಕ್ಕೆ ರೆಡಿಯಾಗಬೇಕು. ಎಕ್ಸ್‌ಕ್ಯೂಜ್ ಮಿ... ಆಗಿ ಹೋಗಿದ್ದಕ್ಕೆ ನ್ಯಾಯ ಒದಗಿಸಲಾರೆ" ಗದ್ಗದಿತನಾಗಿ ಎದ್ದು ಹೋದವನು ಸ್ವಲ್ಪ ಸಮಯದ ನಂತರವೇ ಬಂದಿದ್ದು.

"ಅಣ್ಣ, ಹೋಗಿ ಮಾತಾಡಿಸ್ತೀಯಾ? ಸಂಬಂಧ ಉಳಿದಿಲ್ಲ. ಸ್ನೇಹ ಉಳಿಸ್ಕೋಬಹುದಲ್ಲ," ಅಂದಳು ಸರಿತ, ಹೌದೆನ್ನುವಂತೆ ತಲೆದೂಗುತ್ತ ಕೂತು "ಅದು ಸರಿನೇ, ಹರ್ಷನಿಗೆ ಅದು ಇಷ್ಟವಿಲ್ಲ. ಅವನ ಮುಂದೆ ಮಾತಾಡಲು ಮುಜುಗರವೇ, ಒಂದು ರೀತಿಯ ಅಪರಾಧ ಭಾವ, ಅದರಿಂದ ದೂರ ಉಳಿಯೋದು ಎಲ್ಲರ ದೃಷ್ಟಿಯಲ್ಲು ಕ್ಷೇಮ" ಅಂದವನು ಬಂದ ದೋಸೆಯ ಪ್ಲೇಟನು ಮತ್ತಷ್ಟು ಮಗಳ ಮುಂದಕ್ಕೆ ಸರಿಸಿ "ಬೆಣ್ಣೆ ಹಚ್ಚಿ ಮಸಾಲೆ ದೋಸೆಯೊಡೆದಂದರೇ, ಈ ರುಚಿ ಯಾವ ತಿಂಡಿಗೂ ಬರೋಲ್ಲ" ಲೊಟ್ಟೆಯೊಡೆದ, ಅವನು ದೋಸೆ ಪ್ರಿಯ, ಹತ್ತೆಂಟು ಮಾದರಿಯ ದೋಸೆ ಮಾಡುವ ಲೀಲಾವತಿಯ ಮಗ ಅವನು.

ಮಾತಾಡುತ್ತ ದೋಸೆ ಮುಗಿಸಿ ಮೇಲೇಳುವ ವೇಳೆಗೆ ಬಂದ ಹರ್ಷ "ಅಲಾಪನಾ, ನಿನ್ನ ಮಮ್ಮಿಯೊಂದಿಗೆ ಐಸ್‌ಕ್ರೀಂ ತಿನ್ನು ನಡೀ" ಅವಳನ್ನು ಬಳಸಿ ಕರೆದೊಯ್ದವನು ಮತ್ತೆ ಹಿಂದಕ್ಕೆ ಬಂದು "ನೀವ್‌ಗಳ್..." ಪ್ರಶ್ನಾರ್ಥಕವಾಗಿತ್ತು ಅವನ ಮಾತು, "ನೋ ಥ್ಯಾಂಕ್ಯೂ... ನಮ್ಮದೆಲ್ಲ ಮುಗೀತು, ಇವಳಂತು ಐಸ್‌ಕ್ರೀಮ್ ಹುಡ್ಗೀಯಲ್ಲ, ಕಾಫಿ, ಟೀ, ಹಾಲು... ಅಂಥದೇನಾದ್ರೂ ಆಯ್ತು" ಎಂದ ಹೇಮಂತ್, ಹರ್ಷನಿಗೆ ಮಡದಿಯ ಮುಂದೆ ಅವಳ ಹಿಂದಿನ ಗಂಡ ಬಂದ ನಿಲ್ಲುವುದು, ನೋಟ ಬೆರೆಯುವುದು ಸುಕರಾಂ ಇಷ್ಟವಿಲ್ಲ "ದಟ್ಸ್ ಓಕೇ..." ಹಿಂದಕ್ಕೆ ಹೋದ ಉನ್ನತ ಮಟ್ಟದ ರಾಜಕೀಯದವರಿಗೂ ಪಾಟೀಲ್ ಕುಟುಂಬದ ಹಸ್ತ ಇದೆಯೆಂದು ಎಲ್ಲರಿಗೂ ಗೊತ್ತು. ಅವರದು ಸಮಾಜದಲ್ಲಿ ಅತಿ ಗಣ್ಯರ ಸ್ಥಾನ.

ಒಂದೈದು ನಿಮಿಷ ಬಿಟ್ಟು "ನಾನು ಹೋಗಿ ಅಲಾಪನಾನ ಕರ್ಕಂಡ್ ಬರ್‍ಲಾ?" ಕೇಳಿದಳು. ಕೋಪದಿಂದ ಹೇಮಂತ್‌ನ ಮೂಗಿನ ಹೊಳ್ಳೆಗಳು ಅದರುತ್ತಿತ್ತು. "ಈಗ ಈ ನಾಟ್ಕ ಯಾಕೆ ಬೇಕಿತ್ತು? ನಾನು ಕಾರು ಹತ್ರ ಇರ್ತೀನಿ ಬೇಗ್ ಕರ್ಕಂಡ್ ಬಾ, ಸ್ಟುಪಿಡ್ ಲೇಡಿ..." ಎಂದು ಬೈಯ್ದುಕೊಳ್ಳುತ್ತ ದಾಪುಗಾಲು ಹಾಕುತ್ತ ಹೋದ, ಅವನಿಗೆ ವೈಜಯಂತಿಯ ಮೇಲೆ ಕೋಪ ಬಂದಿತ್ತು. ಇದೇನು ಸರಿತಗೆ ಅಸಹಜವೆನಿಸಲಿಲ್ಲ, ಆ ಟೇಬಲ್‌ಗೆ ನಡೆದಳು.

"ಪ್ಲೀಸ್, ಬನ್ನಿ..." ಐಸ್‌ಕ್ರೀಮ್ ಬಟ್ಟಲಲ್ಲಿ ಸ್ಪೂನ್ ಆಡಿಸುತ್ತಿದ್ದ ವೈಜಯಂತಿ

ನಗು ಬೀರಿದಳು "ಇಲ್ಲ, ನಾನು ಐಸ್‌ಕ್ರೀಮ್ ತಿನ್ನೋಲ್ಲ ಚಿಕ್ಕವಳಿದ್ದಾಗ ಆಗಾಗ ಗಂಟಲು ನೋವೂಂತ ನರಳ್ತಾ ಇದ್ದನಂತೆ. ಆಗ ಇಂಥ ಐಟಂಗಳ ಮೇಲೆ ನಿಷೇಧವೇರಿ ಬಿಟ್ಟರು, ಈಗ್ಲೂ ಅದೇ ಮುಂದುವರಿದಿದೆ" ಎಂದಳು "ಕೂತ್ಕೋಬಹುದಲ್ಲ..." ಹರ್ಷ ಹೇಳಿದ, ಅವನ ಪಕ್ಕ ಖಾಲಿ ಇದ್ದ ಸೀಟುನಲ್ಲಿ ಕೂತಳು, ಸ್ವತಃ ವೈಜಯಂತಿನೇ ಅಲಾಪನಾಗೆ ಐಸ್‌ಕ್ರೀಮ್ ತಿನ್ನಿಸುತ್ತಿದ್ದಳು, ಮುಖದಲ್ಲಿ ಒಂದು ರೀತಿಯ ತೃಪ್ತಭಾವ, ಅದು ಹರ್ಷನಿಗೆ ಇಷ್ಟವಾಗದು, "ಬೈ ದಿ ಬೈ ಸರಿತ... ಈಗ ನಮ್ಮ ಟೇಬಲ್ಲಿಗೆ ನೀವು ಗೆಸ್ಟ್ ಏನಾದ್ರೂ ತಗೋಳ್ಳಲೇಬೇಕು" ಬಲವಂತಪಡಿಸಿದ, ಒತ್ತಡವೇರಿದ, ಅವಳಿಗಾಗಿ ಹಲ್ವಾ ತರಿಸಿ ನಗು ನಗುತ್ತ ಕಂಪನಿ ಕೊಟ್ಟ, ಇದು ವೈಜಯಂತಿಗೆ ವಿಚಿತ್ರವೆನಿಸಿತು.

ಮೇಲೆದ್ದ ಸರಿತ ಅಲಾಪನಾನ ಕರೆದೊಯ್ದಾಗ ಜೊತೆಯಲ್ಲಿ ಹೋಗಿ ಬಿಟ್ಟು ಬಂದಿದ್ದು ಮತ್ತಷ್ಟು ಅಚ್ಚರಿಯೆನಿಸಿತು. ಯಾಕೆ? ಹೇಮಂತ್‌ನ ಅಲಕ್ಷಿಸುವವನು ಸರಿತ ಬಗ್ಗೆ ಇಷ್ಟೊಂದು ಸ್ನೇಹ, ತೋರಲು ಹೇಗೆ ಸಾಧ್ಯ? ಅರ್ಥವಾಗದ ತಳಮಳ, ಇಂಥದೊಂದು ಭಾವ ಪ್ರಥಮ ಸಲ ಅವಳಲ್ಲಿ ಮೂಡಿದ್ದು.

"ಹೋಗೋಣ" ಅಂದ ಅನ್ಯಮನಸ್ಕತೆಯಿಂದ.

ಇಬ್ಬರು ಮನೆ ತಲುಪುವವರೆಗೂ ಮಾತಾಡಲಿಲ್ಲ, ಮೀಟಿಂಗ್ ಮುಗಿಸಿಕೊಂಡು ಬಂದ ಶಂಕರ ಪಾಟೀಲರು ಮುಂದಿನ ಸಿಟ್ಟಿಂಗ್ ರೂಂನಲ್ಲಿ ದೊಡ್ಡ ದನಿಯಲ್ಲಿ ಮಾತಾಡುತ್ತಿದ್ದರು, ತೆರೆದಿಟ್ಟ ವಿಶಾಲವಾದ ಕಿಟಕಿಗಳು, ಶಂಕರ ಪಾಟೀಲರ ಮಾತಿಗೆ ಮೈಕೇ ಬೇಡ, ಆದರೆ ವೇದಿಕೆ ಹತ್ತೋ ಜನ ಅಲ್ಲ, ಸದ್ದು ಗದ್ದಲವಿಲ್ಲದೆ ಬೇರೆಯವರನ್ನು ಮೆಟ್ಟಲು ಮಾಡಿಕೊಂಡು ತಮ್ಮ ಕೆಲಸ ಮುಗಿಸ್ಕೋತಾರೆ. ಅವರನ್ನು ಬಲ್ಲ ಮಂದಿಯ ಮಾತು, ಕೆಲವರು ಹಾಸ್ಯ ಮಾಡುತ್ತಿದ್ದರು, ನಗುವೊಂದೇ ಉತ್ತರವಾಗುತ್ತಿತ್ತು.

"ಅಪ್ಪನ ಕಂಠ ಜೋರಾಗಿದೆ, ಯಾರೋ ರಾಜಕೀಯ ಮಂದಿ ಬಂದಿರಬೇಕು" ಕಾರಿನಿಂದ ಇಳಿದ ಕೂಡಲೆ ಇಂಥದೊಂದು ಮಾತಾಡಿದಳು. ಅದಕ್ಕೆ ಹರ್ಷ ಪ್ರತಿಕ್ರಿಯಿಸಲಿಲ್ಲ, ಬಂದ ಅಜಯ್‌ನ ಎತ್ತಿಕೊಂಡು ಒಳಹೋದ.

ಷಾಪಿಂಗ್‌ನಲ್ಲಿ ಕೊಂಡ ಪ್ಯಾಕೆಟ್‌ಗಳು ರೂಮಿಗೆ ಬಂದವು, ಅದರತ್ತ ಅಕ್ಕರೆಯಿಂದ ನೋಡಲು ಕೂಡ ಇಷ್ಟವಾಗಲಿಲ್ಲ, 'ಇದರಲ್ಲೆಲ್ಲ ಉತ್ಸಾಹಬೇಕು ನೀನೇನು ಸನ್ಯಾಸ ತಗೊಂಡಿಲ್ಲ, ಇದು ನಿನ್ನ ಮನಸ್ಸಿನಲ್ಲಿ ಇರ್‍ಲೀ' ಅವಳಮ್ಮ ಪದೇ ಪದೇ ಬುದ್ಧಿ ಹೇಳುತ್ತಿದ್ದರು. ಗಂಡಸರ ಮನಸ್ಸು ಹೆಂಗೆ ಅಂತ ಆಕೆಗೆ ಗೊತ್ತು. ಶಂಕರ ಪಾಟೀಲರಿಗೆ ಇನ್ನೊಂದು ಸಂಸಾರವಿರುವುದು ಎಲ್ಲರಿಗೂ ಗೊತ್ತಿತ್ತು. ಆದರೆ ಆ ಬಗ್ಗೆ ಮನೆಯಲ್ಲಿ ಮಾತುಕತೆ ನಡೆಯುತ್ತಿರಲಿಲ್ಲ, ಆಕೆಯೊಬ್ಬ ಚಲನಚಿತ್ರ ನಟಿ, ಮಾಡಿದ್ದು ಕೆಲವೇ ಸಿನಿಮಾಗಳು, ಕಿಲವು ಕೋಟಿಗಳಿಗೆ ಒಡತಿ ಇದೆಲ್ಲ ಎಲ್ಲಿಂದ ಬಂತು ಅಂತ ಕೇಳುವವರು ಯಾರು?

ಹರ್ಷನನ್ನು ಮುಂದಿನ ಸಿಟ್ಟಿಂಗ್ ರೂಮಿಗೆ ಕರೆಸಿ ಕೊಂಡಾಗ, ಮೊಮ್ಮಗಳನ್ನು

ಮುದ್ದಾಡುತ್ತಿದ್ದ ಶಾಂತಬಾಯಿ ಮಗಳನ್ನು ಅರಸಿಕೊಂಡು ಕೋಣೆಗೆ ಹೋದವರು ಸಪ್ಪಗೆ ಕೂತಿದ್ದವಳನ್ನು ನೋಡಿ ಗಾಬರಿಯಾದರು.

"ಏನಾಯ್ತೇ, ಗಂಡನ ಜೊತೆ ಹೊರ್ಗೇ ಹೋದ ಹೆಣ್ಣು ಮಕ್ಳು ಎಷ್ಟು ಖುಷಿ... ಖುಷಿಯಾಗಿ ಮನೆಗೆ ಬರ್ತಾರೆ. ನೀನೋ, ಇದು ಸರಿಯೆನಿಸೋಲ್ಲ, ಕಣೇ, ಹರ್ಷನಂಥ ಗಂಡ ಎಷ್ಟು ಜನಕ್ಕೆ ಸಿಕ್ತಾನೇ? ಹೆಂಡ್ತಿ, ಮಕ್ಳೂಂದರೆ ಪ್ರಾಣ" ಮೊಮ್ಮಗಳನ್ನು ಹಾಸಿಗೆಯ ಮೇಲೆ ಮಲಗಿಸಿ ಮಗಳ ಪಕ್ಕದಲ್ಲಿ ಕೂತರು.

"ಅಯ್ಯೋ, ಸುಮ್ನೇ ಇರಮ್ಮ, ಯಾಕೋ ಬೇಜಾರು" ಅಂದ ಕೂಡಲೆ ಮಗಳನ್ನು ಸ್ವಲ್ಪ ಒರಟಾಗಿಯೆ ತನ್ನ ಕಡೆ ತಿರುಗಿಸಿಕೊಂಡು "ಬೇಡ ಕಣೇ ವೈಜಯಂತಿ, ಮತ್ತೆ ತಪ್ಪು ಮಾಡ್ತಾ ಇದ್ದೀಯಾ? ನೇರ್ಪಾಗಿರೋ ಸಂಸಾರನ ಹಾಳು ಮಾಡ್ಕೊತೀಯ! ನೀನು ಏನೇ ಹೇಳು, ಸಮಾಜದಲ್ಲಿ ಹೆಣ್ಣಿಗೊಂದು ಗಂಡಿಗೊಂದು ನ್ಯಾಯ! ಹರ್ಷ ಒಳ್ಳೆಯೋನು, ನಿಂಗೆ ಒಂದು ಬದ್ಕು ಕೊಟ್ಟಿದ್ದಾನೆ" ಅಂದ ಕೂಡಲೆ ತಲೆಯೆತ್ತಿದ ಅವಳ ಕಣ್ಣುಗಳಲ್ಲಿ ನೋವು ಅವಮಾನ, ಕೋಪದ ಕಣ್ಣೀರು.

"ಅಮ್ಮ, ನನಗೆ ಅವಮಾನ ಮಾಡ್ತಾ ಇದ್ದೀಯ! ಈ ತರಹ ಮಾತಾಡಬೇಡ, ನಾನೇನು ಗೋಗರೆದು ವಿವಾಹವಾಗ್ಲಿಲ್ಲ, ನೀವೇ ನನ್ನ ಪ್ರಾಣ ಹಿಂಡಿ ಬಿಟ್ರಿ"

ಮಗಳನ್ನು ಕರುಣೆಯಿಂದ ನೋಡಿದರು, ಶ್ರೀಮಂತಿಕೆ ಇತ್ತು ರೂಪವಿತ್ತು. ಓದು ಇತ್ತು, ಆದರೆ... ವ್ಯಥೆಯ ನೆರಳಾಡಿತು ಆಕೆಯ ಮುಖದ ಮೇಲೆ, ತಬ್ಬಿಕೊಂಡು ಸಂತೈಯಿಸಿದರು. ಅವಳ ಬೇಗುದಿ ಹೊಯ್ದಾಟ ಎಲ್ಲಾ ಗೊತ್ತು, ಏನು ಮಾಡಿಯಾರು?

"ಹಳೇ ವಿಷಯಗಳನ್ನು ಬಿಡು, ಈಗ ಗಂಡ, ಮಕ್ಳು ಎಲ್ಲಾ ಇದ್ದಾರೆ, ನೀನು ಇದಕ್ಕೆ ಮಾನ್ಯತೆ ಕೊಡ್ಬೇಕು, ಹರ್ಷ ಮುನಿದರೆ ನಿಂಗೆ ಕಷ್ಟವಾಗುತ್ತೆ, ಅದರ ಪರಿಣಾಮ ನೇರವಾಗಿ ಬೀಳೋದು ಮಕ್ಕಳ ಮೇಲೆ, ಮತ್ತೆ ಅದೇ ಪುನರಾವರ್ತನೆ ಆಗುತ್ತೆ. ಈಗ ಅಲಾಪನಾ ಸ್ಥಿತಿ ನೋಡು, ಅಪ್ಪ ಒಂದ್ಕಡೆ... ಅಮ್ಮ ಒಂದು ಕಡೆ, ಅದ್ಕೆ ಏನಾದ್ರೂ ಸುಖವಿದ್ಯಾ? ಇದ್ನೆಲ್ಲ ಮನಸ್ಸಿನಲ್ಲಿ ಇಟ್ಕೋ" ಬುದ್ಧಿ ಹೇಳಿದರು.

ಕಣ್ಣೀರು ತೊಡೆದುಕೊಂಡು "ಇವತ್ತು ಅಲಾಪನಾ ಸಿಕ್ಕಿದ್ಲು, ಹೇಗೆ ಬೆಳೆದಿದ್ದಾಳೆ, ಗೊತ್ತಾ? ವಂಡರ್‌ಫುಲ್ಲಾಗಿ ಕಾಣ್ತಾಳೆ, ಎಷ್ಟೊಂದು ಮಾತು! ಷಾಪಿಂಗ್ ಮಾಲ್‌ನಲ್ಲಿ ಏನಾದ್ರೂ ಕೊಡಿಸ್ತೀನೀಂತ ಅಂದೇ, ಈಗ್ಬೇಡ, ನಂಗೋಸ್ಕರ ಪಪ್ಪ ಸಾಕಷ್ಟು ಷಾಪಿಂಗ್ ಮಾಡಿದ್ದಾರೆಂತ ನಿರಾಕರಿಸಿದ್ಲು, ನಂಗೆ ಹೇಗೆ ಅನಿಸ್ತು, ಗೊತ್ತಾ?" ಮತ್ತೆ ಕಣ್ಣೀರು ಮಿಡಿದಳು.

"ಈಗ ಅಳೋದರಿಂದ ಪ್ರಯೋಜನವೇನು? ಹೇಗೋ, ಹೊಂದಿಕೊಂಡಿದ್ದಾಳಲ್ವ? ಇಲ್ಲಿ ಎಷ್ಟು ಹಟ ಮಾಡೋಳು, ಅಜಯ್ ಹುಟ್ಟಿದ ಮೇಲಂತು ಪೂರ್ತಿ ಬದಲಾಗಿದ್ಲು. ಅದ್ಕೇ ಅಲ್ವಾ, ರೆಸಿಡೆನ್ಷಿಯಲ್ ಸ್ಕೂಲ್‌ಗೆ ಹಾಕಿದ್ದು, ಅವ್ಳ ತಂದೆ ಹತ್ರ ಇರೋದ್ರಿಂದ ನೀನೇನು ಚಿಂತಿಸಬೇಕಿಲ್ಲ."

ತಾಯಿಯ ಕೊನೆಯ ಮಾತು ಅವಳನ್ನು ತೀರಾ ಘಾಸಿಗೊಳಿಸಿತು. ಇವರೆಲ್ಲ ಬೇಕೂಂತಲೇ ತನ್ನಿಂದ ಅವಳನ್ನು ದೂರ ಮಾಡಲು ಪ್ಲಾನ್ ಮಾಡಿದರಾ?

"ನೀವೆಲ್ಲ ಸೇರಿ ನನ್ನಿಂದ ಅವಳನ್ನು ದೂರ ಮಾಡಿದ್ರಾ?" ಕೇಳಿದ ಕೂಡಲೆ ಶಾಂತಬಾಯಿ "ಸಾಕು ಸಉಮ್ಮನಿರು, ಅಜಯ್‌ನ ಎತ್ತಿ ಕೆಳ್ಗೇ ಹಾಕ್ಲಿಲ್ವಾ? ಅವ್ಳು ಇಲ್ಲೇ ಇದಿದ್ರೆ ಅವ್ನ ಕೊಂದು ಹಾಕಿ ಬಿಡೋಳು, ನೀನು ಸ್ವಲ್ಪ ವಿವೇಕದಿಂದ ವರ್ತಿಸು. ಹರ್ಷ ನಿನ್ನಿಂದ ದೂರವಾದರೇ, ಅಲಾಪನಾ ಸ್ಥಿತಿಯೇ ಈ ಮಕ್ಕಳಿಗೂ" ರೇಗಿಕೊಂಡು ಎದ್ದು ಹೋದರು.

ಆಕೆಗೆ ಮಗಳು ತಮ್ಮಲ್ಲಿ ಉಳಿಯುವುದು ಬೇಕಿತ್ತು. ಹರ್ಷ ತಮ್ಮ ಅಳಿಯನಾಗಲೀ ಅನ್ನೋ ಆಸೆ ಇದ್ದುದ್ದರಿಂದ ಗಂಡನಿಗೆ ಸಪೋರ್ಟ್ ಮಾಡಿದರಷ್ಟೆ 'ಡೈವೋರ್ಸ್' ಅನ್ನೋದು ಅವರಿಗೂ ಇಷ್ಟವಾಗಿರಲಿಲ್ಲ. ಹೆಣ್ಣಿಗೆ ಒಂದೇ ಮದುವೆ, ಅವಳು ಕಟ್ಟಿಕೊಂಡವನಿಗೆ ನಿಷ್ಟೆಯಾಗಿರಬೇಕು ಅನ್ನುವ ನಂಬಿಕೆಯಲ್‌ಲಿ ಬಂದವರೇ, ಆಕೆ ಪ್ರತಿವ್ರತಾ ಧರ್ಮದ ಬಗ್ಗೆ ನಂಬಿಕೆ ಇರಿಸಿಕೊಂಡವರು.

ಈಕೆ ಧುಮಗುಟ್ಟುತ್ತ ಹೊರಗೆ ಬರುವ ವೇಳೆಗೆ ಶಂಕರ ಪಾಟೀಲರು ಬಂದವರನ್ನು ಕಳಿಸಿ ಅಳಿಯನೊಂದಿಗೆ ಮಾತಾಡುತ್ತ ಬಂದವರು ಹೆಂಡತಿಯ ಮುಖನೋಡಿ ಕಣ್ಣಲ್ಲಿಯೇ ಪ್ರಶ್ನಿಸಿದರು.

"ಏನಾದ್ರೂ ಕುಡೀಯಲಿಕ್ಕೆ ತರ್ಲಾ?" ಮಾತು ಮರೆಸಿದರು "ಏನು ಬೇಡ, ಚಹಾ ನಾಲ್ಕು ಸಲ, ಜ್ಯೂಸ್ ಮೂರು ಸಲ ಸಾಕಷ್ಟು ಕುಡಿದಿದ್ದೀನಿ. ಷಾಪಿಂಗ್ ಮುಗ್ಸಿಕೊಂಡ್ ಬಂದಿದ್ದಾರೆ. ಏನೇನು ತಂದಿದ್ದಾರೋ ವಸೀ ತೋರ್‍ಸು. ಹಿಂದೆ ಷಾಪಿಂಗ್ ಮಾಡಿ ಬಂದರೇ, ವೈಜಯಂತಿ ನಮ್ಮುಂದೆ ಪ್ರದರ್ಶನಕ್ಕೆ ಇಡೋಳು, ಈಗ ತುಂಬ ಬದಲಾಗಿದ್ದಾಳೆ" ಎಂದು ಅತ್ತಿತ್ತ ನೋಡಿದರು.

ಹರ್ಷ ಉಸಿರೆಳೆದು ದಬ್ಬಿ "ಅವ್ಳು ಸ್ವಲ್ಪ ಡಿಸ್ಟರ್ಬ್ ಆಗಿದ್ದಾಳೆ, ಷಾಪಿಂಗ್ ಮುಗ್ಸಿಕೊಂಡು ರೆಸ್ಟೋರೆಂಟ್‌ಗೆ ಬಂದಾಗ ಅಲಾಪನಾ ದರ್ಶನ, ಅಮ್ಮ ಮಗಳ ಭೇಟಿ, ಅಲ್ಲಿ ನಾನು ಇರೋದು ಮರೆತ್ತು ಅವಳ್ನ ಮುದ್ದು ಮಾಡಿದ್ಲು, ಅವಳದು ಈಗ ವಿಪರೀತ ಮಾತು, ಸ್ವಾಭಿಮಾನ, ಇವ್ಳು ದಂಬಾಲು ಬಿದ್ದು ಐಸ್‌ಕ್ರೀಂ ತಿನ್ನಿಸಬೇಕಾಯ್ತು" ಒಂದು ರೀತಿಯ ಅಸಹನೆ ವ್ಯಕ್ತಪಡಿಸಿದ, ಅವನಿಗೆ ಬೇಸರವಾಗಿತ್ತು.

ಶಂಕರಪಾಟೀಲ ತೆಳುವಾದ ನಗೆ ಬೀರಿ "ನಿಂಗೆ ಬೇಜಾರಾಗಿದೆ, ಅಲಾಪನಾ ಮೇಲಿನ ಮಮತೆ ಕರಳಿಗೆ ಸಂಬಂಧಿಸಿದ್ದು. ಅದು ಅಷ್ಟು ಸುಲಭವಾಗಿ ಹೋಗದು, ಅಂಥ ಬಯಕೆ ಇಟ್ಟುಕೊಳ್ಳೋದು ತಪ್ಪು, ಈಗಷ್ಟೇ ಕಷ್ಮೇ ಆಗಿದೆ. ದಿನದಿಂದ ದಿನಕ್ಕೆ ಅಜಯ್, ಅದಿತಿಯ ಲಾಲನೆ ಪಾಲನೆಯಲ್ಲಿ ಬಿಜಿಯಾಗಿ ಬಿಡ್ತಾಳೆ" ಬುದ್ಧಿವಾದ ಹೇಳಿದರು.

ಅಳುತ್ತಿದ್ದ ಅದಿತಿಯನ್ನು ಎತ್ತಿಕೊಂಡು ಹೊರ ಬಂದ ವೈಜಯಂತಿ ನಾರ್ಮಲ್‌ಗೆ

ಬಂದಿದ್ದು, ಮಗುವನ್ನು ಸುಧಾರಿಸುವುದರಲ್ಲಿ ಮಗ್ನಳಾಗಿ, "ಭಯಂಕರ ಅಳ್ತಾಳೆ, ಅಜಯ್ ಇಷ್ಟೊಂದು ಕಾಟ ಕೊಡ್ತಾ ಇರ್ಲಿಲ್ಲ" ಅನ್ನುವ ವೇಳೆ ಆಯಾ ಧಾವಿಸಿ ಮಗುವನ್ನು ಎತ್ತಿ ಒಯ್ದಳು.

"ಅಪ್ಪ, ನಿಂಗೋಸ್ಕರ ಎಲ್ಲಾ ರೀತಿಯ ಗೋಡಂಬಿನು ತಂದಿದ್ದೀನಿ ಡಿಫರೆಂಟ್ ವೆರೈಟಿಸ್" ತಂದೆ ಹೇಳಿದಳು.

ಅವರು ಜೋರಾಗಿ ನಕ್ಕರು, ಒಂದಿಷ್ಟು ಗೋಡಂಬಿ ಮೆಲ್ಲುವ ಅಭ್ಯಾಸ ಕೆಲವೊಮ್ಮೆ ಮನೆಯವರಿಗೆ ಮಾತ್ರವಲ್ಲ ಗೆಳೆಯರಲ್ಲು ಕೂಡ ಆಡಿಕೆಯ ವಿಷಯವಾಗಿತ್ತು.

ಮಗು ಅಳು ನಿಲ್ಲಿಸದಿದ್ದರಿಂದ ಆಯಾ ಮಗುವನ್ನು ಕರೆ ತಂದು "ಯಾಕೋ ಅಳು ನಿಲ್ಲಿಸ್ತಾ ಇಲ್ಲ, ಅಮ್ಮ ಡಾಕ್ಟ್ರನಾದ್ರೂ ಕರೆಸಬೇಕು" ಗಾಬರಿಯಿಂದ ಹೇಳಿದಳು.

ಹತ್ತು ನಿಮಿಷದಲ್ಲಿ ಡಾಕ್ಟರ್ ಹಾಜರ್, ಆ ವೇಳೆಗೆ ಕಡ್ಡಿ ನಿವಾಳಿಸಿ, ದಿಷ್ಟಿ ತೆಗೆದು, ಹರಕೆ ಕಟ್ಟಿಟ್ಟು ಇಂಥದ್ದು ಎಷ್ಟೋ ಆಗಿ ಹೋಯಿತು.

ಡಾಕ್ಟರ್ ಸಿರಪ್ ಬರೆದುಕೊಟ್ಟು ಹೋದರು, ಆಮೇಲೆ ಮಗುವಿನ ಹಟ ನಿಂತರೂ, ಅದರ ಪುನರಾವರ್ತನೆ ಷುರುವಾಯಿತು, ಕೆಲವೊಮ್ಮೆ ಷುರುವಾದ ಅಳು ಒಂದು ಗಂಟೆಯಿಂದ ಎರಡು ಗಂಟೆಯವರೆಗೂ ಮುಂದುವರಿಯುವುದರ ಜೊತೆಗೆ ಮಗು ಸುಸ್ತಾಗಿ ಬಿಡುತ್ತಿತ್ತು. ಎಲ್ಲಾ ರೀತಿಯ ಔಷಧೋಪಚಾರಗಳು ಆಯಿತು. ಅಳು ಮಾತ್ರ ಕಮ್ಮಿಯಾಗಲಿಲ್ಲ. ತಟ್ಟನೆ ಅವಳಿಗೆ ಹೇಮಂತ್‌ನ ತಂದೆಯ ನೆನಪಾಯಿತು. "ಅವರ ಕೈಗುಣ ತೀರಾ ಒಳ್ಳೇದು, ಮಕ್ಕಳಿಗೆ ಸಣ್ಣ ಪುಟ್ಟದ್ದರಿಂದ ಹಿಡಿದು ಎಂಥ ತೊಂದರೆಯಾದ್ರೂ ಅವ್ರ ಹತ್ರ ಕರ್ಕಂಡ್ ಬರ್ತಾರೆ ಅವರಲ್ಲಿ ಏನು ಮಂತ್ರ ಶಕ್ತಿ ಇದ್ಯೋ ಅವರಿಗೇನಾದ್ರೂ ಒಳ್ಳೆ ಅಪಾರ್ಚುನಿಟಿ ಸಿಕ್ಕರೇ ವರ್ಲ್ಡ್ ಫೇಮಸ್ ಆಗ್ಬಿಡ್ತಾ ಇದ್ರು." ಈ ಮಾತನ್ನು ಸಾಕಷ್ಟು ಸಲ ಹೇಳಿದ್ದ. ಅದನ್ನ ಹರ್ಷನ ಮುಂದೆ ಮಾತ್ರವಲ್ಲ ಮನೆಯವರ ಮುಂದೆ ಹೇಳಲು ಹಿಂಜರಿದಳು, ಆದರೆ ದಿನದಿಂದ ದಿನಕ್ಕೆ ಅಳು ಜಾಸ್ತಿಯಾಯಿತೇ ವಿನಃ ಕಡಿಮೆಯಾಗುವ ಲಕ್ಷಣ ಕಾಣಲಿಲ್ಲ ಎಲ್ಲಾ ಮಕ್ಕಳ ತಜ್ಞರನ್ನು ಭೇಟಿಯಾಗಿದ್ದು ಆಯಿತು. ಮನೆಯವರೆಲ್ಲ ಚಿಂತೆಗೀಡಾದರು.

"ಒಮ್ಮೆ ಹೇಮಂತ್ ತಂದೆನ ವಿಚಾರಿಸಿದರೇ..." ಅಂದ ಕೂಡಲೆ ಒಳಗೊಳಗೆ ಕನಲಿದರು ಆಮೇಲೆ ಸಮಾಧಾನವಾಗಿಯೇ "ಅದೊಂದು ಹುಚ್ಚು ಅಷ್ಟೆ, ವಿದೇಶಿ ತಜ್ಞರಿಂದ ಹಿಡಿದು ಸಣ್ಣಪುಟ್ಟ ಆಯುರ್ವೇದ ಪಂಡಿತರವರೆಗೂ ಆಯಿತು, ಎಲ್ಲೋ ನಾಲ್ಕು ಜನಕ್ಕೆ ಶೀತಕ್ಕೆ, ಭೇದಿ ನಿಲ್ಲೋ ಔಷಧಿ ಕೊಡೋ ಮನುಷ್ಯನಿಗೆ ತೋರಿಸೋದೆ? ಅಮೇರಿಕಾಗೆ ಕರ್ಕಂಡ್ ಹೋಗಿ ಚಿಕಿತ್ಸೆ ಮಾಡಿಸೋಣ" ಎಂದು ಅವಳ ಮಾತನ್ನು ತಳ್ಳಿ ಹಾಕಿದ ಹರ್ಷ.

ಅಂದು ಸಂಜೆ ಅಲಾಪನಾ ಫೋನ್ ಮಾಡಿ ತನಗೆ ಬಂದ ಮಾರ್ಕ್ಸ್ ಬಗ್ಗೆ ಖುಷಿ... ಖುಷಿಯಾಗಿ ಹೇಳಿದಾಗ, ಪೂರ್ತಿ ಸಂತೋಷ ವ್ಯಕ್ತಪಡಿಸಲಾರದೆ "ಸ್ವಲ್ಪ

ಸರಿತಗೆ ಕೊಡು" ಅಂದಳು ಅರೆ ಮನಸ್ಸಿನಿಂದಲೆ, ಅವಳಿಗೆ ವಿಷಯ ವಿವರಿಸಿ "ಏನು ಮಾಡೋದೋ ಗೊತ್ತಾಗ್ತ ಇಲ್ಲ. ನಿಮ್ತಂದೆ ಏನಾದ್ರೂ ಸಲಹೆ ಕೊಡಬಹುದಾ?" ವಿಚಾರಿಸಿದ್ದು.

ಅವರ ಮನೆಯವರ ಬಗ್ಗೆ ಬಲ್ಲ ಸರಿತ ಹಿಂಜರಿದಿದ್ದು ಸಹಜ "ಸಂಖ್ಯ ಮನೆಗೆ ಬರ್ಲ್ಲಾ? ಅಲಾಪನಾ ನಿಮ್ಗೇ ಮಾರ್ಕ್ಸ್ ಕಾರ್ಡ್ ತೋರಿಸ್ಬೇಕೆಂದು ಗಲಾಟೆ ಮಾಡ್ತಾ ಇದ್ದಾಳೆ" ಅಂದಾಗ "ಷ್ಯೂರ್, ಖಂಡಿತ ಬನ್ನಿ, ನಾನು ನಿಮ್ಮಗಳಿಗೋಸ್ಕರ ಕಾಯ್ತ ಇರ್ತೀನಿ" ಇಂಥದೊಂದು ಆಹ್ವಾನ ಸಿಕ್ಕಾಗ ಬೇಗ ಬೇಗ ಅಡಿಗೆ ಮುಗಿಸಿ ಹೊರ ಬರುವ ವೇಳೆಗೆ ಕ್ಷಿತಿಜ, ಹೇಮಂತ್ ಇಬ್ಬರು ಬಂದರು.

"ಅಣ್ಣ, ವೈಜಯಂತಿಯವ್ರು ಫೋನ್ ಮಾಡಿದ್ರು ಕಿಚನ್ ಕೆಲ್ಸ್ ಪೂರ್ತಿಯಾಗಿದೆ, ಹೋಗ್ಬರೋಕೆ ಪರ್ಮಿಷನ್ ಕೊಡ್ತೀಯ?" ಇಂಥದೊಂದು ಬೇಡಿಕೆ ಮುಂದಿಟ್ಟಾಗ ಸಿಡಿಮಿಡಿಗೊಂಡ "ಅವರದು ತೀರಾ ಅತಿಯಾಯ್ತು ಮಗಳ್ನ ನೋಡ್ಬೇಕೆಂದಾಗ ಕರ್ಕಂಡ್ಹೋಗಿ ತೋರಿಸೋಕೆ ನೀನೇನು ಬಿಟ್ಟಿ ಬಿದ್ದಿದೀಯಾ?" ಅವನ ಮನಸ್ಸಿನಾಳದಲ್ಲಿ ವೈಜಯಂತಿಯನ್ನು ನೋಡಬೇಕೆನಿಸುತ್ತಿತ್ತು. ಈ ನೆಪದಲ್ಲಾದರೂ ಒಮ್ಮೆ ಬರಲೀಯೆನ್ನುವ ಆಸೆ.

"ಈಗ ಒಪ್ಗೇ ಕೊಟ್ಟಾಗಿದೆ, ಇನ್ನೊಮ್ಮೆ ಕೇಳಿದರೆ ಹಾಗೇ ಹೇಳ್ತೀನಿ, ಈ ಸಲಕ್ಕೆ ಒಪ್ಗೇ ಕೊಡು" ಕೇಳಿದಾಗ ಮೌನವಹಿಸಿದ 'ಮೌನಂ ಸಮ್ಮತಿಯ ಲಕ್ಷಣಂ' ಕ್ಷಿತಿಜ ಮಧ್ಯೆ "ಎಂಥ ಕೆಲ್ಸವಾಯ್ತು, ಸಂಜೆಗೆ ನಾವೊಂದು ಪ್ರೋಗ್ರಾಂ ಹಾಕ್ಕೊಂಡಿದ್ವಿ" ಎಂದ ಕಿರು ನಗೆ ಬೀರಿ, "ಬೇಗ ಬಂದ್ಬಿಡ್ತೀವಿ, ಅಲ್ಲಿಗೆ ಸಂಜೆಯೇನು ಬೇಡ, ಈಗ್ಲೇ ಹೋಗ್ಬಂದ್ಬಿಡ್ತೀನಿ" ಭರವಸೆ ಕೊಟ್ಟು ವೈಜಯಂತಿಗೆ ಫೋನ್ ಮಾಡಿ ಹೊರಟಿದ್ದಾಗಿ ತಿಳಿಸಿದಳು. ಸ್ವಂತ ವೆಹಿಕಲ್ ಅಂದುಕೊಂಡರೂ, ಹೋಗಿ ಬರಲು ಎರಡು ಗಂಟೆಯ ಮೇಲೆ ಬೇಕು, ಮಧ್ಯೆ ಒಂದು ತಾಸು, ಅಂತು ಮೂರು ನಾಲ್ಕು ಗಂಟೆಗಳ ಪ್ರೋಗ್ರಾಂ ಅಂದುಕೊಂಡರು ಆರು ಗಂಟೆಯಾದರು ಬೇಕಿತ್ತು.

ದಾರಿಯುದ್ದಕ್ಕೂ ಅಲಾಪನಾ ಅಮ್ಮನ ಬಗ್ಗೆ ಜ್ಞಾಪಕವಿದ್ದ ವಿಷಯಗಳನ್ನು ಹೇಳುತ್ತಿದ್ದುದ್ದು ಕೆಲವೊಮ್ಮೆ ಭಾವುಕಳಾಗಿ ಆ ಪುಟ್ಟ ಮನ ಸಾಕಷ್ಟು ಸಲ ಘಾಸಿಗೊಂಡಿದ್ದು ಅವಳ ಮಾತುಗಳಲ್ಲಿ ವ್ಯಕ್ತವಾಗುತ್ತಿತ್ತು.

ಇವರುಗಳು ಹೋದಾಗ ಡಾಕ್ಟರ್ ಸಹಿತ ಎಲ್ಲಾ ಮನೆಯಲ್ಲಿಯೇ ಇದ್ದಿದ್ದು ಸ್ವಲ್ಪ ಆಕಸ್ಮಿಕವೆನಿಸಿತು. ಇಂಜಕ್ಷನ್ ಕೊಟ್ಟ ನಂತರವೆ ಮಗು ಸುಮ್ಮನಾಗಿದ್ದು, ಎಲ್ಲರ ಮುಖದ ಮೇಲು ಬೇಸರದ ಕಳೆ ಇತ್ತು.

"ಮಮ್ಮಿ..." ಅಲಾಪನಾ ವೈಜಯಂತಿಯ ಸೊಂಟವನ್ನು ತಬ್ಬಿಕೊಂಡು "ನಾನು ಸಾಕಷ್ಟು ಬೆಳೆದಿದ್ದೀನಲ್ಲ ಆಗಾಗ ಪಪ್ಪ ನೀನು ಥೇಟು ನಿನ್ನ ಮಮ್ಮಿ ತರಹವೆ ಅಂತಾರೆ, ನಾನು ದೊಡ್ಡವಳಾದರೆ ನಿನ್ನ ಉದ್ದ ತುಂಬ ಚೆನ್ನಾಗಿರುತ್ತಲ್ಲ" ನೆನಪಿಗೆ

ತಳ್ಳಿತು. ವೈಜಯಂತಿಯನ್ನು ತನ್ನ ಮಾಟವಾದ ನಿಲುವು, ಎತ್ತರದ ಬಗ್ಗೆ ಆಗಾಗ ಹೇಮಂತ್ ಹೊಗಳುತ್ತಿದ್ದ, ಅಲಾಪನಾ ಬಂದಾಗಲೆಲ್ಲ ಏನೋ ಒಂದು ಮಾತಾಡಿ ಅಪ್ಪನನ್ನು ಎಳೆ ತಂದು ವೈಜಯಂತಿಯ ಮುಂದೆ ನಿಲ್ಲಿಸುತ್ತಿದ್ದಳು, ಇದು ಬೇಕಾಗಿಯಲ್ಲ, ಸಹಜವಾದ ಪ್ರಸಕ್ತಿಯೇ, ಅವಳ ಹುಟ್ಟಿಗೆ ಕಾರಣರಾದ ಇಬ್ಬರ ಬಗ್ಗೆ ಮಮತೆ ಸಹಜ.

"ಇರ್ಲೀ ಬಾ" ಕೈ ಹಿಡಿದು ಅವಳನ್ನು ಕರೆದೊಯ್ಯುವುದರ ಜೊತೆಗೆ "ಬನ್ನಿ... ಸರಿತ" ಅವಳನ್ನು ರೂಮಿಗೆ ಕರೆದೊಯ್ದಳು. ಇಂದೇಕೋ ಅವಳ ಕೈ ಹಿಡಿದು ಗಳ ಗಳ ಅತ್ತು, ಅದರೊಂದಿಗೇನೇ ಅದಿತಿಯ ಸಮಸ್ಯೆ ಹೇಳಿಕೊಂಡಿದ್ದು.

ಸರಿತ ಚಕಿತಳಾದಳೂ. ಈ ರೀತಿ ವರ್ತಿಸಿದ್ದು ಇದು ಮೊದಲನೆ ಸಲವೇ ಹೇಗೆ ಸಮಾಧಾನಿಸಬೇಕೆಂದು ಅವಳಿಗೆ ಗೊತ್ತಾಗಲಿಲ್ಲ.

"ಮಕ್ಕಳು ಅಳೋದು ಸಹಜ, ನೀವು ಇಷ್ಟೊಂದು ಡಿಪ್ರೆಸ್ಡ್ ಆದರೆ ಹೇಗೆ?" ಸಮಾಧಾನಿಸಿ ಮಲಗಿದ್ದ ಅದಿತಿಯ ಮುಂದೆ ಹೋಗಿ ನಿಂತವಳು "ನಿಮ್ಮ ಮನೆಯವರು ಒಪ್ಪಿದರೆ ಅಪ್ಪನ್ನ ಕರ್ಕಂಡ್ ಬರ್ತೀನಿ, ಬರೀ ನಾಡಿ ಮಿಡಿತದಲ್ಲಿ ಏನೆಲ್ಲ ಊಹಿಸಬಲ್ಲರು, ನಾನು ಇವಳನ್ನು ಎತ್ತಿಕೊಳ್ಳಲಾ?" ಬಗ್ಗಿ ಅದಿತಿಯನ್ನು ಎತ್ತಿಕೊಂಡಳು ನಂತರ "ಅಯ್ಯೋ, ಉಡುದಾರ ಕಳಚಿಕೊಂಡಿದೆ ತೆಗೆದಿಡಿ" ಎಂದು ಸಣ್ಣ ಸೈಜಿನ ಹಗ್ಗದ ಗಾತ್ರದ ಚಿನ್ನದ ಉಡುದಾರ ವೈಜಯಂತಿಯ ಕೈಗೆ ಕೊಟ್ಟು, ಕ್ರೀಮನ್ನು ಸೊಂಟಕ್ಕೆ ಸವರಿ ಕೂತಳು.

ಅವರುಗಳ ಬಲವಂತಕ್ಕೆ ಊಟವಾಯಿತು. ತೀರಾ ಅನ್ಯಮನಸ್ಕನಾಗಿದ್ದ ಹರ್ಷ "ಹೇಗಿದ್ದೀರಿ?" ನಂತರ ವಿಚಾರಿಸಿದ "ಫೈನ್, ಅಲ್ಲಿದಷ್ಟು ಸಂತೋಷವಾಗಿಲ್ಲಂತ ಅನಿಸುತ್ತೆ. ಬುದ್ಧಿ ಬಂದ್ಮೇಲೆ ಮೊಗ್ಗಿನ ಮನೆ ಸುತ್ತಮುತ್ತಲು ಇದ್ದವಳು, ಅಲ್ಲಿನ ಹೂ ಗಿಡಗಳಂತೆ ಅಲ್ಲಿನ ಜನ ಸರಳ, ಸಿಟಿಯಷ್ಟು ವ್ಯಾಪಾರಿಕರಣವಿಲ್ಲ" ಎರಡು ಮಾತು ಜಾಸ್ತಿಯೇ ಆಡಿದಳು ಅವು ಮನದ ಮಾತುಗಳೆ.

"ನಮ್ಮಲ್ಲಿ ಬೇಕಾದರೆ ನಿಮಗೊಂದು ಕೆಲ್ಸ ಕೊಡಬಹುದು" ಆಫರ್ ಮಾಡಿದ, ವೈಜಯಂತಿ ಚಕಿತಳಾದರೇ, ಸರಿತ ನಕ್ಕಳು "ಆಮೇಲೆ ನೀವು ಪಶ್ಚಾತಾಪಪಡಬೇಕಾಗುತ್ತೆ, ನಿಮ್ಮ ಎಜುಕೇಷನ್ ಇನ್ಸ್‌ಟ್ಯೂಟ್‌ಗಳಿಗೆ ಹೆಸರಿದೆ ಒಳ್ಳೆ ರಿಸಲ್ಟ್ ಬರ್ತಾ ಇದೆ. ನೀವ್‌ಗಳ್ ಆಫರ್ ಮಾಡೋಷ್ಟು ಡೊನೇಷನ್ ಕೊಡಲು ವಿದ್ಯಾರ್ಥಿಗಳ ಹೆತ್ತವರು ತುದಿಗಾಲಿನಲ್ಲಿ ನಿಂತಿದ್ದಾರೆ. ನಾನು ತೀರಾ ಸುಮಾರು... ಅರವತ್ತು... ಎಂಬತ್ತು... ಹಂಡ್ರೇಡ್‌ಗೆ... ಹಂಡ್ರೇಡ್ ಅಂಥ ಪರ್ಸಂಟೇಜ್ ಪಡೆದಿಲ್ಲ, ನಮ್ಮಪ್ಪ, ಅಮ್ಮನಿಗೆ ಸಮ್ಮತಿ ಇಲ್ಲ, ನಂಗೂ ಅಂಥ ದೊಡ್ಡ ಆಸೆಯೇನು ಇಲ್ಲ" ಮನಸ್ಸು ಬಿಚ್ಚಿ ಮಾತಾಡಿದಳು.

ಇವರುಗಳು ಹೊರಟ ಮೇಲೆ ರೂಮಿಗೆ ಬಂದ ವೈಜಯಂತಿ ಧುಮಗುಟ್ಟಿದಳು, ಅಲಾಪನಾ ಬಳಿ ನಾಲ್ಕು ಮಾತು ಆಡಲು ಇಚ್ಛಿಸದ ಹರ್ಷ ಸುಲಲಿತವಾಗಿ ತನ್ನ

ಸ್ವಭಾವಕ್ಕೆ ವಿರುದ್ಧವಾಗಿ ಹರಟಿದ ಯಾಕೆ? ಯಾಕೆ? ತಾನು ಈ ರೀತಿ ಯೋಚಿಸಲು ಕಾರಣವೇನು?

ಅಂದಿನ ಸಂಜೆ ಮಗುವನ್ನೆತ್ತಿಕೊಂಡ ಶಾಂತಬಾಯಿ "ಅಯ್ಯೋ, ಮಗುವಿನ ಸೊಂಟದಲ್ಲಿದ್ದ ಉಡುದಾರ ಏನಾಯ್ತು? ಆಯ್ಯೋ, ರಾಮ... ಹತ್ತಿರ ಹತ್ತಿರ ಇಪ್ಪತ್ತು ತೊಲದ್ದು" ಎಂದು ಹುಡುಕಾಟ ಷುರು ಮಾಡಿದರು, ಚಿನ್ನ ಎಂದರೆ ಅಮೂಲ್ಯ ಅಲ್ಲವಾ? ಇಡೀ ಮನೆಯ ಜನ ಬಾತ್‌ರೂಂನಿಂದ ಹಿಡಿದು ಎಲ್ಲೆಡೆ ಜಾಲಾಡಿ ಬಿಟ್ಟರು.

ತುಂಬು ಶ್ರೀಮಂತರು, ಇದೇನು ದೊಡ್ಡ ರಖಂ ಅಲ್ಲ, ಇಡೀ ಮನೆಯಲ್ಲಿ ಅಂದೋಳನ, ಹತ್ತಾರು ವರ್ಷದಿಂದ ಕೆಲಸ ಮಾಡುತ್ತಿದ್ದ ಆಳುಕಾಳುಗಳನ್ನು ಪ್ರಶ್ನಿಸಿದರು.

ಹರ್ಷನ ಅಮ್ಮ ಮೆತ್ತಗೆ "ಅತ್ತಿಗೆ, ಮನೆಗೆ ಇಂದು ಬಂದು ಹೋಗಿದ್ದು ಒಬ್ಬರೇ, ಒಬ್ಬರು... ಹೊಸಬರು ಅವ್ಳೇ... ಹೇಮಂತ್‌ನ ತಂಗಿ, ಚಿನ್ನ ಯಾಕೆ ಬೇಡ, ಹೇಳು? ಸದ್ಯ ಕೊರಳಿನಲ್ಲಿದ್ದ ಚೈನ್, ಉಂಗುರಗಳು ಮಾತ್ರ ಇದೆ" ಅದೇನು ಗುಟ್ಟಾಗಿ ಉಳಿಯಲಿಲ್ಲ ಎಲ್ಲೆಡೆ ಹಬ್ಬಿ ಬಿಟ್ಟಿತು. ಆಗ ನೆನಪಿಗೆ ಬಂತು ವೈಜಯಂತಿಗೆ "ಅಯ್ಯೋ, ಅದ್ನ ಸರಿತ ನನ್ನ ಕೈಗೆ ಕೊಟ್ಲು, ನಾನು ರೂಮಿನಲ್ಲಿದ್ದ ಅಲಮಾರುನ ಡ್ರಾದೊಳಕ್ಕೆ ಹಾಕಿದ್ದೀನಿ."

ಮನೆಯಲ್ಲಿದ್ದ ಟೆನ್‌ಷನ್ ಕಡಿಮೆ ಆಯಿತು.

"ಈಗ ಮತ್ತೇನು ಹಾಕ್ಬೇಡ, ಹೇಳಿ... ಕೇಳಿ... ಹೆಣ್ಣು. ಅದಕ್ಕೆ ಉಡುದಾರವೇನು ಬೇಡ" ಬೇಸರದಿಂದ ಹೇಳಿದಳು ವೈಜಯಂತಿ. ಸದಾ ಮಗುವನ್ನು ಚಿನ್ನದಿಂದ ತುಂಬುವುದು ಅವಳಿಗಿಷ್ಟವಿಲ್ಲ, ಮನೆಯ ಹಿರಿಯರಿಗೆ ಅಂಥ ಆಸೆ ಆಕಾಂಕ್ಷೆಗಳು ಇದ್ದುದ್ದರಿಂದ ಪರೋಕ್ಷವಾಗಿ ಹೇಳಿದರು ಕೇಳಿರಲಿಲ್ಲ. ಇಂದು ತಾನೇ ಹಾಕಿದ್ದ ಸರಗಳು, ಉಂಗುರದ, ಬಂಗಾರದ ಬಳೆಗಳು ಕಳಚಿಟ್ಟು "ತೆಗೆದಿಡು, ಸುಮ್ನೇ ನಾವ್‌ಗಳ್ ಎಲ್ಲೋ ಇಟ್ಟು ಬೇರೆಯವರನ್ನು ಅನುಮಾನಿಸುವುದು ಬೇಡ, ಅವರು ಅಂಥ ಆಸೆ ಬುರುಕ ಜನರಲ್ಲ. ಸ್ವಲ್ಪ ಸ್ವಾಭಿಮಾನ ಬಿಟ್ಟು ಹಣ, ಸವಲತ್ತು ಆಸೆ ಇದ್ದಿದ್ದರೇ ಹೇಮಂತ್ ಇಲ್ಲೇ ಉಳೀತಾ ಇದ್ದ, ಅವ್ರ ತಂಗಿ ಸರಿತ" ಎಂದು ಅಭಿಮಾನದಿಂದ ಮಾತಾಡಿ ಮಗುವನ್ನೆತ್ತಿಕೊಂಡು ಹೋದಾಗ ಎಲ್ಲಾ ನಿಬ್ಬೆರಗಾದರು.

"ಆ ರೀತಿ ಅನುಮಾನಿಸಿದ್ದು ನಮ್ದೇ ತಪ್ಪು, ಅಲಾಪನಾನ ಭವಿಷ್ಯಕ್ಕೆ ಇರಲೀಂತ ದೊಡ್ಡ ಮೊತ್ತದ ಚೆಕ್ ಕೊಟ್ಟಾಗ ಬೇಡಾಂತ ಹೇಳಿ ಹೋದ ಹುಡ್ಗೀ, ನಮ್ಮ ಹಾಗೆ ರೊಕ್ಕೆ, ದೌಲತ್ತುಗೆ ಬಾಯಿ ಬಿಡೋ ಜನ ಅಲ್ಲ ಬಿಡು," ಅಂತ ಶುದ್ಧ ಮುತಾಳರು ಎಂದು ವ್ಯಾಖ್ಯಾನ ಮಾಡಿ ವಿಷಯಕ್ಕೊಂದು ಫುಲ್‌ಸ್ಟಾಪ್ ಇಟ್ಟರು ಶಂಕರ ಪಾಟೀಲ.

ಹರ್ಷ ಚಿಂತಿತನಾದ. ಡೈವೋರ್ಸ್ ಪಡೆದರು ಹೇಮಂತ್‌ನ ಬಗ್ಗೆ ವೈಜಯಂತಿಗೆ ಅಭಿಮಾನವಿದೆ. ಇದು ಅವನಿಂದ ಸೈರಿಸಲಾಗಲಿಲ್ಲ. ಅಷ್ಟರಲ್ಲಿ ಭುಜದ ಮೇಲೆ ಕೈ

ಬಿದ್ದಾಗ ಬೆಚ್ಚಿದ.

"ಸ್ವಲ್ಪ... ಬಾ" ಹೆಗಲ ಮೇಲೆ ಕೈ ಹಾಕಿ ಕೋಣೆಗೆ ಕರೆದೊಯ್ದರು ಶಂಕರಪಾಟೀಲರು ಮಗಳು, ಅಳಿಯನ ಮಧ್ಯೆ ವೈಮನಸ್ಸು ಮೂಡುವುದು ಅವರಿಗೆ ಬೇಡ "ಕೂತ್ಕೋ ಹರ್ಷ, ಆಕೀ ಮಾತಿಂದ ಬೇಸರವಾಯ್ತ? ಬೇಡ, ಛಲೋ ಸಂಸಾರ, ಈ ರಕಾತಿಯ ಅನುಮಾನಗಳಿಂದ ಯಾರ್‍ಗೂ ಸುಖವಿಲ್ಲ. ಅವನ್ನ ಡೈವೋರ್ಸ್ ಮಾಡಿದ್ಲು. ನಿನ್ನ ಕಟ್ಟಿಕೊಂಡು ಎರ್‍ಡು ಮಕ್ಕಳ್ನ ಹೆತ್ತು ಕೊಟ್ಟಿದ್ದಾಳೆ. ಹಿಂದಿನ ಚಾಪ್ಟರ್ ಕೊನೆಯಾಗಿ ಹೋಯ್ತು, ಇಷ್ಟು ಮಾತ್ರ ನಿನ್ನ ಮನಸ್ಸಿನಲ್ಲಿ ಇರ್‍ಲೀ, ಕೈ ಹಿಡಿದವನನ್ನೇ ದೇವರೆಂದು ಪೂಜಿಸುವ ಹದೆಬದೆಯ ಧರ್ಮ ನಮ್ದು" ಇನ್ನು ಏನೇನೋ ಹೇಳಿಕೊಂಡು ಹೋದರು. ಅವನಿಗೆ ಹರಿಕಥೆಯೆನಿಸಿತು. ಮೌನವಾಗಿ ಹ್ಹೂಗುಟ್ಟಿದ. ಇಂಥದನ್ನೆಲ್ಲ ಸೈರಿಸಿಕೊಳ್ಳುವ ಮನಸ್ಥಿತಿ ಅವನದಲ್ಲಿ "ಬಿಡಿ ಮಾವ ನಾನೇನು ಇದನ್ನೆಲ್ಲ ಸಿರಿಯಸ್ಸಾಗಿ ತಗೋಳೋಲ್ಲ. ವೈಜಯಂತಿ ಡಿಸ್ಟರ್ಬ್ ಆಗಬಾರದೆನ್ನೋದು ನನ್ನ ಇರಾದೆ, ಸದ್ಯಕ್ಕೆ ನಿಮ್ಮ ಮೊಮ್ಮಗ್ಳು ಅಳು ನಿಲ್ಲಿಸಿದರೇ ದೊಡ್ಡ ಉಪಕಾರ" ಎಂದ ಕೈಜೋಡಿಸುತ್ತ, ಶಂಕರ ಪಾಟೀಲರು ನಕ್ಕರು.

ಆಮೇಲೆ ಒಂದು ವಾರ ಕಳೆದರು ಅದಿತಿ ಅಳಲಿಲ್ಲ, ಅಕಸ್ಮಾತ್ ಅತ್ತರು ನಾರ್ಮಲ್ ಅಳು, ಮನೆಯವರೆಲ್ಲ ವಿಸ್ಮಿತರಾದರು, ಸರಿ ಎತ್ತಿ ಕೊಂಡಿದಷ್ಟೆ ಮಂತ್ರ, ತಂತ್ರ ಗೊತ್ತಾ? ಎಲ್ಲರ ಮನದಲ್ಲು ಇಂಥದೊಂದು ಪ್ರಶ್ನೆ ಮೂಡಿತು.

"ನಮ್ಮ ಅದಿತಿ ಅಳ್ತಾ ಇಲ್ಲ!" ಹರ್ಷದಿಂದ ಗಂಡನ ಬಳಿ ಉಸುರಿ ಅವನೆದೆಗೆ ಒರಗಿ "ಸರಿತಗೇನಾದ್ರೂ ಮಂತ್ರ, ತಂತ್ರ ಗೊತ್ತಾ? ಅತ್ತೆ ಒಂದತ್ತು ಸಲವಾದ್ರೂ ಈ ಮಾತು ಅಂದರು, ಅವಳಪ್ಪ ವೈದ್ಯರು ಅಂತ ನಂಗೆ ಗೊತ್ತು. ನಂಗೂ ಒಮ್ಮೆ ಅವ್ರಿಗೆ ತೋರಿಸಬೇಕೂಂತ ಅನ್ನಿಸಿದ್ದುಂಟು. ಏನೀ ಹೌ... ನಮ್ಮನ್ನು ದೊಡ್ಡ ವಿಪತ್ತುನಿಂದ ಪಾರು ಮಾಡಿಬಿಟ್ಟಳು. ಒಂದು ಥ್ಯಾಂಕ್ಸ್ ಆದರೂ ಹೇಳಬೇಕ್" ಮಡದಿಯನ್ನು ಇನ್ನಷ್ಟು ಎದೆಗೆ ಒತ್ತಿಕೊಂಡು ಅವಳ ಮಾತುಗಳನ್ನು ಕೇಳಿಸಿಕೊಂಡ. ಆ ಕ್ಷಣ ಅವನಿಗೆ ಹಾಯೆನಿಸಿತು, ಆದರೆ ಕಲ್ಪನೆಯಲ್ಲಿ ತೇಲುತ್ತ ಬಂದ ಹೇಮಂತ್ ಅವನೆದುರು ನಿಂತಂತಾಯಿತು ಅವುಡು ಕಚ್ಚಿ ಕೋಪ, ಅವಮಾನವನ್ನು ನುಂಗಿಕೊಂಡ.

"ಅಪ್ಪ, ಅಮ್ಮ ಅಂತು ಖುಷಿ!" ಎಂದು ಅವನ ಬಾಹುಗಳಿಂದ ಹೊರ ಬಂದ ವೈಜಯಂತಿ "ಸರಿತಗೆ ಫೋನ್ ಮಾಡಿ ಒಂದು ಥ್ಯಾಂಕ್ಸ್ ಹೇಳಿ ಬಿಡ್ತೀನಿ" ಸೆಲ್ ಕೈಗೆತ್ತಿಕೊಂಡು ಬಟನೊತ್ತುವ ಮೊದಲು "ಒಂದ್ನಿಮ್ಷ ನಾನು ಮಾತಾಡಿ ನಿಂಗೆ ಕೊಡ್ತೀನಿ" ಅಂದು ತನ್ನ ಸೆಲ್‌ನ ಬಟನ್‌ಗಳನ್ನೊತ್ತಿದಾಗ ಕೈಯಲ್ಲಿದ್ದ ಮೊಬೈಲ್‌ನ ಹಾಸಿಗೆಯ ಮೇಲೆಸೆದು ಹೊರ ನಡೆದಳು. ಅವಳಿಗೆ ನಿಜವಾಗಿ ಕೋಪ ಬಂದಿತ್ತು. ಅವಳದು ಸಿಲ್ಲಿ ಸ್ವಭಾವವಲ್ಲ, ಹೇಮಂತ್‌ನ ಬಗ್ಗೆ ಕೂಡ ಅನುಮಾನ ಪಟ್ಟವಳಲ್ಲ.

ಆಮೇಲೆ ಹತ್ತು ನಿಮಿಷದ ನಂತರ ಬಾಲ್ಕನಿಯಲ್ಲಿ ನಿಂತವಳ ಕೈಯಲ್ಲಿ ಮೊಬೈಲ್

ಕೊಟ್ಟು "ಸರಿತ ಲೈನ್‌ನಲ್ಲಿದ್ದಾಳೆ ನೋಡು" ಹೋದ "ಮಂತ್ರ ದಂಡನು ಇಲ್ಲ, ಮಣ್ಣಗಟ್ಟೆಯು ಇಲ್ಲ, ನೇರವಾಗಿ ವೈಜಯಂತಿಗೆ ಹೇಳ್ತೀನಿಂತ" ಸಾಧಿಸಿಕೊಂಡಿದ್ದು ಸ್ವಲ್ಪ ಕೋಪ ತರಿಸಿತ್ತು, ತಟ್ಟನೆ ಪ್ರದರ್ಶಿಸಿ ಬಿಡುವ ಮೂರ್ಖತನ ಅವನದಲ್ಲ.

"ಹಲೋ, ವೈಜಯಂತಿಯವರೇ, ಅದಿತಿ ಹೇಗಿದ್ದಾಳೆ? ನೇರವಾಗಿ ನನ್ನಿಂದಲೇ ವಿಷ್ಯ ತಿಳ್ಕೋ ಆತುರ ನಿಮ್ಮವರಿಗೆ, ಅಂಥದೇನಿಲ್ಲ! ಮಗು ಸೊಂಟಕ್ಕೆ ಕಟ್ಟಿದ ಬಂಗಾರದ ಉಡುದಾರಕ್ಕೆ ಒಂದು ಕಡೆ ನವಿಲಿನಾಕಾರದ ತಇರುಪು ಇತ್ತಲ್ಲ. ಅದು ಒಮ್ಮೊಮ್ಮೆ ಕಾಲಾಡಿಸುವಾಗ ಸರಿದು ತಿವಿಯುತ್ತಿತ್ತು. ಮೋಸ್ಟ್ಲಿ ಅಳುಗೆ ಅದೇ ಕಾರಣವಿರ ಬಹುದೂಂತ ಅಂದ್ಕೊಂಡ್, ಬಿಚ್ಚಿ ನಿಮ್ಗೇ ಕೊಟ್ಟಿದ್ದು. ಅದರ ಪೂರ್ತಿ ಅದೆ ಡೆಫಿನೆಟ್ ಅನ್ನಿಸಿರಲಿಲ್ಲ. ಹೇಗೋ ಒಳ್ಳೆಯದಾಯಿತಲ್ಲ, ನೀವು ಹೇಗಿದ್ದೀರಿ? ಅಜಯ್ ರಾಜಕುಮಾರ ಹೇಗಿದ್ದಾನೆ?" ವಿಚಾರಿಸಿದಳು.

ನಿಶ್ಯಬ್ಧವಾಗಿ ಕೇಳಿಸಿಕೊಂಡ ವೈಜಯಂತಿ "ಏನಾದರಾಗ್ಲಿ, ನೀವು ಬಂದ್ ಹೋದ್ಮೇಲೆ ಅಂಥ ಅಳು ಇಲ್ಲ, ನಿಮ್ಗೇ ಹೇಗೇ ಧನ್ಯವಾದ ತಿಳಿಸೋದು?" ಕೃತಜ್ಞತ ಭಾವದಿಂದಲೆ ಕೇಳಿದ್ದು.

"ಅದೆಲ್ಲ ಬೇಡ, ಅಲಾಪನಾ ಬಂದ್ಮೇಲೆ ಫೋನ್ ಮಾಡಿಸ್ತೀನಿ" ಕಟ್ ಮಾಡಿದಳು. ಮಾತು ಮುಂದುವರಿಕೆ ಬೇಡವಾಗಿತ್ತು, ಅವಳು ಎಷ್ಟು ತಲೆ ಕೆಡಿಸಿಕೊಂಡರು ಡೈವೋಸಗೆ ಅಂಥ ನಿರ್ದಿಷ್ಟವಾದ ಕಾರಣವೇನು ಹೊಳೆಯುತ್ತಿರಲಿಲ್ಲ.

ಕೆಲವೊಮ್ಮೆ ಇಡೀ ರಾತ್ರಿಗಳು ಹೇಮಂತ್ ಕಿಟಕಿಯ ಬಳಿ ನಿಂತು ಹೊರಗೆ ನೋಡುತ್ತ ಕಳೆಯುತ್ತಿದ್ದುದ್ದನ್ನು ಕಂಡಿದ್ದಳು. ಅವನಿನ್ನು ವೈಜಯಂತಿಯನ್ನು ಪ್ರೀತಿಸುತ್ತಿದ್ದನೆನಿಸಿತು. ಅದೇ ಮಂಪರು.

ಕಾಲಿಂಗ್‌ಬೆಲ್ ಸದ್ದಾಯಿತು. ಬೆಳಿಗ್ಗೆ ಹೊರಟಾಗಲೇ ಬೇಗ ಹಿಂದಿರುಗಿ ಬಂದು 'ಮೊಗ್ಗಿನ ಮನೆ'ಗೆ ಹೋಗಿ ಬರುತ್ತೇನೆಂದು ಹೇಳಿ ಹೋಗಿದ್ದರಿಂದ ಅವಳಿಗೆ ಅಚ್ಚರಿಯೆನಿಸಲಿಲ್ಲ.

"ಹಾಯ್... ನನ್ನ ಬ್ಯಾಗು ರೆಡಿಯಾಗಿದ್ಯಾ? ಅಪ್ಪನಿಗೂ ಇನ್‌ಫಾರ್ಮೇಷನ್ ಕೊಟ್ಟಿದ್ದೀನಿ. ಅವರು ನನ್ನ ದಾರಿ ಕಾಯ್ತ ಇರ್ತಾರೆ. ಸಾಧ್ಯವಾದರೆ ನಿನ್ನ, ಅಲಾಪನಾನ ಕರ್ಕಂಡ್ ಬಾ ಅಂದ್ರು, ಅವ್ಳಿಗೆ ಟೆಸ್ಟ್ ಇರೋದ್ರಿಂದ ಆಗೋಲ್ಲ ಅಂದೆ, ಕ್ವಿಕ್... ಕ್ವಿಕ್..." ಅವರಿಸಿದ. 'ಇದೊಂದು ಅರ್ಥವಿಲ್ಲದ ಹುಡುಗಾಟವಾದರೇ?' ಒಂದು ಪರಯತ್ನ ಮಾಡಿದ ನೆಮ್ಮದಿಯಷ್ಟೆ.

ಬ್ಯಾಗು ರೆಡಿ ಇದ್ದುದ್ದರಿಂದ ಇನ್ನೊಮ್ಮೆ ಫ್ರೆಶಾಗಿ ಸ್ನಾನ ಮಾಡಿ ಬಂದವ "ನಾನು ಸಾಕಷ್ಟು ದೇವರಿಗೆ ಹರಕೆ ಹೊತ್ತಿದ್ದೀನಿ, ಕುಂಜಮ್ಮನಿಗೆ ವಿಶೇಷವಾದ ಹರಕೆ" ಅವಳ ತಲೆಯ ಮೇಲೆ ಮೊಟಕಿ ಹಂಗಿಸಿದ, ಅವನಿಗೂ ಹೆಸರು, ವಿಳಾಸ ಗೊತ್ತಿಲ್ಲದ ಯುವಕ ಸಿಗಬಹುದೆಂಬ ನಂಬಿಕೆ ಇರಲಿಲ್ಲ.

"ಅಣ್ಣಾ..." ಏನೋ ಹೇಳಲು ಮುಂದಾದವಳು ನಿಲ್ಲಿಸಿದಾಗ ಅವನಿಗೆ ಅರ್ಥವಾಯಿತು "ಮೊದ್ಲೇ ನಿನ್ನ ಹೃದಯ ಬುದ್ಧಿಯ ಮಾತನ್ನು ಕೇಳಬೇಕಿತ್ತು ಎಷ್ಟೋ ಪ್ರೇಮ ಕೇಸ್‌ಗಳಲ್ಲಿ ಇಂಥದ್ದೇ ಎಡವಟ್ಟು, ಸಾಧ್ಯವಾದಷ್ಟು ಪ್ರಯತ್ನವಂತು ಮಾಡ್ತೀನಿ" ಕೆನ್ನೆ ತಟ್ಟಿದ "ಅಮ್ಮನ ಸ್ವಭಾವ ನಿಂಗೆ ಗೊತ್ತಲ್ವಾ? ಆಮೇಲೆ ಒಪ್ಪೋದು ಕಷ್ಟ, ಮಾತುನಲ್ಲೆ ಬಡಿದು ಹಾಕ್ತಾರೆ, ಇಷ್ಟು ಬಾಯನ್ನು ಅಪ್ಪ ಹೇಗೆ ಸಹಿಸಿಕೊಂಡ್ರೋ? ಡೈವೋರ್ಸ್ ಅನ್ನೋ ವಿಚಾರ ಅವ್ರ ತಲೆಗೆ ಬಂದಿರಲಿಕ್ಕಿಲ್ಲ" ಮಾತುಗಳನ್ನು ನಗುವಿನಲ್ಲಿ ತೇಲಿಸಿದ.

"ಹಾಗೇನಾದ್ರೂ ಬೇರೆಯಾಗಿದ್ರೆ ಪಶ್ಚಾತಾಪ ಪಡೋರಷ್ಟೇ ತಮಾಷೆಗೂ ಡೈವೋರ್ಸ್ ಅನ್ನೋ ಪದ ಬಳಸೋದು ಬೇಡ, ಅಮ್ಮನಿಗೆ ಇಷ್ಟವಾಗೋಲ್ಲ" ಅಂದಳು ಸರಿತ, ಮಗನಿಗಿಂತ ಸೊಸೆಯನ್ನು ಹೆಚ್ಚಾಗಿ ಬಯ್ಯುತ್ತಿದ್ದಳು "ಗಂಡ-ಹೆಂಡ್ತಿ ಸಂಬಂಧ ಅಂದರೆ ಕಿತ್ತು ಹೋಗೋಂಥದ್ದಲ್ಲ ಅನುಸರಣೆಬೇಕು, ಸಾಮರಸ್ಯ ಉಳಿಸ್ಕೋಬೇಕು. ಜನ್ಮ ಜನ್ಮಾಂತರದ್ದು ಅಂದ್ಕೋಬೇಕು." ಇಂಥ ಎಷ್ಟೋ ಮಾತುಗಳನ್ನು ಗುಡ್ಡೆ ಹಾಕಿಕೊಂಡು ವಾದ ಮಾಡೋರು, ಲೀಲಾವತಿ.

ಆ ವೇಳೆಗೆ ಕ್ಷಿತಿಜ ಕೂಡ ಬಂದು, ಪರಯಾಣಕ್ಕೆ ಶುಭ ಕೋರಿ ಬಿಳ್ಕೊಟ್ಟವನು "ಸಂಜೆ ಅಲಾಪನಾ ಜೊತೆ ಬರ್ತೀನಿ, ಒಂದಿಷ್ಟು ತಿಂಡಿ ನಂಗೂ ಇರ್ಲಿ" ಮುಗುಳ್ನಗೆ ಬೀರಿ ತನ್ನ ಬೈಕ್ ಹತ್ತಿ ಕಣ್ಮರೆಯಾದ, ಕ್ಷಿತಿಜನಿಗೆ ಎಲಿಜಿಬಿಲಿಟಿ ಇತ್ತು. ಸರಸಿ, ಸ್ನೇಹಪರ, ಉತ್ತಮ ವ್ಯಕ್ತಿಯೆಂದು ಹೇಳಬಹುದು, ಆದರೆ... ಒಳಗೆ ಹೋಗಿ ಬಾಗಿಲು ಹಾಕಿಕೊಂಡಳು.

ಮಟ್ಟಸವಾದ ನಿಲುವು, ಕನ್ನಡಕ ಹಾಕಿಕೊಂಡು ಕಣ್ಣುಗಳು ಪಕ್ಕಕ್ಕೆ ಬಾಚಿದ ಒತ್ತಾದ ಕೂದಲು ಹಾರಾಡುವಿಕೆ ಲಾಸ್ಯದ ಮೆರಗನ್ನು ಕೊಟ್ಟಿತ್ತು. ನೀಳವಾದ ಮೂಗು, ಪುಟ್ಟ ಬಾಯಿಯ ಮೇಲೆ ಕೂತ ಹೆಚ್ಚು ತೆಳುವು ಅಲ್ಲದ ಒತ್ತು ಅಲ್ಲದ ಮೀಸೆ, ಬೇರೆಯವರ ದೃಷ್ಟಿಯಲ್ಲಿ ಹೇಗೋ, ಅವಳ ಕಣ್ಣುಗಳಿಗಂತು ಸ್ಫುರದ್ರೂಪಿ, ಪ್ರೇಮ ಹುಟ್ಟಿದ್ದು ಹೇಗೆಯೋ ಇದು ಒನ್ ವೇ ನ? ಇಲ್ಲವೆನ್ನಲು ಸಾಧ್ಯವಿರಲಿಲ್ಲ. ಅಕಸ್ಮಾತ್ ತನ್ನ ಪ್ರೇಮವನ್ನು ನಿರಾಕರಿಸಿದರೇ? ಕ್ಷಣ ಕುಸಿದಂತಾಯಿತು. ತಾನು ಪ್ರೇಮಿಸಿದ ಮಾತ್ರಕ್ಕೆ ಆ ವೇಣು ಮಾಧವ ಪ್ರೇಮಿಸಬೇಕೆಂದೇನು ಇಲ್ಲವಲ್ಲ ಅಂದುಕೊಂಡು ಸಮಾಧಾನವಾದಳು.

ಅಷ್ಟರಲ್ಲಿ ಮೊಬೈಲ್ ಸದ್ದು ಮಾಡಿತು.

"ಏಯ್, ಸರಿತ... ಪ್ರೇಮದ ಅವಸ್ಥೆಯ ಬಗ್ಗೆ ನಾನು ಬಲ್ಲೆ. ಡೋಂಟ್ ವರೀ, ನಾನು ನನ್ನ ಪ್ರಾಮಾಣಿಕ ಪ್ರಯತ್ನ ಮಾಡ್ತೀನಿ, ಕೆಲವು ನಮ್ಮ ಕೈ ಮೀರಿದ್ದು ಹಿಂದೆ ವಿವಾಹಕ್ಕೆ ಮುನ್ನಿನ ದಿನಗಳು ನಂತರದ ಕೆಲವು ದಿನಗಳು ಅಂದರೆ ಅಲಾಪನಾ ಹುಟ್ಟುವ ಮುನ್ನ ನಾನು ವೈಜಯಂತಿನ ಬಿಟ್ಟು ಬದುಕಿರಲು ಸಾಧ್ಯವೇ ಇಲ್ಲ

ಅಂದುಕೊಂಡಿದ್ದೆ. ಅವಳ ಭಾವನೆನು ಅದೇ ಆಗಿತ್ತು! ನಂತರ ನಾವ್ ಬೇರೆ ಬೇರೆಯಾದ್ವಿ, ಅವ್ಳು ವಿವಾಹವಾದ್ಲು. ಎರಡು ಮಕ್ಕಳ ತಾಯಿ ಹೊಸ ಬದ್ಕು ಸಂತಸ ತಂದಿರಬಹುದು, ಈಗ ನಾನು... ಅವಳು ಇಲ್ಲದೇನು ಬದ್ಕಿದ್ದೇನೆ, ಅಲ್ಲಿ ಪ್ರೀತಿ, ಪ್ರೇಮ ಅರ್ಥ ಕಳೆದುಕೊಂಡಿತು. ಹಾಗೆಂದು ನಿನ್ನ ಪ್ರೇಮವನ್ನು ವ್ಯಾಖ್ಯಾನಿಸಲು, ನಿರುತ್ಸಾಹಗೊಳಿಸಲು ಹೊರಟಿಲ್ಲ. ನಿಧಾನವಾಗಿ ಕೂತು ಯೋಚ್ಸು, ಮೊಗ್ಗಿನ ಮನೆ ತಲುಪಿದ್ಮೇಲೆ ಫೋನ್ ಮಾಡ್ತೀನಿ" ಕಟ್ ಮಾಡಿದ, ಅವನು ವಾಸ್ತವಕ್ಕೆ ಕನ್ನಡಿ ಹಿಡಿದಿದ್ದ, ತಟ್ಟನೆ ಮಂಪರುನಿಂದ ಮೇಲೇಳಲು ಸಾಧ್ಯವಾಗಲಿಲ್ಲ.

ಮೌನವಾಗಿ ಒಂದೆಡೆ ಕೂತಳು, ಅದೇ ಮುಖ, ಅದೇ ಕಣ್ಣುಗಳು, ಅದೇ ತುಟಿಯಂಚಿನ ನಸು ನಗು, ಗಂಟೆಗಳ ಶುಶ್ರೂಷೆ ಈ ಮಟ್ಟಕ್ಕೆ ಹೋಗುತ್ತ? ಅವಳಿಗೆ ಗಾಬರಿ, ಇದು ಪ್ರೇಮದಲ್ಲಿ ಯಾವ ವಿಧ? ಸಂಜೆ ಅಲಾಪನಾ ಬರುವವರೆಗೂ ದೀರ್ಘವಾದ ಚಿಂತೆಯಲ್ಲಿ ಬಿದ್ದಳು, ಅವಳಿಗೆ ಕೆಲವೊಮ್ಮೆ ನಂಬಿಕೆ ಬರುತ್ತಿರಲಿಲ್ಲ, ಆದರೆ ಸತ್ಯ.

* * *

ಮಗ ಬಂದಿದ್ದು ಲೀಲಾವತಿಗೆ ಸಂತೋಷವೆ, ಆದರೆ ಅಲಾಪನಾ, ಸರಿತ ಬಂದಿದ್ದರೇ ಚೆನ್ನಾಗಿತ್ತೆನಿಸಿತು. ಮಗ ಕಾರು ನಿಲ್ಲಿಸಿ ಹಣ್ಣಿನ ಬುಟ್ಟಿ ತಂದಿಟ್ಟಾಗ ಒಂದು ತರಹ ಮುಖ ಮಾಡಿ ಕೇಳಿದರು.

"ನೀನೇ ಡ್ರೈವ್ ಮಾಡ್ಕೊಂಡ್ ಬಂದ್ಯಾ? ಒಬ್ಬ ಡ್ರೈವರ್‌ನ ಇಟ್ಕೊಂಡಿದ್ದರೇ ಚೆಎನ್ನಿತ್ತು. ಅವ್ನಿಗೆ ಸಂಬಳ ಅಂಥದೆಲ್ಲ ಎಲ್ಲಾ ಕಡೆ ಆಫೀಸ್‌ನೋರೇ ಕೊಡ್ತಾರಂತಲ್ಲ" ಎಂದರು ರಾಗವಾಗಿ, ಗಂಡನೊಂದಿಗೆ ಸಾಮರಸ್ಯಕ್ಕೆ ಬಗ್ಗಿಕೊಂಡ ಹೆಣ್ಣೇ. ಆದರೆ ಮಗ, ಮಗಳು ಸೌಲಭ್ಯ ಅನುಭವಿಸಲೀ ಅನ್ನೋ ಆಸೆಯೇನು ತಪ್ಪಾಗಿರಲಿಲ್ಲ.

ಕೂತ ಹೇಮಂತ್ "ಅಲ್ಲಿ ಕ್ವಾಟರ್ಸ್ ಹತ್ತಿರವೇ ಆಫೀಸ್, ಆರಾಮಾಗಿ ನಡೆದೆ ಹೋಗಬಹುದು 'ಪ್ಯಾಸಾ ಟೆಕ್ಸ್‌ಟೈಲ್‌ನವ್ರು' ಅವರ ಪ್ರೆಸ್ಟಿಜ್ ಕಾಯ್ದುಕೊಳ್ಳಲು ಕಾರು ಕೊಟ್ಟಿದ್ದಾರೆ. ಒಂದೆರಡ್ವರ್ಷ ನಂತರವೇನು ಆರು ತಿಂಗಳ ನಂತರವೇ ಒಬ್ಬ ಡ್ರೈವರ್‌ನ ಕೊಟ್ಟರೂ ಹೆಚ್ಚಲ್ಲ. ನಂಗೇನು ಅಂಥ ಅಗತ್ಯ ಕಾಣೋಲ್ಲ. ದೂರದ ಪ್ರಯಾಣ ಅಂದರೇ, ಮೊಗ್ಗಿನ ಮನೆನೇ, ಮೊದ್ಲು ನೀರು ಕೊಡು" ಎಂದು ಅತ್ತಿತ್ತ ನೋಟ ಹರಿಸಿದ. ಅಂಥ ದೊಡ್ಡ ಮಾರ್ಪಾಟೇನು ಇರಲಿಲ್ಲ. ನಾರು ಬೇರು ಕುಟ್ಟಲು, ಪುಡಿ ಮಾಡಲು ಒಂದು ನಾಲ್ಕು ಸಲಕರಣೆಗಳು ಹೆಚ್ಚಿಗೆ ಬಂದಿತ್ತು ಅಷ್ಟೇ. ಈ ಜಗತ್ತುಗೆ ಪೂರ್ತಿಯಾಗಿ ಹೊಂದಿಕೊಂಡಿದ್ದರು.

ಅಮ್ಮ ತಂದು ಕೊಟ್ಟ ನೀರು ಕುಡಿದು "ಅಪ್ಪ ಎಲ್ಲಿ? ಈಗ್ಲೂ ತಿರ್ಗಾಟ ಬೇಕಾ? ಇಲ್ಲಿಗೆ ಬರೋ ಪೇಷಂಟ್‌ಗಳು ಇರ್ತಾರೆ. ಅಂಥದರಲ್ಲಿ ದಣಿವಿನ ಕೆಲ್ಸ ಬೇಕಾ?"

ಕೇಳಿದ ಮಗನ ಮಾತು ಸರಿಯೆನಿಸಿತು.

"ಅದ್ನ ಅವರು ಕೇಳಬೇಕಲ್ಲ?, ತೀರಾ ಇಲ್ಲಿಗೆ ಬರೋಕೆ ಆಗದವರು ಬಂದು ಕರ್ಕಂಡ್ ಹೋಗ್ತಾರೆ, ಎರಡಕ್ಕೂ ಒಂದೇ ಕಾಸು, ಅವರು ಕೊಟ್ಟಿದ್ದು, ಇವರು ಇಸುಕೊಂಡಿದ್ದು, ಈಚೆಗೆ ಇನ್ನಷ್ಟು ವೈರಾಗ್ಯ ಬಂದಿದೆ. ಮಾತೇ ಕಮ್ಮಿ ಕಣೋ ನಂದೆ ರಾಮಾಯಣವಾಯ್ತು, ಹೋಗಿ ಬಟ್ಟೆ ಬದಲಾಯ್ಸಿ, ಕೈಕಾಲು ತೊಳ್ಕೊಂಡ್ಬಾ" ಹೇಳಿ ಅಡಿಗೆ ಮನೆಗೆ ಹೋದರು.

ಬಾವಿಯ ಬಳಿ ಕೈಕಾಲುಗಳನ್ನು ತೊಳೆದು ಸುತ್ತಲು ನೋಟ ಹರಿಸಿದ ಬಹುಶಃ ಇವನಿಗೆ ಹತ್ತು ವರ್ಷವಾದಾಗ ಬಂದು ಇಲ್ಲಿ ನೆಲೆಯೂರಿದ್ದು, ತೀರಾ ಹೆಚ್ಚೆನಿಸುವಷ್ಟು ಬದಲಾವಣೆಯಾಗದಿದ್ದರೂ ಸುತ್ತ ಮುತ್ತಲು ಚೊಕ್ಕಟವಾಗಿ ಮಲೆನಾಡಿನ ಹೂಬಳ್ಳಿಗಳು ತುಂಬಿಕೊಂಡು ಕಂಗೊಳಿಸುತ್ತಿತ್ತು. ಮನೆಗೂ ಕೂಡ ಒಂದು ಸ್ಪಷ್ಟವಾದ ರೂಪು ಬಂದಿತ್ತು.

ವಿವಾಹದ ನಂತರ ವೈಜಯಂತಿಯೊಂದಿಗೆ ಇಲ್ಲಿಗೆ ಬಂದಾಗ ಹೆತ್ತವರು ಕ್ಷಮಿಸಲಿಲ್ಲ. ಛೀಮಾರಿ ಹಾಕಿದ್ದರು. ಆಗಂತು ವೈಜಯಂತಿ ಕುಸಿದು ಹೋಗಿದ್ದಳು. ಚೇತರಿಸಿಕೊಳ್ಳಲು ತಿಂಗಳುಗಳೇ ಬೇಕಾಯಿತು. ಈಗ ಪೂರ್ತಿ ದೂರ ಸರಿದ ಮೇಲೆ ಕ್ಷಮಿಸಿದ್ದರು, ಮಮತೆ ಬೆಳೆಸಿಕೊಂಡಿದ್ದರು, ಆದರೆ ಪ್ರಯೋಜನವೇನು?

ನಿಧಾನವಾಗಿ ಟವಲುನಿಂದ ಮುಖವನ್ನೊತ್ತುತ್ತ ಒಳಗೆ ಬಂದ ಒಂದಿಷ್ಟು ಮೊಸರವಲಕ್ಕಿ, ರವೆ ಉಂಡೆ ತಂದಿಟ್ಟ ಲೀಲಾವತಿ ಮಗನ ಎದುರು ಕೂತರು.

"ಒಂದಿಷ್ಟು ತಗೋ, ಕಾಫೀ ತರ್ತೀನಿ, ಸರಿತ ಏನು ಅಂದ್ಲು?" ಕೇಳಿದರು. ತಿಂಡಿಯ ತಟ್ಟೆಯನ್ನು ಕೈಗೆತ್ತಿಕೊಂಡು "ಅಂದೇ ಹೇಳಿದಾಳಲ್ಲ, ಈಗ ಹೇಳೋಕೇನಿದೆ? ನಾವು ಅಲ್ಲಿವರ್ಗೂ ಕಾಯೋಣ" ಎಂದು ತಿನ್ನ ತೊಡಗಿದ ಅವಳನ್ನು ವಿವಾಹಕ್ಕೆ ಒಪ್ಪಿಸಿ ಮದುವೆ ಮಾಡುವ ಜವಾಬ್ದಾರಿಯನ್ನು ಅವನು ಹೊತ್ತುಕೊಂಡಿದ್ದ. ಅಂದರೆ ಮಾಡಿದ ತಪ್ಪಿಗೆ ಪ್ರಾಯಶ್ಚಿತ.

"ಸೋಮಶೇಖರಪ್ಪನಿಗೆ ಹೇಳಿಕಳಿಸಿದ್ರಾ? ಒಂದಿಷ್ಟು ಅರ್ಜೆಂಟಾಗಿ ಭೇಟಿ ಮಾಡೋದಿತ್ತು" ತಿಂಡಿ ಮುಗಿಸಿ ಹೇಳಿದ "ಅದೇನು ಆ ಮನುಷ್ಯನತ್ರ ಕೆಲ್ಸ? ನಿಮ್ಮಪ್ಪ ಹೇಳಿ ಕಳಿಸಿರಬೇಕು. ಅವ್ರ ಮನೆ, ಮಂದಿಗೆ ಕಾಯಿಲೆಯಾದರೇ ನಿಮ್ಮಪ್ಪನೇ ಔಷ್ಧಿ ಕೊಡೋದು, ಬೇರೆಯವರಿಗಿಂತ ಮನುಷ್ಯ ಸ್ವಲ್ಪ ಧಾರಾಳಿಯೇ. ಅವ್ನ ಹತ್ರ ಅದೆಂಥ ಕೆಲ್ಸ?" ಸಹಜ ಕುತೂಹಲ, ಹೇಗೆ ಹೇಳಬೇಕೆಂದು ಯೋಚಿಸಿದ. "ಅಮ್ಮನಿಗೆ ಅರ್ಥವಾಗೋಲ್ಲ, ಈಗ್ಲೂ ವಿವಾಹಕ್ಕೆ ಮುನ್ನಿನ ಪ್ರೇಮ, ಪ್ರೀತಿ ಇಷ್ಟವಾಗ್ದು, ಪ್ಲೀಸ್, ಆಕೆಗೇನು ಹೇಳೋದು ಬೇಡ" ಇಂಥ ಒಂದು ಬೇಡಿಕೆ ತಂಗಿಯಿಂದ ಬಂದಿದ್ದರಿಂದ ಅಸ್ತು ಎಂದಿದ್ದ. ಅದು ಅವನಿಗೂ ಸರಿಯೆನಿಸಿತ್ತು. ತನ್ನ ಡೈವರ್ಸ್‌ನಿಂದ ಪ್ರೇಮ, ಪ್ರೀತಿ ಅನ್ನೋದೆಲ್ಲ ಬೋಗಸ್ ಅನ್ನುವ ಮಟ್ಟಕ್ಕೆ ಬಂದಿದ್ದರಿಂದ ಸತ್ಯವನ್ನು

ಉಸುರುವಂತಿರಲಿಲ್ಲ.

"ಅಂಥ ದೊಡ್ಡ ಕೆಲಸವೇನು ಇಲ್ಲ. ಬೆಂಗ್ಳೂರಿನಲ್ಲಿ ಅವ್ರ ತಂಗಿ ಇದ್ದಾಳಂತಲ್ಲ, ಆಕೆಯ ಮಗ್ಳುನ ನೋಡಿದ ನನ್ನ ಗೆಳೆಯನ ತಮ್ಮ ಮೆಚ್ಕೊಂಡಿದ್ದಾನೆ, ಟಿ.ವಿ. ಸಿರಿಯಲ್ ತರಹ, ಈ ಕಡೆ ಜನಾಂತ ತಿಳ್ದು ಮೇಲೆ ನನ್ನ ಮಧ್ಯಸ್ಥಿಕೆಗೆ ಕಳಿಸಿದ್ದಾನೆ, ಈ ಅಣ್ಣನ ಮಾತಿಗೆ ತಂಗಿ ಮನೆಯಲ್ಲಿ ಬೆಲೆ ಇದೆಯಂತಲ್ಲ" ಕತೆ ಕಟ್ಟಿ ಹೇಳಿದ ಇದು ಯಾವುದು ನಿಜವಲ್ಲ, ಆದರೆ ನಿಜವಾದದ್ದು ಮಾತ್ರ ಆಶ್ಚರ್ಯ.

"ಈಗ ನೆನಪಾಯ್ತು ನೋಡು, ನಿಮ್ಮಪ್ಪ ಸೋಮಶೇಖರಪ್ಪನ ತಂಗಿ ಮಗಳಿಗೆ ಔಷಧಿ ಕೊಡ್ತಾ ಇರೋದು. ಒಂದ್ಸಲ ಕರ್ಕಂಡ್ ಬಂದಿದ್ರು, ತೆಳ್ಳಗಿನ ಬಿಳಿ ಹಾಳೆ ತರಹ ಆಗಿ ಹೋಗಿದ್ದಾಳೆ, ಅಲ್ಲೆಲ್ಲ ಸಾಕಷ್ಟು ಆಸ್ಪತ್ರೆಗಳಲ್ಲಿ ತೋರಿಸಿದ್ದಾರಂತೆ" ಇಂಥದೊಂದು ಸುದ್ದಿ ಮುಟ್ಟಿಸಿದ್ದರಿಂದ ಅವನ ಮನಸ್ಸು ಹಗುರವಾಯಿತು.

ಆಮೇಲೆ ಬಂದ ಶ್ರೀಕಾಂತಯ್ಯ "ಸೋಮಶೇಖರಪ್ಪ ರಾತ್ರಿ ಬರ್ತಾನೆ. ತಂಗಿ ಮಗಳದೊಂದು ಸಮಸ್ಯೆಯಾಗಿದೆ ಅವ್ನಿಗೆ" ಎಂದು ಹೇಳಿ ಕೈಕಾಲು ತೊಳೆಯಲು ಹೋದರು.

ರಾತ್ರಿ ಅಪ್ಪ, ಮಗ ಜೊತೆಯಲ್ಲಿ ಊಟಕ್ಕೆ ಕೂತಾಗ "ಎರಡು ದಿನ ಇಲ್ಲೇ ಉಳ್ಕೋಬೇಕೂಂತ ಬಂದಿದ್ದೀನಿ" ಅಂದ. ಅವರಿಗೆ ಸಂತೋಷವೇ, ಕಾರಣ? ಪ್ರಶ್ನೆ ಅವರಲ್ಲಿ ಮೂಡಿ ಮರೆಯಾದರು, ಇಲ್ಲಿನದೇ ಎರಡು ಸಂಬಂಧದವರು ಫೋಟೋ, ಜಾತಕ ಕೊಟ್ಟು ಹಓಗಿದ್ದರು. "ಹುಡ್ಗೀನ ನೋಡಲಿಕ್ಕೆ ಬಂದ್ಯಾ?" ನೇರವಾಗಿಯೆ ಪ್ರಶ್ನಿಸಿದರು.

"ಇಲ್ಲಪ್ಪ, ಸರಿತ ಲಗ್ನ ಆಗೋವರ್ಗೂ ಆ ಪ್ರಸ್ತಾಪವಿಲ್ಲ. ಅದೇ ಅಮ್ಮನಿಗೆ ಹೇಳಿದ್ದೀನಿ, ಸೋಮಶೇಖರಪ್ಪನ ತಂಗಿ ಮಗಳ ಬಗ್ಗೆ ಒಂದು ಸಂಬಂಧ ಬಂದಿದೆ. ಅವ್ರು ನಂಗೆ ತುಂಬ ಬೇಕಾದವರು, ವಿಚಾರ ಮಾತ್ರ ಗುಟ್ಟಾಗಿರ್ಲಿ" ಸುಳ್ಳಿನ ಜೊತೆ ತಾಕೀತು ಮಾಡಿದ ಸೋಮಶೇಖರಪ್ಪನ ನಂತರ ಅವರನ್ನು ಕೂಡ ಪ್ರಶ್ನಿಸಬೇಕಿತ್ತು.

ತಿಳಿಸಿದಂತೆ ಊಟ ಮುಗಿಸಿಕೊಂಡು ಸೋಮಶೇಖರಪ್ಪ ಬಂದಾಗ, ಅಡ್ಡಾಡಿ ಬರುವ ನೆಪದಲ್ಲಿ ಹೊರಗೆ ಕರೆದೊಯ್ದ.

"ಈಗಾಗ್ಲೇ ಐದು ವರ್ಷದ ಹಿಂದೆ ನನ್ತಂಗಿ ಹೈಸ್ಕೂಲುನ ಕೊನೆಯ ವರ್ಷದಲ್ಲಿ ಓದ್ತಾ ಇದ್ದಾಗ, ಕಾರುನಲ್ಲಿ ಬಂದ ಮೂವರು ಯುವಕರು ಗಾಯ ಮಾಡ್ಕೊಂಡವರನ್ನ ಅಪ್ಪನ ಹತ್ರ ಕರ್ಕಂಡ್ ಬಂದು ಟ್ರೀಟ್‌ಮೆಂಟ್ ಕೊಡಿಸಿದಂತೆ. ಅವರು ಯಾರೂಂತ ನಿಮ್ಗೇ ಗೊತ್ತಾ?" ಕೇಳಿದ, ಅವನು ನೇರವಾಗಿ ವಿಷಯಕ್ಕೆ ಬಂದಿದ್ದು, ಸುತ್ತ ಬಳಸು ಸಮಯ ತಿನ್ನುತ್ತದೆಯೆಂದು ಅವನ ಅಂದಾಜು.

ಅವರು ನೆನಪಿಸಿಕೊಂಡು "ಓ, ಈಗ ನೆನಪಿಗೆ ಬಂತು, ಬಿಡಿ, ಕಾರುನಲ್ಲಿ ಬಂದಿದ್ದು ನಿಜ, ಆಕ್ಸಿಡೆಂಟಲ್ಲ, ಫೋಟೋಗಳು ತೆಗೆಯೋಕೆ ಹೋಗಿ ಜಾರಿ ಬಿದ್ದಿದ್ದಾರೆ.

ಸುತ್ತ ಮುತ್ತಲು ಆಸ್ಪತ್ರೆ ಅಂಥದೇನಿಲ್ಲ, ನಾನು ನಿಮ್ಮಪ್ಪನ ಹತ್ರ ಕರ್ಕಂಡ್ ಬಂದೆ. ಇಬ್ಬರಿಗೆ ಸುಮಾರು ತರಚಿದ ಗಾಯ. ಇನ್ನೊಬ್ಬನಿಗೆ ತಲೆ, ಮಂಡಿಗೆ ಪೆಟ್ಟು ಬಿದ್ದಿತ್ತು. ನಿಮ್ಮಪ್ಪ ಇರ್ಸಿಕೊಂಡು ಔಷಧ ಕೊಟ್ಟು, ಗುಳಿಗೆ ನುಂಗಿಸಿದ್ರು, ನಾನೇ ಅವ್ರನ್ನ ಕಾರು ಹತ್ತಿಸಿ ಕಳಿಸ್ದೇ, ಅವರೇನು ನೆಂಟರಲ್ಲ, ಪರಿಚಿತರಲ್ಲ. ಕಷ್ಟದಲ್ಲಿದ್ದಾಗ ಸಹಾಯ ಮಾಡೋಕೆ ನೆಂಟರು, ಪರಿಚಿತರೇ ಬೇಕಾ?" ಅಂದ ಆ ಮನುಷ್ಯ.

ಅಂದರೆ ಅವರುಗಳ ಬಗ್ಗೆ ಸೋಮಶೇಖರಪ್ಪನಿಗೆ ಏನು ಗೊತ್ತಿರಲಿಕ್ಕಿಲ್ಲ! ಕ್ಷಣ ನಿರಾಸೆ ಆವರಿಸಿತು.

"ಇಷ್ಟೆಲ್ಲ ಮಾಡಿದಕ್ಕೆ ಪತ್ರ ಏನಾದ್ರೂ ಬರೆದಿದ್ದಾರ?" ನಡೆಯುತ್ತಿದ್ದ ಸೋಮಶೇಖರಪ್ಪ ನಿಂತ "ನನ್ಮಗ ಹಾಗೇ ಅಂದ ನೆನಪಿದೆ. ನಾನಂತು ಪತ್ರನ ನೋಡ್ಲಿಲ್ಲ, ಹೇಳಿದ್ಮೇಲೆ ಇನೇನೂಂತ ಸುಮ್ಮನಾದೆ. ಬ್ಯಾಂಕ್ ಪತ್ರ, ಲಾಯರ್ ನೋಟೀಸ್... ಅದೂ... ಇದೂ... ನೋಡೋದಿದೆ, ಪತ್ರದೆಲ್ಲ ಅವರು ಓದಿದ್ದು ಹೇಳಿದರೇ ಸಾಕು, ನಾನೇನು ಓದೋಕೆ ಹೋಗೋಲ್ಲ. ಆ ಮೂವರಲ್ಲಿ ಯಾರು ಬರೆದರೋ ಗೊತ್ತಿಲ್ಲ" ಇಷ್ಟು ಮಾಹಿತಿ ಒದಗಿಸಿ ಪುಣ್ಯ ಕಟ್ಟಿಕೊಂಡ. ಆದರೆ ಅಷ್ಟಕ್ಕೆ ಬಿಡಲು ಅವನು ಸಿದ್ಧನಿಲ್ಲ "ಅವರು ಯಾವ ಕಡೆಯವರು?" ಆ ಮನುಷ್ಯ ಮತ್ತೆ ನಿಂತ "ಹಿಂದಿ... ಇಂಗ್ಲೀಷ್ ಜಾಸ್ತಿ ಮಾತಾಡೋರು. ಕನ್ನಡ ಕೂಡ ಗೊತ್ತಿತ್ತು. ಬೆಂಗ್ಳೂರುನಲ್ಲಿ ಓದ್ತಾ ಇದ್ದೀವೀಂದ್ರು, ಅವ್ರ ನೋವು ಅವರದು ನಾನು ಹೆಚ್ಚು ವಿಚಾರಿಸೋಕೆ ಹೋಗಿಲ್ಲ, ನೀವ್ಯಾಕೆ ಈಗ ಈ ವಿಚಾರ ಕೇಳ್ತಾ ಇದ್ದೀರಿ?" ವಿಚಾರಿಸಿದ.

"ವಾರದ ಹಿಂದೆ ಯಾರೋ ಸಿಕ್ಕಿದ್ರು, ಅವ್ರ ಬಾಯಲ್ಲಿ 'ಮೊಗ್ಗಿನ ಮನೆ'ಯ ಶ್ರೀಕಾಂತಯ್ಯ ಅನ್ನೋ ಮಾತು ಬಂತು. ಅವರು ಯಾರು ಇರಬಹುದು ಅನ್ನೋ ಕುತೂಹಲ, ನಂಗೆ ಅವ್ರಿಂದ ಸ್ವಲ್ಪ ಸಹಾಯನು ಬೇಕು." ಏನೇನೋ ಕಲ್ಪನೆಯ ಕತೆಯನ್ನು ಹರಿ ಬಿಟ್ಟ "ಮನೆಯಲ್ಲಿ ವಿಚಾರಿಸ್ತೀನಿ, ಆ ಪತ್ರ ಇದ್ಯೋ, ಇಲ್ವೋ ಗೊತ್ತಿಲ್ಲ, ಅವತ್ತು ನಮ್ಮ ಶಂಕರ ಕೂಡ ನೋಡಿದ್ದ, ಅವನನ್ನು ವಿಚಾರಿಸೋಣ" ಇಷ್ಟು ಹೇಳಿದ ನಂತರ ಬಿಳ್ಕೊಟ್ಟು ಮನೆಗೆ ಬಂದ.

ಶ್ರೀಕಾಂತಯ್ಯ ತಮ್ಮ ಕಾಯಕದಲ್ಲಿ ನಿರತರಾಗಿದ್ದರು. ಒಂದು ಕಲ್ಲಿನ ಪಾತ್ರೆಯಲ್ಲಿ ತುಂಬಿಟ್ಟ ಗುಳಿಗೆಗಳನ್ನು ಬಟ್ಟಲಿಗೆ ಹಾಕುತ್ತಿದ್ದರು. ಆಕೆ ಮುಂದೆ ಹಾಕಿಕೊಂಡಿದ್ದ ಬೇರುಗಳನ್ನು ವಾಸನೆ ನೋಡಿ ಕಸ ಕಡ್ಡಿಗಳನ್ನು ಬೇರ್ಪಡಿಸಿ ಒಂದು ಸಣ್ಣ ಬಿದಿರಿನ ಬುಟ್ಟಿಗೆ ಹಾಕುತ್ತಿದ್ದರು.

"ಬಾರೋ, ಕತ್ಲು ಎಲ್ಲಿ ಹೋದ್ಯೋ... ಅಂದ್ಕೊಂಡೆ, ನಾವು ಇಲ್ಲಿಗೆ ಬಂದಾಗ ಗಬೋ ಅನ್ನೊಂಥ ಕತ್ತಲು. ಈಗ ದೀಪಗಳು ಬಂದಿದೆ. ಅಲ್ಲಲ್ಲಿ ಮನೆಗಳು ಆಗಿದೆ. ರಸ್ತೆ ಮಾಡಿದ್ದಾರೆ, ಬಸ್ಸುಗಳು ಓಡಾಡುತ್ತೆ, ಈಗ ಸಾಕಷ್ಟು ಸೌಕರ್ಯಗಳು ಇದೆ" ಒಂದು ದೊಡ್ಡ ಲಿಸ್ಟನ್ನು ಕೊಟ್ಟರು, ಶ್ರೀಕಾಂತಯ್ಯ ತನ್ನ ಕೆಲಸದಲ್ಲಿ ತಲೀನನಾಗಿದ್ದ.

ಅಲ್ಲೇ ಕೂತ, ಆಕೆಗೆ ಒಂದು ತರಹ ತಳಮಳ.

"ನಿಮ್ಮಪ್ಪನ ಹತ್ರ ಹೇಳ್ದೆ, ಅದೇನೋ ಊಟ ಮಾಡದಂತಿರೋ ಕಾಹಿಲೆನಂತೆ, ಅಲ್ಲು ಸಾಕಷ್ಟು ಔಷಧೋಪಚಾರ ಮಾಡಿದ್ದಾರೆ, ಈಗ ಸದ್ಯಕ್ಕೆ ಮದ್ವೆ ವಿಷ್ಯ ಮುಂದಕ್ಕೆ ಹಾಕೋಕೆ ಹೇಳು" ತಡೆಯದೆ ಹೇಳಿದರು. ಶ್ರೀಕಾಂತಯ್ಯ ಜಾಡಿಯನ್ನು ಎತ್ತಿಟ್ಟು ಕೂತರು.

ಇದು ಸ್ವತಃ ತಂದುಕೊಂಡ ಕಾಹಿಲೆ, ಸರ್‍ಯಾಗಿ ಇವರೇನು ಹೇಳ್ಲಿಲ್ಲ. ತಂದೆ, ತಾಯಿ ಜೊತೆ ಚಿಕಿತ್ಸೆ ಮಾಡುತ್ತಿದ್ದ ಡಾಕ್ಟರ್ ಕೂಡ ಬಂದಿದ್ರು. ಈ ಹುಡ್ಗೀ ಸ್ವಲ್ಪ ದುಂಡ ದುಂಡಗೆ ಇದ್ದಾಳಂತೆ, ನಟಿಸೋ ಆಸೆ, ಯಾರೋ ಸಿನಿಮಾ ಡೈರೆಕ್ಟರ್ ಸ್ವಲ್ಪ ಸಣ್ಣಗಾಗೋಕೆ ಹೇಳಿದ್ದಾರೆ. ಅಂದಿನಿಂದ ಈ ಹುಡ್ಗೀ ಆಹಾರದ ಪದ್ಧತಿನ ಬದಲಾಯಿಸಿದ್ದಾಳೆ, ಊಟ ತಿಂಡಿಯಲ್ಲಿ ತೀರಾ ಕಟ್ಟುನಿಟ್ಟು. ತೂಕ ಇಳಿಸುವ ತವಕದ ಜೊತೆ ದೇಹದ ಆಕರ್ಷಣೆ ಹೆಚ್ಚಿಸಿಕೊಳ್ಳಬೇಕೆಂದು, ಊಟ, ತಿಂಡಿ ಕಡೆ ಗಮನ ಹರಿಸೋದ್ನ ಬಿಟ್ಟಿದ್ದಾಳೆ. ಹಸಿವು ಮುಚ್ಚಿ ಹೋಗಿದೆ. ಉಪವಾಸ, ಹೆಚ್ಚು ಹೆಚ್ಚು ವ್ಯಾಯಾಮ ಈ ಸ್ಥಿತಿಗೆ ತಂದು ನಿಲ್ಲಿಸಿದೆ. ಎಲ್ಲಾ ಅಸ್ಪಷ್ಟ ಚರ್ಮದ ಅಡಿಯಲ್ಲಿನ ನೆಣದ ಪದರ ಕರಗೋಕೆ ಷುರುವಾಗಿದೆ. ನಿದ್ದೆ ಬರೋಲ್ಲ. ಹಸಿವು ಆಗೋಲ್ಲ, ಋತು ಚಕ್ರನಿಂತಿದೆ, ದೇಹದ ರೋಗ ನಿರೋಧಕ ಶಕ್ತಿ ಕಡ್ಮೇ ಆಗಿದೆ. ಎದ್ದು ನಿಲ್ಲಿಸಿದರೆ ಕುಸಿತ್ತಾಳೆ. ರಕ್ತದ ಒತ್ತಡ ಕಮ್ಮಿಯಾಗಿ ಬೀಳ್ತಾಳೆ, ಜೊತೆಗೆ ಮರವು, ಖಿನ್ನತೆ, ಆಹಾರದ ಮೇಲೆ ಅಪೇಕ್ಷೆಯೇ ಇಲ್ಲ. ಇದೊಂದು ವಿಚಿತ್ರದಿಂದ ಹಸಿವು ಹಿಂಗಿಸಿಕೊಂಡ ಈ ಕಾಹಿಲೆಗೆ 'ಅನೊರೆಕ್ಸಿಯಾ ಸರ್ವೋಸ' ಅಂತಾರಂತೆ. ಇದು ಹೆಚ್ಚು ವಯಸ್ಸಿಗೆ ಬಂದ ತರುಣಿಯರಲ್ಲಿ ಕಾಣಿಸಿಕೊಳ್ಳೋದು. ತೆಳ್ಳಗಾಗಬೇಕೆಂಬ ಆಕಾಂಕ್ಷೆ ಎಲ್ಲಿಗೆ ಬಂದು ನಿಲ್ಲಿಸುತ್ತೆ. ಡಾಕ್ಟರ್ ಕೂಡ ಶೇ. 50ರಿಂದ 70ರಷ್ಟು ಫಲಕಾರಿ ಆಗಬಹುದೆಂದು ಹೇಳಿದ್ದಾರಂತೆ. ಆ ಬಗ್ಗೆ ನಂಬ್ಕೇ ಕಳ್ಕೊಂಡ್ ಇಲ್ಲಿಗೆ ಕರ್ಕಂಡ್ ಬಂದಿದ್ದಾರೆ. ನಂಗೂ ಇಂಥ ಪೇಷಂಟ್ ಹೊಸ್ದು. ಕೈಯಲಾಗಿದ್ದು ಮಾಡಿ ಮಿಕ್ಕಿದ್ದು ದೇವರಿಗೆ ಬಿಡೋದು" ಒಂದು ಚಇತ್ರವನ್ನು ಮಗನ ಮುಂದಿಟ್ಟರು.

ಹೇಮಂತ್‌ನ ಎದೆ ಧಸ್ಸಕ್ಕೆಂದಿತು 'ಡಯಟ್' ಈ ಪರಿಯ? ಮೂಳೆ ಚಕ್ಕಳ ಬಿಟ್ಟುಕೊಂಡು ಓಡಾಡುವ ಯುವತಿಯರನ್ನು ಕಂಡಿದ್ದ. ಕತ್ತುನ ಕೆಳಗೆ ಎರಡು ಬದಿಯಲ್ಲಿ ಮೂಳೆ ಕಾಣುವ ವಿನ್ಯಾಸ, ಎದೆ ಧಸಕ್ಕೆಂದಿತು.

"ನಿಮ್ಮಮ್ಮ ಏನೋ ಹೇಳಿದ್ಲು, ಆ ಸಲುವಾಗಿಯೇ ಬಂದಿದ್ದಿ, ಅಂದ್ಲು. ಆ ಹುಡ್ಗೀ ಮಣೆ ಮೇಲೆ ಕೂಡೋ ಸ್ಥಿತಿಯಲಿಲ್ಲ. ಎದ್ದು ನಿಲ್ಲಿಸಿದರೇ ರಕ್ತದ ಒತ್ತಡ ಕುಸಿದು ಪ್ರಜ್ಞೆ ತಪ್ಪುತ್ತಾಳೆ"

"ಆಯ್ತು, ಅಪ್ಪ" ಚುಟುಕ್ಕಾಗಿ ಹೇಳಿ "ಅಪ್ಪ, ವರ್ಷಗಳ ಹಿಂದೆ ಸೋಮಶೇಖರಪ್ಪ ಜಾರಿ ಬಿದ್ದು ಮಂಡಿ, ಕೈಕಾಲುಗಳಿಗೆ ಗಾಯ ಮಾಡಿಕೊಂಡು ಮೂರು ಜನ

ಯುವಕರನ್ನು ಕರ್ಕಂಡ್ ಬಂದಿದ್ದರಂತ, ಅವ್ರ ಬಗ್ಗೆ ಏನಾದ್ರೂ ಗೊತ್ತಾ?" ಮಗನ ಮಾತಿಗೆ ಲೀಲಾವತಿ ನಕ್ಕರು.

"ಅವ್ರ ನೆನಪಿನ ಶಕ್ತಿ ಅಷ್ಟಕಷ್ಟೆ, ರೋಗಿಗಳ ರೋಗ ಅಷ್ಟೆ ನೆನಪಿನಲ್ಲಿ ಇಟ್ಟು ಕೊಳ್ಳೋದು. ಅವರ ಪೂರ್ವ ಚರಿತ್ರೆ ಏನು ಗೊತ್ತಿರೋಲ್ಲ. ಊಟ, ತಿಂಡಿ, ಅಂಥದೆಲ್ಲ ಕೊಟ್ಟಿದ್ದೀವಿ, ಆವೊತ್ತು ನಿಮ್ಮಪ್ಪನಿಗೆ ರೋಗಿಗಳು ಜಾಸ್ತಿ ಇದ್ದುದ್ದರಿಂದ, ಸ್ವತಃ ಸರಿತನೇ ನೋಡ್ಕೊಂಡ್ಲು. ವರ್ಷಗಳೆ ಕಳೀತಲ್ಲ, ನಂಗೂ ಅಂಥ ನೆನಪಿಲ್ಲ, ಒಂದು ಪತ್ರ ಬರೆದಿದ್ರು" ಇಂಥದೊಂದು ಕ್ಲೂ ಕೊಟ್ಟಾಗ ಕತ್ತಲಲ್ಲಿ ಬೆಳಕು ಗೋಚರಿಸಿದಂತಾಯಿತು.

ಇಲ್ಲಿಗೆ ಪತ್ರಗಳು ಬರುವುದು ಕಮ್ಮಿ ಇತ್ತು. ಇವನೇ ಒಂದೆರಡು ಪತ್ರ ಬರೆದಿರಬೇಕು. ಬಂದ ಪತ್ರಗಳನ್ನು ಕಂಬಿಗೆ ಸಿಕ್ಕಿಸಿ ಮಾಡುಗೆ ನೇತಾಕುವ ಪದ್ಧತಿ.

ಅವರುಗಳು ಮಲಗಿದ ಮೇಲೆ ಧೂಳನ್ನು ಕೊಡವಿ ಕಂಬಿಯಲ್ಲಿನ ಪತ್ರಗಳನ್ನು ಹುಷಾರಾಗಿ ತೆಗೆದು ಒಂದೊಂದೇ ಹರಡಿಕೊಂಡು ಹುಡುಕತೊಡಗಿದ. ಕೆಲವು ಕಪ್ಪು, ಧೂಳಿನಿಂದ ಅವ್ಯತವಾಗಿ ಏನು ಕಾಣಿಸುತ್ತಿರಲಿಲ್ಲ. 2003 ಡಿಸೆಂಬರ್ ತಿಂಗಳು 21ರ ನಂತರ ಬಂದ ಪತ್ರಗಳನ್ನು ನೋಡತೊಡಗಿದ. ಒಂದು ಪೋಸ್ಟಲ್ ಕವರ್ ಅಡ್ರೆಸ್ ಇಲ್ಲಿನದೇ, ಕವರ್‌ನ ಮೂಲೆಯಲ್ಲಿ ಒಂದು ಸಹಿ ಜೊತೆ ಊರಿನ ಹೆಸರು ಕೂಡ ಇತ್ತು. ಸಾಕಷ್ಟು ತಲೆ ಕೆಡಿಸಿಕೊಂಡು ಸವೆದು ಧೂಳು ಗಟ್ಟಿದ ಕವರ್‌ನೊಳಗಿನ ಚೀಟಿಯನ್ನು ಎಚ್ಚರದಿಂದ ತೆಗೆದ. ಎರಡೇ ಸಾಲಿನ ಕೃತಜ್ಞತೆಯ ಪತ್ರ. ಕೆಳಗೆ ಸಹಿ ಇತ್ತು 'ಶಶಾಂಕ್ ಶ್ರೀವಾಸ್ತವ್' ಶಶಾಂಕ್ ಮತ್ತು ಶ್ರೀವಾಸ್ತವ್ ನಡುವೆ ಏನಾದರೂ ಚಿಹ್ನೆ ಇದೆಯಂತ ದುರ್ಬೀನಿ ಹಾಕಿಕೊಂಡು ಹುಡುಕಿದ, ಏನು ಸ್ಪಷ್ಟವಾಗಲಿಲ್ಲ. ಆ ಕವರ್‌ನ ಎತ್ತಿಟ್ಟುಕೊಂಡು ಮಿಕ್ಕಿದೆಲ್ಲ ಕಂಬಿಗೆ ಸಿಕ್ಕಿಸಲು ಹೋಗಿ ಬೇಸತ್ತು ಅಲ್ಲೇ ಹಾಕಿ ಹೋಗಿ ಮಲಗಿದ.

ಈ ಮನೆಗೂ ಮತ್ತು ಶಂಕರ ಪಾಟೀಲರ ಮನೆಗೂ ಹೋಲಿಸಿದ. ಅಜಗಜಾಂತರ ವ್ಯತ್ಯಾಸವೆನಿಸಿತು. ಅಲ್ಲಿನ ಮುಂದಿನ ಗೆಸ್ಟ್ ರೂಂ ಈ ಇಡೀ ಮನೆಯ ಒಳ ಆವರಣದಷ್ಟಿರಬೇಕು. ಅಲ್ಲಿ ಶ್ರೀಮಂತಿಕೆ ಅಂಗಾತವಾಗಿ ಮಲಗಿತ್ತು. ಇದು ಸಾಧಾರಣ ಕುಟೀರ, ಇಲ್ಲಿಗೂ ಅಲ್ಲಿಗೂ ಹೇಗೆ ಜೊತೆಯಾದೀತು? ಪ್ರೀತಿ, ಪ್ರೇಮ, ಅನ್ನೋದು ಕುರುಡು, ನಿರಾಸೆಯ ನಸು ನಗು ಅವನ ತುಟಿಗಳ ಮೇಲೆ ಇಣಕಿತು.

ಉಳಿದ ಇಡೀ ರಾತ್ರಿ ಕಣ್‌ಬಿಟ್ಟುಕೊಂಡು ಮೇಲಿನ ಛಾವಣಿ ನಿಟ್ಟಿಸಿದ, ದೃಶ್ಯಗಳು ಒಂದರ ಮೇಲೊಂದು ಸಾಗಿ ಹೋದವು. ಯಾವುದು ನಿಲ್ಲದು, ಬಹುಶಃ ಬದುಕಿನ ಓಟವೆ ಹೀಗೆ.

ಬೆಳಗಿನ ಜಾವ ಯಾರೋ ಬಂದು ಬಾಗಿಲು ಬಡಿದಾಗ ತಾನೇ ಹೋಗಿ ತೆಗೆದ, ಸೋಮಶೇಖರಪ್ಪನ ಕೊನೆಯ ಮಗ ಶಂಕರ ನಿಂತಿದ್ದ.

"ನಮ್ಮ ನಿಶ್ಚಿತ ಹೇಗೇಗೋ ಆಡ್ತಾ ಇದ್ದಾಳೆ. ನಿಮ್ಮನ್ನ ಅಪ್ಪಯ್ಯ ಕರ್ಕಂಡ್

ಬರೋದಕ್ಕೆ ಹೇಳಿದ್ದಾರೆ. ಇದೆಲ್ಲ ನಮಗ್ಯಾಕೆ? ಅವರು ನನ್ಮಾತು ಕೇಳ್ಲಿಲ್ಲ. ಊಟವಿಲ್ದೇ ತಪಿಸೋ ಜನನಾ ಕಂಡಿದ್ದೀನಿ. ಆಹಾರನ ಬಿಟ್ಟು ಹೊಟ್ಟೆ ಒಣಗಿಸ್ಕೊಂಡ್ ಪಾಡು ಪಡೋದು ಎಂಥದ್ದು? ಏನೋಪ್ಪ, ಸ್ವಲ್ಪ ನಿಮ್ಮ ತಂದೆನ ಎಬ್ಸಿ" ಎಂದವನ ಮುಖದಲ್ಲಿ ಬೇಸರವಿತ್ತು. ತೀರಾ ಶ್ರೀಮಂತಿಕೆಯ ಜನರ ಬಗ್ಗೆ ಬೇಸರವೆ.

ಆ ವೇಳೆಗೆ ಎದ್ದು ಬಂದಿದ್ದ ಶ್ರೀಕಾಂತಯ್ಯ ಅವನ ಮಾತುಗಳನ್ನು ಕೇಳಿಸಿಕೊಂಡಿದ್ದರಿಂದ, ಆಗಲೇ ಷರಟು ತೊಟ್ಟು ತಮ್ಮ ಔಷಧಿಯ ಪೆಟ್ಟಿಗೆಯನ್ನೆತ್ತಿಕೊಂಡು ಬಾಗಿಲಿಗೆ ಬಂದಾಗ ಹೇಮಂತ್ ಕೂಡ ಜೊತೆಯಲ್ಲಿ ಹೊರಟು ನಿಂತ.

"ನಾನು ಕೂಡ ಬರ್ತೀನಿ, ಯಾವಾಗ ಸಿಟಿ ಲೈಫ್ ಬೇಸರವಾಗುತ್ತೋ. ಆಗ್ಬಂದ್ ಈ ಔಷ್ಧ ಪೆಟ್ಟಿಗೆ ತಗಂಡ್ ನಿಮ್ಗೇ ರೆಸ್ಟ್ ಕೊಡ್ತೀನಿ" ಎಂದ ನಗುತ್ತ. ಅಚ್ಚರಿಯಿಂದ ಮಗನ ಮುಖ ದಿಟ್ಟಿಸಿದರು. ಇದು ಸಾಧ್ಯವಾ? ಪ್ರಶ್ನೆ ಮೂಡಿದರು ಯಾವುದು ತಾನೇ ಅಸಾಧ್ಯ? ಎನ್ನುವ ಉತ್ತರದೊಂದಿಗೆ ನಿಟ್ಟುಸಿರು ಚೆಲ್ಲಿದರು.

ಅಂತು ಮೊದಲ ಸಲ ಎಷ್ಟೋ ವರ್ಷಗ ನಂತರ ಒಬ್ಬ ಪೇಷಂಟ್‌ನ ನೋಡಲು ಮಗ ಹೊರಟಿದ್ದ. ಚಿಕ್ಕವನಿದ್ದಾಗ ತಂದೆಯ ಜೊತೆ ಪೆಟ್ಟಿಗೆ ಹಿಡಿದು ಹೋಗಿದ್ದುಂಟು, ಅದು ಬಹಳ ವರ್ಷಗಳ ಇಂದಿನ ಮಾತು.

ಸೋಮಶೇಖರಪ್ಪನವರ ಮನೆ ಎರಡು ಫರ್ಲಾಂಗ್‌ಗಿಂತ ಹೆಚ್ಚಿನ ದೂರ. ಅಲ್ಲಿ ತಲಪುವ ವೇಳೆಗೆ ನಸುಕು ಹರಿದಿತ್ತು. ಮನೆಯವರ ಮುಖದಲ್ಲೆಲ್ಲ ಆತಂಕದ ಛಾಯೆ.

"ಅಯ್ಯೋ, ಬನ್ನಿ... ನಮ್ಗೇ ದಿಕ್ಕು ತೋಚದಂತಾಗಿದೆ" ಬರಮಾಡಿಕೊಂಡರು. ನಿಶ್ಶೇಷಿತಳಾಗಿ ಮಲಗಿದ್ದ ನಿಶ್ಚಿತ ಮಂಚದ ಬಳಿಗೆ ಕರೆದೊಯ್ದರು. ಮೂಳೆ, ಚಕ್ಕಳವಾಗಿತ್ತು ಹೆಣ್ಣಿನ ಜೀವ, ಕೆನ್ನೆಯ ಮೂಳೆಗಳು ಎದ್ದು ಕಾಣುತ್ತಿತ್ತು. ಕಣ್ಣುಗಳ ಸುತ್ತಲು ಕಪ್ಪಿನ ಛಾಯೆ, ತಲೆಯಲ್ಲಿ ಕೂದಲಿನ ಪ್ರಮಾಣ ಕೂಡ ಕಡಿಮೆಯಾಗಿತ್ತು, ನೋಡುವವರಿಗೆ ಕರುಣೆ ಉಕ್ಕಿಸುವಂಥ ದೃಶ್ಯ. ತಾನಾಗಿ ತಂದುಕೊಂಡ ಸ್ಥಿತಿ, ಹಸಿವು ಇಂಗುವ ರೋಗ 'ಅನೊರೆಕ್ಸಿಯಾ ನರ್ವೊಸ.'

"ಎಷ್ಟು ದುಂಡಗೆ ಚಟುವಟಿಕೆಯಿಂದ ಇದ್ಲು. ಯಾಕೆ ಬೇಕಿತ್ತು 'ಡಯೆಟ್'? ಮೈಮುರ್ದು ಕೆಲ್ಸ ಮಾಡಿದರೆ ತಿನ್ನೋದು ಸುಲಭವಾಗಿ ಅರಗುತ್ತೆ" ವಯಸ್ಸಾದ ಸೋಮಶೇಖರಪ್ಪನ ವಯಸ್ಸಾದ ಚಿಕ್ಕಮ್ಮ ಗೊಣಗಿದರು.

ಅವರ ಪಾಡಿಗೆ ಅವರುಗಳನ್ನು ಬಿಟ್ಟು ಸೋಮಶೇಖರಪ್ಪ ಕಿರಿ ಮಗನನ್ನು ಹೊರಗೆ ಕರೆದೊಯ್ದು, ಅಂದಿನ ಮೂವರ ಬಗ್ಗೆ ಹೇಳಿ, ವಿಚಾರಿಸಿ "ಅವರಲೊಬ್ಬರು ಪತ್ರ ಬರೆದಿದ್ದಾರಂತೆ. ನಿಮ್ಗೇನಾದ್ರೂ ಓದಿದ ನೆನಪು ಇದ್ಯಾ?" ವಿಚಾರಿಸಿ ಕೂಡಲೆ ತಲೆ ಕೆರೆದುಕೊಂಡು "ಪತ್ರ ಬರೇದಿದ್ದುಂಟು ನಾನಂತು ಓದ್ಲಿಲ್ಲ, ಅಣ್ಣ ಓದಿಕೊಂಡು

ಹೇಳಿದಷ್ಟೆ. ಆ ಕವರ್ ಮೇಲಿನ ಸ್ಟಾಂಪ್ ಸಲುವಾಗಿ ನನ್ನ ತಂಗಿ ಅದ್ನ ತೆಗೆದಿಟ್ಟುಕೊಡ್ಲು" ಇಂಥದ್ದೊಂದು ವಿಷಯ ಸಿಕ್ಕಿತು. "ನಿಮ್ತಂಗಿ..." ಅಂದ.

"ಮದ್ವೆ ಆಗಿದೆ. ಇಲ್ಲೇ ನಡು ಬಯಲಿಗೆ ಕೊಟ್ಟಿದ್ದು. ಆರಾಮಾಗಿದ್ದಾಳೆ. ಮೂರು ದಿನದ ಹಿಂದೆ ಬಂದಿದ್ಲು, ಈಗ್ಲೂ ಅವಳು ನಾಣ್ಯ, ಸ್ಟಾಂಪ್ ಅಂಥದನ್ನೆಲ್ಲ ಸಂಗ್ರಹಿಸಿ ಇಟ್ಕೋತಾಳೆ" ತಿಳಿಸಿದ, ಜೊತೆಗೆ ಆ ಕವರನ್ನು ಹುಡುಕಿಸಿ ತಂದು ಕೊಡುವ ಜವಾಬ್ದಾರಿ ಹೊತ್ತುಕೊಂಡ ಶಂಕರ.

ರಕ್ತದ ಒತ್ತಡ, ನಿಶ್ಚಿತಾಗೆ ತೀರಾ ಕಡಿಮೆಯಾಗಿದ್ದುದ್ದರಿಂದ ಚಿಕಿತ್ಸೆ ಮಾಡಿ ಒಂದು ಹಂತಕ್ಕೆ ಬಂದ ನಂತರವೆ ಹೊರಟಿದ್ದು. ಸೂರ್ಯ ಮೇಲೇರಿದ್ದು ಬಿಸಿಲು ಚುರುಕಾಗಿತ್ತು.

"ವರ್ಷಗಳೇ ಬೇಕು, ಆ ಹುಡ್ಗೀ ಮೊದಲಿನ ಸ್ಥಿತಿಗೆ ಬರಲು, ಕೆಲವೊಮ್ಮೆ ಏನಾದ್ರೂ ತಿಂದರು ವಾಂತಿ ಮಾಡಿಕೊಂಡು ಬಿಡುತ್ತಿದ್ದಳಂತೆ, ಇಂಥ ಚಿತ್ರ ಹಿಂಸೆ ಬೇಕಿತ್ತಾ?" ವ್ಯಥೆಯಿಂದ ನುಡಿದರು ಶ್ರೀಕಾಂತಯ್ಯ, ಅವರ ಮಟ್ಟಿಗೆ ಇದೊಂದು ವಿಚಿತ್ರ ಕೇಸು.

ಮನೆಯಲ್ಲಿ ಸ್ನಾನ, ಉಪಹಾರ ಮುಗಿಸಿದ. ಮುಂದೇನು ಬರೀ ಹೆಸರಿಡಿದು ಹುಡುಕುವುದು ಸಾಧ್ಯವಾ? ಶಶಾಂಕ್ ಶ್ರೀವಾಸ್ತವ ಮೂವರಲ್ಲಿ ಈ ಹೆಸರು ಯಾರದು? ಇದೆಲ್ಲ ತಿಳಿಯುವುದು ಹೇಗೆ? ತಂಗಿಯ ಮುಗ್ಧ ಮುಖ ಕಣ್ಮುಂದೆ ಬಂತು ನಿಂತಿತು. ಇಂಥದ್ದೊಂದು ಭಾವಕ್ಕೆ ಅರ್ಥವೇನು? ಎಷ್ಟು ಯೋಚಿಸಿದರು ಲಾಜಿಕ್‌ಗೆ ಸಿಗಲಿಲ್ಲ. ಯಾಕೆ ಸೋಮಶೇಖರಪ್ಪನವರ ಮಗಳ ಮನೆಯ ಬಳಿ ಹೋಗಿ ಬರಬಾರದು? ಅಮ್ಮನಿಗೆ ಹೇಳಿ ಹೊರಟ.

ನಡು ದಾರಿಯಲ್ಲಿಯೇ ಸೋಮಶೇಖರಪ್ಪನ ಕೊನೆಯ ಮಗ ಎದುರಾದ "ನೀವು ಸಿಕ್ಕಿದ್ದು ಒಳ್ಳೆದಾಯ್ತು, ನಡು ಬೈಲಿಗೆ ಬರ್ತೀರಾ? ನಂಗೂ ಅಲ್ಲಿ ಒಂದಿಷ್ಟು ಕೆಲ್ಸ ಇದೆ," ಕರೆದೊಯ್ದ ಜೊತೆಯಲ್ಲಿಯೇ, ಅವನಿಗೂ ಆ ಪತ್ರ ನೋಡುವುದಿತ್ತು. ಏನು ಪ್ರಯೋಜನವಿಲ್ಲದಿದ್ದರೇ, ಇಲ್ಲಿ ಉಳಿಯುವುದಾದರು ಯಾಕೆ?

ಸರಳವಾದ ಜನ, ಆತ್ಮೀಯತೆಯಿಂದಲೇ ಉಪಚರಿಸಿದರು. ನಿಶ್ಚಿತ ಸ್ಥಿತಿಯ ಬಗ್ಗೆ ಎಲ್ಲರು ಪರಿತಾಪ ಪಟ್ಟರು. ನೆನಪಿಸಿಕೊಂಡು ಕವರ್ ಬಗ್ಗೆ ಕೇಳಿದಾಗ ಅವಳು ಇಷ್ಟಗಲ ಬಾಯಿ ತೆರೆದಳು.

"ಹಳೇ ಟ್ರಂಕ್‌ನಲ್ಲಿ ಹಾಕಿಟ್ಕೊಂಡಿದ್ದೀನಿ. ಅದು ಅಟ್ಟದ ಮೇಲಿದೆ. ಈ ಮಕ್ಳೂ ಕೈಗೆ ಸಿಕ್ಕರೆ, ಮುಗ್ದೇ ಹೋಯ್ತು. ಈಚೆಗೆ ಸ್ಟಾಂಪ್‌ಗಳು ಸಿಕ್ಕಲೇ ಇಲ್ಲ. ಈಗ ಬರೀ... ಗಂಡ... ಮಕ್ಕಳು... ಸಂಸಾರ..." ಗೊಣಗಿ ಕೊಂಡಳು ದನಿಯಲ್ಲಿ ನಿರಾಸೆ ಇತ್ತು.

ವಿಶಾಲವಾದ ಅಟ್ಟ, ಅಡಿಕೆ ಕಾಯಿಗಳನ್ನು ಹರವಿದ್ದರು. ಒಂದು ಕಡೆ ಮೂಟೆಗಳು. ಹಳೆಯ ತಡಿಕೆ ಅಂಥಿಂಥ ಸಾಮಾನುಗಳನ್ನು ಗುಡ್ಡೆ ಹಾಕಿದ್ದರು. ಮೂರು ನಾಲ್ಕು

ಮರದ ಪೆಟ್ಟಿಗೆಗಳು ಪಕ್ಕ ಎರಡು ಹಳೆಯ ಟ್ರಂಕ್‌ಗಳು ಅದರ ಮೇಲೆ ಧೂಳು.

"ನೋಡಿ, ಈ ನೀಲಿ ಟ್ರಂಕ್ ಇವಳದು. ಬೇಕಾದರೆ ನಾನು ಟ್ರಂಕ್ ಸಮೇತ ಕೆಳ್ಗೇ ಬರ್ತೀನಿ. ನೀವ್ ಕೆಳ್ಗಡೆ ಹೋಗಿ" ಹೇಳಿದ. "ಪರ್ವಾಗಿಲ್ಲ, ಇಲ್ಲೇ ನೋಡಿ ಬಿಡೋಣ. ತೆಗೆಯೋಕೆ ಮೊದ್ಲು ಒಮ್ಮೆ ನಿಮ್ಮ ತಂಗಿನ ಕೇಳಿ, ಅದರಲ್ಲಿ ಏನೇನು ಇಟ್ಕೊಂಡಿದ್ದಾರೋ, ಏನೋ" ಸಂಕೋಚಿಸಿದ.

"ಅಂಥದ್ದೇನು ಇರೋಲ್ಲ, ಬಿಡಿ" ಎಂದು ಟ್ರಂಕನ್ನ ಹತ್ತಿರಕ್ಕೆಳೆದು ಅಲ್ಲೊಂದು ಅಡಿಕೆ ಪಟ್ಟಿ ಹಾಕಿಸಿಕೊಂಡು ಕೂತು "ನೀವ್ ಆ ಮಣೆ ಈ ಕಡೆ ಎಳ್ದುಕೊಳ್ಳಿ" ಹೇಳಿ ಅದರ ಮೇಲಿನ ಧೂಳೊಡೆದು ಹಾಕಿದ. ಬೀಗವನ್ನು ಬೀಗದ ಕೈ ಸಹಾಯವಿಲ್ಲದೆ ತೆಗ್ದ, ಮುಕ್ಕಾಲು ತುಂಬಿತ್ತು. ಹಳೆ ಫೋಟೋಗಳು, ಒಂದು ದೊಡ್ಡ ಕವರ್‌ನಲ್ಲಿ ಸ್ಟ್ಯಾಂಪ್ ಹಚ್ಚಿದ ಕವರ್‌ಗಳು, ಕೆಲವು ಸ್ಟ್ಯಾಂಪ್‌ಗಳು ಒಂದು ಹಿತ್ತಾಳೆಯ ಡಬ್ಬಿಯ ತುಂಬ ಹಳೆಯ ಅಪರೂಪದ ನಾಣ್ಯಗಳು.

"ಇಷ್ಟೇ ಇವಳ ಸಮಸ್ತವು, ನೀವು ಈ ಕವರ್ ತಗೊಂಡ್ಹೋಗಿ ಹುಡ್ಕಿಕೊಳ್ಳಿ, ಗಂಡ, ಸಂಸಾರ ಮತ್ತು ಮಕ್ಕಳ ನಡುವೆ ಹುದುಗಿ ಹೋಗಿರೋ ಅವ್ಳಿಗೆ ಇವುಗಳೆಲ್ಲ ಆಸಕ್ತಿ ಕಡ್ಮೇ ಆಗಿದೆ. ಒಂದು ಕಾಲದಲ್ಲಿ ಅಮೂಲ್ಯವೆನಿಸಿದ್ದು ಆಮೇಲೆ ಬೆಲೆ ಕಳೆದುಕೊಳ್ಳುತ್ತೆ" ಒಂದು ಕವರ್‌ನ ಅವನಿಗೆ ಕೊಟ್ಟ, ಶಂಕರನಿಗೆ ತಂಗಿಯ ಬಗ್ಗೆ ಪರಿತಾಪನೆ.

"ಇಲ್ಲೇ ಹುಡ್ಕಿಕೋತೀನಿ, ಒಮ್ಮೆ ನಿಮ್ಮ ತಂಗಿನ ಕೇಳಿ" ಸಂಕೋಚದ ಮಾತಾಡಿದ ಹೇಮಂತ್ "ಇಲ್ಲಿ ಹುಡ್ಕಿಕೊಂಡು ಕುಳಿತರೇ ಹುಡುಗರ ದಂಡು ಧಾವಿಸುತ್ತೆ. ಅದೆಲ್ಲ ತುಂಬ ತಲೆನೋವು, ನಾನು ಅವಳ ಹತ್ರ ಮಾತಾಡ್ತೀನಿ ನೀವು ತಗೊಂಡ್ಹೋಗಿ ಬೇಕಾದ ಪತ್ರ ಹುಡ್ಕಿಕೊಂಡು, ಬೇಡದ್ದು ಹಿಂದಿರುಗಿಸಿ" ಎಂದು ಪಂಚೆಯನ್ನು ಎತ್ತಿ ಕಟ್ಟಿಕೊಂಡು ಕೆಳಗಿಳಿದ.

ಆಮೇಲೆ ಅಲ್ಲಿ ಊಟ ಮುಗಿಸಿಕೊಂಡೇ ಮೊಗ್ಗಿನ ಮನೆಗೆ ಹಿಂದಿರುಗಿದ್ದು ಸಂಜೆಯ ವೇಳೆಗೆ, ನಾಟಕೀಯತೆ ಇಲ್ಲದ ಉಪಚಾರ ಇಷ್ಟವೆನಿಸಿತು. ಕಡೆಯಲ್ಲಿ ಕೇಳಿದ ಮಾತು ಮಾತ್ರ ನೋಯಿಸಿತು, "ಹೇಮಣ್ಣ, ಡಾಕ್ಟ್ರು ನಮಗೆಲ್ಲ ತುಂಬ ಉಪಕಾರ ಮಾಡಿದ್ದಾರೆ, ಒಬ್ನೇ ಮಗ, ಒಬ್ಬಳೇ ಮಗ್ಳು, ಅವ್ರಿಗೂ ಆಸೆ, ಆಕಾಂಕ್ಷೆಗಳು ಇರುತ್ತೆ. ನಿನ್ನದೇನೋ, ಡೈವರ್ಸ್ ಆಯಿತಂತಲ್ಲ. ಹುಡ್ಗೀನ ಹುಡುಕೋಕೆ ಷುರು ಮಾಡಿದ್ದಾರೆ. ಸರಿತಗೆ ಎಷ್ಟೊಂದು ಸಂಬಂಧಗಳು ಬಂತು, ಒಂದನ್ನು ಒಪ್ಪಿಕೊಳ್ಳಲಿಲ್ಲ. ನಿಮ್ಮಮ್ಮ ಬಡಬಡಿಸಿದರೇ, ನಿಮ್ಮಪ್ಪ ಮೌನವಾಗಿ ವ್ಯಥೆಪಡುತ್ತಾರೆ. ಇದು ಬೇಕೂಂತ ಅನ್ನಿಸೋಲ್ಲ, ಅವರು ಇಲ್ಲಿನ ಜನಕ್ಕೆ ಬೇಕು. ಅವರ ಮನದ ಆರೋಗ್ಯ ಕಾಪಾಡಿ" ಇದನ್ನು ಹೇಳಿದವಳು ಸೋಮಶೇಖರಪ್ಪನವರ ಕಡೆಯ ಅಂದರೆ ಒಂಬತ್ತನೆ ಸಂತಾನ ಬರೋ ಬರಿ ಅವರಿಗೆ ಒಂಬತ್ತು ಮಕ್ಕಳು, ಭೂಮಿಗೆ ಬಂದ ಮಕ್ಕಳೆಲ್ಲ ಉಳಿದಿದ್ದರು,

ಇಂಥ ಭಾಗ್ಯ ಈಗ ಕಾಣಲುಂಟೇ?

"ಎಲ್ಹೋಗಿದ್ದೆ, ಬೆಳಿಗ್ಗೆ ಹೋದವನು ಈಗ ಬಂದಿದ್ದಿ" ಲೀಲಾವತಿ ರಾಗ ಎಳೆದರು "ಫೋನಿತ್ತಲ್ಲ, ಮೊಬೈಲ್‌ಗೆ ಒಂದು ಫೋನ್ ಮಾಡಬಹುದಿತ್ತು" ಅನ್ನುತ್ತ ಕೂತ.

"ಅದು ಕೆಟ್ಟು ಕೂತಿದೆ, ಕಣೋ, ಆಗಾಗ ಇದು ಇದ್ದಿದ್ದೇ, ಕೆಲವೊಮ್ಮೆ ನೆಮ್ದೀ ಅನ್ನಿಸುತ್ತೆ. ಸಮಯ ಅನ್ನೋದೊಂದಿಲ್ಲ, ಯಾರಾದ್ರು ಫೋನ್ ಮಾಡಿದರೇ ಹೊರಟು ನಿಲ್ದಾರೆ, ಇವ್ರಿಗೇನು ಕಡ್ಮೇ ವಯಸ್ಸಾಗಿದ್ಯಾ? ನಮ್ಮ ಪ್ರಕಾರ ನಿಮ್ಮಗಳಿಗೆ ವಿವಾಹ, ಮಕ್ಳೂಂತ ಆಗಿದ್ದರೇ ಅರ್ಧ ಡಜನ್ ಮೊಮ್ಮಕ್ಳು ಇರಬೇಕಿತ್ತು. ನಿನ್ನದೊಂದು ತರಹ, ಅವ್ಳು ಹಟ ತೊಟ್ಟು ನಿಂತಂಗೆ ಆಡ್ತಾಳೆ" ಮತ್ತೆ ವಿಷಯ ಅಲ್ಲಿಗೆ ಮರಳಿತು.

"ಹೇಗೂ, ನಿಂಗೆ ಒಬ್ಳು ಮೊಮ್ಮಗ್ಳು ಇದ್ದಾಳೆ. ಸರಿತಾಗೆ ಮದ್ವೆ ಮಾಡೋಣ. ಅರ್ಧ ಡಜನ್ ಮೊಮ್ಮಕ್ಳನ ಹಡೀತಾಳೋ, ಬಿಡ್ತಾಳೋ ನಂಗೆ ಗೊತ್ತಿಲ್ಲ" ಮಾತಿನಲ್ಲಿ ನಗೆಯನ್ನ ಹರಿಸಿದ.

ತಂದಿದ್ದ ಕವರ್‌ನ ರೂಮಿಗೆ ಒಯ್ದ. ಅಮೂಲ್ಯವೆನ್ನುವಂತೆ ಜೋಪಾನವಾಗಿಟ್ಟು ಕೊಂಡ, ಆ ಹೆಣ್ಣಿನ ಈ ಕವರ್‌ನ ಎಚ್ಚರದಿಂದ ಹಿಂದಿರುಗಿಸಬೇಕಾದ್ದು ಅವನ ಜವಾಬ್ದಾರಿ.

ಮುಖ ತೊಳೆದು ಬಟ್ಟೆ ಬದಲಾಯಿಸಿ ಒಂದು ಕಡೆ ಕೂಡುವ ವೇಳೆಗೆ ಬಿಡಿ ಬಿಡಿ ಕಡಬು, ಚಟ್ನಿಯ ಜೊತೆ, ಒಂದೆರಡು ಅಕ್ಕಿ ಕಜ್ಜಾಯವನ್ನು ತಂದಿಟ್ಟು ಕೂತ ಲೀಲಾವತಿ ಸಂತೋಷ ವ್ಯಕ್ತಪಡಿಸಿದರು.

"ನಿನ್ನ ಓದುನ ಸಮಯದಲ್ಲಿ ಈ ರೀತಿ ಬಂದು ಉಳಿದುಕೊಳ್ಳುತ್ತಿದೆ. ಆ ಮೇಲೆ ಮದ್ವೆ ಅನ್ನೋದೊಂದು ಮುಗ್ದ ಮೇಲೆ ಹೆಚ್ಚು ಕಡ್ಮೇ ಇಲ್ಲಿನ ಸಂಬಂಧವನ್ನು ಕಳೆದುಕೊಂಡಿದ್ದೆ. ಈ ಸಲ ಬಂದು ನಿಂತದ್ದು ನಿಮ್ಮಪ್ಪನಿಗೂ ನೆಮ್ದೀ ತಂದಿದೆ."

ತಿನ್ನುತ್ತಿದ್ದವನು ಆ ಮಾತುಗಳಿಗೆ ಪ್ರತಿಕ್ರಹಿಸಲಿಲ್ಲ, ಅವನ ಮನಸ್ಸು, ಆ ಮೂವರು ಯುವಕರು ಅವರಲ್ಲಿ ಇವಳು ಮೆಚ್ಚಿದ್ದು ಯಾರನ್ನು? ಇದನ್ನು ಪ್ರೇಮ ಅನ್ನಲು ಸಾಧ್ಯವೇ? ಹುಚ್ಚು ಅನ್ನಬಹುದಷ್ಟೆ, ಈ ರೀತಿ ದಿಢೀರೆಂದು ಪ್ರೇಮದು ಉದಯಿಸಲು ಸಾಧ್ಯವೇ? ಸಾಧ್ಯವೋ?... ಅಸಾಧ್ಯವೋ ಪ್ರಕರಣ ತನ್ನ ಮುಂದೆಯೆ ಇದೆ, ಹೇಗೆ ತಳ್ಳಿ ಹಾಕುವುದು?

"ನಿನ್ನ ತಂಗಿನ ಕೇಳಿದ್ಯಾ? ಆ ಕಡೆ ಬಗ್ಗಿಕೊಂಡಿದ್ದಾಳೆ. ಕ್ಷಿತಿಜ ಇಷ್ಟವಾಗಿದ್ದಾನೆ. ಅದಕ್ಕಿಂತ ಒಳ್ಳೆ ಸಂಬಂಧ ಬಂದರೇ ನೋಡು. ನಿಮ್ಮಪ್ಪನಿಗಂತು ಈ ಕಡೆ ಬಿಟ್ಟು ಬರೋದು ಇಷ್ಟವಿಲ್ಲ. ನಂಗಂತು ಅಲ್ಲಿಗೆ ಬರೋದು ಇಷ್ಟವೇ, ಈ ವಯಸ್ಸುನಲ್ಲಿ ಅವ್ರನ್ನ ಒಂಟಿಯಾಗಿ ಬಿಟ್ಟು ಬರೋದು ಹೇಗೆ? ನೀವಿಬ್ರೂ ಅಲ್ಲಿ ಉಳಿದ್ಮೇಲೆ ನಮ್ಗೇನು ಇಲ್ಲಿ ಕೆಲ್ಸ? ನೀನೇ ನಿನ್ನಪ್ಪನಿಗೇ ಹೇಳ್ಬೇಕು. ಅಯ್ಯೋ, ನಿಂಗಿಂತ... ಅಲಾಪನಾ ಮಾತೇ ಕೇಳ್ತಾರೆ, ಅವಳೂಂದರೇ ತುಂಬಾನೆ ಇಷ್ಟ ಅವರಿಗೆ" ಒಂದೇ ಸಮ

ಹೇಳಿದರು ಇದು ಆಕೆಯ ಸ್ವಭಾವ.

"ಆಯ್ತು, ಸದ್ಯಕ್ಕೆ ಸರಿತಗೆ ಒಂದ್ಮದ್ವೆಂತ ಆಗ್ಲಿ. ಒಂದಿಷ್ಟು ಕಾಫೀ ಕೊಟ್ಟು ಬಿಡು" ತಟ್ಟೆಯನ್ನಿಡಿದು ಹಿತ್ತಲಿಗೆ ಹೋದ, ಜೇಬಿನಲ್ಲಿದ್ದ ಮೊಬೈಲ್‌ನಲ್ಲಿ ವೈಬ್ರೇಷನ್ ಷುರುವಾದಾಗ ತಟ್ಟೆ ಇಟ್ಟು ಎಡಗೈನಲ್ಲಿ ಮೊಬೈಲ್ ತೆಗೆದುಕೊಂಡ. ವೈಜಯಂತಿ ಅವನೆದೆಯಲ್ಲಿ ಉಬ್ಬಿದ ಭಾವ ಸಂಘರ್ಷಣ ನಿಧಾನವಾಗಿ ಇಳಿಯಿತು. "ಹಲೋ..." ಎಂದ ತೀರಾ ಮೃದುವಾಯಿತು ಅವರ ದನಿ "ಹೇಗಿದ್ದೀರಾ? ಮೂರು ನಾಲ್ಕು ಸಲ ಲ್ಯಾಂಡ್‌ಲೈನ್‌ಗೆ, ಸರಿತ ಮೊಬೈಲ್‌ಗೆ ಫೋನ್ ಮಾಡಿದೆ. ರಿಸೀವ್ ಮಾಡಲಿಲ್ಲ. ಅಲಾಪನಾ ಕೂಡ ಫೋನ್ ಮಾಡಿಲ್ಲ" ಸ್ವಲ್ಪ ಆತಂಕವಿತ್ತು ಅವಳ ಸ್ವರದಲ್ಲಿ, ಸತ್ಯ ಹೇಳಬೇಕಾದ ಅನಿವಾರ್ಯತೆ ಇತ್ತು.

"ಈಗ ಸ್ವಲ್ಪ ಹೊತ್ತುಗೆ ಮೊದ್ಲು ಅಲಾಪನಾ, ಸರಿತ ಮಾತಾಡಿದ್ರು ಪದೇ ಪದೇ ನೀನು ಡಿಸ್ಟರ್ಬ್ ಆಗೋದು ಬೇಡಾಂತ ಅಷ್ಟೆ. ಅವ್ರೆಲ್ಲ ಆರಾಮ್ ನಾನು 'ಮೊಗ್ಗಿನ ಮನೆ'ಯಲ್ಲಿ ಇದ್ದೀನಿ" ಅಷ್ಟು ಉಸುರಿದ "ಷಟಪ್, ನಾನ್ಯಾಕೆ ಡಿಸ್ಟರ್ಬ್ ಆಗ್ತೀನಿ? ನೀವು ನನ್ನ ಮಗ್ಳುನ ನನ್ನಿಂದ ದೂರ ಮಾಡೋ ಪ್ಲಾನಾ? ಐ ಕಾಂಟ್ ಬೆರ್ ಇಟ್ ಅಲಾಪನಾ ನನ್ನ ಮೊದಲ ಮಗು" ಉದ್ವೇಗದಿಂದ ಬಡಬಡಿಸಿದಳು.

"ವೈಜಯಂತಿ ಸಆಕು ನಿಲ್ಸು, ನಿನ್ನ ಪ್ರೀತಿಯ ಮಹಾ ಪೂರದಲ್ಲಿ ಅವ್ಳು ಹರಿದುಕೊಂಡು ಹೋಗಿದ್ದು ಅಷ್ಟರಲ್ಲೆ ಇದೆ, ಎಲ್ಲಾ ಇದ್ದು ಯಾರು ಪ್ರೀತಿ ಇಲ್ದಂಗೆ... ರೆಸಿಡೆನ್ಷಿಯಲ್ ಸ್ಕೂಲುನಲ್ಲಿ ಇರಬೇಕಿತ್ತಾ? ಈಗ ನಾನು ತಂದೆಯಾಗಿ ಅಧಿಕಾರದಿಂದ ಕೇಳ್ತಾ ಇದ್ದೀನಿ, ನನ್ನ ಮಗುನ ಯಾಕೆ ಅಲ್ಲಿ ಬಿಟ್ಟೆ? ಯಾರ ಪರ್ಮಿಷನ್ ತಗೊಂಡೆ? ಇದ್ನ ಶ್ರೀಮಂತಿಕೆಯ ಸೊಕ್ಕು ಅನ್ನಬೇಕಾ?" ಉದ್ವೇಗದಿಂದ ಆಡಿ ಸಮಾಧಾನಗೊಂಡು "ಸಾರಿ, ವೈಜಯಂತಿ... ಎಕ್ಸ್‌ಟ್ರೀಮ್‌ಲೀ ಸಾರಿ, ನಿನ್ನ ಅಂದು ನೋಯಿಸೋ ಅಧಿಕಾರ ನಂಬಿಲ್ಲ ಸಾರಿ" ಫೋನ್ ಕಟ್ ಮಾಡಿದ ನಂತರ ಸರಿತಗೆ ಫೋನ್ ಮಾಡಿ ವಿಷಯ ತಿಳಿಸಿ "ಸತ್ಯ ತಿಳ್ಸಿ ಸಮಾಧಾನ ಮಾಡು. ವಸ್ತು ಸ್ಥಿತಿಯನ್ನು ಅರ್ಥ ಮಾಡಿಕೊಳ್ಳಿ, ಈಗ್ಲೂ ನನ್ಮೇಲೆ ಕತ್ತಿ ಮಸೆಯೋದ್ಬೇಡ, ಅಲಾಪನಾನ ನನ್ನೊಬ್ಬನಿಗೆ ಬಿಡೋದರಿಂದ ಅವಳಿಗೆ ಸುಖ, ನಂಗೂ ನೆಮ್ದೀ" ತೋಡಿಕೊಂಡ, ಈಚೆಗೆ ಅಲಾಪನ ಅಲ್ಲಿಗೆ ಹೋಗುವುದು ಅವನಿಗೆ ಬೇಡವೆನಿಸಿತ್ತು.

ಅಲಾಪನಾ ಸ್ಕೂಲುಗೆ ಕಳಿಸಿ ಫ್ರೀಯಾಗದ್ದವಳು ವೈಜಯಂತಿ ಮೊಬೈಲ್‌ನ ಬಟನ್‌ಗಳನ್ನೊತ್ತಿ "ಸಾರಿ ವೈಜಯಂತಿಯವರೇ, ನಿಮ್ಮಿಂದ ಅಲಾಪನಾನ ದೂರ ಮಾಡಿ ಅವಳಿಗೆ ಅನ್ಯಾಯ ಮಾಡೋ ಇಷ್ಟವಿಲ್ಲ, ಅವ್ನಿಗೆ, ನಿಮ್ಮ ದಾಂಪತ್ಯ ಭವಿಷ್ಯ, ಮನೆ ನೆಮ್ಮದಿಯ ದೃಷ್ಟಿಯಿಂದ ಇದು ಒಳ್ಳೆಯದೆನ್ನುವ ಭಾವ. ಸ್ವಲ್ಪ ಅರ್ಥ ಮಾಡ್ಕೊಳ್ಳಿ ಪದೇ ಪದೇ ನೀವು ಅಲಾಪನಾಗೆ ಫೋನ್ ಮಾಡೋದು, ಅವಳು ನಿಮ್ಮನ್ನ ಸಂಪರ್ಕಿಸೋದು ಹರ್ಷ ಅವ್ರಿಗೆ ಇಷ್ಟವಾಗೋಲ್ಲ. ಅವ್ರ ಸಂಸಾರಕ್ಕೆ

ನಿಮ್ಮ ಪೂರ್ಣ ಪ್ರಮಾಣದ ಪ್ರೀತಿ, ಸಹಕಾರ, ಸೇವೆಯನ್ನು ಬಯಸ್ತಾ ಇದ್ದಾರೆ. ಅದು ಖಂಡಿತ ತಪ್ಪಲ್ಲ ಅನ್ನೋ ಭಾವ ನಮ್ಮಗಳದು ಕೂಡ. ಪ್ಲೀಸ್... ಮಾತಾಡಿ, ದಯವಿಟ್ಟು ಕೋಪ ಮಾಡ್ಕೋಬೇಡಿ" ಅನ್ನತ್ತಿದಂಗೆ ಫೋನ್ ಕಟ್ ಆಯಿತು.

ಮಧ್ಯಾಹ್ನ ಸುಮಾರಿಗೆ ವೈಜಯಂತಿ ಕಾರಿನಲ್ಲಿ ಅಲ್ಲಿಗೆ ಬಂದು ಇಳಿದಾಗ ಸರಿತಗೇನು ಅಚ್ಚರಿಯಾಗಲಿಲ್ಲ. ತಾಯಿ, ಮಗುವಿನ ಮಧ್ಯದ ಮಮತೆಗೆ ಒಡ್ಡು ಹಾಕಲು ಸಾಧ್ಯವಿಲ್ಲವೆಂದು ಅವಳಿಗೆ ಗೊತ್ತು, ಅದು ಅವಳ ನಿರೀಕ್ಷೆಯು ಆಗಿತ್ತು.

"ಬನ್ನಿ... ಬನ್ನಿ" ಆತ್ಮೀಯವಾಗಿಯೆ ಸ್ವಾಗತಿಸಿದಳು, ಡ್ರೈವರ್ ನಾಲ್ಕಾರು ಬ್ಯಾಗ್ ತಂದಿಟ್ಟು ಹೋದ. ಮಗಳಿಗಾಗಿ ತಂದ ಡ್ರೆಸ್, ಬುಕ್ಸ್ ಮುಂತಾದುವು. ಮುಖ ಕೆಂಪಾಗಿತ್ತು. ಏನೋ ಒಂದು ರೀತಿಯ ಆವೇಗ ನಾರ್ಮಲ್ಲಾಗಿ ಕಾಣಲಿಲ್ಲ.

"ಎಲ್ಲಿ ಅಲಾಪನಾ?" ಎಲ್ಲೆಡೆ ನೋಟ ಹರಿದಾಡಿತು.

"ಬರ್ತಾಳೆ, ಕೂತ್ಕೊಳ್ಳಿ" ಬಲವಂತವಾಗಿ ಕೂಡಿಸಿ ಕಿಚನ್‌ಗೆ ಹೋಗುವ ವೇಳೆಗೆ ಮೊಬೈಲ್ ಸದ್ದು ಮಾಡಿತು "ಹಲೋ..." ಅಂದಿದ್ದು ಹರ್ಷ "ಅಲ್ಲಿಗೆ ವೈಜಯಂತಿ ಬಂದಿದ್ದಾಳಾ?"

"ಹೌದಾ..." ಅಂದು ಉಸಿರು ತಳ್ಳಿದ್ದು.

"ನಿಮ್ಮಿಂದ ನಂಗೊಂದು ಫೇವರ್ ಆಗಬೇಕು. ವೈಜಯಂತಿ ಹುಚ್ಚಿ ತರಹ ಆಡ್ತಾಳೆ. ಈಗ ಬರೀ ಅಲಾಪನಾ ಜಪ, ಅವಳಿಗೂ ಹೆತ್ತವರ ಪ್ರೀತಿ ಒಟ್ಟಿಗೆ ಸಿಗ್ಲಿಲ್ಲ. ಮತ್ತೆ ಅದೇ ಪುನಾರವರ್ತನೆಯಾದರೇ ಗತಿಯೇನು? ನೆಮ್ದಿಯಾಗಿರೋ ಸಂಸಾರ ಛಿದ್ರವಾಗುತ್ತೆ, ನನ್ನ ಮಾವ ಶಂಕರಪಾಟೀಲ ಹಾರ್ಟ್ ಪೇಷಂಟ್, ಮುಂದಿನದನ್ನ ನೀವೇ ಊಹಿಸಿಕೊಳ್ಳಿ. ದಯವಿಟ್ಟು ಅವಳ್ನ ಕನ್ವಿನ್ಸ್ ಮಾಡಿ" ರಿಕ್ವೆಸ್ಟ್ ಮಾಡಿಕೊಂಡ, ದೊಡ್ಡ ಪಟ್ಟಿಯನ್ನು ಅವಳ ಮುಂದಿಟ್ಟ.

ಸರಿತ 'ಹರಾ ಅನ್ನಲಿಲ್ಲ, ಶಿವ ಅನ್ನಲಿಲ್ಲ' ಇಂದೆಂಥ ಗೋಜಲು ಗೋಜಲೆನಿಸಿತು. ಈಗಾಗಲೇ ಒಮ್ಮೆ ತಪ್ಪು ಮಾಡಿದಾಗಿತ್ತು. ಮುಂದೆ... ಹರ್ಷನ ಬಿಗಿದ ಮುಖ ಕಣ್ಮುಂದೆ ನಿಂತಿತು. ತಪ್ಪೆನ್ನಲಾಗಲಿಲ್ಲ, ಅದೊಂದು ಸಹಜ ಪ್ರವೃತಿಯೆನಿಸಿತು.

ಗ್ಲಾಸ್‌ನಲ್ಲಿ ಹಣ್ಣಿನ ರಸ ಹಿಡಿದು ಬಂದು ಅವಳ ಮುಂದಿಟ್ಟು "ತಗೊಳ್ಳಿ, ವೈಜಯಂತಿ ಹರ್ಷ" ಅಂದಳು. ನ್ಯಾಚುರಲ್ಲಾಗಿ ತೀರಾ ಹಟಮಾರಿಯಲ್ಲ, ಈಗಲು ಸ್ವಲ್ಪ ಶಾಂತಳಾಗಿ ಜ್ಯೂಸ್ ಕುಡಿದಿಟ್ಟು "ಅಲಾಪನಾ ಎಷ್ಟೊತ್ತಿಗೆ ಬರ್ತಾಳೆ? ಅವಳನ್ನು ನಾನು ಕರ್ಕಂಡ್ ಹೋಗೋಕೆ ಬಂದಿದ್ದೀನಿ" ಎಂದ ವೈಜಯಂತಿಯನ್ನು ತೀಕ್ಷ್ಣವಾಗಿ ನೋಡಿದಳು.

"ಬರ್ತಾಳೆ, ಕರ್ಕೊಂಡ್ ಹೋಗಬಹುದು" ಅದೂ ಇದು ಮಾತನಾಡಿಸಿದ ನಂತರ "ಅದಿತಿ, ಈಗ ಬೋರಲು ಬೀಳುತ್ತಿರಬಹುದಲ್ಲ" ಆ ಪ್ರಶ್ನೆ ಎಚ್ಚರಿಕೆಯ

ಗಂಟೆಯಾಗಿ ಪರಿಣಮಿಸಿತು "ಹಾ... ಹ್ಞೂ, ವೈಜಯಂತಿಯವರೇ, ಒಂದೆರಡು ಮಾತು ಹೇಳಬಹುದಲ್ಲ, ನಿಮ್ಮಗಳ ಜಗಳದಲ್ಲಿ ಅಲಾಪನಾಗೆ ಶಿಕ್ಷೆ. ಮುಂದೆ ಇದೇ ಕಾರಣಕ್ಕೆ ನಿಮ್ಮ ಮೇಲೆ ದ್ವೇಷ ಬೆಳೆಸಿಕೊಳ್ಳಬಹುದಲ್ಲ" ಅಂದ ಕೂಡಲೆ ಬೆಚ್ಚಿ ಬಿದ್ದಳು ವೈಜಯಂತಿ "ವಾಟ್ ಯು ಸೇ..." ಬೆವೆತಳು.

"ಹೌದು, ನೀವು ಅಲಾಪನಾನ ಕರ್ಕಂಡ್ ಹೋಗಬಹುದು, ನನ್ನ ಅಣ್ಣ ಕೂಡ ಕಳಿಸಬಹುದು. ಆದರೆ ಅವಳು ಬರ್ತಾಳೆ? ಒಮ್ಮೆ ಯೋಚ್ಸಿ ನೋಡಿ ಕನಿಷ್ಟ ಅಜಯ್, ಅದಿತಿಗಾದ್ರೂ ತಂದೆ, ತಾಯಿಯ ಪ್ರೀತಿ ಸಂಪೂರ್ಣವಾಗಿ ಸಿಕ್ಲಿ, ಮತ್ತೆ ಅವರ ವಿಷಯದಲ್ಲಿ ಇಂಥ ಪರಿಸ್ಥಿತಿ ಎದುರಿಸಬೇಕಾಗಿ ಬಂದರೇ, ತುಂಬ ಕಷ್ಟವಾಗುತ್ತೆ" ಎಂದ ಸರಿತ ಯೋಚಿಸಲು ಬಿಟ್ಟು ಕಿಚನ್‌ಗೆ ಹೋದಳು.

ಅಲಾಪನಾಗೆ ಸಂಜೆಯ ತಿಂಡಿಯ ಅಗತ್ಯವಿತ್ತು. ಬೇಕರಿ ಐಟಂ ನಿಲ್ ಮಲೆನಾಡಿನ ತಿಂಡಿಗಳ ಜೊತೆಗೆ ಈ ಕಡೆಯ ರುಚಿ ರುಚಿಯಾದ ತಿಂಡಿಗಳನ್ನು ಮಾಡಿ ಪ್ರೀತಿಯಿಂದ ಬಡಿಸಿ ಅವಳ ಶಬಾಷಗಿರಿ ಪಡೆದುಕೊಂಡಿದ್ದರಿಂದ ಅವಳಿಗೆ 'ಅತ್ತೆ' ಎಂದರೆ ತುಂಬ ಪ್ರಿಯ, 'ಅಮ್ಮ...' ಅನ್ನುವುದಕ್ಕಿಂತ 'ಅತ್ತೆ' ಎಂದು ಬಡಬಡಿಸುತ್ತಿದ್ದುದ್ದೇ ಹೆಚ್ಚು.

ಹೊರಗೆ ಒಬ್ಬಳೇ ಉಳಿದ ವೈಜಯಂತಿಯ ಮನದಲ್ಲಿ ಮಂಥನ ಷುರುವಾಗಿತ್ತು. ವಿವಾಹದ ನಂತರ ಸುಖವೆನಿಸಿದರು ಒಂದು ರೀತಿಯ ಚಿತ್ರಹಿಂಸೆ ಅನುಭವಿಸಿದ್ದುಂಟು. 'ಅಲಾಪನಾ' ನಡತೆ ಪ್ರಶ್ನೆಯಾಗಿತ್ತು ಅವಳಿಗೆ ತಂದೆಯ ಪ್ರೀತಿಯ ಅಗತ್ಯವು ಇತ್ತು. ಅಮ್ಮ ಇವಳಾದರೂ ಅಜಯ್, ಅದಿತಿ ಮನೆಯ ಮಕ್ಕಳಾಗಿ ಬೆಳೆಯುತ್ತಿದ್ದರು. ಹೆಚ್ಚೆಚ್ಚು ಹರ್ಷ ಅವುಗಳನ್ನು ಹಚ್ಚಿಕೊಂಡಿದ್ದೆ ಮುಂದೆ ಅವನು ತನ್ನಿಂದ ವಿಮುಖವಾದರೇ, ಅದಿತಿ, ಅಜಯ್ ವಂಶದ ಕುಡಿಗಳಾಗಿ ಮಾತ್ರ ಉಳಿಯಬಹುದು.

ಆ ಕ್ಷಣ ಪೂರ್ತಿ ಬೆವೆತಳು 'ಅಜಯ್, ಅದಿತಿ' ತನ್ನಿಂದ ದೂರವಾಗುವುದು ಬೇಡವೆನಿಸಿತು. ಒಂದು ದುರ್ಬಲತೆ ಅವಳನ್ನು ಆವರಿಸಿತು.

"ಅಮ್ಮ..." ಅಲಾಪನಾ ಸ್ವರ.

ತಟ್ಟನೇ ರೋಮಾಂಚಿತಳಾದ ವೈಜಯಂತಿ ಅವಳನ್ನು ಬಿಗಿಯಾಗಿ ಅಪ್ಪಿಕೊಂಡು ಮುಖದ ತುಂಬ ಮುತ್ತಿನ ಮಳೆ ಹರಿಸಿದಳು.

"ಯಾವಾಗ್ಬಂದೇ?" ಕೇಳಿದಳು ಅಲಾಪನಾ.

"ಸ್ವಲ್ಪ ಹೊತ್ತಾಯ್ತು ವೆಹಿಕಲ್ ಗೊತ್ತು ಮಾಡಿಲ್ವಾ?" ಅಸಹನೆಯಿಂದಲೇ ಕೇಳಿದ್ದು "ಬೇಕಿಲ್ಲ, ತೀರಾ ನಿಯರ್, ಈ ಕಡೆ ಬರೋ ಸ್ಟೂಡೆಂಟ್ಸ್ ಇದ್ದಾರೆ. ಅವ್ರ ಜೊತೆ ಬರ್ತೀನಿ ಒಮ್ಮೊಮ್ಮೆ ಅತ್ತೆ, ಪಪ್ಪ ಬರ್ತಾರೆ. ಇನ್ನೊಂದು ಕ್ಷಿತಿಜ್ ಅಂಕಲ್ ಕರ್ಕಂಡ್ ಬರ್ತಾರೆ ವಂಡರ್‌ಫುಲ್, ಐ ಯಾಮ್ ವೆರಿ ಹ್ಯಾಪಿ, ನೀನು ಅಜಯ್, ಅದಿತಿ ಮಿಕ್ಕವರೆಲ್ಲ ಹೇಗಿದ್ದೀರಿ? ತುಂಬ ಬಿಜಿ, ಹೋಂ ವರ್ಕ್, ಸ್ಪೋರ್ಟ್ಸ್ ಅದು,

ಇದೂ... ಜೊತೆಗೆ ಅತ್ತೆ ಹತ್ರ ಚೆಸ್ ಕಲೀತಾ ಇದ್ದೀನಿ. ತಾತ, ಅಜ್ಜಿಗೆ ಫೋನ್ ಮಾಡ್ತಾ ಇರ್ತೀನಿ" ಪಟ ಪಟನೆ ಮುತ್ತುಗಳನ್ನು ಉದರಿಸಿದ್ದು, ಮುದ್ದು ಮುದ್ದಾಗಿ "ಯೂ ನಾಟಿ, ಎಷ್ಟೊಂದು ಮಾತಾಡ್ತೀಯ ತುಂಬಾ... ತುಂಬಾನೆ... ಬದಲಾಗಿದ್ದಿ. ಕೂದಲು ಉದ್ದ ಬೆಳೆಸಿದ್ದೀ, ಮಮ್ಮಿಗೆ... ಬದಲಾಗಿ ಅಮ್ಮ ಅನ್ನೋಕೆ ಷುರು ಮಾಡಿದ್ದೀ ಹೇಗೆ ಓದ್ತಾ ಇದ್ದೀ?" ಮಗಳ ತಲೆ ಸವರಿ ಕೇಳಿದಳು.

"ಚೆನ್ನಾಗೇ ಓದ್ತೀನಿ ಪಪ್ಪ ಯಾವಾಗ್ಲೂ ನೀನು ನಿನ್ನ ಮಮ್ಮಿಯಂತೆ ಜಾಣೆ ಅಂತಾರೆ, ಹೌದಾ... ಮಮ್ಮಿ? ನೀನು ಪಪ್ಪನಿಗಿಂತ ಜಾಣೆನಾ?" ಪಿಳಿ ಪಿಳಿಯೆಂದು ಕಣ್ಣುಗಳನ್ನು ಅರಳಿಸಿದಳು.

ಅಷ್ಟರಲ್ಲಿ ಸರಿತ ತಿಂಡಿ ಹಿಡಿದು ಬಂದಾಗ "ಸಾರಿ, ಬೇಗ ಯೂನಿಫಾರಂ ಬದಲಿಸಿಕೊಂಡು ಫ್ರೆಶ್ಶಾಗಿ ಬಂದು ಬಿಡ್ತೀನಿ. ಪ್ಲೀಸ್... ಅಮ್ಮ" ಸ್ಕೂಲು ಬ್ಯಾಗ್ ಹಿಡಿದು ಓಡಿದ ಮಗಳತ್ತ ನೋಡಿದಳು ದೀರ್ಘವಾಗಿ ಹಟ, ಅಳುವಿನ ಪ್ರತೀಕವಾಗಿದ್ದ ಅಲಾಪನಾ ಇವಳೇನಾ, ಅನಿಸಿತು ಅವಳಿಗೆ.

"ಸಾರಿ ಸರಿತ, ಏನೇನೋ ಮಾತಾಡಿದೆ. ಒಮ್ಮೆ ತಪ್ಪಾಗಿದೆ. ಅದರ ಶಿಕ್ಷೆ ಅಲಾಪನಾಗೆ, ಮತ್ತೆ ಆಗುವ ತಪ್ಪಿನಿಂದ ಅಜಯ್, ಅದಿತಿಗೆ ಶಿಕ್ಷೆ ಅದೆಲ್ಲ ಬೇಡ, ನೀವು ಎಚ್ಚರಿಸಿದ್ದರಿಂದ ನನ್ನ ತಪ್ಪು ತಿದ್ದಿಕೊಂಡೆ" ಎಂದವಳ ದನಿಯಲ್ಲಿ ಪಶ್ಚಾತಾಪವಿತ್ತು, ಹಿಂದೆಯೇ ಸರಳವಾಗಿ "ಇದೇನು ಹೇಮಂತ್ 'ಮೊಗ್ಗಿನ ಮನೆ'ಯಲ್ಲಿ ನಿಂತದ್ದು?" ಔಪಚಾರಿಕವಾಗಿ ವಿಚಾರಿಸಿದಳು.

"ತಗೊಳ್ಳಿ..." ಪಕೋಡ ತಟ್ಟೆಯನ್ನು ವೈಜಯಂತಿ ಕೈಗೆ ಕೊಟ್ಟು "ತಂಗಿ ಮದ್ವೆ ಜವಾಬ್ದಾರಿ ಮೇಲಾಕಿ ಕೊಂಡಿದ್ದಾನೆ. ಅದಕ್ಕೆ ಗಂಡಿನ ಅನ್ವೇಷಣೆಯಲ್ಲಿ ಇದ್ದಾನೆ, ಇಲ್ಲ, ಅಮ್ಮನ ಬಾಯಿ ವಿಷ್ಯ ನಿಮ್ಗೇ ಗೊತ್ತಲ್ಲ, ಮಾತುನಲ್ಲೆ ಬಡಿದು ಹಾಕಿ ಬಿಡ್ತಾರೆ" ನಗುತ್ತ ಉಸುರಿದಳು.

"ಅದೋ ವಿಷ್ಯ! ಅಂದರೆ ಅಲ್ಲಿನ ಗಂಡೇ ಬೇಕಾ? ನಾನು ಬೇರೇನೋ ಯೋಚಿಸಿದ್ದೇ. ನೀವು ಇಲ್ಲೇ ಬಂದು ಉಳಿದಿದ್ದರಿಂದ ಯಾವುದಾದ್ರೂ ಕೋರ್ಸು ಮಾಡ್ಕೋಬಹುದು. ಜಾಬ್‌ಗೆ ಟ್ರೈ ಮಾಡಬಹುದೂಂತ ಇದ್ದೆ"

ಮೌನವಹಿಸಿದ ಸರಿತ "ನಾನು ಫ್ರಾಂಕಾಗಿ ಹೇಳ್ತಾ ಇದ್ದೀನಿ. ನಾನು ಅಂಥ ಆ್ಯಂಬಿಷನ್ ಹುಡ್ಗೀ ಅಲ್ಲ ದೊಡ್ಡ ಶ್ರೀಮಂತಿಕೆ ನನ್ನ ಕನಸ್ಸಲ್ಲ. ಇನ್ನ ಜಾಬ್ ಬಗ್ಗೆ ಇಂಟರೆಸ್ಟಿಲ್ಲ. 'ಮೊಗ್ಗಿನ ಮನೆಯ' ನನ್ನ ಒಬ್ಬ ಗೆಳತಿಯ ಅಕ್ಕನಿಗೆ ವಿವಾಹವಾಗಿದೆ. ಅವಳ ಗಂಡ ಬೆಂಗ್ಳೂರಿನ ಸಾಫ್ಟ್‌ವೇರ್ ಕಂಪನಿಯಲ್ಲಿ ಕೆಲ್ಸ ಮಾಡ್ತಾರಂತೆ. ಅವಳು ಅಮ್ಮನ ಮನೆಯಲ್ಲೇ ಇದ್ದಾಳೆ. ವೀಕ್ ಎಂಡ್ ದಾಂಪತ್ಯ ಅನ್ನೋ ರೀತಿಯಲ್ಲಿ ಷುರುವಾಗಿದ್ದ ಅವಳ ಪತಿ ವಾರಕ್ಕೊಮ್ಮೆ ಬರುತ್ತಿದ್ದ. ಆಮೇಲೆ ತಿಂಗಳಿಗೊಮ್ಮೆ, ಈಗ ಮೂರು ತಿಂಗಳಿಗೋ, ಆರು ತಿಂಗಳಿಗೋ, ಈಗ ಬಂದಾಗಲೆಲ್ಲ ಬಡಿದಾಟ. ಅವಳು

ಮಾನಸಿಕ ರೋಗಿಯಾಗಿದ್ದಾಳೆ. ಅಂಥದ್ದು ನಂಗಿಷ್ಟವಿಲ್ಲ ಸರಳವಾದ ಬದ್ಕು ನಂಗಿಷ್ಟ ತೀರಾ ಅನಿವಾರ್ಯವಾದರೆ ರಾಜಿ ಸೂತ್ರ, ಆದರೆ ನಾನಾಗಿ ಅಂಥದಕ್ಕೆ ಕೊರಳು ಕೊಡೋ ಇಷ್ಟವಿಲ್ಲ" ಸ್ಪಷ್ಟವಾಗಿ ಹೇಳಿದಳು ಈ ವಿಷಯನ ಇಷ್ಟೊಂದು ಉದ್ದಕ್ಕೆ ಎಳೆದಿದ್ದಕ್ಕೆ ಮುಖ್ಯ ಕಾರಣ ವೈಜಯಂತಿಯಲ್ಲಿನ ಆವೇಗ ಕಡಿಮೆ ಯಾಗಲಿಯೆಂದು.

ಬಂದ ಅಲಾಪನಾ ಅಮ್ಮನ ಪಕ್ಕ ಕೂತು "ತಾತ ಯಾವಾಗ ರಿಟೈರ್ಡ್ ಆಗ್ತಾರೆ?" ಕೇಳಿದಕ್ಕೆ ಬೆಚ್ಚಿ ಬಿದ್ದಳು ವೈಜಯಂತಿ ಅರಿತವಳಂತೆ "ಡೋಂಟ್ ಎಕ್ಸೈಟ್... ಮಮ್ಮಿ" ಅಂದು ಕೈ ಬೆರಳುಗಳನ್ನು ಎರಡು ಕೆನ್ನೆಗಳಿಗೂ ಮುಟ್ಟಿಸಿಕೊಂಡು "ಅಮ್ಮ... ಅಂದರೆ ಚೆನ್ನಾಗಿರುತ್ತೆ. ತಾತಂಗೆ ವಯಸ್ಸಾಗಿದೆ. ಮೈಕ್ರೋಸಾಫ್ಟ್ ಅಧ್ಯಕ್ಷ ಬಿಲ್ ಗೇಟ್ಸ್‌ನ ಆಸ್ತಿ 58 ಶತಕೋಟಿ ಅಮೇರಿಕನ್ ಡಾಲರ್ ಇರಬಹುದಂತೆ. ಅವರು ಈಗ ತಮ್ಮ 53ನೇ ವಯಸ್ಸಿನಲ್ಲಿ ರಿಟೈರ್ಡ್ ಆಗ್ತಾ ಇದ್ದಾರೆ. ತಾತ ಅವರ್ಗಿಂತ ವಯಸ್ಸಿನಲ್ಲಿ ತುಂಬ ದೊಡ್ಡೋರು. ಈಗಲಾದ್ರೂ ರಿಟೈರ್ಡ್ ಆಗಿ ಸಮಾಜದ ಸೇವೆ ಮಾಡ್ಲಿ ನನ್ನ ತಾತ ಶ್ರೀಕಾಂತಯ್ಯ ಎಷ್ಟು ಸಮಾಜ ಸೇವೆ, ಜನ ಸೇವೆ ಮಾಡ್ತಾರೆ ಗೊತ್ತಾ? ಬಡವರ ಹತ್ರ ಔಷ್ಧಿಗೆ ಹಣ ತಗೋಳೋಲ್ಲ, ಆದರೆ ಶಂಕರ ಪಾಟೀಲರು, ಡೊನೇಷನ್..." ಅಂದು ಸುಮ್ಮನಾದ ಮಗಳತ್ತ ನೋಡಿದಳು ವೈಜಯಂತಿ, ಹೌದು, ಅವಳು ಹೇಮಂತ್‌ನ ಮಗಳು ಅದೇ ಸ್ವಾಭಿಮಾನ, ಪ್ರಜ್ಞೆ, ವೈಜಯಂತಿಯ ಕಣ್ಣು ತುಂಬಿತು.

ಸರಿತ ಕಿಚನ್‌ನಲ್ಲಿದ್ದಳು.

ಅಲಾಪನಾ ಸುಖವಾಗಿದ್ದಾಳೆ ಒಳ್ಳೆಯ ಜೀವನ ಸಿಕ್ಕಿದೆ ಸುಂದರ ಭವಿಷ್ಯ ಅವಳದಾಗಿರುವ ಹಂತದಲ್ಲಿ ಕರೆದೊಯ್ಯುವುದು ಸರಿಯೆ?

ಈ ಪ್ರಶ್ನೆಗೆ ಚಲಿಸಿ ಹೋದಳು. ಅಲ್ಲಿ ಅವಳಿಗೆ ತುಂಬ ಪ್ರೀತಿ ಸಿಗದು, ಅಜಯ್ ಅದಿತಿಗೆ ಸಿಗುವಂಥ ವಾತ್ಸಲ್ಯ ಅವಳಿಗೆ ಸಿಗದು? ಇಂಥದೊಂದು ನಿಲುವು ಗೋಚರಿಸಿದ ಕೂಡಲೆ ತನ್ನ ಹಟ ಮೂರ್ಖತನವೆನಿಸಿತು.

ಡ್ರೆಸ್ ಬದಲಾಯಿಸಿ, ಫ್ರೆಶ್ ಆಗಿ ಬಂದ ಅಲಾಪನಾ ಅಮ್ಮನ ಬಳಿ ಕೂತು ಸಾಕಷ್ಟು ಹರಟೆಯೊಡೆದಳು. ಅಲ್ಲಿ ಶಾಲೆಯ ವಿಷಯ ಸಹಪಾಠಿಗಳ ವಿಚಾರದ ಜೊತೆ ತನ್ನ ಮಿಸ್‌ಗಳ ಬಗ್ಗೆ ಕೂಡ ಹೇಳಿಕೊಂಡಳು.

"ಇನ್ನೊಂದು ವಿಷ್ಯ ನಿಂಗೆ ಗೊತ್ತ? ನಮ್ಮ ಸ್ಕೂಲಿನಲ್ಲಿ ಒಬ್ಬರೇ ಮಾಸ್ಟರ್, ಮೂರು ಮಕ್ಳು ಮನೆ ಕೆಲ್ಸವೆಲ್ಲ ಅವ್ರೆ ಮಾಡ್ಕೊಂಡ್ ಬರ್ತಾರೆ. ಬರೀ ಸಿಡಕು. ಅವ್ರ ಮಿಸಸ್ ಕಾಲ್‌ಸೆಂಟರ್‌ನಲ್ಲಿ ಕೆಲ್ಸ ಮಾಡ್ತಾರಂತೆ. ಇಲ್ಲಿಂದ ದೂರಾಂತ ಅವ್ರು ಅಲ್ಲೇ ವುಮೆನ್ಸ್ ಹಾಸ್ಟಲ್‌ನಲ್ಲಿ ಇದ್ದಾರಂತೆ. ವೀಕ್ಲಿ ವನ್ಸ್ ಬರ್ತ್ತಾರಂತೆ. ಎಲ್ಲಾ ವೀಕ್ ಎಂಡ್ ದಾಂಪತ್ಯ ಅಂತ ಹಾಸ್ಯ ಮಾಡ್ತಾರೆ" ಅಂದಳು. ಅಷ್ಟು ದೊಡ್ಡ ವಿಷಯ ತನಗೇ ತಿಳಿದಿದೆಯೆನ್ನುವಂತೆ ಕಣ್ಣು ದೊಡ್ಡದು ಮಾಡಿಕೊಂಡು ಕೈ ಬಾಯಿ ತಿರುಗಿಸುತ್ತ ಹೇಳಿದ ರೀತಿಗೆ ವೈಜಯಂತಿಗೆ ನಗು ಬಂತು. ಜೊತೆಗೆ ಇತ್ತೀಚಿನ ಒಂದು ಬದುಕಿನ

ಚಿತ್ರ ಅವಳ ಮುಂದೆ ತೆರೆದಿಟ್ಟಂತಾಯಿತು. "ತುಂಬ ತಿಳ್ಕೊಂಡಿದ್ದೀ, ನನ್ನೊಜೆ ಬರ್ತೀಯಾ?" ಕೇಳಿದಳು ವೈಜಯಂತಿ.

ಅಂಥ ಸಂತೋಷವೇನು ಅಲಾಪನಾ ಮುಖದಲ್ಲಿ ಮೂಡಲಿಲ್ಲ.

"ಸಾರಿ ಅಮ್ಮ, ಅಲ್ಲಿಗೆ ಸ್ಕೂಲು ದೂರ ಬಂದು ಹೋಗೋದು ಕಷ್ಟ ತುಂಬಾ ಓದೋದು ಇರುತ್ತೆ ಹೋಂ ವರ್ಕ್ ಮಾಡ್ಕೊಬೇಕು. ಜೊತೆಗೆ ಪಪ್ಪನ ಹತ್ರ ತುಂಬ ಮಾತಾಡೋದು ಇರುತ್ತೆ. ಮತ್ತೆ... ಮತ್ತೆ... ಅಜ್ಜಿ, ತಾತನಿಗೆ ಫೋನ್‌ನಲ್ಲಿ ಆನ್ಸರ್ ಮಾಡಬೇಕಾಗುತ್ತೆ, ಇನ್ನ ಅತ್ತೆ... ನಂತೆ ತುಂಬ... ತುಂಬ ಹೇಳ್ತಾರೆ, ಈಗ ನಾನು ರಾಮಾಯಣ, ಮಹಾಭಾರತದ ಕತೆಗಳನ್ನು ತಿಳಿದಿದ್ದೀನಿ, ಅಲ್ಲಿಗೆ... ಹೇಗೆ ಬರೋಕ್ಕಾಗುತ್ತೆ?" ಅಮ್ಮನನ್ನ ಪ್ರಶ್ನಿಸಿದ್ದಳು ಇವಳ ಪ್ರೀತಿ, ಆಸರೆಗಾಗಿ ಹಂಬಲಿಸುತ್ತ ಗೋಳಾಡುತ್ತಿದ್ದ ಮಗಳು ಇವಳೇನಾ ಅನ್ನಿಸಿತು.

ವೈಜಯಂತಿ ಮೇಲೆದ್ದಳು, ಬಂದು ಸಾಕಷ್ಟು ಸಮಯವಾಗಿತ್ತು. ತನ್ನ ಆವೇಗದ ನಿರ್ಧಾರವನ್ನು ಬದಲಾಯಿಸಿಕೊಂಡಿದ್ದಳು.

ಅವಳು ಹೊರಟಾಗ ಕಾರಿನವರೆಗೂ ಬಂದು ಸರಿತ, ಅಲಾಪನಾ ಬಿಳ್ಕೊಟ್ಟರು. ನಂತರ ಸರಿತಗೆ ಹರ್ಷನ ಫೋನ್ "ಒಮ್ಮೆ ಮಾಡಿದ ತಪ್ಪನ್ನ ಮತ್ತೊಮ್ಮೆ ವೈಜಯಂತಿಯವರು ಮಾಡೋಲ್ಲ. ಅಲಾಪನಾ ಇಲ್ಲೇ ಇದ್ದಾಳೆ. ನಿಮ್ಮ ದಾಂಪತ್ಯದಲ್ಲಿ ಅವಳು ಸುಳಿಯದ ಹಾಗೇ ನನ್ನ ಅಣ್ಣ ನೋಡ್ಕೋತಾನೆ" ಹೇಳಿದಳು. ಹತ್ತು ಕ್ಷಣಗಳ ನಂತರ "ಥ್ಯಾಂಕ್ಯೂ... ಥ್ಯಾಂಕ್ಯೂ ವೆರಿಮಚ್, ಅಲಾಪನಾ ಮುಖಾಂತರ ಹೇಮಂತ್ ನಮ್ಮ ನಡುವೆ ಸುಳಿದಾಡೋದ ನಂಗಿಷ್ಟವಾಗೋಲ್ಲ. ನೀನು ಅರ್ಥ ಮಾಡಿಕೊಳ್ಳಬಲ್ಲೆ, ಥ್ಯಾಂಕ್ಸ್ ದ ಲಾಟ್..." ಫೋನ್ ಕಟ್ ಮಾಡಿದ.

ಮರುದಿನ ಬಂದ ಹೇಮಂತ್ ಸುಸ್ತಾದವನಂತೆ ನಟಿಸಿ "ಮೈ ಗಾಡ್ ಇದು ತುಂಬ ಕಷ್ಟ ಕಣೇ, ಅಜ್ಜಿ ಕತೆಯಾಯಿತು. ಏಳು ಸಮುದ್ರದ ಆಚೆ ಇರುವ ರಾಜಕುಮಾರನನ್ನು ಬಯಸಿದಂತಾಗಿದೆ" ತಮಾಷೆ ಮಾಡಿದ ಅವಳ ಮುಖ ಒಂದು ತರಹ ಆಯಿತು.

"ನಂಗೂ ಇದು ವಿಚಿತ್ರವೆನಿಸಿದೆ. ನಾನೇನು ಮಾಡ್ಲಿ? ಎಂದಾದ್ರೂ ಆ ವ್ಯಕ್ತಿ ಸಿಗುತ್ತಾನೆನ್ನುವ ವಿಶ್ವಾಸ ನಂಬಿಕೆ. ಇದು ಹೇಗೆ ನಿಜವಾಗುತ್ತೆ ಅನ್ನುವ ಗೊಂದಲ ಕೂಡ ಆದರೆ ಅದಕ್ಕೆ ಮೀರಿದ ನಂಬಿಕೆ ನಂಗೆ ಏನು ಅರ್ಥವಾಗ್ತ ಇಲ್ಲ. ದಯವಿಟ್ಟು ಈ ವಿಷ್ಯನ ಕೈ ಬಿಡು" ಅಂದವಳ ಕಣ್ಣಂಚು ತೇವಗೊಂಡಿತು. ಈ ಪ್ರೇಮ ಫಲಿಸಲು ಸಾಧ್ಯವೇ? ಬುದ್ಧಿ 'ಇಲ್ಲ' ಅಂದರು ಮನಸ್ಸು 'ಸಾಧ್ಯ' ಎಂದು ಸಮರ್ಥಿಸಿಕೊಳ್ಳುತ್ತಿತ್ತು.

ಏಯ್... ಎಂದು ಅವಳ ಮುಖವನ್ನು ತನ್ನೆಡೆಗೆ ತಿರುಗಿಸಿಕೊಂಡು. "ಈ ಅಡ್ವೆಂಚರ್ ಇಷ್ಟವಾಗಿದೆ, ಕಣೇ, ತೀರಾ ನಾರ್ಮಲ್ ಪ್ರೇಮ ಕತೆಗಳಿಗಿಂತ ವಿಭಿನ್ನ

ಪ್ರೇಮ ಅನ್ನೋದು ಈಗ ಸವಕಲ್ ನಾಣ್ಯವಾಗಿದೆ. ಆದರೆ ಇಂಥದೊಂದು ಪ್ರೇಮ ಎಷ್ಟೊಂದು ಪವರ್‌ಫುಲ್ ಎಂದು ಗೊತ್ತಾಗ್ತ ಇದೆ. ಕೆಲವು ಸುಳಿವುಗಳು ಸಿಕ್ಕಿದೆ. ಸೋಮಶೇಖರಪ್ಪನ ಕೊನೆಯ ಮಗ ಸಾಕಷ್ಟು ಹೆಲ್ಪ್ ಮಾಡ್ದ" ಎಂದ.

ರಾತ್ರಿಯ ಊಟದ ನಂತರ ಅಲಾಪನಾ ನಿದ್ದೆ ಹೋದ ಮೇಲೆ ತಂಗಿಯನ್ನು ವರಾಂಡಗೆ ಕರೆ ತಂದು, ಎರಡು ಮಸುಕಿಡಿದ ಕವರ್‌ಗಳನ್ನು ಅವಳ ಮುಂದಿಟ್ಟ.

"ಈ ಎರಡು ಪತ್ರಗಳನ್ನು ಆ ಮೂವರಲ್ಲಿ ಒಬ್ಬನು ಬರೆದಿದ್ದಾನೆ. ಆದರೆ ಒಂದು ಪತ್ರದ ಕೈ ಬರಹಕ್ಕೂ, ಮತ್ತೊಂದು ಪತ್ರದ ಕೈ ಬರಹಕ್ಕೂ ವ್ಯತ್ಯಾಸವಿದೆ" ಎಂದು ಎರಡು ಕವರ್‌ಗಳನ್ನು ಬಿಡಿಸಿ ಪತ್ರಗಳನ್ನು ಹೊರ ತೆಗೆದ. ಒಂದು ಪತ್ರದಲ್ಲಿ ಎರಡು ಕಡೆ ಇಂಗ್ಲಿಷ್ ಪದಗಳು ಬಳಕೆಯಾಗಿತ್ತು. 'Help' ಮತ್ತು 'Human Insist' ಎಂದು ಇನ್ನೊಂದು ಪತ್ರ ಅಚ್ಚ ಕನ್ನಡದಲ್ಲಿ ಇದ್ದರೂ ಅಕ್ಷರದಲ್ಲಿ ಓರೆಕೋರೆಗಳು ಜಾಸ್ತಿಯಾಗಿತ್ತು. ಈ ಎರಡು ಪತ್ರಗಳ ಅಕ್ಷರಗಳು ಬೇರೆ ಬೇರೆಯವರದು.

"ಈ ಪತ್ರದಲ್ಲಿ ಶಶಾಂಕ್ ಶ್ರೀವಾಸ್ತವ್ ಅಂತ ಇದೆ. ಇನ್ನೊಂದು ಪತ್ರದಲ್ಲಿ ಇರೋದು ಛೋಟ ಸಿಗ್ನೇಚರ್. ಏನು ಅರ್ಥವಾಗದು. ಇಷ್ಟೇ ಕ್ಲೂ ಸಿಕ್ಕಿದ್ದು. ಒಂದು ಪತ್ರ ಬೆಂಗ್ಳೂರಿನಿಂದ ಬಂದಿದೆ. ಇನ್ನೊಂದು ಪತ್ರ ಏನು ಕಾಣದಿದ್ದರೂ ಮುಂಬಯಿ ಅಂತ ಪತ್ರದ ಒಕ್ಕಣೆಯ ಮೇಲ್ಭಾಗದಲ್ಲಿದೆ. ಇಷ್ಟರಿಂದ ಏನು ಮಾಡೋಕೆ ಸಾಧ್ಯ?" ತನ್ನ ಜಿಜ್ಞಾಸೆಯನ್ನು ತಂಗಿಯ ಮುಂದಿಟ್ಟ. "ನೀನು ಧ್ಯಾನ ಮಾಡೋ ವೇಣು ಮಾಧವ ಎಲ್ಲಿದ್ದಾನೆ, ಭಾರತ 108 ಕೋಟಿ ಜನರ ಮಧ್ಯೆ ಇಲ್ಲ, ಈಸೀಯಾಗಿ ವಿದೇಶ ಸೇರಿದ್ದಾನಾ? ಎಲ್ಲೀಂತ ಹುಡುಕಲೀ ನಿನ್ನ ರಾಜಕುಮಾರನನ್ನು ತಂಗೀ? ಅಭಿನಯ ಪೂರ್ವಕವಾಗಿ ಕೇಳಿದಾಗ ಸಪ್ಪಗಾದಳು. ಜಿಜ್ಞಾಸೆಯಲ್ಲಿ ತೊಡಗಿದಳು.

"ಸಾರಿ ಅಮ್ಮ, ಸರಿತ, ನಾನು ತಮಾಷೆಗೆ ಅಂದಿದ್ದು, ನಿಂಗೆ ಅಮ್ಮ ಗಡುವು ಕೊಟ್ಟಿದ್ದಾಳೆ. ಅದಕ್ಕೆ ನಿನ್ನ ಒಪ್ಗೇ ಕೂಡ ಇದೆ. ಈಗ್ಲೂ ಎಚ್ಚರಿಸಿ ಕಳ್ಸಿದ್ದಾಳೆ. ಅಷ್ಟರಲ್ಲಿ ಅವನನ್ನು ಹುಡುಕಲು ಸಾಧ್ಯವೇ? ಮತ್ತೇನಾದ್ರೂ ದಾರಿ ಇದೇಯಂತ ಯೋಚಿಸ್ತಾ ಇದ್ದೀನಿ, ಬಹುಶಃ ಸಿಗಬಹುದೆನ್ನುವ ನಂಬ್ಕೇ ನಿಂಗೆ ಇದ್ಯಾ?" ಸಾಂತ್ವನದ ಜೊತೆ ಇಂಥದೊಂದು ಪ್ರಶ್ನೆಯನ್ನು ಅವಳ ಮುಂದಿಟ್ಟ.

ನಿಮಿಷಗಳ ಮೌನದ ನಂತರ "ಗೊತ್ತಿಲ್ಲಾಂತ ಹೇಳೋಕೆ ನನ್ನ ಮನಸ್ಸು ಒಪ್ತಾ ಇಲ್ಲ. ಆದರೆ ಆ ಮುಖ ಕಣ್ಣುಗಳು ಭರವಸೆಯ ಸಿಂಚನವನ್ನು ನೀಡುತ್ತಿದೆ ಎಷ್ಟೇ ಪ್ರಯತ್ನ ಪಟ್ಟರೂ ಮರೆಯೋಕೆ ಸಾಧ್ಯವಾಗ್ತ ಇಲ್ಲ. ತೀರಾ ಪ್ರೇಮ, ಪ್ರೀತಿಯ ಬಗ್ಗೆ ತಲೆ ಕೆಡ್ಸಿಕೊಳ್ಳದ ನಾನು, ಅಲ್ಲಿ ಯಾಕೆ ಸಿಕ್ಕಿ ಹಾಕ್ಕೊಂಡೇ? ಅದೇನು ಅಷ್ಟೊಂದು ಪವರ್‌ಫುಲ್ಲಾ? ಬೇರೆಯವರಿಗೆ ಹೇಳಿದರೆ ನಕ್ಕು ಗೇಲಿ ಮಾಡಬಹುದಾ, ಕನಿಷ್ಠ ಅಲ್ಪ ಸ್ವಲ್ಪ ಮರೆಯಾಗದ ಅವನ ಚಿತ್ರವನ್ನು ಮನಸ್ಸಿನಲ್ಲಿ ಬಚ್ಚಿಟ್ಟುಕೊಂಡು ಬೇರೆಯವರೊಂದಿಗೆ ಜೀವನ ತುಂಬ ಕಷ್ಟವಾಗುತ್ತೆ, ಕಣೋ, ಮಾನಸಿಕವಾಗಿ

ಸಿದ್ದವಾಗಲು ಸಾಕಷ್ಟು ಸಮಯಬೇಕು" ತೋಡಿಕೊಂಡು ಕಣ್ಣೀರು ಮಿಡಿದಾಗ ಎದೆಗೆ ಒರಗಿಸಿಕೊಂಡು ಕಣ್ಣೀರು ತೊಡೆದು ಸಂತೈಯಿಸಿದ.

ಅಂದಿನ ರಾತ್ರಿ ಅಣ್ಣ, ತಂಗಿ, ಹೆತ್ತವರ ಎಲ್ಲ ಸಂಬಂಧಗಳಿಗಿಂತ ಹಎಣ್ಣು, ಗಂಡಿನ, ಮಧ್ಯದ ಆಕರ್ಷಣೆ ಹೇಗೆ ಹೆಚ್ಚಾಗುತ್ತೆ? ಅದಕ್ಕೆ 'ಪ್ರೇಮ, ಪ್ರೀತಿ' ಎನ್ನುವ ಮುದ್ದಾದ ಹೆಸರು ಆ ಅಮಲಿನಲ್ಲಿ ಎಷ್ಟು ಸುಖಾಂತವೋ ಅದಕ್ಕೆ ಮೀರಿದ ದುರಂತಗಳನ್ನು ಇತಿಹಾಸದ ಉದ್ದಕ್ಕೂ ನೋಡಿಕೊಂಡು ಬಂದಿದ್ದೇವೆ ಆ ಬಗ್ಗೆ ಇಡೀ ರಾತ್ರಿ ಜಿಜ್ಞಾಸೆ.

ನಿದ್ದೆ ಬರದೆ ಎದ್ದು ಕುಳಿತ.

* * *

ಅಂದು ಮೇ ತಿಂಗಳ 9ನೇ ತಾರೀಖು, ಮದರ್ ಡೇ ಅಲಾಪನಾ ಫ್ರೆಂಡ್ಸ್ ವಲಯದಲ್ಲಿ ಈ ಸುದ್ದಿ ಹಬ್ಬಿದ್ದರಿಂದ ಅವಳು ವಾರಕ್ಕೆ ಮುನ್ನವೆ ವ್ರತಾ ಷುರು ಮಾಡಿದ್ದಳು.

"ಅಮ್ಮನಿಗೆ ಮದರ್ ಡೇಗೆ ಒಂದು ಒಳ್ಳೆ ಗಿಫ್ಟ್ ಕೊಡಬೇಕು. ಏನು ಕೊಟ್ಟರೇ ಚೆನ್ನ? ಆ ಇಡೀ ದಿನ ನಾನು ಅಲ್ಲೇ ಇರಲಾ? ಇಲ್ಲಿಗೆ ಇನ್ವಿಟ್ ಮಾಡಿದರೇ ಹೇಗೆ?" ಷುರು ಹಚ್ಚಿದಳು.

ಸಾಕ್ಸ್ ಏರಿಸುತ್ತಿದ್ದ ಹೇಮಂತ್ "ಗಿಫ್ಟ್ ಸೆಲೆಕ್ಷನ್‌ನಿಂದೇ, ಕೊಡ್ಲೋ ಜವಾಬ್ದಾರಿ ನಂದು. ಈ ಬಗ್ಗೆ ನಿನ್ನ ಅತ್ತೆಯ ಹೆಲ್ಪ್ ತಗೋ" ಹೇಳಿ ಕೈ ತೊಳೆದುಕೊಂಡ. ಅವನಾಗಿ ವೈಜಯಂತಿಗೆ ಫೋನ್ ಮಾಡುತ್ತಿರಲಿಲ್ಲ. ಹಿಂದೆ ಮಗಳ ಬಗ್ಗೆ ವಿಚಾರಿಸಲು ಏನಾದರೂ ಹೇಳಲು ಫೋನ್ ಮಾಡುತ್ತಿದ್ದಳು. ಈಚೆಗೆ ಪೂರ್ತಿ ಬಂದ್! ಏನೇ ವಿಷಯವಿದ್ದರೂ ಸರಿತಳೊಂದಿಗೆ ಅವಳ ಮಾತುಕತೆ ಅಷ್ಟೆ. ಕೆಲವೊಮ್ಮೆ ಫೋನ್ ಮಾಡಿ ಅವಳ ದನಿ ಕೇಳಬೇಕೆನಿಸಿದ್ದುಂಟು 'ಮಾಜಿ ಪ್ರೇಮಿ, ಮಾಜಿ ಗಂಡ' ಈ ಪಟ್ಟ ಹೊರಲಾರದೆ ಹೊರೆಯ್ಕೆನಿಸುತ್ತಿತ್ತು. ಕೆಲವೊಮ್ಮೆ ಎದುರುಬದುರಾಗುವುದೇ ಬೇಡವೆನಿಸುತ್ತಿತ್ತು ಅವನಿಗೆ.

ಅವನ ಹಿಂದೆಯೆ ಕಾರಿನವರೆಗೂ ಬಂದ ಅಲಾಪನಾ ಕೈಹಿಡಿದುಕೊಂಡು "ಪಪ್ಪ, ಒಂದೇ... ಒಂದು ದಿನ ಅಮ್ಮನ್ನ ನಮ್ಮಲ್ಲಿ ಇರಿಸಿಕೊಂಡರೇ, ಹೇಗೆ? ಇಲ್ಲೇ ಮದರ್ ಡೇ ಆಚರಿಸಬಹುದು. ನನ್ನ ಇಲ್ಲಿನ ಫ್ರೆಂಡ್ಸ್ ಯಾರು ಅಮ್ಮನ್ನ ನೋಡೇ ಇಲ್ಲ" ಇಂಥ ಒಂದು ಬೇಡಿಕೆಯನ್ನು ಅವನ ಮುಂದಿಟ್ಟಳು.

ಹೇಮಂತ್ ಬಡಬಡಾಯುಸಿದ ಮುಖ ಬೆವರನ್ನು ಕರ್ಚಿಫ್‌ನಿಂದ ತೊಡೆದುಕೊಂಡು "ಅದಕ್ಕೆ ನಿನ್ನಮ್ಮ ಒಪ್ಕೋಬೇಕಲ್ಲ? ಅಲ್ಲಿ ನಿನ್ನ ಹಾಗೇ ಅಜಯ್, ಅದಿತಿ ಕೂಡ ಇದ್ದಾರಲ್ಲ. ಅದೇನೋ ಡಿಸ್ಕಸ್ ಮಾಡಿ ನೀನೇ ತೀರ್ಮಾನ ಮಾಡ್ಕೋ"

ಕೆನ್ನೆ ತಟ್ಟಿ ಕಾರು ಹತ್ತಿದ, ಆ ಮುನ್ನ ಒಮ್ಮೆ ಸರಿತಳತ್ತ ನೋಡಿದ, ಈ ಸಮಸ್ಯೆಯಿಂದ ನೀನೇ ಪಾರು ಮಾಡು ಎನ್ನುವಂತಿತ್ತು ಅವನ ಮುಖದ ಭಾವ.

ವೆಕೇಷನ್ ಸಮಯ, 'ಮೊಗ್ಗಿನ ಮನೆ'ಗೆ ಹೋಗಿ ಬಂದು ಎಂಟು ದಿನ ಉಳಿದು ಬಂದಿದ್ದರು. ಅವಳಮ್ಮ ಪ್ರತಿಯೊಂದು ವಿಷಯಕ್ಕೂ ಇವಳ ಮದುವೆ ಗಂಟು ಹಾಕಿ ಹಂಗಿಸಿ ಸಾಕಾಗಿದ್ದರು, ಸದ್ಯ ಯಾವುದೋ ಒಂದು ಗಂಡಿನ ಜೊತೆ ವಿವಾಹವಾಗಿ ಇವರ ಚಿಂತೆ ತಪ್ಪಿಸಿದರೇ ಸಾಕೆಂಬ ನಿಲುವಿಗೆ ಬಂದಿದ್ದುಂಟು, ಆದರೆ ಹೃದಯದಲ್ಲಿ ನೆಲೆಯೂರಿದ ವೇಣು ಮಾಧವ ಸದ್ದಾಗದಂತೆ ಮುಗಳ್ನಗೆ ಬೀರಿ ವಿಚಲಿತಗೊಳಿಸುತ್ತಿದ್ದ.

ಕಡೆಗೆ ಹೇಮಂತ್ ಎಲ್ಲವನ್ನು ತನ್ನ ಮೇಲೆ ಹಾಕಿಕೊಂಡು ಕರೆ ತಂದಿದ್ದ. ಈಗ ಅವನ ಜವಾಗ್ದಾರಿ ಕೂಡ ಜಾಸ್ತಿಯಾಗಿತ್ತು. ನಾನಾ ಮೂಲಗಳಿಂದ ಪ್ರಯತ್ನಿಸುತ್ತಿದ್ದ ಮಾತ್ರವಲ್ಲ ಕೆಲವು ಪತ್ತೆದಾರಿ ಸಂಸ್ಥೆಗಳಿಗೂ ಹೋಗಿ ಬಂದಿದ್ದ.

ಸರಿತ ಸುಮ್ಮನೆ ಒಂದು ಕಡೆ ಕೂತಾಗ, ಅಲಾಪನಾ "ಅಮ್ಮನಿಗೆ ಏನು ಗಿಫ್ಟ್ ಕೊಡೋಣ? ಪಪ್ಪ, ಸೆಲೆಕ್ಷನ್ ನಂಗೆ ಬಿಟ್ಟಿದ್ದಾರೆ" ಎನ್ನುತ್ತ ಅವಳ ಮುಂದೆ ಕೂತಾಗ ಕೂದಲು ಸರಿಪಡಿಸಿ ಮುಗುಳ್ನಗೆ ಬೀರಿದಳು. "ಖಂಡಿತ ಗಿಫ್ಟ್ ಸೆಲೆಕ್ಟ್ ಮಾಡೋಣ. ನೀನೇ ಅಲ್ಹೋಗಿ ಒಂದು ದಿನ ಅಲ್ಲಿ ಉಳೀ ನಿನ್ನಮ್ಮನಿಗೂ ಖುಷಿಯಾಗುತ್ತೆ. ಅಲ್ಲಿ ಅಜಯ್, ಅದಿತಿ ಇರ್ತಾರೆ" ಪೂಸಿಯಡ್ಡ ಕೂಡಲೆ ಅಲಾಪನಾ ಕುಣಿದಾಡಿದಳು, ಆ ವೇಳೆಗೆ ವೈಜಯಂತಿಯಿಂದ ಫೋನ್ ಬಂತು.

"ಸರಿತ, ಕಾರು ಕಳಿಸ್ತಾ ಇದ್ದೀನಿ ಅಲಾಪನಾನ ಕಳ್ಸು ಹೇಗೂ ವೆಕೆಷನ್ ಸ್ಕೂಲು ಬಾಗ್ಲು ತೆಗೆಯೋವರೆಗಾದ್ರೂ ಇಲ್ಲಿ ಇರಲೀ" ಇಂಥದೊಂದು ಬೇಡಿಕೆಗೆ ಇಲ್ಲವೆನ್ನಲು ಸಾಧ್ಯವಿರಲಿಲ್ಲ "ಒಕೇ ಈಗ್ಲೇ ಅಣ್ಣನಿಗೆ ಫೋನ್ ಮಾಡಿ ವಿಷ್ಯ ತಿಳಿಸ್ತೀನಿ ಅಲಾಪನಾ ಜೊತೆ ಮಾತಾಡಿ" ರಿಸೀವರ್ ಅವಳ ಕೈಗೆ ಕೊಟ್ಟು ಹೊರನಡೆದಳು.

ತಾಯಿ, ಮಗಳು ಸುಮಾರು ಸಮಯ ಮಾತಾಡಿದರು, ಒಂದು ತೀರ್ಮಾನಕ್ಕೆ ಬರಲಿಲ್ಲ "ಆಮೇಲೆ ಫೋನ್ ಮಾಡ್ತೀನಿ" ಅಲಾಪನಾ ಫೋನ್ ಕಟ್ಟ ಮಾಡಿದಳು. ಅಮ್ಮ ಇಷ್ಟ ಜೊತೆಗೆ ಅಜಯ್, ಅದಿತಿ ಕೂಡ ಇಷ್ಟ. ಯಾಕೋ ಆ ಮನೆ ಮಾತ್ರ ಇಷ್ಟವೆನಿಸುತ್ತಿರಲಿಲ್ಲ.

ಎಲ್ಲಾ ಪ್ರವರವನ್ನ ಸರಿತ ಮುಂದಿಟ್ಟು "ಈಗೇನು ಮಾಡೋದು? ಅಲ್ಲೇ... ಬಾ ಷಾಪಿಂಗ್ ಕರ್ಕಂಡ್ ಹೋಗ್ತೀನಿ ನಿಂಗೆ ಬೇಕಾದ ಗಿಫ್ಟ್ ತಗೋಬಹುದೆಂದರು" ಮೂತಿ ಉದ್ದ ಮಾಡಿ ಅವಳ ತೊಡೆಯ ಮೇಲೆ ತಲೆ ಇಟ್ಟು "ಅತ್ತೆ ನಂಗೆ ಅಮ್ಮ ಇಷ್ಟ, ಆದರೆ ಆ ಮನೆ ಇಷ್ಟವಿಲ್ಲ, ಇನ್ನ ಯಾವಾಗ್ಲೂ ಅಮ್ಮ ನಮ್ಜೊತೆ ಇರೋದೆ ಇಲ್ವಾ? ಯಾಕೆ ಡೈವೋರ್ಸ್ ತಗೊಂಡ್ರು?" ಅಳೋಕೆ ಷುರು ಮಾಡಿದಳು. ಜಗತ್ತಿನ ಎಲ್ಲಾ ಡೈವೋರ್ಸಿಗಳ ಮಕ್ಕಳು ಎದುರು ನಿಂತು ಪ್ರಶ್ನಿಸಿದಂತಾಯಿತು. ಹೇಗೆ

ಉತ್ತರಿಸಿಯಾಳು? ಕಣ್ಣೀರು ತೊಡೆದು, "ನೀನೇ ಹೋಗಿ ಕೆಲವು ದಿನ ಅಲ್ಲೇ ಇರಬಹುದಲ್ಲ. ನಿನ್ನಮ್ಮ ಅಜ್ಜಿ, ತಾತ ಎಲ್ಲರಿಗೂ ಸಂತೋಷವಾಗುತ್ತೆ". ಮನವೊಲಿಸುವ ಪ್ರಯತ್ನ ಅವಳದು.

"ಓ, ಓಕೆ..." ಕುಣಿದಾಡಿದವಳು ಹತ್ತು ನಿಮಿಷದನಂತರ "ಆಗೋಲ್ಲ ನಂಗೆ ಭಯ ಆಗುತ್ತೆ" ಇಂಥದೊಂದು ಮಾತಾಡಿದವಳ ಕಣ್ಣುಗಳಲ್ಲಿನ ಭೀತಿ ಸರಿತನ ಕಂಗೆಡಿಸಿತು.

"ಯಾಕಮ್ಮ ಕುಂಜು ಮರೀ? ಅಲ್ಲಿರೋದು ನಿನ್ನಮ್ಮ ತಾನೇ? ರೆಸಿಡೆನ್ಷಿಯಲ್ ಸ್ಕೂಲಿಗೆ ಹೋಗೋ ಮೊದ್ಲು ಅಲ್ಲೇ ತಾನೇ ಇದ್ದಿದ್ದು?" ಅಂದ ಕೂಡಲೇ ಅವಳ ತೆಕ್ಕೆಗೆ ಬಿದ್ದ ಅಲಾಪನಾ ಜೋರಾಗಿ ಅಳೋಕೆ ಷುರು ಹಚ್ಚಿದಾಗ ಹೇಗೆ ಸಂತೈಯಿಸಬೇಕೋ, ಅವಳಿಗೆ ತಿಳಿಯಲಿಲ್ಲ, ಹಾಗೆ ಇವಳನ್ನು ಕಳಿಸುವುದು? "ಬೇಡ ಬಿಡು..." ಸಂತೈಯಿಸಿ ಹೇಮಂತ್‌ಗೆ ಫೋನ್ ಮಾಡಿ ವಿಷಯ ತಿಳಿಸಿದಳು.

"ಯಾಕಂತೇ, ಅಲಾಪನಾ? ಸುಮ್ನೇ ಬೇರೆಯವರಿಗೂ ಹಿಂಸೆ ಅವ್ಳಿಗೂ ತೊಂದರೆ. ಸ್ವಲ್ಪ ಕನ್ವಿನ್ಸ್ ಮಾಡು ಇಲ್ಲ. ಅವಳ ಮಗಳ ಕೈಯಲ್ಲಿ ಫೋನ್ ಮಾಡ್ಸು" ಕನಲಿಯೆ ಫೋನ್ ಕಟ್ ಮಾಡಿದ ಹೇಮಂತ್.

"ಈಗೇನು ಮಾಡ್ತಿ?" ಅಲಾಪನಾನ ಕೇಳಿದಳು.

"ಈಗ ಹೋಗೋಲ್ಲ ನಾನು ಮದರ್ ಡೇ ದಿನ ಗಿಫ್ಟ್ ತಗೊಂಡು ಹೋಗ್ತೀನಿ" ಇಂಥದೊಂದು ಅಹವಾಲು ಹೊರಡಿಸಿದಾಗ "ಅದ್ನ ನಿನ್ನಮ್ಮನಿಗೆ ಹೇಳು" ಮೊಬೈಲ್ ಬಟನ್‌ಗಳನ್ನೊತ್ತಿ ಫೋನ್ ಅವಳ ಕೈಗೆ ಕೊಟ್ಟು ತಾನು ನಡುವೆ ಯಾಕೆಂದು ಹೊರಗೆ ಹೋದಳು.

"ಹಲೋ... ಮಮ್ಮಿ..."

"ಹಲೋ, ಯಾರು ಅಲಾಪನಾನ?" ಹರ್ಷನ ದನಿ

"ಹೌದು, ಹೇಗಿದ್ದೀ ಅಂಕಲ್? ವೆಹಿಕಲ್ ಕಳಿಸೋದು ಮಮ್ಮಿಗೆ ಬೇಡಾಂತ ಹೇಳು ನಾನು ಮದರ್ಸ್ ಡೇ ದಿನ ವಿಶ್ ಮಾಡೋಕೆ ಬರ್ತೀನಿ, ಒಂದಿಷ್ಟು... ಸಾರಿ... ಹೇಳ್ಬಿಡಿ" ಫೋನ್ ಕಟ್ ಮಾಡಿ ಬಂದು ಫ್ರೆಂಡ್ಸ್‌ರೊಂದಿಗೆ ಕೂಡಿಕೊಂಡಳು. ಅಲ್ಲಿನ ಹಾಗೇ ಇಂಥ ಹುಡುಗರೊಂದಿಗೆ, ಹುಡುಗಿಯರೊಂದಿಗೆ ಆಟ ಆಡಬೇಕು, ಮಾತಾಡಬೇಕು ಅನ್ನೋ ತಾಕೀತು ಇಲ್ಲಿ ಇರಲಿಲ್ಲ. ಎಲ್ಲರೊಂದಿಗೂ ಬೆರೆತು ಆಡಬಹುದಿತ್ತು. ಅದಕ್ಕೆ ಸ್ವತಂತ್ರದ ಹಕ್ಕಿ ಆಗಿದ್ದಳು ಹೆಚ್ಚು ಖುಷಿ ಕೊಡುತ್ತಿದ್ದ ವಿಷಯ.

ಸಂಜೆ ಬಂದ ಹೇಮಂತ್ ಜೊತೆ ಕ್ಷಿತಿಜ ಕೂಡ ಇದ್ದ "ಹೇಗಿದ್ದೀರಿ, ಮೇಡಮ್?" ನಗುತ್ತ ಕೇಳಿದ.

"ಚೆನ್ನಾಗಿದ್ದೀನಿ, ಸಂತೆಯಲ್ಲಿ ತರಕಾರಿ ಪರ್ಚೇಸ್ ಮಾಡೋಕೆ ಬಂದ್ರಾ?" ಈ ಪ್ರಶ್ನೆಗೆ ಜೋರಾಗಿ ನಕ್ಕ "ಹೌದು ಅಂದ್ಕೊಳ್ಳಿ, ನೀವು ತರಕಾರಿ ಆಯ್ಕೆಯಲ್ಲಿ ಎಕ್ಸ್‌ಪರ್ಟ್ ಈ ಹೆಲ್ಪ್ ಮಾಡೋದರಲ್ಲಿ ತೊಂದರೆ ಇಲ್ಲ ತಾನೇ?" ಸರಳವಾಗಿ ಕೇಳಿದ. ಕ್ಷಿತಿಜನೊಡನೆ ಹೇಮಂತ್ ಅವಳ ಮದುವೆ ಪ್ರಸ್ತಾಪ ಮಾಡದಿದ್ದರೇ ಇನ್ನಷ್ಟು ಸ್ನೇಹವಾಗಿ ವರ್ತಿಸುತ್ತಿದ್ದಳೇನೋ, ಈಗ ಒಂದು ರೀತಿಯ ಸಂಕೋಚ ಅವಳಲ್ಲಿ ಹಿಂಜರಿಕೆಯನ್ನು ತುಂಬಿತ್ತು.

"ಅಂತು, ಒಳ್ಳೆ ಸಂತೆ ಫ್ರೆಂಡ್, ಏಯ್ ಸರಿತ ಏನಾದ್ರೂ ಕೊಲಡ್ತಾ, ಈ ಬಕಾಸುರನನ್ನ ಕರ್ಕಂಡ್ ಬಂದಿದ್ದೀನಿ" ಎಂದು ನಗುತ್ತಲೇ ಹೇಮಂತ್ ಒಳಗೆ ಹಓದಾಗ ಕ್ಷಿತಿಜ ಅಲ್ಲೇ ನಿಂತು "ಈ ರೀತಿಯ ನಾಮಕರಣ ಸರಿಯಾ? ಒಂದು ದಿನ ಡಜನ್ ಪೂರಿ ತಿಂದಿದಕ್ಕೇ, ಇಂಥ ನಾಮಕರಣ, ಐ ಯಾಮ್... ಸಾರಿ... ಮುಂದೆ ನಿಮ್ಮಲ್ಲಿ ಏನು ತಿನ್ನೋಲ್ಲಾಂತ ಶಪಥ ಮಾಡಿ ಬಿಡ್ತೀನಿ" ಎನ್ನುತ್ತ ಹಿಂದಕ್ಕೆ ಹೊರಟವನನ್ನು "ಪ್ಲೀಸ್, ನಿಂತ್ಕೊಳ್ಳಿ, ಅವತ್ತು ಅಣ್ಣ ತಿಂದ ಪೂರಿಗಳ ಸಂಖ್ಯೆ ಎಷ್ಟು ಗೊತ್ತಾ? ಟೋಟಲೀ ಹದಿನಾಲ್ಕು, ಆ ಹೆಸರು ಅವನಿಗೆ ಅನ್ವಯಿಸುತ್ತೆ. ನೀವು ಶಪಥ ಮಾಡೋಕೆ ಮುನ್ನ ಅದ್ನ ಯೋಚ್ಸಿ ಪ್ಲೀಸ್... ಬನ್ನಿ" ಒಳಗೆ ನಡೆದಳು.

ಅವನು ಕೂಡ ಹಿಂದಕ್ಕೆ ಹೋಗಲು ಸಿದ್ಧನಿರಲಿಲ್ಲ.

ಇವಳು ಕಿಚನ್‌ಗೆ ಹೋಗುವ ವೇಳೆಗೆ ಹೇಮಂತ್ ಅಲ್ಲಿದ್ದವನು "ಎಲ್ಲಿ ಅಲಾಪನಾ?" ಕೇಳಿದ, ಒಂದಿಷ್ಟು ಕನಲಿದ ಅವಳಿಗೆ ಅರ್ಥವಾಯಿತು. "ಡೋಂಟ್ ವರೀ, ಫ್ರೆಂಡ್ಸ್ ಜೊತೆ ಪಾರ್ಕ್‌ಗೆ ಹೋಗಿದ್ದಾಳೆ, ಅವಳೆಲ್ಲು ಹೋಗಿಲ್ಲ. ಮದರ್ ಡೇ ಗಿಫ್ಟ್ ಇಲ್ಲಿಂದಲೇ ತಗೊಂಡ್ ಹೋಗ್ತಾಳಂತೆ. ಅವಳು ಸ್ವಾಭಿಮಾನಿ ಹೇಮಂತ್‌ನ ಮಗ್ಳು" ಹಾಸ್ಯ ಮಾಡಿದಳು. ಆ ಮಾತು ಅವನಿಗೆ ಸಂತೋಷ ತಂದಿತು.

ತಿಂಡಿ ಮುಗಿಸಿದ ನಂತರ ನರ್ಗಿಸ್ ಮಾಲ್‌ಗೆ ಹೋಗುವುದೆಂದು ನಿಶ್ಚಯಿಸಿದರು.

"ನಾನು ಅಮ್ಮನಿಗೊಂದು ಸೀರೆ ಪರ್ಚೇಸ್ ಮಾಡಬೇಕು, ಮದರ್ ಡೇ ಅಂಥದೆಲ್ಲ ಹೇಳಿದರೇ ಬೈಯ್ತಾಳೆ, ಎಂದಾದ್ರೂ ಕೊಟ್ಟರಾಯ್ತು ಈ ರೂಢಿಗಳೆಲ್ಲ ಹೊಸದೇ" ಎಂದ ಪರ್ಸ್‌ನಲ್ಲಿ ವೀಸಾ ಕಾರ್ಡ್ ಇದೆಯೋ, ಇಲ್ಲವೆಂತ ಚೆಕ್ ಮಾಡುತ್ತ, ಕ್ಷಿತಿಜನ ಮುಖ ಸಪ್ಪಗಾಯಿತು. ಅವನಿಗೆ ಅಮ್ಮನ ಮುಖವೆ ನೆನಪಿಲ್ಲ. "ಓ ಮೈಗಾಡ್ ನನ್ನ ಫ್ರೆಂಡ್ ಒಬ್ಬ ಬರೋನಿದ್ದಾನೆ, ಮರೆತಿದ್ದೆ" ಎಂದು ಹೊರಟೇ ಬಿಟ್ಟ, ಕಾರಣ ಸರಿತಗೆ ಮಾತ್ರ ಅರ್ಥವಾಯಿತು ಅದನ್ನು ಹೊರಗೆ ಆಡಲು ಇಚ್ಛಿಸಲಿಲ್ಲ.

ಇವರು ಮೂವರೇ ಹೊರಟಿದ್ದು.

ಅದೂ ಇದೂ ಹುಡುಕಾಡಿ ಕಡೆಗೊಂದು ರೇಶಿಮೆಯ ಸೀರೆ ಪರ್ಚೇಸ್ ಮಾಡಿ ಮಗಳಿಗೆ ಕೊಟ್ಟು "ಇದು ನಿನ್ನ ಮಮ್ಮಿಗೆ ನಿನ್ನ ಕಡೆಯಿಂದ ಮದರ್ ಡೇ ಗಿಫ್ಟ್" ಎಂದ ಅಂತು ಅವಳಿಗೆ ತಾನು ಗಿಫ್ಟ್ ಕೊಡುತ್ತಿದ್ದರ ಬಗ್ಗೆ ಸಂತೋಷವೇ.

ಅಲ್ಲಿ ಇಲ್ಲಿ ಸುತ್ತಾಡಿ ರಾತ್ರಿ ಡಿನ್ನರ್ ಮುಗಿಸಿಕೊಂಡೇ ಮನೆಗೆ ಬಂದಿದ್ದು. "ವೈಜಯಂತಿ ಪ್ರಗ್ನೆಂಟ್ ಆಗಿದ್ದಾಗ ಅಂಜೂರಿ ಬಣ್ಣದ ಒಂದು ಸಾಧಾರಣ ಸಿಲ್ಕ್‌ನ ಸೀರೆ ತಂದು ಕೊಟ್ಟಿದ್ದೆ. ಅವಳೆಷ್ಟು ಸಂಭ್ರಮದಿಂದ ಉಟ್ಟಿದ್ದಳು ಎಂಥ ಹುಡ್ಗೀ... ಆಮೇಲೆ ಹೇಗೆ ಬದಲಾದ್ಲು? ಏನೇನೋ ಆಗಿ ಹೋಯಿತು. ನಾನು ತೀರಾ ಹಟಕ್ಕೆ ಬಿದ್ದನೇನೋಂತ ಈಗ ಪಶ್ಚಾತಾಪವಾಗ್ತ ಇದೆ. ಹೆಚ್ಚು ಅನ್ಯಾಯವಾಗಿದ್ದು ಶಿಕ್ಷೆಯಾಗಿ ಪರಿಣಮಿಸಿದ್ದು ಅಲಾಪನಾಗೆ" ಎಂದಾಗ ಅವನ ದನಿಯಲ್ಲಿ ವ್ಯಥೆ ಇತ್ತು.

"ನೀನಿನ್ನು ವೈಜಯಂತಿಯವರನ್ನು ಮರೆತಿಲ್ಲ"

ತಂಗಿಯ ಮಾತಿಗೆ ನಸು ನಗೆ ಬೀರಿ "ಹೇಗೆ ಸಾಧ್ಯ? ಈ ಕ್ಷಣದವರೆಗೂ ನನಗೆ ವೈಜಯಂತಿಯೊಂದಿಗೆ ಕಳೆದ ದಿನಗಳನ್ನು ಮರೆಯಲಿಕ್ಕಿಲ್ಲ ಮುಂದೆ ಸಾಧ್ಯನಾ?"

"ಖಂಡಿತ ಸಾಧ್ಯ, ಅವರಿಗೆ ಸಾಧ್ಯವಾಗಿದ್ದು ನಿನಗೆ ಹೇಗೆ ಸಾಧ್ಯವಾಗೋಲ್ಲ? ಇನ್ನೊಬ್ಬರು ಬಂದು ಆ ಜಾಗ ತುಂಬಿದಾಗ ಹಿಂದಿನ ದಿನಗಳು ಅಲ್ಪಸ್ವಲ್ಪವಾದರೂ ಮರೆಯಾಗುತ್ತೆ" ಆಡಿದ್ದು ಅವನ ಸಮಾಧಾನಕ್ಕೆ, ತಟ್ಟನೆ ಅವಳ ಕೈ ಹಿಡಿದು "ಇದು ನಿನಗೂ ಅನ್ವಯಿಸುತ್ತೆ ತಾನೇ? ಅಂಥ ಪ್ರಯತ್ನ ನೀನ್ಯಾಕೆ ಮಾಡಬಾರದು?" ಪ್ರಶ್ನಿಸಿದ ಕೂಡಲೆ ಕಕ್ಕಾಬಿಕ್ಕಿಯಾದಳು ಬಾಯಿಂದ ಮಾತುಗಳೇ ಹೊರಡಲಿಲ್ಲ.

ಈ ದಿನ ಮದರ್ಸ್ ಡೇ, ಬೆಳಗಿನಿಂದಲೇ ಅಲಾಪನಾಗೆ ಸಂಭ್ರಮ ಒಂದು ಜಡೆ ಹಾಕಿಸಿಕೊಂಡು, ಜಡೆಯನ್ನು ಉದ್ದವಾಗಿ ಹೆಣೆಸಿ ಕುಚ್ಚು ಹಾಕಿಸಿಕೊಂಡು, ಮೊಗ್ಗಿನ ಮನೆಯಿಂದ ತಂದಿದ್ದ ಓಲೆ, ಜುಮುಕಿ ಹಾಕಿಕೊಂಡು, ಜೊತೆಗೆ ಅಜ್ಜಿ ಮಾಡಿಸಿಕೊಟ್ಟ ಸರ ಹಾಕಿಕೊಂಡು ಕನ್ನಡಿಯಲ್ಲಿ ನೋಡಿಕೊಂಡು ತಾನೇ ಅಮ್ಮನಾಗಿ ತಯಾರಾಗಿದ್ದಳು, ಅಮ್ಮನಿಗೆ ಶುಭಾಶಯ ಹೇಳಲು.

ಸ್ವಲ್ಪ ಬಿಗುವಾಗಿದ್ದ ವೈಜಯಂತಿ ಮಗಳಿಗೆ ಫೋನ್ ಮಾಡಿರಲಿಲ್ಲ ಆ ದಿನದಿಂದ ಒಂದೆರಡು ಸಲ ಅಲಾಪನಾ ಫೋನ್ ಮಾಡಿದಾಗಲು ರಿಸೀವ್ ಮಾಡಿಕೊಂಡಿರಲಿಲ್ಲ.

"ಮಮ್ಮಿಗೆ ಕೋಪ ಬಂದಿದೆ" ಅಂದಳು ಹೊರಡುವ ಮುನ್ನ "ಅದು ಕಾಮನ್ ತಾನೇ? ನೀನ್ಹೋಗಿ ಹಾಲಿಡೇಸ್ ಅವ್ರ ಜೊತೆ ಕಳೆದಿದ್ದರೇ ಸಂತೋಷ ಪಡೋರು. ಈಗ ಒಂದು ತರಹ ನಿರಾಶೆ ಈ ವೇಷದಲ್ಲಿ ನಿನ್ನ ಮುಖ ನೋಡಿದ ಕೂಡ್ಲೇ ತಣ್ಣಗಾಗಿ ಬಿಡ್ತಾರೆ. ಬಲವಂತ ಮಾಡಿದರೇ ನಿನ್ನಮ್ಮನ ಜೊತೆ ಒಂದೆರಡು ದಿನ ಇರು" ಇಷ್ಟು ಹೇಳಿದ ನಂತರವೇ ಹೊರಟಿದ್ದು.

'ಶಂಕರ ಪಾಟೀಲ' ಮುಂದೆ ತಾನೇ ತಂದು ಹೇಮಂತ್ ಡ್ರಾಪ್ ಮಾಡಿ ಹೋದ. ಗೇಟು ತೆರೆದುಕೊಂಡು ಒಳಗೆ ಹೋದಾಗ ಒಂದಿಷ್ಟು ಸಂಭ್ರಮದ ವಾತಾವರಣ ಕಂಡಿತು. ಅರೇ, ಮದರ್ಸ್ ಡೇ ಎಷ್ಟೊಂದು ಗ್ರಾಂಡಾಗಿ ಸೆಲಬ್ರೇಟ್ ಮಾಡ್ತಾ ಇದ್ದಾರೇಂತ ಅಂದುಕೊಂಡೇ ಬಾಲ್ಕನಿ ದಾಟಿದಾಗ ಎದುರಾದ್ದುದ್ದು ಶಾಂತಬಾಯಿ.

ಜರಿಯ ಸೀರೆಯ ಪರ ಪರ ಸದ್ದು ಮಾಡುತ್ತ "ಓ, ಇದು ಯಾರಿದು? ನಮ್ಮ

ಅಲಾಪನಾನ? ಅಯ್ಯೋ ಹಳ್ಳಿ ಹುಡ್ಗೀಯಂಗೆ ತಯಾರು ಮಾಡಿಬಿಟ್ಟಿದ್ದಿ" ಎಂದು ಮೊಮ್ಮಗಳನ್ನು ಹತ್ತಿರಕ್ಕೆಳೆದುಕೊಂಡು "ಅಯ್ಯೋ, ಈ ಉದ್ದ ಲಂಗ, ಜಡೆಯೆಲ್ಲ ಹಳೆಯ ಫ್ಯಾಷನ್, ಕಾನ್ವೆಂಟ್‌ಗೆ ಹೆಓಗೋ ಹುಡ್ಗೀಗೆ... ಈ ಡ್ರೆಸ್ಸಾ?" ಇಂಥದೊಂದು ರಾಗ ಎಳೆದೇ ಬರ ಮಾಡಿಕೊಂಡಿದ್ದು.

"ವೈಜಯಂತಿಯವರು ರೂಮಿನಲ್ಲಿ ಇದ್ದಾರ?" ಎನ್ನುತ್ತಲೇ, ಆಕೆಯ ಮಾತುಗಳಿಗೆ ಪ್ರತಿಕ್ರಯಿಸದೇ ಒಳಗೆ ಹೋಗಿದ್ದು ಅಂಥ ವಿದ್ಯಾವಂತಳಲ್ಲದಿದ್ದರೂ ಶ್ರೀಮಂತಿಕೆಯಲ್ಲಿ ಹುಟ್ಟಿ ಬೆಳೆದು ದೊಡ್ಡ ಶ್ರೀಮಂತಿಕೆಯೊಂದಿಗೆ ಶ್ರೀಮಂತರ ಕೈ ಹಿಡಿದಾಕೆ ಅಂತು ಪವರ್‌ಫುಲ್ ಹೆಣ್ಣು.

ಮೊದಲು ಎದುರಾದದ್ದು ಶ್ರೀಹರ್ಷ ಬೊಕ್ಕೆ, ಪ್ಯಾಕೆಟ್ ನೋಡಿಯೇ ಊಹಿಸಿ ಮುಗಳ್ನಗೆ ಬೀರಿ "ಮದರ್ಸ್ ಡೇ, ಮಮ್ಮಿಗೆ ವಿಶ್ ಮಾಡಲು ಬಂದಿದ್ದಾ ಅಲಾಪನಾ?" ಅವಳ ತೋಳಿಡಿದು ಹತ್ತಿರಕ್ಕೆಳೆದುಕೊಂಡು ಕೆನ್ನೆ ಸವರಿ ನೋಟವೆತ್ತಿ "ಹೇಗಿದ್ದೀರಾ? ಯಾವಾಗ ನಿಮ್ಮ ಮದ್ವೆ ಊಟ?" ತಟ್ಟನೆ ಎದುರಾದ ಪ್ರಶ್ನೆಗೆ ಸರಿತ ಮೊದಲು ಕಸಿವಿಸಿಗೊಂಡರು "ಖಂಡಿತ ನಿಮ್ಗೆ ಇನ್ವಿಟೇಷನ್ ಇರುತ್ತೆ, ನೋಡಬಹುದಾ ವೈಜಯಂತಿ ಅವರನ್ನು?" ತಡವರಿಸದೆ ನಮಾತಾಡಿದ್ದು.

"ಬೈ ಅಲ್ ಮೀನ್ಸ್, ನೀವು ಸರ್‍ಯಾದ ಸಮಯಕ್ಕೆ ಬಂದಿದ್ದೀರಿ. ಈ ದಿನ ನಮ್ಮ ಮದರ್ ಬರ್ತ್‌ಡೇ ನೆನ್ನೆಯೆಲ್ಲ ದೇವಸ್ಥಾನದಲ್ಲಿ ಹೋಮ, ಹವನ ಇಟ್ಟುಕೊಂಡಿದ್ವೀ. ಇದು ಬರೀ ಫ್ಯಾಮಿಲಿ ಫಂಕ್ಷನ್, ಯಾರನ್ನು ಇನ್‌ವೈಟ್ ಮಾಡಿಲ್ಲ. ಊಟ ಮುಗ್ಸಿಕೊಂಡೇ ಹೋಗಬೇಕು?" ಎಂದು ಹೇಳಿ ಮತ್ತೊಮ್ಮೆ ಅಲಾಪನಾ ಕೆನ್ನೆ ತಟ್ಟಿ ಕೆಳಗಿಳಿದು ಹೋದ.

ಇಬ್ಬರು ರೂಮಿನೊಳಕ್ಕೆ ಹೋದರು.

"ಮಮ್ಮಿ, ಹ್ಯಾಪಿ ಮದರ್ಸ್ ಡೇ" ಕೂಗಿದ ಕೂಡಲೆ ಅವಳ ಕೋಪ ಎಲ್ಲಿ ಹಾರಿ ಹೋಯಿತೋ, ಓಡಿ ಬಂದು ಮಗಳನ್ನು ಬಾಚಿ ತಬ್ಬಿಕೊಂಡು "ಯೂ ನಾಟಿ, ಬಾ ಅಂದರೆ... ಬರೋಲ್ಲ ಅನ್ನೋಷ್ಟು ದೊಡ್ಡವಳಾಗಿದ್ದೀಯ" ನಸು ಮುನಿಸಿನಿಂದ ಮಗಳ ಹಣೆಗೆ ಮುತ್ತಿಟ್ಟಳು.

ಉಭಯ ಕುಶಲೋಪರಿ ಐದು ನಿಮಿಷ ಬೊಕ್ಕೆ ಜೊತೆಗೆ ಸ್ಯಾರಿ ಪ್ಯಾಕೆಟ್ ಕೊಟ್ಟು ಶುಭ ಹಾರೈಸಿದಳು ಮೊದಲ ಭಾರಿಗೆ ಕೂತು ಹತ್ತು ನಿಮಿಷ ಮಾತಾಡಿದರು.

"ಇವತ್ತು ನಮ್ಮತ್ತೆ ಬರ್ತ್‌ಡೇ ಕೆಲವೇ ಮಂದಿ ಬಂದಿರೋದು" ಎಂದು ಬಲವಂತದಿಂದ ಹೊರಗೆ ಕರೆದೊಯ್ದಳು ವೈಜಯಂತಿ ಶಂಕರ ಪಟಿಟೀಲರ ದೊಡ್ಡ ದನಿ, ನಗು ಇಡೀ ಬಂಗ್ಲೆಯನ್ನು ಆವರಿಸಿದಂತಿತ್ತು. ಅಂತು ಬರೀ 'ಮದರ್ಸ್ ಡೇ' ಆಚರಣೆ ಮಾತ್ರವಲ್ಲ ಸಮ್‌ಥಿಂಗ್ ಸ್ಪೆಷಲ್.

ದೊಡ್ಡ ಮಟ್ಟದ ಜನರೇನು ಸೇರಿರಲಿಲ್ಲ. ಅಂತೂ ಆ ಮನೆಯವರನ್ನು ಬಿಟ್ಟು

ಮೂರು ನಾಲ್ಕು ಮಂದಿ ಹೆಚ್ಚಿಗೆ ಇದ್ದರು. ಅಜಯ್‌ದು ಸ್ವಲ್ಪ ಹೆಚ್ಚಿನ ತುಂಟುತನವೆ, ಅಪಾರವಾದ ಮುದ್ದು ಇದಕ್ಕೆ ಕಾರಣವಿರಬಹುದು. ರೌಂಡ್ ಟೇಬಲ್‌ನ ಸುತ್ತ ನಿಂತಿದ್ದರು. ಸಾಕ್ಷಾತ್ ಶಂಕರ ಪಾಟೀಲರ ಸಹೋದರಿಯೆನ್ನುವುದರ ಜೊತೆಗೆ ಶ್ರೀಹರ್ಷನ ಮದರ್‌ನ ಬರ್ತ್‌ಡೇ, ಅವರ ಮಟ್ಟಿಗೆ ಸಾಧಾರಣ ವಿಷಯವಲ್ಲ.

"ಬಾಮ್ಮ... ವೈಜಯಂತಿ... ಬಾ" ಕೂಗಿದರು. ಅವಳಿಗೆ ಸ್ವಲ್ಪ ಮುಜುಗರ ಎಂದೂ ಸಂಬಂಧವಾಗದ... ಸಂಬಂಧವಿಲ್ಲದ ಇಲ್ಲಿ ತಾನು ಅಗತ್ಯವಲ್ಲವೆಂದು ಗೊತ್ತಿತ್ತು "ಸ್ವಲ್ಪ ಅರ್ಜೆಂಟ್ ಇದೆ, ಅಲಾಪನಾ ಇಲ್ಲೇ ಇರ್ತಾಳೆ" ಮೆಲ್ಲಗೆ ಪಿಸುಗುಟ್ಟಿದಾಗ ಹರ್ಷ "ನಾನು ಕೇಳಿಸ್ಕೋಬಹುದಾ?" ನಗೆ ಬೀರಿದ.

"ಅಂಥ ಗುಟ್ಟೇನಿಲ್ಲ, ಬೇಗ ಹೋಗ್ಬೇಕಿತ್ತು, ಅದ್ನ ಹೇಳಿದೆ" ಎಂದ ಸರಿತ ಕೈ ಅಲಾಪನಾ ಹಿಡಿದುಕೊಂಡು "ನಾನು ಬಂದ್ಬಿಡ್ತಿನಿ" ಭಯವಿತ್ತು ಅವಳ ಕಣ್ಣುಗಳಲ್ಲಿ ಪಕ್ಕಕ್ಕೆ ಕರೆದೊಯ್ದು "ನಿನ್ನಮ್ಮನಿಗೆ ಬೇಸರವಾಗುತ್ತೆ. ನೀನಿನ್ನ ಸರ್‍ಯಾಗಿ ವಿಶ್ ಮಾಡಿಲ್ಲ, ಮಾತಾಡಿಲ್ಲ, ಇಲ್ಲೇ ಮದರ್ಸ್ ಡೇ ಸೆಲಬ್ರೇಟ್ ಮಾಡು" ರಮಿಸಿ ಕರೆ ತಂದಳು.

ದೊಡ್ಡ ಬೆಳ್ಳಿ ಟ್ರೇಯಲ್ಲಿ ಕೇಕ್. ದೊಡ್ಡ ಚಾಕೋಲೇಟ್ ಫ್ಲೇವರ್ ಕೇಕ್, ಮೇಲೆ ಐಸಿಂಗ್‌ನ ಸಿಂಗಾರ, ಎಳೆಯರ ಬಾಯಲ್ಲಿ ನೀರೂರಿಸುವಂಥ ಕೇಕ್, ಕ್ಯಾಂಡಲ್ ಆರಿಸಿ ಹ್ಯಾಪಿ ಬರ್ತ್‌ಡೇ ಹೇಳಿ ಕೇಕ್ ಕಟ್ ಮಾಡಿ ಆಕೆಯ ಬದುಕಿನ ಆಪ್ತರಿಗೆ ತಿನ್ನಿಸಿ, ತಾನು ತಿಂದ ನಂತರ ವೈಜಯಂತಿ ಅವಳಿಗೂ ಒಂದು ಕೇಕ್ ಸ್ಲೈಸ್ ಕೊಟ್ಟು ಅಲಾಪನಾಗೆ ತಿನ್ನಿಸಿದಳು, ಯಾವುದೋ ವಿಷಯಕ್ಕೆ ಅಳು ಷುರು ಮಾಡಿದ ಅಜಯ್ ರಂಪ ಮಾಡುತ್ತ ಕೇಕ್‌ನ ತಟ್ಟೆ ಕೆಳಗೆ ದಬ್ಬಿ ಚೆಲ್ಲಾಡಿ ಅಳು ಷುರು ಮಾಡಿದ ಸಮಾಧಾನಿಸಲು ಹೋದವರ ಮುಖದ ಮೇಲೆಲ್ಲ ರಪರಪನೆ ಬಾರಿಸುತ್ತಿದ್ದ.

"ಗೋ ಟು ಹೆಲ್..." ಎನ್ನುತ್ತ ಮಗನನ್ನು ಅಲ್ಲಿಯೇ ಬಿಟ್ಟು ಅಲಾಪನಾನ ರೂಮಿಗೆ ಕರೆದುಕೊಂಡು ಹೋಗಿ ಹತ್ತಿರ ಕೂಡಿಸಿಕೊಂಡು ತೋರು ಬೆರಳಿನಿಂದ ಮಗಳ ಗದ್ದವಿಡಿದು ಎತ್ತಿ "ಇದೇನು ಹೀಗೆ ತಯಾರಾಗಿದ್ದಿ? ನೋಡಿದ ತಕ್ಷಣ ಹೇಳಿಬಿಡಬಹುದು ಶಾಂತಭಾಯಿಯ ಮೊಮ್ಮಗಳೆಂದು ಫ್ಯಾನ್ಸಿ ಡ್ರೆಸ್ ಹಾಕಿದಂಗಿದೆ. ಕೂದಲು ಇಷ್ಟೊಂದು ಯಾಕೆ ಬೆಳೆಸಿದ್ದೀ? ಬ್ಯೂಟಿ ಪಾರ್ಲರ್‌ಗೆ ಕರ್ಕಂಡ್ ಹೋಗಿ ಬಾಬ್ ಮಾಡಿಸ್ತೀನಿ" ಮಗಳ ಜಡೆ ಹಿಡಿದು ನೋಡಿದಳು.

"ಬೇಡ, ನಂಗೆ ಉದ್ದ ಕೂದಲು ಬೇಕು, ಅಯ್ಯೋ, ನಾನು ಗಟ್ಟಿ ಬಾಯಿಯ ಲೀಲಾವತಿಯ ಮೊಮ್ಮಗ್ಳು, ಅಜ್ಜಿ ಗಟ್ಟಿಯಾಗಿ ತುಂಬ... ತುಂಬ... ಮಾತಾಡ್ತಾರೆ", ಮುದ್ದು ಮುದ್ದಾಗಿ ಹೇಳಿಕೊಂಡಳು ವೈಜಯಂತಿಯ ಕೈ ಹಿಂದಕ್ಕೆ ಸರಿಯಿತು 'ಹೇಮಂತ್‌ನ ಅಮ್ಮ ಲೀಲಾವತಿಯ ಮೊಮ್ಮಗಳಂತೆ ಒಂದು ಕ್ಷಣ ಉಸಿರಿಡಿದಂತಾಯಿತು. ಅಲ್ಲಿ ಎದ್ದು ನಿಂತಿದ್ದು ಮಾಡಿದ ತಪ್ಪು, ನಿಸ್ಸಾಯಕತೆ "ಆಯ್ತು, ಇದೆಲ್ಲ ತುಂಬ ಓಲ್ಡ್ ಆಗಿ ಕಾಣುತ್ತೆ, ನಾಳೆ ನಿನ್ನ ಕ್ಲಾಸ್ ಮೇಟ್ಸ್ ಕೂಡ

ಹಾಸ್ಯ ಮಾಡ್ತಾರೆ. ಜಡೆ ಬಿಚ್ಚಲಾ?" ಅವಳ ಕುಚ್ಚು ಹಾಕಿದ ಜಡೆಗೆ ಕೈ ಹಾಡಿದಾಗ, ಹಿಂದಕ್ಕೆ ಸರಿದು "ಬೇಡಪ್ಪ, ಬೇಡ, ನಂಗೆ ಈ ಜಡೆ ಇಷ್ಟ ತುಂಬಾನೆ ಚೆನ್ನಾಗಿ ಕಾಣುತ್ತೆ ಅಂದ್ರು ಪಪ್ಪ..." ನಾಚುತ್ತ ಹೇಳಿದಾಗ ಮೊದಲು ಅವಳಿಗೆ ಕೋಪ ಬಂತು ಹೇಮಂತ್ ತನ್ನ ಮಗಳನ್ನು ತನಗೆ ಇಷ್ಟ ಬಂದಂಗೆ ಬೆಳೆಸಿಕೊಳ್ಳುವುದರಲ್ಲಿ ತಪ್ಪಿಲ್ಲ!

ಸುಮ್ಮನೆ ಕೂತು ಬಿಟ್ಟಳು, ಅವನು ಗಂಡು, ಡೈವೋರ್ಸ್ ಸಿಕ್ಕ ನಂತರವು ಒಂಟಿಯಾಗಿ ಉಳಿದಿದ್ದಾನೆ. ಸೇಡು ತೀರಿಸಿಕೊಳ್ಳಲಾ? ತಾನೊಬ್ಬ ಏಕ ಪತ್ನಿವ್ರತಸ್ಥನೆಂದು ಜಗತ್ತಿಗೆ ಸಾರಲಾ?

ಬಹಳ ದಿನಗಳ ನಂತರ ಅಲಾಪನಾ ಇಲ್ಲಿ ಉಳಿದುಕೊಂಡಿದ್ದು ಶಂಕರಪಾಟೀಲರು ಕೂಡ ಕರೆದು ಮುದ್ದು ಮಾಡಿದರು.

"ಈಗ ಹೇಗೊ ಬೆಳೆದಿದ್ದೀ, ಇಲ್ಲೇ ಇರು" ಇಂಥದೊಂದು ಮಾತಾಡಿದರು ಮಂಪರುನಲ್ಲಿ ಇದ್ದಂತೆ. ಹರ್ಷ ಗಾಬರಿಯಾದ ಅಲಾಪನಾ ಕೂಡ ಮಗಳ ಮಗಳೇ ಆಗಿದ್ದರಿಂದ ರಕ್ತ ಸಂಬಂಧದ ತಂತು, ಮಮತೆ ಸಹಜ, ನಾಳೆ ನನ್ನ ದಾಂಪತ್ಯಕ್ಕೆ ಮಬ್ಬು ಕವಿಯಬಾರದೆನ್ನುವುದು ಅವನ ನಿರ್ಧಾರ "ಅಲ್ಲೇ ಶಾಲೆಗೆ ಸೇರ್ಕೊಂಡಿದ್ದಾಳೆ. ವೆಕೇಷನ್‌ನಲ್ಲಿ ಬರಬೇಕಷ್ಟೆ" ಎಂದ ಹರ್ಷ. ಅವರು ಜೋರಾಗಿ ನಕ್ಕರು "ಶಂಕರ ಪಾಟೀಲ ಮೊಮ್ಮಗಳನ್ನು ಇಲ್ಲಿಂದಲೇ ಶಾಲೆಗೆ ಕಳಿಸಬಲ್ಲ, ಇಲ್ಲ, ಇಲ್ಲಿಗೆ ಕರೆ ತಂದು ಬೇರೆ ಕಾನ್ವೆಂಟ್‌ಗೆ ಸೇರಿಸಬಲ್ಲೇ" ಇಂಥ ಘೋಷ ವಾಕ್ಯಗಳನ್ನು ಉದುರಿಸಿದರು. ಕೆಲವೊಮ್ಮೆ ಮನುಷ್ಯನ ಸ್ವಭಾವಗಳಲ್ಲಿ ಇದೊಂದು.

ಹರ್ಷ ಬಹಳ ಸೂಕ್ಷ್ಮವಾಗಿ ಗಮನಿಸಿದ, ವೈಜಯಂತಿ ಪೂರ್ತಿ ಗಮನ, ಕಾಳಜಿ ಅಲಾಪನಾ ಅತ್ತಲ್ಲೆ ಡ್ರೆಸ್ ಛೇಂಜ್ ಮಾಡಿದಳು. ಪಕ್ಕದಲ್ಲಿ ಕೂಡಿಸಿಕೊಂಡು ಊಟ ಮಾಡಿಸಿದಳು. ಇಬ್ಬರು ಜೊತೆ ಜೊತೆಯಾಗಿ ಸಂತೋಷದಿಂದ ಓಡಾಡಿದರು.

"ಅಂತು ಮಗ್ಳು ಬಂದ್ಮೇಲೆ ನನ್ನನ್ನೆ ಮರ್ತ್ರೆ" ಎಂದ ರಊಮಿಗೆ ಬಂದ ಮೇಲೆ, ಸೀರೆ ತೆಗೆದಿಡುತ್ತಿದ್ದ ವೈಜಯಂತಿ ತಲೆ ಹಿಂದಕ್ಕೆ ತಿರುಗಿಸಿ "ಅಬ್ಬ ಎಷ್ಟೊಂದು ಮಾತಾಡ್ತಾಳೆ, ಗೊತ್ತಾ? ಹಿಂದೆ ಹಟಮಾರಿ, ಅಳುಮುಂಜಿಯಾಗಿದ್ಲು, ಈಗ... ತಲುಂಬ ಇಷ್ಟವಾಗಿ ಬಿಟ್ಟಿದ್ದಾಳೆ. ಸದ್ಯಕ್ಕೆ ಕಳೀಸೋದೇ ಬೇಡಾಂತ ಅನ್ನಿಸಿದೆ" ಇವೆಲ್ಲ ಸಹಜವಾಗಿ ಆಡಿದ ಮಾತುಗಳು.

ಅವನಲ್ಲಿ ಈರ್ಷೆ ಭಗ್ಗೆಂದಿತು, ಈ ಕ್ಷಣ ಅಲಾಪನಾ ರೂಪದಲ್ಲಿ ಹೇಮಂತ್ ನಿಂತು ಅಣಕಿಸಿದಂತಾಯಿತು. ಕೋಪವನ್ನು ಹತ್ತಿಕ್ಕಲಾರದೆ ಕೆಳ ತುಟಿಯನ್ನು ಹಲ್ಲಿನಡಿಯಲ್ಲಿ ಕಚ್ಚಿಡಿದ.

"ವೈಜಯಂತಿ, ನಂಗೆ ಏನೋ ಕಳೆದುಕೊಂಡ ಅನುಭವವಾಗಿದೆ. ಅದಿತಿ ಹಉಟ್ಟಿದ ಮೇಲಂತು ಈ ಬಡಪಾಯಿನ ಪೂರ್ತಿಯಾಗಿ ನೆಗ್ಲೆಕ್ಟ್ ಮಾಡಿದ್ದೀಯ. ಸಹಿಸಲಾರೆ ಪ್ರಿಯೆ" ಎಂದು ಹಿಂದಿನಿಂದ ಅವಳನ್ನು ಬಳಸಿದ "ಸ್ಟಾಪ್ ಇಟ್,

ರೋಮಾನ್ಸ್ ಮಾಡೋದರಲ್ಲಿ ನಿಮ್ಮನ್ನು ಬಿಟ್ಟರೇ ಇಲ್ಲ, ಸದ್ಯಕ್ಕೆ ನಮ್ಗೆ ಎರಡು ಮಕ್ಕಳು ಸಾಕಲ್ಲ" ಕೇಳುತ್ತಲೇ ಕ್ರಾಪ್ ಕೆದರಿದಳು.

ಆ ವೇಳೆಗೆ ಅಜಯ್ ರೂಮಿನಲ್ಲಿ ಮಲಗಿದ್ದ ಅಲಾಪನಾ "ಮಮ್ಮಿ... ಮಮ್ಮಿ" ಎಂದು ಬಾಗಿಲು ಬಡಿಯ ತೊಡಗಿದಳು ಗಾಬರಿಯಿಂದ ಗಂಡನ ತೋಳುಗಳಿಂದ ಬಿಡಿಸಿಕೊಂಡು ಹೋಗಿ ಬಾಗಿಲು ತೆಗೆದವಳು ಅಳುತ್ತಿದ್ದ ಅವಳನ್ನು ಬಾಚಿ ತಬ್ಬಿಕೊಂಡಳು. ಮಕ್ಕಳನ್ನು ನೋಡಿಕೊಳ್ಳುತ್ತಿದ್ದವಳು ಆಯಾ, ಇದು ಶ್ರೀಮಂತರ ಮನೆಯವರ ಪರಿಪಾಠ "ನಾನು ನಿನ್ಹತ್ರ ಮಲಕ್ಕೋತೀನಿ. ನಂಗೆ ಭಯವಾಗುತ್ತೆ" ಬಿಕ್ಕಿದ ಅವಳನ್ನು ಕರೆತಂದು ಮಂಚದ ಮೇಲೆ ಮಲಗಿಸಿ ಕಣ್ಣೊರೆಸಿ "ಮಲಕ್ಕೋ, ಅಜಯ್ ಹೇಗೆ ಒಬ್ನೇ ಮಲಗ್ತಾ ಇರ್ಲಿಲಾ? ಅಲ್ಲಿ ಆಯಾ ಇರ್ತಾಳೆ" ಇಷ್ಟೆಲ್ಲ ಹೇಳಿದಳು. ಅವಳು ಈಗ ಹೇಮಂತ್ ಅಥವಾ ಸರಿತ ಪಕ್ಕ ಮಲಗುತ್ತಿದ್ದಳು. ಲೀಲಾವತಿ, ಶ್ರೀಕಾಂತಯ್ಯ ಬಂದರೆ ತೊಡೆಯ ಮೇಲೆ ಮಲಗಿಸಿಕೊಂಡು ತಟ್ಟಿ ನಿದ್ದೆ ಮಾಡಿಸುತ್ತಿದ್ದರು. ಅಲ್ಲಿ ಯಥೇಚ್ಚವಾದ ಪ್ರೀತಿ ಸಿಗುತ್ತಿತ್ತು.

"ನಾನು ಗೆಸ್ಟ್ ರೂಂನಲ್ಲಿ ಮಲಗ್ತೀನಿ" ಹರ್ಷ ಹೊರಗೆ ಹೋದ ಅಮ್ಮನ ಮಾತು ನೆನೆಸಿಕೊಂಡಳೂ "ಎಷ್ಟು ಓದಿದರೇನು, ಮೊದ್ಲು ಗಂಡನ್ನ ಸಂತೃಪ್ತಿಯಾಗಿ ಇಟ್ಕೋಬೇಕು. ನಿಮ್ಮಪ್ಪನಿಗೆ ಏನು ಕಡ್ಮೇಯಾಗಿದೆ? ಇನ್ನೊಂದು ಸಂಸಾರ ಎಷ್ಟೊಂದು ಹಿಂಸೆ ಗೊತ್ತಾ? ಅದು ನಿಂಗಾಗಬಾರದು" ಎಷ್ಟೋ ಸಲ ಕೂಡಿಸಿಕೊಂಡು ಬುದ್ಧಿ ಹೇಳಿದರು. ಅದು ಅಲ್ಲದೆ ಇಲ್ಲಿ ತೀರಾ ಸೂಕ್ಷ್ಮವೆನಿಸಿತ್ತು ಹೇಮಂತ್‌ನೊಂದಿಗೆ ಸಂಸಾರಿ ಒಂದು ಮಗುವನ್ನು ಹೆತ್ತುಕೊಟ್ಟು ಬಂದದ್ದು ಯಾವುದು ಮರೆತು ಬಿಡುವಂಥದಲ್ಲ.

ಬಹಳ ಹೊತ್ತು ನಿದ್ರಿಸಲಾಗಲಿಲ್ಲ. ಹೇಮಂತ್ ಬಂದು ಎದುರು ನಿಲ್ಲುತ್ತಿದ್ದ ಪ್ರಥಮ ಪ್ರೇಮದ ಸ್ಪರ್ಶ. ಪ್ರಥಮ ಪ್ರಣಯದ ಅನುಭವ ಅವನೊಂದಿಗೆ ದಾಖಲಾಗಿತ್ತು. ಆ ದಾಖಲಾತಿಯನ್ನು ಅಳಿಸಿ ಹಾಕಲು ಸಾಧ್ಯವೇ? ಸಣ್ಣ, ಪುಟ್ಟ ಸಂದರ್ಭ, ಸನ್ನಿವೇಶಗಳಿಗೆ ಶರಣಾಗುವಷ್ಟು ಪ್ರೇಮ ಸವಕಲೇ?

ಇಡೀ ರಾತ್ರಿ ಅಲಾಪನಾನ ನೋಡುತ್ತ ಕಳೆದಳು.

ಸರಿತ ಬಂದು ಹೇಳಿದಾಗ ಹೇಮಂತ್‌ಗೆ ಷಾಕ್ ನಾನು ಆ ಯುವಕನನ್ನು 'ಶಂಕರ ಪಾಟೀಲ'ದಲ್ಲಿ ನೋಡಿದೆ. ಬಂಧುತ್ವವೇ, ಪರಿಚಯವೇ ಅಥವಾ ಬೇರೆ ಯಾವುದೇ ರೀತಿಯ ಸಂಬಂಧವೇ ಅಂತು ಅವಳು ಧ್ಯಾನಿಸುವ ವೇಣು ಮಾಧವ ಅಷ್ಟೆ ಆಕಸ್ಮಿಕವಾಗಿ ಅವನನ್ನು ಭೇಟಿಯಾಗಿದ್ದು.

"ಅರೇ, ಸರಿತಾ ನೀನು ಪರಿಚಯ ಹೇಳ್ಕೊಂಡು ಮಾತಾಡಿಸಬೇಕಿತ್ತು. ಕನಿಷ್ಟ ಆ ಪುಣ್ಯಾತ್ಮನ ವಿಳಾಸ ಸಿಕ್ಕಿದ್ದರೇ, ಯಾವುದೋ ರೀತಿಯಲ್ಲಿ ಪ್ರಯತ್ನ ಮಾಡಬಹುದಿತ್ತು. ನಿನ್ನ ಅವನು ಗುರುತು ಹಿಡಿದನಾ?" ಆವೇಗದಿಂದ ಕೇಳಿದ ಗೊತ್ತಿಲ್ಲ ಎನ್ನುವಂತೆ

ತಲೆಯಾಡಿಸಿ "ಬಾಲ್ಕನಿಯಲ್ಲಿ ಭೇಟಿಯಾಗಿದ್ದು ನಾನು ಹೊರ ಬರುತ್ತಿದ್ದೆ, ಅವರು ಕಾರುನಿಂದ ಇಳಿದು ಎದುರಾಗಿದ್ದು ಅದೇ ಕನ್ನಡಕದ ಹಿಂದಿನ ಕಣ್ನೋಟ, ತುಟಿಯಂಚಿನಲ್ಲಿ ನಸು ನಗು ಅದೇ ನಿಲುವು..."

ತಂಗಿಯ ಮಾತುಗಳಿಗೆ ಏನು ಹೇಳಬೇಕೋ ಅರ್ಥವಾಗದೇ ತಲೆಯ ಮೇಲೆ ಕೈಯಾತ್ತು ಕೂತು ಬಿಟ್ಟ.

"ಅಣ್ಣ, ನಂಗೆ ನಿನ್ನ ಮನಸ್ಸಿನ ಹೊಯ್ದಾಟ ಅರ್ಥವಾಗುತ್ತೆ, ಇದೇನು ಇಂಥ ವಿಪರೀತ ಅನಿಸುತ್ತೆ. ಆದರೆ ನಾನು ಹೇಗೆ ಇದರಲ್ಲಿ ಸಿಕ್ಕಿಕೊಂಡೇ ಅಂಥ ಅರ್ಥವಾಗ್ತ ಇಲ್ಲ, ನೀನು ವಾಸಿ, ನಾನೇನಾದ್ರೂ ನಿನ್ನ ಜಾಗದಲ್ಲಿದ್ದರೇ ಹುಚ್ಚೂಂತ... ತಳ್ಳಿ ಹಾಕ್ತ ಇದ್ದೆ, ಪ್ಲೀಸ್ ಈ ವಿಷಯನ ಇಲ್ಲಿಗೆ ಕೈ ಬಿಡು. ನೆನಪಿನ ಕಲ್ಪನೆಯಲ್ಲಿ ಬದ್ಕೀ ಬಿಡಬಲ್ಲೆ, ಸದ್ಯಕ್ಕೆ ಮದುವೆಯ ಪ್ರಸಕ್ತಿಯನ್ನು ಕೈ ಬಿಡೋಕೆ ಸಹಾಯ ಮಾಡು. ಅಪ್ಪನಿಗೆ ನನ್ನ ನಂತರ ವೈದ್ಯ ವೃತ್ತಿಯನ್ನು ಯಾರು ಮುಂದುವರಿಸ್ತಾರೋ ಅನ್ನೋ ಚಿಂತೆ ಇದೆ. ಆ ಕೆಲ್ಸ ನಾನು ಮಾಡ್ತೀನಿ. ನಾಲ್ಕು ಜನಕ್ಕೆ ಅದು ಉಪಯೋಗಕ್ಕೆ ಬರುತ್ತೆ" ಎಂದಾಗ ಮೆಲ್ಲಗೆ ತಲೆಯೆತ್ತಿ ಅವಳತ್ತ ನೋಡಿ ನಗೆ ಬೀರಿದ.

"ಅಂತು ಬಹಳ ಸುಲಭವಾದ ಹಾದಿ ಆಯ್ದುಕೊಂಡೇ ಸಾಧ್ಯವಾ? ಯೋಚ್ಸಿ ನೋಡು, ಅಪ್ಪ ವೃತ್ತಿಯನ್ನು ಪಕ್ಕಕ್ಕಿಟ್ಟು ಒಬ್ಬ ತಂದೆಯಾಗಿ ಯೋಚ್ಚಿಸ್ತಾರೆ, ಅಮ್ಮ... ದೇವರೇ ಗತಿ? ಆದರೆ ನಿನ್ನ ಪ್ರೇಮ ಸಫಲತೆಯ ಬಗ್ಗೆ ನಂಗೆ ಅನುಮಾನ, ಎದುರಾದ ನಿನ್ನನ್ನು ಗುರುತಿಸಲಿಲ್ಲ ಅಂಥದ್ದರಲ್ಲಿ ಪ್ರೇಮ ಅಂಥದೆಲ್ಲ ಸಾಧ್ಯವಾ? ಈ ವೇಳೆಗೆ ವಿವಾಹವಾಗಿರಬಹುದು. ಶ್ರೀಮಂತರಿಗೆ ಮುಖ್ಯವಾಗುವುದು ಸಂಬಂಧ ಬೆಳೆಸುವಾಗ ಅಂತಸ್ತು ಮಾತ್ರ. ಶಂಕರ ಪಾಟೀಲರ ಬಾಲ್ಕನಿಯಲ್ಲಿ ಬಂದು ಇಳಿಯಬೇಕಾದರೇ, ಹೆಚ್ಚು ಶ್ರೀಮಂತಿಕೆಯುಳ್ಳವರು ಮಾತ್ರ. ಇವರಿಗಿಂತ ಶ್ರೀಮಂತಿಕೆಯಲ್ಲಿ, ಅಂತಸ್ತುನಲ್ಲಿ ಎತ್ತರದಲ್ಲಿರುವ ವ್ಯಕ್ತಿ ಇರಬಹುದು. ಸ್ವಲ್ಪ ಅರ್ಥ ಮಾಡ್ಕೋ ಸರಿತ. ಆರಾಮಾಗಿ ನಿನ್ನ ಇಷ್ಟಪಡೋ ಕ್ಷಿತಿಜನ್ನ ವಿವಾಹವಾಗು ಇದ್ರಿಂದ ಎಲ್ಲರಿಗೂ ಸುಖ, ನೆಮ್ದಿ, ಜೊತೆಗೆ ನೀನು ಸಂತೋಷವಾಗಿ ಇರ್ತೀಯ, ನನ್ನ ವಿವಾಹ ಒಡೆದು ಹೋಗಿದಕ್ಕೆ ಮುಖ್ಯ ಕಾರಣ ಹಣ, ಅಂತಸ್ತು ಬಹುಶಃ ನಾನು ಶಂಕರಪಾಟೀಲರ ಮಟ್ಟಕ್ಕೆ ತೂಗಿದ್ದರೇ, ನಮ್ಮಿಬ್ಬರನ್ನು ಬೇರ್ಪಡಿಸುವ ರಿಸ್ಕ್ ತಗೋತಾ ಇರ್ಲಿಲ್ಲ. ಪರಿಸ್ಥಿತಿ, ಸಂದರ್ಭಗಳ ಹಾಗೇ ಬರ್ತಾ ಇರ್ಲಿಲ್ಲ. ಈಗ ಅಲಾಪನಾ ಈ ಪರಿಸ್ಥಿತಿಯಲ್ಲಿ ನಲುಗಬೇಕಾಗಿ ಇರ್ಲಿಲ್ಲ, ನಾನು ತಪ್ಪು ಮಾಡ್ದೇ ಪ್ರೇಮದ ನಿಶೆಯಲ್ಲಿ, ನೀನು ಆ ತಪ್ಪು ಮಾಡ್ಬೇಡ" ಉದಾಹರಣೆಯೊಂದಿಗೆ ವಾಸ್ತವ ಬದುಕನ್ನು ತೆರೆದಿಟ್ಟ ಅದು ಸತ್ಯವು ಕೂಡ. ತಳ್ಳಿ ಹಾಕುವಂಥದಲ್ಲ.

"ಒಂದಿಷ್ಟು ಯೋಚ್ನೋಕೆ ಸಮಯ ಕೊಡು" ಅಂದಳಷ್ಟೆ.

ಆದರೆ ಹೇಮಂತ್ ಸುಮ್ಮನೆ ಕೂಡಲು ಇಚ್ಛೆಸಲಿಲ್ಲ. ಅಲಾಪನಾಯಿಂದ ಫೋನ್

ಬಂದಾಗ ಮಾತು ಮುಗಿಸುವ ಮುನ್ನ "ಸ್ವಲ್ಪ ನಿನ್ನ ಮಮ್ಮಿಗೆ ಕೊಡು" ಹೇಳಿದ. ಆ ವ್ಯಕ್ತಿಯ ಬಗ್ಗೆ ಒಂದಿಷ್ಟು ಡಿಟೈಲ್ ಕಲೆ ಹಾಕುವ ಹುಮ್ಮಸ್ಸು "ಹೇಗಿದ್ದೀರಾ?" ಸಹಜವಾಗಿ ಕೇಳಿದಳು ಅವನಾಗಿ ಫೋನಾಯಿಸುವುದು, ಅಲಾಪನ ಮೂಲಕ ಮಾತಾಡುವ ಪ್ರಯತ್ನ ಅವನೆಂದು ಮಾಡುತ್ತಿರಲಿಲ್ಲ. ಈ ಫೋನ್‌ಗೂ ಏನಾದರೂ ಕಾರಣವಿರುತ್ತದೆಯೆಂದುಕೊಂಡಳು.

"ಚೆನ್ನಾಗಿದ್ದೀನಿ, ನೀನು ಹೇಗಿದ್ದೀ?" ಚುಟುಕಾಗಿ ವಿಚಾರಿಸಿದ.

"ಚೆನ್ನಾಗಿದ್ದೀನಿ, ಏನು ವಿಷಯ?" ಕೇಳಿದಳು.

"ಒಂದ್ವಿಷ್ಯ ವೈಜಯಂತಿ, ನಿನ್ನಿಂದ ಒಂದು ಸಣ್ಣ ಸಹಾಯ ಆಗಬೇಕು, ನೆನ್ನೆ ಸರಿತ ನಿಮ್ಮಲ್ಲಿಗೆ ಬಂದಾಗ ನಂತರ ಹೊರಟಾಗ ಒಬ್ಬ ಯುವ, ಕನ್ನಡಕಧಾರಿ, ಹೊಳೆಯುವ ಕಣ್ಣುಗಳವ ಎದುರಾದನಂತೆ, ಅವನು ಯಾರು? ಅವನ ಬಗ್ಗೆ ಒಂದಿಷ್ಟು ಡಿಟೈಲ್ಸ್ ಬೇಕು" ಇಂಥದೊಂದು ಬೇಡಿಕೆ ಮುಂದಿಟ್ಟಾಗ ಅವಳಿಗೆ ನಗು ಬಂತು.

"ನಿಂಗೆ ಗೊತ್ತು, ಶಂಕರ ಪಾಟೀಲರು, ಹರ್ಷನನ್ನು ನೋಡೋಕೆ ಸಾಕಷ್ಟು ಜನ ಬರ್‍ತಾ ಇರ್‍ತಾರೆ, ಅವ್ರಿಗೆಲ್ಲ ಒಳ್ಗೇ ಪ್ರವೇಶವಿಲ್ಲ. ವಿಸಿಟರ್ಸ್ ರೂಮುನಲ್ಲೇ ಮಾತಾಡ್ಸಿ ಕಳಿಸ್ತಾರೆ. ಇನ್ನ ಕೆಲವರು ಹಾಲ್‌ವರ್‍ಗೂ ಬರಬಹುದು. ಅವರೆಲ್ಲ ನಮಗೆ ಪರಿಚಯವಿರೋಲ್ಲ. ಅಂಥದ್ದರಲ್ಲಿ ಹೇಗೆ ಅವ್ರ ಬಗ್ಗೆ ತಿಳಿಸ್ಲೀ? ನನ್ನ ಅತ್ತೆ ಬರ್ತ್‌ಡೇ ಜೊತೆಗೆ 'ಮದರ್ಸ್ ಡೇ' ಇತ್ತು. ಅಲಾಪನಾ ಬಂದಿದ್ದರಿಂದ ನಾನು ಹೆಚ್ಚು ಅವಳೊಂದಿಗೆ ಇದ್ದೆ. ಆದರೆ ಕನ್ನಡಕಧಾರಿ, ಆಕರ್ಷಕ ಕಣ್ಣುಗಳ ಚೆಲುವ ನನ್ನ ನೋಡಿದ್ದೀಲ್ಲ, ಏನು ವಿಷ್ಯ? ಯಾರಿಗಾಗಿ ಈ ತಲಾಷ್?" ಕೇಳಿದಳು.

"ಸಾರಿ ವೈಜಯಂತಿ, ಸಾಧ್ಯವಾದರೇ ತಿಳಿದು ತಿಳ್ಸೋ ಪ್ರಯತ್ನ ಮಾಡು ಅಂತ ನಾನು ಆ ವ್ಯಕ್ತಿನ ಹುಡುಕೋ ಪ್ರಯತ್ನ ಮಾಡಲೇಬೇಕು. ನಿಂಗೆ ತೊಂದರೆ ಕೊಟ್ಟಿದಕ್ಕೆ ಕ್ಷಮ್ಸು" ಫೋನ್ ಕಟ್ ಮಾಡಿದ. ಮುಂದಿನದು ಹೇಗಾದರಾಗಲೀ ಆ ವ್ಯಕ್ತಿ ಬೆಂಗಳೂರಿನಲ್ಲೇ ಇದ್ದಾನೆಂದಾಗಿರೋದರಿಂದ ಕಂಡು ಹಿಡಿಯಲೇ ಬೇಕೆಂಬ ನಿರ್ಧಾರಕ್ಕೆ ಬಂದ. ಹರ್ಷನನ್ನು ಸಂಪರ್ಕಿಸಿದರೇ ಹೇಗೆ? ಈಚೆಗೆ ಸರಿತ ಇಲ್ಲಿಗೆ ಬಂದ ಮೇಲೆ ಇವನೊಂದಿಗಿನ ಎಲ್ಲಾ ಸಂಪರ್ಕಗಳನ್ನು ಕಳೆದುಕೊಂಡಿದ್ದ ಆದರೆ ತಂಗಿಗಾಗಿ ಅಂಥ ಪ್ರಯತ್ನ ಮಾಡಲು ಹಿಂಜರಿಕೆ ಇಲ್ಲ. ಆದರೂ ಒಂದು ರೀತಿಯ ಮುಜುಗರ.

ಅವನನ್ನು ಭೇಟಿ ಮಾಡುವುದು ಅನಿವಾರ್ಯವಾಗಿದ್ದರಿಂದ ಸಂಜೆ ಆಫೀಸ್‌ನಿಂದ ನೇರವಾಗಿ ಬೆಂಗಳೂರಿನತ್ತ ಕಾರು ತಿರುಗಿಸಿದ ಮಧ್ಯೆ ದಾರಿಯಲ್ಲಿ ಹರ್ಷನ ಮೊಬೈಲ್‌ಗೆ ಫೋನಾಯಿಸಿದ. ಎರಡು ಸಲ ಕಟ್ ಮಾಡಿದರೂ ಮೂರನೆ ಪ್ರಯತ್ನ ಸಫಲವಾಯಿತು.

"ಹಲೋ..." ಆ ಕಡೆಯಿಂದ ಹರ್ಷನ ದನಿ.

"ಸಾರಿ, ನಿಮ್ಗೇ ತೊಂದರೆ ಕೊಟ್ಟಿದಕ್ಕೆ, ನಿಮ್ಮಿಂದ ನಂಗೆ ಒಂದಿಷ್ಟು ಹೆಲ್ಪ್ ಬೇಕು, ತೀರಾ ವೈಯಕ್ತಿಕ ಅಂದ್ಕೋಬೇಡಿ. ಒಂದಿಷ್ಟು ಇನ್‌ಫರ್ಮೇಷನ್ ಬೇಕು, ಎಲ್ಲಿ ಸಿಕ್ತೀರಾ? ಯಾವುದಾದ್ರೂ ರೆಸ್ಟೋರೆಂಟಾದರೆ... ಅನ್ಕೂಲ" ಎಂದ ಹರ್ಷನಿಗೇನು ಭೇಟಿ ಮಾಡುವ ಉತ್ಸಾಹವಿರಲಿಲ್ಲ, ಅಲಾಪನಾ ಒಂದು ಕೊಂಡಿಯಾದುದರಿಂದ ಇವನನ್ನು ಉಳಿಸಿಕೊಳ್ಳುವ ಅಗತ್ಯವಿತ್ತು. "ಆಯ್ತು, ಇಳಾ ರೆಸ್ಟೋರೆಂಟ್, ನಾನು ಅಲ್ಲಿಗೆ ಬರ್ತೀನಿ. ಅರ್ಧಗಂಟೆ... ಬೇಡ ಹತ್ತು ನಿಮಿಷದಲ್ಲಿ ಮಾತು ಕತೆ ಮುಗಿದರೇ, ಒಳ್ಳೇದು, ಎಜುಕೇಷನ್ ಮಿನಿಸ್ಟ್ರು ಇಂದು ಮೀಟಿಂಗ್ ಕರೆದಿದ್ದಾರೆ. ನಮ್ಮ ಇನ್‌ಸ್ಟ್ಯೂಟ್‌ಗೆ ಒಳ್ಳೆ ಹೆಸರು ಇರೋದ್ರಿಂದ ಮೆಡಿಕಲ್ ಕಾಲೇಜ್‌ಗೆ ಸಾಂಕ್ಷನ್ ಆಗಬಹುದು" ಒಂದಿಷ್ಟು ಹೇಳಿದ ಅದರಲ್ಲಿ ಹೇಮಂತ್‌ಗೆ ಇಂಟರೆಸ್ಟ್ ಇರಲಿಲ್ಲ, ಸ್ವಲ್ಪ ಸ್ವಾಭಿಮಾನ ಪಕ್ಕಕ್ಕಿಟ್ಟು ಅವರುಗಳು ಹೇಳಿದಕ್ಕೆ ಕುಣಿದಿದ್ದರೇ ಆ ಸಾಮ್ರಾಜ್ಯ ಇವನದಾಗಬಹುದಿತ್ತು. ಅದು ಅವನಿಗೆ ಅಗತ್ಯವಿರಲಿಲ್ಲ "ನಿಮ್ಮ ಸಮಯದ ಬಗ್ಗೆ ಗೊತ್ತಿದೆ. ಹತ್ತು ನಿಮಿಷಕ್ಕಿಂತ ಕಡ್ಮೇ ಸಮಯ ತಗೋತೀನಿ" ಆಶ್ವಾಸನೆ ಕೊಟ್ಟು ಫೋನ್ ಕಟ್ ಮಾಡಿದ ಹೇಗೆ ತರ್ಕಿಸಿದರು ಒಂದು ರೀತಿಯಲ್ಲಿ ಎದುರಾಳಿ.

ಇವನು ಟೇಬಲ್ ರಿಸರ್ವ್ ಮಾಡಿಸಿದ ನಂತರ ಹರ್ಷನ ಆಗಮನಾಗಿತ್ತು. "ಹಲೋ, ಸಾರಿ... ನಿಮ್ಗೇ ತೊಂದರೆ ಕೊಡಬೇಕಾಯ್ತು" ಅನ್ನುತ್ತಲೆ ಆಹ್ವಾನಿಸಿದ. ಒಂದು ರೀತಿಯ ಧಿಮಾಕ್‌ನ ಫೇಸ್ "ದಟ್ಸ್ ಓಕೇ, ಏನು ವಿಷಯ?" ಕೂತು ಇವನಿಗೆ ಕೂಡುವಂತೆ ಎದುರಿನ ಸೀಟು ತೋರಿಸಿದ. ಆ ವೇಳೆಗೆ ವೆಯಿಟರ್ ಎರಡು ಕಪ್ ಟೀ ತಂದಿಟ್ಟು ಹೋದ.

ಒಮ್ಮೆ ಟೀ ಸಿಪ್ ಮಾಡಿ "ಬೈ ದಿ ಬೈ, ನೇರವಾಗಿ ವಿಷ್ಯಕ್ಕೆ ಬರ್ತೀನಿ" ಎಂದು ಸಂದರ್ಭ, ಚಹರೆ ವಿವರಿಸಿ "ಆ ಯುವಕನ ಡಿಟೈಲ್ಸ್ ಬೇಕು" ಹರ್ಷನ ಕೈಯಲ್ಲಿನ ಟೀ ಕಪ್ ಕೆಳಗಿಳಿಯಿತು. ವಿಸ್ಮಯದಿಂದ ನೋಡಿ "ಹೆಸರೇನಾದ್ರೂ ಗೊತ್ತಾ? ಏನು... ಗೊತ್ತಿಲ್ಲದ ಆ ವ್ಯಕ್ತಿಯ ಬಗ್ಗೆ ಡಿಟೈಲ್ಸ್ ಯಾಕೆ ಬೇಕು? ಅವ್ನಿಗೆ ನಿಮ್ಮ ಆಫೀಸ್‌ನಲ್ಲಿ ಕೆಲ್ಸ ಕೊಡುವ ಹುನ್ನಾರನಾ?" ನಗುತ್ತ ಕೇಳಿದ.

"ಪ್ಲೀಸ್, ಮಿಸ್ಟರ್ ಹರ್ಷ... ಆ ವ್ಯಕ್ತಿ ನಿಮ್ಮ ಬಂಗ್ಲೆಯ ಬಾಲ್ಕನಿಯಲ್ಲಿ ಕಾರು ನಿಲ್ಲಿಸಿ ಒಳಗೆ ಬಂದಿದ್ದರಿಂದ, ಅವರು ನಿಮ್ಗೇ ಗೊತ್ತಿರುವಂಥವರೇ ಇರ್ಬೇಕು. ಸ್ಮಾಲ್... ಡಿಟೈಲ್ಸ್ ಕೊಡಿ" ರಿಕ್ವೆಸ್ಟ್ ಮಾಡಿಕೊಂಡ, ಹರ್ಷನಿಗೇನು ಹೆಲ್ಪ್ ಮಾಡಬೇಕೆನಿಸಲಿಲ್ಲ. "ಬಹುಶಃ ಎಷ್ಟೋ ಜನ ಬಂದಿರುತ್ತಾರೆ. ಯಾರ ಡಿಟೈಲ್ಸ್ ಅಂತ ಕೊಡೋದು? ಕೆಲವರು ತೀರಾ ಅಪರಿಚಿತರು ಬರುತ್ತಾರೇ ಸೀಟು ಸಲುವಾಗಿ, ಕೆಲಸದ ಸಲುವಾಗಿ, ಟ್ರಾನ್ಸ್‌ಫರ್‌ಗಳ ಸಲುವಾಗಿ, ಅವರೆಲ್ಲರ ಪೂರ್ಣ ಮಾತಿಹಿ ನಮ್ಮಲ್ಲಿ ಇರೋಲ್ಲ ಸವಲ್ಪ ಕಸಿವಿಸಿಯಿಂದಲೇ ಹೇಳಿದ. ಅವನು ಮಾತಾಡಿದ ರೀತಿ ಹೇಮಂತ್‌ಗೆ ಇಷ್ಟವಾಗಲಿಲ್ಲ. "ಓಕೇ, ಸಾರಿ... ನಿಮ್ಗೇ ತೊಂದರೆ ಕೊಟ್ಟೆ" ಎನ್ನುತ್ತ

ವಾಚ್ ಕಡೆ ನೋಡಿ "ನೀವು ನಿಗದಿಪಡಿಸಿದ ಸಮಯಕ್ಕಿತ ಬೇಗನೆ ಮುಕ್ತಾಯವಾಯಿತು ನಮ್ಮ ಮಾತುಕತೆ" ಮೇಲೆದ್ದ ಬೀಳ್ಕೊಡಲು ಮೇಲ್ಮುಖಕ್ಕೆ ನವಿರಾಗಿ ಹರ್ಷ ವರ್ತಿಸಿದರು ಇವನ ಬಗ್ಗೆ ಈರ್ಷೆಯೆ.

ಬದುಕು ಆಕಸ್ಮಿಕಗಳ ಅಗರು ವಿಸ್ಮಯದ ಭಂಡಾರವೆನ್ನುವಂತೆ ಹತ್ತು ಹೆಜ್ಜೆ ಮುಂದಕ್ಕೆ ಹೋಗುವ ವೇಳೆಗೆ "ಹಲೋ, ಶಶಾಂಕ್ ಶ್ರೀವಾಸ್ತವ್..." ಹರ್ಷನ ದನಿ, ಸೋಮಶೇಖರಪ್ಪನಿಗೆ ಬಂದ ಪತ್ರದ ಒಕ್ಕಣೆ ಕೆಳಗಿದ್ದ ಹೆಸರು ಶಶಾಂಕ್ ಶ್ರೀವಾಸ್ತವ್... ಅವನೆದೆಯ ಬಡಿತವೇರಿತು. ಹರ್ಷ ಮತ್ತು ಇನ್ನೊಬ್ಬ ಕೈ ಹಿಡಿದು ಮಾತಾಡುತ್ತಿದ್ದತ್ತ ಹರಿಯಿತು ಅವನ ನೋಟ ಉದ್ದನೆಯ ನಿಲುವು. ಮುಖಕ್ಕೆ ಬಂಗಾರದ ಕಟ್ಟಿನ, ಕನ್ನಡಕ ಕೂಡ ಚೆಂದವಾಗಿ ಕಂಡಿತು. ಆನಂದ ತುದಿಲನಾದ ಆದರೆ ಹೋಗಿ ಮಾತಾಡಲು ಇಚ್ಛಿಸಲಿಲ್ಲ.

ಹೊರಗೆ ಬಂದು ಕಾರು ಪಾರ್ಕ್ ಮಾಡಿದ್ದ ಕಡೆ ಹೋದ. 'ಶಶಾಂಕ್ ಶ್ರೀವಾಸ್ತವ್' ಇಂಥ ಹೆಸರು ಎಷ್ಟು ಜನಕ್ಕೆ ಇರೋಲ್ಲ? ಬೆಂಗಾಲಿಯಂತೆ ಕಂಡಿದ್ದ. ಆರು ಪಾಯಿಂಟ್ ಸಮ್‌ಥಿಂಗ್ ಉದ್ದವಿರಬೇಕು. ಶುಭ್ರವಾದ ಮುಖದ ಬಣ್ಣ ಅಂತು ಒಟ್ಟಿನಲ್ಲಿ ಚೆಲುವ ಆ ಚೆಲುವಿನ ಮೋಡಿಗೆ ಬಿದ್ದಳಾ? ಆಗುವಂಥ ಸಂಬಂಧವಾ? ಪ್ರಸ್ತಾಪ ಮಾಡಲು ಹೋಗಿ ಅವಮಾನಿಸಿಕೊಳ್ಳುವುದು ಬೇಡವೆನಿಸಿ ಕಾರು ಹತ್ತಿದ.

ಮುಂದಕ್ಕೆ ಹೋದವನು ಮತ್ತೆ ಹಿಂದಕ್ಕೆ ಬಂದು ಕಾರನ್ನು ಒಂದೆಡೆ ಪಾರ್ಕ್ ಮಾಡಿ ಎದುರುನಲ್ಲಿದ್ದ ಮೆಡಿಕಲ್ ಸ್ಟೋರ್‌ಗೆ ಹೋದ ಬೇಕಿದ್ದ. ಬೇಡದ ಮಾತ್ರೆ, ಕ್ರೀಮ್‌ನ ಖರೀದಿಸಿ ಹೊರ ಬಂದ, ಹರ್ಷ ಪಾರ್ಕ್ ಮಾಡಿದ್ದ ಕಡೆಯೇ ಅವನ ಕಾರು ಇತ್ತು. ಅನುಮಾನಸ್ಪದವಾಗಿ ಓಡಾಡುವುದು ಬೇಡವೆಂದು ಮತ್ತೆ ಕಾರು ಬಳಿ ಬಂದು ಹತ್ತಿದ ಅವನ ನೋಟ ಅತ್ತಲೇ ಇತ್ತು.

ಅಷ್ಟರಲ್ಲಿ ಹರ್ಷ, ಆ ವ್ಯಕ್ತಿ ಇಬ್ಬರು ಹೊರಗೆ ಬಂದರು ಕೆನೆ ಬಣ್ಣದ ಪ್ಯಾಂಟ್, ಟರ್ಪ್ ಮಾಡಿದ ಆಕಾಶ ಬಣ್ಣದ ಸಣ್ಣ ಚೌಕಳಿಯ ಷರಟು. ತೀಕ್ಷ್ಣಮತಿಯಂತೆ ಗೋಚರಿಸಿದ ನೀಳ ಮೂಗು ದೃಢತೆಯ ಬಗ್ಗೆ ಸೂಚಿಸಿತು. ಬುದ್ಧಿಮತ್ತೆಯ ಜೊತೆ ಶ್ರೀಮಂತಿಕೆ ಲಾಸ್ಯವಾಡುವ ಮುಖ ಗೋಚರಿಸಿತು. ಅವನಲ್ಲಿ ಅಳುಕು ಷುರುವಾಯಿತು. ಶಂಕರ ಪಾಟೀಲರ ಮನೆಯಲ್ಲಿ ಸಾಕಷ್ಟು ಅವಮಾನ ಅನುಭವಿಸಿದ್ದ, ಅದು ತಂಗಿಗೆ ಬೇಡವಾಗಿತ್ತು. ಯಾರೇ ಆಗಲಿ ಬಯಸುವುದು ಗೌರವಪೂರ್ವ ಸ್ವಾಭಿಮಾನದ ಬದುಕು.

ಅವರಿಬ್ಬರ ಕಾರುಗಳು ವಿಭಿನ್ನ ದಿಕ್ಕುಗಳಿಗೆ ಹೊರಟವು ಟ್ರಾಫಿಕ್‌ನಲ್ಲಿ ಹಿಂಬಾಲಿಸುವುದು ಸುಲಭವಾಗಿರಲಿಲ್ಲ. ಅವನ ಕಾರು ಮೈಸೂರಿನ ಹಾದಿಗೆ ಹೊರಳಿತು.

ಅಲಾಪನಾಳೊಂದಿಗೆ ಪಾರ್ಕ್‌ನಲ್ಲಿದ್ದ ಸರಿತ ಕಾರು ನೋಡಿ ಬಂದಳು. ಕಳೆ ಗುಂದಿದ ಅಣ್ಣನ ಮುಖ ನೋಡಿ "ಯಾಕೆ, ತುಂಬ ಡಲ್ಲಾಗಿದ್ದಿ?" ಕೇಳಿದ ಕೂಡಲೇ

"ಏನಿಲ್ಲ, ಸ್ವಲ್ಪ ಸುಸ್ತಾಗಿದೆ, ನಂಗೂ ವಯಸ್ಸು ಆಗ್ತಾ ಇದೆಯೆಲ್ಲ, ಎಷ್ಟು ದೊಡ್ಡ ಮಗಳು ಇದ್ದಾಳೆ" ಎಂದು ಮಗಳನ್ನು ಅಣಕಿಸಿದ.

ರಾತ್ರಿ ಅಲಾಪನಾಳ ಪಾಠ, ಪ್ರವಚನ ಮುಗಿದು ಮಲಗುವವರೆಗೂ ಮೌನವಹಿಸಿದ ಹೇಮಂತ್ ನಂತರ ಬಂದು ವರಾಂಡದಲ್ಲಿ ಕೂತ.

"ನಿನ್ನ ವೇಣು, ಮಾಧವ, ಶಶಾಂಕ್, ಶ್ರೀವಾಸ್ತವ್ ಅದು ನಮ್ಮಂಥವರಿಗೆ ಎಟುಕದ ಗಂಡು. ನನ್ನ ನಿರೀಕ್ಷೆಗಿಂತಲೂ ಹೆಚ್ಚು ಶ್ರೀಮಂತಿಕೆಯಲ್ಲಿ ಹುಟ್ಟಿ ಬೆಳೆದವ. ಕನ್ನಡದ ಹುಡುಗ ಅಲ್ಲ, ನಾವು ನಿನ್ನ ಪ್ರೇಮದ ಪರಿ ವಿವರಿಸಿದರೇ 'ಹುಚ್ಚು' ಎನ್ನಬಹುದಷ್ಟೆ. ಆ ವಿಷ್ಯನ ಪೂರ್ತಿಯಾಗಿ ನಿನ್ನ ಮನಸ್ಸಿನಿಂದ ಕಿತ್ತು ಹಾಕು, ಅವನಿಗೆ ಮಾತ್ರವಲ್ಲ, ಈ ವಿಚಾರ ಎಲ್ಲರಿಗೂ ತೀರಾ ಹಾಸ್ಯಾಸ್ಪದವೆನಿಸಬಹುದು. ಕಡೆಗೆ ಬ್ಲಾಕ್‌ಮೇಲ್ ತಂತ್ರ ಎನ್ನಬಹುದು. ನಾನು ಸಾಕಷ್ಟು ಅವಮಾನ ಅನುಭವಿಸಿದ್ದೀನಿ, ನನ್ನ ಮತ್ತು ವೈಜಯಂತಿಯ ಮಧ್ಯೆ ಪ್ರೇಮ ಮೊಳಗೆಯೊಡೆದಾಗ ನನಗೆ ಅವಳ ಅಪ್ಪನ ಶ್ರೀಮಂತಿಕೆ, ಮನೆತನದ ಬಗ್ಗೆ ಏನು ಗೊತ್ತಿರಲಿಲ್ಲ. ಆದರೆ ನಂಗೆ ಸಿಕ್ಕ ಹಣೆಪಟ್ಟಿ ಎಂಥದ್ದು ಗೊತ್ತ. ಅವರ ದೊಡ್ಡ ಸಂಪತ್ತು ನೋಡಿ ನಾನು ಲವ್‌ನ ನಾಟಕವಾಡಿದ್ದು, ವಿವಾಹವಾಗಿದ್ದು – ನಂಗೆ ಅದನ್ನು ಸಹಿಸಿಕೊಳ್ಳಲಾಗಲಿಲ್ಲ ಈ ಆರೋಪದಿಂದ ಬಿಡುಗಡೆ ಬೇಕಿತ್ತು. ಅದ್ನೇ ಡೈವೋರ್ಸ್‌ಗೆ ಒಪ್ಪಿಕೊಂಡೆ ಅದರ ಪುನರಾವರ್ತನೆ ಬೇಡ" ಖಡಾಖಂಡಿತವಾಗಿ ಹೇಳಿದ.

ಅದನ್ನು ಅವಳೇನು ವಿರೋಧಿಸಲಿಲ್ಲ.

"ಆಯ್ತು, ಆ ವಿಷ್ಯನ ಅಲ್ಲಿಗೆ ಬಿಡೋಣ ನೀನು ವಿವಾಹವಾದ ಹೊಸದರಲ್ಲಿ, ನಂತರ ಅಪ್ಪ, ಅಮ್ಮ ಅನುಭವಿಸಿದ ವೇದನೆ ನಾನು ಕಣ್ಣಾರೆ ಕಂಡಿದ್ದೀನಿ. ಮಕ್ಕಳ ಭವಿಷ್ಯದ ಬಗ್ಗೆ ಎಷ್ಟೊಂದು ಆತಂಕ ಇರುತ್ತೆ. ಜಗತ್ತಿಗೆ ಬಂದ ಹೊಸುಗೂಸಿಗೆ ಪ್ರೀತಿ, ಪ್ರೇಮದ ಅರಿವನ್ನ ಇತ್ತವರು ಹೆತ್ತವರು. ಅಂಥದರಲ್ಲಿ ಪ್ರೀತಿಗಾಗಿ ಅವ್ರುಗಳ್ನ ನೋಯಿಸೋದು ಬೇಡ. ನೀನು ತೋರ್ಸಿದ ಗಂಡನ್ನ ನಾನು ಒಪ್ಪಿಕೊಳ್ಳೋಕೆ ರೆಡಿ ಯಾರಿಂದಲೂ ಅವಮಾನ ಅನುಭವಿಸೋದು ಬೇಡ. ಇದೊಂದು ಹುಚ್ಚುಂತ ಸಮಾಜದಿಂದ ಹಣೆ ಪಟ್ಟಿ ಕಟ್ಟಿಸಿಕೊಳ್ಳೋದು ಬೇಡ" ಇಂಥ ನಿರ್ಣಯವನ್ನು ಪ್ರಕಟಿಸಿದಾಗ ಅವನ ತಲೆಯ ಮೇಲಿನ ದೊಡ್ಡ ಭಾರ ಇಳಿಸಿದಂತಾಯಿತು, ಬುದ್ಧಿವಂತೆಯಂತೆ ಕಂಡಳು.

"ಓಕೇ, ಸರಿತ... ಕ್ಷಿತಿಜ ಓಕೇನಾ? ಒಂದ್ವಾರ ಸಮಯ ತಗೊಂಡು ಯೋಚ್ಸಿ ವಿಷ್ಯ ತಿಳ್ಸು. ಇಲ್ಲ ಮೊನ್ನೆ ಅಪ್ಪ ಫೋನ್ ಮಾಡಿ, ಅವ್ರಿಗೆ ಇಲ್ಲಿನ ಪರಿಸರ ಒಗ್ಗಿದೆ. ವೈದ್ಯ ನಾರಾಯಣ ಶಾಸ್ತ್ರಿಗಳ ಮಗನ ಜಾತ್ಕ ತಂದು ಕೊಟ್ಟು ಹೋಗಿದ್ದಾರೆ, ಜಾತ್ಕನು ಹೊಂದಿಕೆಯಾಗಿದೆ. ಹ್ಞೂ ಅಂದರೆ ಈ ಸಂಬಂಧ ನಿಶ್ಚಯ ಮಾಡೋಣ ಬಹುಶಃ ಅವನು ನನ್ನ ವೈದ್ಯ ವೃತ್ತಿಗೆ ವಾರಸುದಾರ ಆಗಬಹ್ದೂಂತ ಎಂದು

ಹೇಳಿದ್ದಾರೆ ಇದ್ರಲ್ಲಿ ಆಯ್ಕೆ ನಿಂದೆ" ಎಂದ ಅವಳೆದೆಯಲ್ಲಿ ಉಬ್ಬರಗಳು ಎದ್ದು ಮತ್ತೆ ಸ್ತಬ್ಧಗೊಂಡಿತು.

"ಸಾರಿ, ಅಣ್ಣ... ನಿಮ್ಮ ಆಯ್ಕೆನೇ ನನ್ನ ಆಯ್ಕೇ ಆ ಬಗ್ಗೆ ದುಸರ ಮಾತಿಲ್ಲ. ನಾನು ವಿಧೇಯ ತಂಗಿ" ಎಂದು ಜಾಗ ಖಾಲಿ ಮಾಡಿದಳು. ಈ ನಿರ್ಣಯದಿಂದ ತನ್ನವರು ಆರಾಮಾಗಿ ಉಸಿರಾಡಬಹುದೆನಿಸಿತ್ತು.

ಬಹುಶಃ ಅಂದಿನ ಕೆಲವು ಗಂಟೆಗಳ ಪರಿಚಯದ ಯುವಕ ಶಶಾಂಕ್ ಶ್ರೀವಾಸ್ತವ್ ಅವಳೆದೆಯಲ್ಲಿ ಬೆಚ್ಚನೆಯ ಪ್ರೇಮದ ಭಾವನೆಗಳನ್ನು ಮೂಡಿಸಿದ್ದ ಅದು ಅರ್ಥವಾಗಿದ್ದು ದಿನಗಳ ನಂತರವಾದರೂ, ತಳವೂರಿದ್ದೇ ವಿಸ್ಮಯ. ಇಂಥ ನಿಗೂಢವಾದ ಶಕ್ತಿ ಪ್ರೇಮಕ್ಕಿದೆಯೇ ಎಂದು ಎಷ್ಟೋ ಸಲ ಯೋಚಿಸಿದ್ದುಂಟು. ಆದರೂ ಇಂದಿಗೂ ಅರ್ಥೈಯಿಸಿಕೊಳ್ಳಲಾಗಿರಲಿಲ್ಲ.

ಅಲ್ಲಿಗೆ ಪೂರ್ತಿಯಾಗಿ ಆ ವಿಷಯ ಕೈಬಿಡಲು ಹೇಮಂತ್ ನಿಶ್ಚಯಿಸಿದ ಅವನಿಗೂ ಶ್ರೀಮಂತರೆಂದುಕೊಂಡು ಹಣ ಪಟ್ಟಿ ಕಟ್ಟಿಕೊಂಡಿದ್ದ ಜನಗಳ ಸಹವಾಸ ಬೇಡವಾಗಿತ್ತು. ಅಲ್ಲಿ ಸುಖಕ್ಕಿಂತ ಹೆಚ್ಚು ನೋವು, ಅವಮಾನವೆನ್ನುವುದು ಅವನ ಅನುಭವದಿಂದ ಸಾಭೀತಾಗಿತ್ತು.

* * *

ಅಲಾಪನಾ ವೈಜಯಂತಿಯ ಹತ್ತಿರವಿದ್ದುದ್ದರಿಂದ ಸರಿತ ಮೊಗ್ಗಿನ ಮನೆಗೆ ಹೋದಳು. ಮುಂಬಯಿಯಲ್ಲಿ ಮೀಟಿಂಗ್ ಇದ್ದುದ್ದರಿಂದ ಹೇಮಂತ್ ಫ್ಲೈಟ್‌ಗೆ ಹೊರಟಿದ್ದ.

ಇವನು ಲಾಂಜ್ ಪ್ರವೇಶಿಸುವ ವೇಳೆಗೆ ಮೊಬೈಲ್ ಸದ್ದು ಮಾಡಿತು "ಹಲೋ, ಹೇಮಂತ್... ಗಾಬ್ರಿಯಾಗೋ ಅಂಥದೇನಿಲ್ಲ. ಅಲಾಪನಾನ ಶ್ರೀಸಾಯಿ ನರ್ಸಿಂಗ್ ಹೋಂನಲ್ಲಿ ಅಡ್ಮಿಟ್ ಮಾಡಿದ್ದೀವಿ. ನೇರವಾಗಿ ಅಲ್ಲಿಗೆ ಬನ್ನಿ" ಫೋನ್ ಕಟ್ ಮಾಡಿದ.

ಹೇಮಂತ್‌ಗೆ ಉಸಿರು ನಿಂತಂತಾಯಿತು. ಆ ಕ್ಷಣ ಆಸರೆ ಬೇಕೆನಿಸಿ ಅಲ್ಲೇ ಗೋಡೆಗೆ ಒರಗಿ ನಿಂತವನು ನಿಧಾನವಾಗಿ ಹೊರಗೆ ಬಂದು ಟಿಕೆಟ್ ಕ್ಯಾನ್ಸಲ್ ಮಾಡುವಂತೆ ತಿಳಿಸಿ ಕಾರು ಹತ್ತದೇ ಟ್ಯಾಕ್ಸಿ ಹಿಡಿದ.

ಶ್ರೀ ಸಾಯಿ ನರ್ಸಿಂಗ್ ಹೋಂ ತಲುಪುವ ವೇಳೆಗೆ ಮಧ್ಯಾಹ್ನ ಮೂರರ ಸಮಯ. ರಿಸೆಪ್ಷನಿಸ್ಟ್‌ನಲ್ಲಿ ವಿಚಾರಿಸಿಕೊಂಡು ಬರುವ ವೇಳೆಗೆ ಐಸಿಯು ಮುಂದೆ ಶಂಕರ ಪಾಟೀಲರ ಇಡೀ ಕುಟುಂಬ ವೈಜಯಂತಿಯನ್ನು ಸಂತೈಯಿಸುತ್ತಿತ್ತು.

ಇವನ ಮುಖ ನೋಡಿದ ಕೂಡಲೇ ಹರ್ಷ ತಾನೇ ಬಂದು ಅವನ ಕೈ ಹಿಡಿದು ಕಾರಿಡಾರ್‌ನ ಪಕ್ಕಕ್ಕೆ ಕರೆದೊಯ್ದು.

"ಗಾಬ್ರಿ ಪಡ್ಯೋಂಥದೇನಿಲ್ಲ, ಅಲಾಪನಾ ಮೆಟ್ಟಲುನಿಂದ ಕಾಲು ಜಾರಿ ಉರುಳಿದ್ದಾಳೆ. ಡಾಕ್ಟ್ರು ಪ್ರಾಣಾಪಾಯ ಇಲ್ಲಾಂತ ಹೇಳಿದ್ದಾರೆ ವೈಜಯಂತಿಗೆ ಷಾಕ್, ಎರಡು ಸಲ ಪ್ರಜ್ಞೆ ತಪ್ಪಿತ್ತು. ಸ್ಪೆಷಲ್ ವಾರ್ಡ್‌ಗೆ ಹಾಕಿದ್ರು, ಆದರೆ ಇಲ್ಲಿ ಬಿಟ್ಟು ಕದಲ್ಲೊಲ್ಲಂತ ಹಟ, ಏನು ತೋಚದಂಗಾಗಿದೆ, ಪ್ಲೀಸ್ ಅಂಡರ್‌ಸ್ಟಾಂಡ್ ದಿ ಸಿಚ್ಯುವೇಷನ್" ಅನುನಯಿಸಿದ, ಹೇಮಂತ್‌ನ ನಾಲಿಗೆ ಹೊರಳಲಿಲ್ಲ, ಆ ಕ್ಷಣ ಏನು ತೋಚದಾಯಿತು, ಒಂದೆಡೆ ಕೂತು ಬಿಟ್ಟ ಕೆಟ್ಟ ಕೆಟ್ಟ ಯೋಚನೆಗಳು ಮುತ್ತಿ ಕಂಗೆಡಿಸಿ ಬಿಟ್ಟಿತು.

ಶಂಕರ ಪಾಟೀಲರ ಮಾತುನಂತೆ ಡಾಕ್ಟರ್ ಬಂದು ಅವನನ್ನು ತಮ್ಮ ರೂಮಿಗೆ ಕರೆದೊಯ್ದು ಧೈರ್ಯ ಹೇಳುವುದರ ಜೊತೆಗೆ ಇಂಟರ್‌ಕೇರ್ ಯೂನಿಟ್‌ಗೆ ಕರೆದೊಯ್ದರು. ಹಣೆ, ಕೈ, ಕಾಲುಗಳಿಗೆ ಪಟ್ಟಿ ಹಾಕಿಸಿಕೊಂಡು ಮಲಗಿದ್ದ ಅಲಾಪನಾನ ನೋಡಿ ಅವನ ಕರುಳು ಕಿತ್ತು ಬಾಯಿಗೆ ಬಂದಂತಾಯಿತು.

"ನೋ ಎಮರ್ಜೆನ್ಸಿ, ನಾಳೆ ಬೆಳಿಗ್ಗೆ ವಾರ್ಡ್‌ಗೆ ಷಿಫ್ಟ್ ಮಾಡಿ ಬಿಡ್ತಾರೆ. ಈಗ ಬರೀ ಮಂಪರು ಮಾತ್ರ" ಧೈರ್ಯದ ನುಡಿಗಳನ್ನಾಡಿದರು. ವಿದೇಶದಲ್ಲಿ ಕಲಿತು ಬಂದರು ಹುಟ್ಟಿದ ಮಣ್ಣಿನ ಮೇಲಿನ ಅಭಿಮಾನ, ಗೌರವದಲ್ಲಿ ಇಲ್ಲಿ ಬಂದು ನಿಂತ ಅಚ್ಚ ಕನ್ನಡಿಗ ಡಾ॥ ಪಾರ್ಥಸಾರಥಿ "ಏನು ತೊಂದರೆ ಇಲ್ಲ, ಪೆಟ್ಟುಗಿಂತ ಷಾಕಾಗಿದ್ದಾಳಷ್ಟೆ." ಇನ್ನಷ್ಟು ಭರವಸೆಯ ನುಡಿಗಳನ್ನಾಡಿದರು.

ತುಂಬ ಸುಸ್ತಾಗಿದ್ದ ವೈಜಯಂತಿನ ವಾರ್ಡ್‌ಗೆ ಒಯ್ದು ಬೆಡ್ ಮೇಲೆ ಹಾಕಿ ಸಲೈನ್ ಚುಚ್ಚಿದರು. ಅವಳು ಸ್ವಲ್ಪ ನಿದ್ರಿಸಿದ ಮೇಲೆ ಶಂಕರ ಪಾಟೀಲ ಹೇಮಂತ್‌ನ ಹತ್ತಿರ ಬಂದು ನೋವಿನ ಮಾತುಗಳನ್ನಾಡಿದರು.

"ಅವ್ಳು ನಮ್ಗೇ ಮೊಮ್ಮಗ್ಳು, ನಮ್ಮ ವೈಜಯಂತಿ ಕರುಳ ಕುಡಿ ಮಿಕ್ಕಿದೆಲ್ಲ ಪಕ್ಕಕ್ಕೆ ಸರಿಸೋಣ ಕೆಲವು ಸಂಬಂಧಗಳನ್ನು ಕಾನೂನು ಕೂಡ ಬೇರ್ಪಡಿಸೋಕೆ ಸಾಧ್ಯವಿಲ್ಲ, ಅಲಾಪನಾ ಚೇತರಿಸ್ಕೋತಾಳೆ ದಯವಿಟ್ಟು ನೀವು ಮನೆಗೆ ಹೋಗಿ, ನಾವು ನೋಡ್ಕೋತೀವಿ."

ಆ ಕ್ಷಣದಲ್ಲಿ ಹೇಮಂತ್‌ಗೆ ಮಾತು ಬೇಕಿರಲಿಲ್ಲ ಏಕಾಂತ ಬೇಕಿತ್ತು. ಎರಡು ಕೈಗಳನ್ನು ಜೋಡಿಸಿ ಮಾತಿಲ್ಲದೇ ಧನ್ಯವಾದ ಅರ್ಪಿಸಿ ಮೌನವಾಗಿ ಕಾರಿಡಾರ್‌ನ ದೀಪದ ಬೆಳಕಿನಲ್ಲಿ ನಡೆದು ಹೋದ.

ಹೊರಗೆ ನರ್ಸಿಂಗ್ ಹೋಂನ ಹೊರ ಆವರಣ ಕಲ್ಲು ಬೆಂಚಿನ ಮೇಲೆ ಕೂತ, ವಿಶಾಲವಾದ ಆವರಣ, ಹಸಿರನ್ನು ಯಥೇಚ್ಛವಾಗಿ ಬೆಳೆಸಿದ್ದರು. ತಣ್ಣನೆಯ ಗಾಳಿ, ಒಂಟಿಯಾಗಿ ಕೂತು ಕಣ್ಣೀರು ಸುರಿಸಿದ ಎಷ್ಟೋ ಹೊತ್ತಿನ ಮೇಲೆ ಅವನ ಭುಜವನ್ನು ಒಂದು ಕೈ ಸ್ಪರ್ಶಿಸಿತು. ತಲೆ ತಿರುಗಿಸಿದ ಹರ್ಷ ನಿಂತಿದ್ದ.

"ಹೇಮಂತ್, ಮನೆಗೆ ಹೋಗೋಣ ಬನ್ನಿ, ಇಲ್ಲದಿದ್ದರೇ ಇಲ್ಲೇ ಹತ್ತಿರದ ಲಾಡ್ಜ್‌ನಲ್ಲಿ

ರೂಂ ಮಾಡಿದ್ದೀನಿ, ಹೋಗಿ ರೆಸ್ಟ್ ತಗೊಳ್ಳಿ, ಬೆಳಗಿನ ವೇಳೆಗೆ ಪ್ರಜ್ಞೆ ಬರುತ್ತೇಂತ ಹೇಳಿದ್ದಾರೆ." ತೀರಾ ಬಲವಂತ ಮಾಡಿ ಲಾಡ್ಜ್‌ಗೆ ಕರೆದೊಯ್ದು ಬಿಟ್ಟು ಬರುವ ಮುನ್ನ "ನಿಮ್ತಂಗಿ ಸರಿತಗೆ ಫೋನ್ ಮಾಡಿದ್ದೀನಿ, ಅವ್ರು ಇರುವುದು ಅನಿವಾರ್ಯ ಅನ್ನಿಸ್ತು ನಾಳೆ ಸಂಜೆ ವೇಳೆಗೆ ಬರ್ತಾರೆ" ಎಂದು ಹೇಳಿ ಹೋದ.

ಬಟ್ಟೆ ಕೂಡ ಬದಲಾಯಿಸದೆ ಹಾಸಿಗೆಯ ಮೇಲೆ ಉರುಳಿಕೊಂಡು, ನೆನಪುಗಳು ಹಿಂದಕ್ಕೆ ಸರಿದು ಒಂದೆಡೆ ನಿಂತಿತು. ಆ ದಿನ ಪ್ರೇಮ ನಿವೇದನೆ ಮಾಡಿಕೊಂಡ ದಿನ ಜಗತ್ತು ಬಹಳ ಸುಂದರವಾಗಿ ಕಂಡಿತ್ತು. ಬದುಕು ಕಾವ್ಯವೆನಿಸಿತ್ತು. ಸುಖಾಂತ ಕಂಡ ಕಾದಂಬರಿ ಓದಿದಂತೆ ಹರ್ಷಿಸಿದ್ದ. ಅದು ಎಷ್ಟೋ ಕರಾಳವೆನಿಸಿತ್ತು ಕಾನೂನು ಮೂಲಕ 'ಬಿಡುಗಡೆ' ಸಿಕ್ಕ ದಿನ ಆ ದಿನ ಸಂಬಂಧಗಳು ತೀರಾ ಅರ್ಥ ಕಳೆದುಕೊಂಡಂತೆ ಗೋಚರಿಸಿತ್ತು.

ಯಾವುದೋ ವೇಳೆಗೆ 'ಅಲಾಪನಾ' ಎಂದು ಕನವರಿಸಿ ಎದ್ದು ಕೂತ. ನರ್ಸಿಂಗ್ ಹೋಂ ಮತ್ತು ಇವನು ಉಳಿದು ಕೊಂಡಿದ್ದ ಲಾಡ್ಜ್ ಹೆಚ್ಚು ದೂರವಿರಲಿಲ್ಲ. ಸ್ನಾನ ಮುಗಿಸಿ ನಡೆದೇ ಹೊರಟ ಶಂಕರ ಪಾಟೀಲ, ಅವರ ಶ್ರೀಮತಿ ಎದುರಾದರು ತಲೆ ತಗ್ಗಿಸಿಕೊಂಡು ತನ್ನ ಪಾಡಿಗೆ ತಾನು ನಡೆದ ಕೂಗಾಟ, ರಂಪ, ರಾಮಾಯಣ ಅವನ ಸ್ವಭಾವವಲ್ಲ.

ಪ್ರಜ್ಞೆ ಬಂದಿರುವುದಾಗಿ ಡ್ಯೂಟಿ ಡಾಕ್ಟರ್ ತಿಳಿಸಿದರು ನಾಳಗಳ ನಡುವೆ ಮಲಗಿದ್ದ ಅಲಾಪನಾ, ಅವನ ಕಣ್ಣಂಚು ತೇವವಾಯಿತು ಗಂಟಲುಬ್ಬಿತು ಮಾತು ದೂರ ಬರಲಿಲ್ಲ.

"ಬೇಗ ಚೇತರಿಸ್ಕೋತಾಳೆ, ಇನ್ನು ಡಿಸ್ಟರ್ಬ್ ಮಾಡೋದು ಬೇಡ" ಸಿಸ್ಟರ್ ಹೇಳಿದ ಮೇಲೆ ಹೊರ ಬಂದ ಕಾರು ಏರ್‌ಪೋರ್ಟ್‌ನ ಪಾರ್ಕಿಂಗ್‌ನಲ್ಲಿ ಪಾರ್ಕ್ ಮಾಡಿರುವ ಬಗ್ಗೆ ತಿಳಿಸಿ, ಕಾರಿನ ಇನ್ನೊಂದು ಕೀ ಪಡೆದುಕೊಂಡು ಕಾರನ್ನು ಒಯ್ಯುವಂತೆ ತಿಳಿಸಿ, ಸದ್ಯದ ಸ್ಥಿತಿಯನ್ನು ಸಿಇಓಗೆ ತಿಳಿಸಿದ ಇವನು ಮಾರ್ಕೆಟಿಂಗ್ ಸೆಕ್ಷನ್‌ನ ಇನ್‌ಚಾರ್ಜ್ ಪ್ಯಾಸಾ ಟೆಕ್ಸ್‌ಟೈಲ್ಸ್‌ನಲ್ಲಿ ಇದೊಂದು ಪವರ್‌ಫುಲ್ ಪೋಸ್ಟ್.

ಎರಡು ದಿನದ ವೇಳೆಗೆ ಅಲಾಪನಾ ಚೇತರಿಸಿಕೊಂಡಳು. ಒಂದು ರೀತಿಯಲ್ಲಿ ಪೇಷಂಟ್ ಆಗಿ ವೈಜಯಂತಿ ಕೂಡ ಇನ್ನೊಂದು ಬೆಡ್‌ಗೆ ಜಾಯಿನ್ ಆಗಿದ್ದಳು. ಇದು ಅವನ ಮನೆಯವರಿಗೆ ಇಷ್ಟವಿಲ್ಲ, ಹಾಗೆಂದು ಒರಟಾಗಿ ವರ್ತಿಸಲು ಸಾಧ್ಯವಿರಲಿಲ್ಲ.

ಈಗ ಸರಿತ ಬಂದಿದ್ದರಿಂದ ಜೊತೆಗೆ ನರ್ಸಿಂಗ್ ಹೋಂನಲ್ಲಿಯೇ ಇದ್ದುದ್ದರಿಂದ, ಹೇಮಂತ್ ಅಲ್ಲಿಗೂ ಇಲ್ಲಿಗೂ ಓಡಾಡುತ್ತಿದ್ದ ಅದಿತಿಗೆ ಜ್ವರವೆಂದು ಮನೆಗೆ ಹೋಗಿದ್ದ ವೈಜಯಂತಿ ಸಂಜೆ ಬಂದಾಗ ಹೇಮಂತ್‌ನ ತಂದೆ, ತಾಯಿ ಬಂದಿದ್ದರು, ಅವರನ್ನು ನೋಡಿದ್ದು ಒಂದೆರಡು ಸಲ ಮಾತ್ರ. ಆಗ ಅವರ ಮನೆಯ ಸೊಸೆ, ಮಗನ ಹೆಂಡತಿ, ಮೊಮ್ಮಗಳ ತಾಯಿ – ಈಗ... ಕಡಿದುಕೊಂಡ ಬಂಧನ.

ಅವರುಗಳು ನೋಡಿದರು ಮಾತಾಡಿಸುವ ಸಾಹಸ ಮಾಡಲಿಲ್ಲ. ಅಷ್ಟು ನಿರ್ಲಕ್ಷಿಸುವುದು ವೈಜಯಂತಿಗೆ ಬೇಕಿರಲಿಲ್ಲ. ಆದರೆ ಲೀಲಾವತಿ ತೀಕ್ಷ್ಣ ನಾಲಿಗೆಯ ಬಗ್ಗೆ ಗೊತ್ತಿತ್ತು. ಅವಮಾನವಾಗುವುದು ಬೇಡವೆನಿಸಿತು. ವಾರ್ಡ್‌ನಿಂದ ಹೊರ ಬರುತ್ತಿದ್ದ ಹೇಮಂತ್ ಒಮ್ಮೆ ಮುಗುಳ್ನಗೆ ಬೀರಿ ಅವರುಗಳನ್ನು ಕರೆದೊಯ್ದು ಕಾರು ಹತ್ತಿಸಿದ.

"ಬಂದಳಲ್ಲ, ಅವಳೇ ಅಲ್ವಾ... ಅಲಾಪನಾ ಅಮ್ಮ?" ಲೀಲಾವತಿ ಮನಸ್ಸು ತಡೆಯದೇ ಕೇಳಿದಳು "ಹೌದು, ಇಲ್ಲೇ ಇದ್ದರು, ನೆನ್ನೆ ದಿನ ಮನೆಗೆ, ಹೋಗಿದ್ದು ನೀವುಗಳು ಹೋಗಿರೀ, ನಾನು ಬರ್ತೀನಿ" ಅವರನ್ನು ಕಳುಹಿಸಿ ಸಮಾಧಾನದ ಉಸಿರು ಬಿಟ್ಟ, ಸೀನ್ ಕ್ರಿಯೇಟ್ ಆಗಿ ವೈಜಯಂತಿಗೆ ಅವಮಾನವಾಗುವುದು ಅವನಿಗೆ ಬೇಡವಾಗಿತ್ತು.

ಮಗಳ ಪಕ್ಕ ಕೂತಿದ್ದ ವೈಜಯಂತಿ ಅವನನ್ನು ನೋಡಿ ಮೇಲೆದ್ದಳು "ಕೂತ್ಕೊಳ್ಳಿ, ಟೆಂಪರೇಚರ್ ನಾರ್ಮಲ್‌ಗೆ ಬಂದಿದೆಯೆಂದ್ರು ಹೇಗಿದ್ದಾಳೆ, ಅದಿತಿ ಅಲಾಪನಾ ಬಗ್ಗೆ ಯೋಚ್ನೋದು ಬೇಡ, ಸರಿತ ಅವಳ್ನ ನೋಡ್ಕೋತಾಳೆ ಆಗಾಗ ಫೋನ್ ಮಾಡಿ ನಿಂಗೆ ತಿಳಿಸೋಕೆ ಹೇಳ್ತೀನಿ" ಭರವಸೆ ಕೊಟ್ಟ ಇಲ್ಲಿ ಇಕ್ಕಟ್ಟಿನ ಸ್ಥಿತಿ ಅವಳದು ಅಲಾಪನಾಗೆ ತಾಯಿ, ಆದರೆ ಅವನ ತಂದೆಯಿಂದ ಬಿಡುಗಡೆ ಪಡೆದ ಸಂಬಂಧ ಗೋಜಲು... ಗೋಜಲೆನಿಸಿತ್ತು.

ಸರಿತ ಅಲ್ಲೆ ಇದ್ದುದ್ದರಿಂದ ಇಬ್ಬರು ಹೊರಗೆ ಬಂದರು. ವೈಜಯಂತಿಗೆ ಹೇಮಂತ್‌ನೊಂದಿಗೆ ಮಾತಾಡುವುದಿತ್ತು. ಸಂಕೋಚವೆನಿಸಿತು, ಆದರೂ ಹೇಳಬೇಕೆನಿಸಿತು.

"ನಿಮ್ಹತ್ರ ಮಾತಾಡೋದಿತ್ತು" ಎಂದಳು.

"ಷೂರ್, ವೈ ನಾಟ್... ಖಂಡಿತ ಮಾತಾಡಿ ಎಲ್ಲಿ ಮಾತಾಡೋಣ?" ಕೇಳಿದ ಡೈವೋರ್ಸ್ ನಂತರ ಅವಳೊಂದಿಗೆ ಒಂಟಿಯಾಗಿ ಮಾತಾಡಬೇಕೆಂದು ಹೇಳಿದೇ ಇಲ್ಲ. ಅಲಾಪನಾ ಬಿದ್ದಿದಕ್ಕೆ ಪಶ್ಚಾತಾಪಗೊಂಡಿರಬೇಕು. ಆ ಬಗ್ಗೆ ಏನಾದರೂ ಹೇಳಬಹುದೆಂದು ಕೊಂಡ "ಹತ್ತಿರದಲ್ಲಿರೋ ಗಾರ್ಡನ್ ರೆಸ್ಟೋರೆಂಟ್‌ಗೆ" ಸೂಚಿಸಿದಳು.

ಇಬ್ಬರು ಜೊತೆಯಾಗಿ ಗಾರ್ಡನ್ ರೆಸ್ಟೋರೆಂಟ್‌ಗೆ ಹೊರಟರು. ಬಹುಶಃ ವರ್ಷಗಳ ನಂತರ ಜೊತೆಯಾಗಿ ಹೆಜ್ಜೆ ಹಾಕುತ್ತಿದ್ದರು. ಅಂದಿನ ಹೆಜ್ಜೆಗಳಿಗೂ, ಇಂದಿನ ಹೆಜ್ಜೆಗಳಿಗೂ ವ್ಯತ್ಯಾಸವಿತ್ತು. ಅಂದಿನ ಹೆಜ್ಜೆಗಳಿಗೆ ಅರ್ಥವಿತ್ತು. ಇಂದು... ಉಸಿರುಗಟ್ಟಿದಂತಾಯಿತು.

ಮೂಲೆಯಲ್ಲಿರುವ ಟೇಬಲ್ ಆರಿಸಿಕೊಂಡು ಕೂತರು. "ಏನು ತಗೋತೀರಾ?" ಕೇಳಿದ ಹರ್ಷನ ಮಡದಿಗೆ ಗೌರವ ಸಂದಾಯ ಬಹುವಚನದಲ್ಲಿ.

"ಏನು ಬೇಡ, ಆದ್ರೂ ಇಲ್ಲಿ ಕೂತಿದಕ್ಕೆ ಆರ್ಡರ್ ಮಾಡುವುದು ಅನಿವಾರ್ಯ"

ಎಂದಳು. ಎರಡು ಆ್ಯಪಲ್ ಜ್ಯೂಸ್‌ಗೆ ಆರ್ಡರ್ ಮಾಡಿದ. ವೈಜಯಂತಿಗೆ ಆ್ಯಪಲ್ ಜ್ಯೂಸ್ ಎಂದರೆ ಇಷ್ಟವೆಂದು ಅವನಿಗೆ ಗೊತ್ತು "ಥ್ಯಾಂಕ್ಸ್..." ಎಂದಿದಕ್ಕೆ ಹೇಮಂತ್ ಪ್ರತಿಕ್ರಯಿಸಲಿಲ್ಲ ನೆನಪಿನ ಜಾಡು ಹಿಂದಕ್ಕೆ ಮರಳುವುದು ವೈಜಯಂತಿಯ ಭವಿಷ್ಯದ ಹಿತ ದೃಷ್ಟಿಯಿಂದ ಒಳ್ಳೆಯದಲ್ಲವೆಂದು ಅವನಿಗೆ ಗೊತ್ತಿತ್ತು.

"ಏನು ವಿಷ್ಯ?" ಕೇಳಿದ.

"ಅಲಾಪನಾ ತಾನಾಗಿ ಬಿದ್ದಿದ್ದಲ್ಲ, ಅಜಯ್ ತಳ್ಳಿದ್ದು ವಿಪರೀತ ಮುದ್ದುನಿಂದ ಅವನಿಗೆ ಸಿಟ್ಟು ಜಾಸ್ತಿ. ಐ ಯಾಮ್... ಸಾರಿ" ಎಂದಳು ತಗ್ಗಿದ ದನಿಯಲ್ಲಿ "ದಟ್ಸ್ ಓಕೇ, ಮಕ್ಕಳ ಸಹಜ ಗುಣ ಆದರೆ ಅಲಾಪನಾಗೆ ಏನಾದರೂ ಆಗಿದ್ದರೇ, ನನ್ನ ಬದ್ಕಿಗೆ ಯಾವುದೇ ಅರ್ಥವಿಲ್ದೇ ಹೋಗ್ತಾ ಇತ್ತು. ಈಗ ಚೇತರಿಸ್ಕೋತಾ ಇದ್ದಾಳಲ್ಲ, ಅಷ್ಟು ಸಾಕು. ಮತ್ತೆ ಈ ಘಟನೆ ಮರುಕಳಿಸೋದು ಬೇಡ" ಆ ವಿಷಯವನ್ನು ಅಲ್ಲೇ ಮುಕ್ತಾಯಗೊಳಿಸಲು ಇಚ್ಚಿಸಿದ ಅವನೊಂದಿಗೆ ಮಾತಾಡಬೇಕೆಂದುಕೊಂಡು ಬಂದ ವಿಷಯ ಬೇರೆ ಇದ್ದುದ್ದರಿಂದ ಅವಳು ಆ ವಿಷಯ ಎಳೆಯಲು ಹೋಗಲಿಲ್ಲ.

"ಶಶಾಂಕ್ ಶ್ರೀವಾಸ್ತವ್ ನಿಮ್ಗೇ ಹೇಗೆ ಗೊತ್ತು?" ಕೇಳಿದಕ್ಕೆ ಮೊದಲು ವಿಸ್ಮಿತನಾದ. ಆಮೇಲೆ "ಆ ವಿಷಯನ ಈಗ ಡ್ರಾಪ್ ಮಾಡಿದ್ದೀನಿ. ಈಗ ಅವ್ರ ಬಗ್ಗೆ ಅಂಥ ಇಂಟರೆಸ್ಟೇನು ಇಲ್ಲ" ಎಂದ ಸ್ವಲ್ಪ ಬೇಸರದಿಂದ ಆದರೆ ಆ ವಿಷಯವನ್ನು ತಿಳಿದುಕೊಳ್ಳಬೇಕೆಂಬುದೇ ಅವಳ ಪಟ್ಟು ಆದುದ್ದರಿಂದ, ಅವನ ಬಾಯಿಂದ ಇಡೀ ಕತೆಯನ್ನು ಹೊರಡಿಸಿದಳು ಅಚ್ಚರಿಯೆನಿಸಿತು.

"ಫೆಂಟಾಸ್ಟಿಕ್, ಅಂತು ನಿಮ್ತಂಗಿ ಧ್ಯಾನದಲ್ಲಿರೋ ವೇಣು, ಮಾಧವ, ಶಶಾಂಕ್, ಶ್ರೀವಾಸ್ತವ್ ತುಂಬ ಅದ್ಭುತವೆನಿಸುತ್ತೆ" ಎಂದಳು. ಹೇಮಂತ್ ತಲೆ ಕೊಡವಿದ "ಪ್ರೀತಿಯನ್ನ ಕಲೆಸಿದ ತನ್ನ ಹೆತ್ತವರಿಗಾಗಿ ಈ ಪ್ರೇಮನ ಮರ್ರು ವಿವಾಹವಾಗೋಕೆ ಒಗೇ ಸೂಚಿಸಿದ್ದಾಳೆ. ಬದುಕಿಗೆ ಸ್ವಾಭಿಮಾನ ಕೂಡ ಅಷ್ಟೆ ಮುಖ್ಯ. ಇದು ಒನ್ ವೇ ಲವ್ ಬೇರೆಯವರು ಈ ಕತೆಯನ್ನು ಹುಚ್ಚು ಅನ್ನಬಹುದು. ಇಲ್ಲ ಶ್ರೀಮಂತಿಕೆ ಕಂಡು ಗಾಳ ಹಾಕಿರಬಹುದೆಂದು ಅವನಾನಿಸಬಹುದು. ಅದು ಯಾವುದು ಬೇಕಿಲ್ಲ ಸರಿತಾಗೆ ಬೈ ದಿ ಬೈ, ಇದನ್ನೆಲ್ಲ ಯಾರ್ಗೂ ಹೇಳೋಲ್ಲಂತ ಮಾತು ಕೊಟ್ಟಿದ್ದೆ. ಅಚಾನಕ್ ಎಲ್ಲಾ ಹೊರ ಬಿತ್ತು, ಇದೆಲ್ಲ ನಿನ್ನಲ್ಲೇ ಉಳಿದು ಹೋಗ್ಲೀ, ಪ್ಲೀಸ್" ರಿಕ್ವೆಸ್ಟ್ ಮಾಡಿಕೊಂಡ.

ಇಬ್ಬರು ಎದ್ದು ಗೇಟುನ ಬಳಿಗೆ ಬಂದರು.

"ಹೇಮಂತ್, ನೀವು ಡೈವೋರ್ಸ್ ಕೊಡೋಷ್ಟು ಕೆಟ್ಟವರೇನು ಅಲ್ಲ ಎಷ್ಟೇ ಧೈರ್ಯ ತಂದುಕೊಂಡರೂ ಕೆಲವು ಸಂದರ್ಭಗಳನ್ನು ಎದುರಿಸುವುದ ಕಷ್ಟ. ನಾನು ಅಲಾಪನಾ ಅಮ್ಮ, ನೀವು ತಂದೆಯೆಂದು ಕೈತೋರುವುದು ಕಷ್ಟ. ಆಗ ಕೇಳಿದ ಜನರ ಪ್ರತಿಕ್ರಿಯೆ ಬೇರೆಯಾಗಿರುತ್ತೆ. ಡೈವೋರ್ಸ್ ತಗೊಳ್ಳೋವಾಗ ಮುಂದಿನ

ಜನಾಂಗದ ಬಗ್ಗೆ ಯೋಚ್ಸಬೇಕು. ನಿಮ್ಗೇ ತಪ್ಪುಂತ ಅನ್ನಿಸಲ್ಲಿಲ್ವಾ?" ಕೇಳಿದಳು.

ಹೇಮಂತ್ ಗಾಬರಿಯಾದ ಇಂಥ ಮನಸ್ಥಿತಿಯಿಂದ ಅವಳ ದಾಂಪತ್ಯ ಜೀವನ ಹಾಳಾಗುತ್ತದೆಯೆಂದು ಅರಿತ.

"ಇಲ್ಲ ವೈಜಯಂತಿ, ನಮ್ಗೇ ಹೊಂದಿಕೊಳ್ಳಲು ಖಂಡಿತ ಸಾಧ್ಯವಾಗ್ತ ಇರ್ಲಿಲ್ಲ. ಆಗ ತತ್ತರಿಸಬೇಕಾದವರು ಹಲವಾರು ಜನ, ನಿಂಗೆ ಒಂದು ನಿಶ್ಚಿಂತೆಯ ಜೀವನ ಸಿಕ್ಕಿದೆ. ಅಂದು ಕೈಗೊಂಡ ನಿರ್ಣಯಕ್ಕೆ ಎಂದೂ ಪಶ್ಚಾತಾಪ ಪಡಲು ಹೋಗಬೇಡ ಮತ್ತೆ ತಪ್ಪಾದರೇ ಅಜಯ್, ಅದಿತಿಗೆ ಶಿಕ್ಷೆ ಆಗುತ್ತೆ ನೀನು ಮನೆಗೆ ಹೋಗು ಅಲಾಪನಾ ಬಗ್ಗೆ ಚಿಂತಿಸೋದು ಬೇಡ. ಅವಳ ಭವಿಷ್ಯ ಉಜ್ವಲವಾಗುವಂತೆ ನೋಡ್ಕೋತೀನಿ" ಹೇಳಿದ ಇಬ್ಬರು ಜೊತೆಯಾಗಿಯೇ ನರ್ಸಿಂಗ್ ಹೋಂ ಆವರಣಕ್ಕೆ ಬಂದರು. ಇಂದಿಗೂ ಒಬ್ಬರಿಗೊಬ್ಬರು ಹಿತೈಷಿಗಳೆ.

ಹರ್ಷನ ಕಾರು ಪಾರ್ಕಿಂಗ್ ಜಾಗದಲ್ಲಿತ್ತು. ಹೇಮಂತ್ ಕಆರು ಹತ್ತಿರದ ಆವರಣದಿಂದ ಅವನ ಕಾರು ಹೊರಕ್ಕೆ ಬಂತು.

* * *

ಅಲಾಪನನ ಶಾಲೆಗೆ ಕಳಿಸಿ ಬಾಗಿಲ ಸನ್ನಿಹದಲ್ಲಿದ್ದಾಗ ಒಂದು ವಿದೇಶಿ ಫೋರ್ಡ್ ಕಾರು ಬಂದು ನಿಂತಿತು. ಕ್ಷಿತಿಜ ಕೂಡ ಊರಿನಲ್ಲಿ ಇರಲಿಲ್ಲ. ಸ್ವಲ್ಪ ಸಮಯಕ್ಕೆ ಮೊದಲು ವೈಜಯಂತಿ ಫೋನ್ ಮಾಡಿದ್ದಳು. ಆದ್ದರಿಂದ ಕಾರುನಲ್ಲಿ ಬರುವ ಜನರಾರು ಇರಲಿಲ್ಲ. ಆದ್ದರಿಂದ ಬಾಗಿಲು ಹಾಕಿಕೊಂಡು ಒಳಹೋದಳು.

ಕಿಚನ್‌ನ ಕೆಲಸ ಒಂದಿಷ್ಟು ಬಾಕಿ ಇದ್ದುದ್ದರಿಂದ ಅತ್ತ ಹೋದಳು. ಅವಳು ಗುನುಗಿದ್ದು 'ನಾ ನಿನ್ನ ಧ್ಯಾನದೊಳಿರಲು... ವೇಣು ಮಾಧವ' ಆ ಕನ್ನಡಕದೊಳಗಿನ ಕಣ್ಣುಗಳು, ತುಟಿಯಂಚಿನ ನಗು ಅವಳ ಕಣ್ಮುಂದಿನಿಂದ ಮರೆಯಾಗಿರಲಿಲ್ಲ.

ಕಾಲಿಂಗ್‌ಬೆಲ್ ಸದ್ದು ಕೇಳಿ ಬಂದು ಬಾಗಿಲು ತೆಗೆದಳು ಮನದಲ್ಲಿನ ಮೂರ್ತಿ ಎದುರಿನಲ್ಲಿತ್ತು. ಎದೆಯಾಳದ ಪ್ರೇಮದ ಕತೆಯನ್ನು ನೇಪಥ್ಯದಲ್ಲಿಯೆ ಉಳಿಸಲು ನಿಶ್ಚಯಿಸಿದ್ದರಿಂದ ಮನದ ಭಾವನೆಗಳನ್ನು ಪ್ರಕಟಪಡಿಸಲಿಲ್ಲ.

"ಯಾರು...?" ಎಂದಳು ಮೆಲ್ಲಗೆ.

"ಬೈ ದಿ ಬೈ, ಮರ್ತು ಬಿಟ್ರಾ? ಮೂರ್ವರ್ಷದ ಹಿಂದೆ ಬಿದ್ದು ಪೆಟ್ಟು ಮಾಡ್ಕೊಂಡ್ ಬಂದಿದ್ದ ಮೂವರಲ್ಲಿ ನಾನು ಒಬ್ಬ ಅವರಿಬ್ರೂ ವಿದೇಶಗಳಿಗೆ ಹಾರಿದರು. ನಾನೊಬ್ಬ ಸ್ವದೇಶದಲ್ಲಿ ಉಳಿದಿದ್ದು, ನೀವೆ ನಂಗೆ ಗುಳಿಗೆ ನುಂಗಿಸಿದ್ದು. ಮೈ ಗಾಡ್..." ಅವನು ಉಸುರಿಸಿದ ನಂತರ ಅಪರಿಚಿತತೆ ನಟಿಸುವುದು ಅವಳಿಗೆ ಬೇಕಿರಲಿಲ್ಲ.

"ಸಾರಿ, ಮರೆತಿದ್ದ... ಒಳ್ಗೇ ಬನ್ನಿ" ಹಿಂದಕ್ಕೆ ಸರಿದಳು.

ಪ್ರೇಮ ನಿವೇದನೆ, ಹಂಬಲಿಕೆಗೆ ಬದಲಾಗಿ ಯಾಕೆ ಬಂದ? ವಿಳಾಸ ಕೊಟ್ಟವರು ಯಾರು? ಅಂದು ವೈಜಯಂತಿ ಮನೆಯಲ್ಲಿ ನೋಡಿದರು ಸರಿದು ಹೋಗಿದ್ದ. ಆದರೆ ಈಗ ಬಂದಿದ್ದರ ಉದ್ದೇಶ? ಅವಳಿಗೆ ತಲೆ ಬುಡ ಅರ್ಥವಾಗಲಿಲ್ಲ.

ಶಶಾಂಕ್, ಶ್ರೀವಾಸ್ತವ್ ಒಳಗೆ ಬಂದು ಕೂತ, ಅವಳ ಗೊಂದಲ ಅವನಿಗೆ ಅರ್ಥವಾಗಿತ್ತು, 'ಇಂಥ ಪ್ರೇಮ ಎಲ್ಲರಿಗೂ ಸಿಗೋಲ್ಲ' ವೈಜಯಂತಿ ಹೇಳಿದ್ದಳು. ಹಾಸ್ಯವಾಗಿ ಕಂಡಿತ್ತು ಹಿನ್ನಲೆಯ ಬಗ್ಗೆ ವಿಮರ್ಶಿಸಿದ್ದ ಅದನ್ನೆಲ್ಲ ತಳ್ಳಿ ಹಾಕಿದ್ದು ಸವಾಲಾಗಿ.

"ನೀವು ಬಂದಿದ್ದು?" ನೇರವಾಗಿಯೇ ಕೇಳಿದ್ದು.

ಷರಟಿನ ತೋಳನ್ನು ಮುಂಗೈವರೆಗೂ ಮಡಚಿ "ಇಲ್ಲಿ ಮಚ್ಚೆನಿಂತು ಹೋಗಿದೆ ಸಾಕಷ್ಟು ಚರ್ಮ ವೈದ್ಯರನ್ನು ಭೇಟಿ ಮಾಡಿದಾಯ್ತು. ಟ್ರೀಟ್‌ಮೆಂಟ್, ಹೇಳಿದ ಆಯಿಂಟ್‌ಮೆಂಟ್‌ಗಳನ್ನೆಲ್ಲ ಸವರಿದ್ದು ಆಯ್ತು. ಏನು ಪ್ರಯೋಜನವಾಗಲಿಲ್ಲ. 'ಮೊಗ್ಗಿನ ಮನೆ'ಗೆ ಹೋಗಿ ನಿಮ್ತಂದೆಯವರನ್ನು ಮೀಟ್ ಮಾಡೋ ಉದ್ದೇಶ ಇತ್ತು. ಆದರೆ ಶಂಕರ ಪಾಟೀಲದಲ್ಲಿ ನಿಮ್ಮ ಭೇಟಿ ಆಕಸ್ಮಿಕ ತಕ್ಷಣಕ್ಕೆ ಗುರುತು ಹತ್ತಲಿಲ್ಲ ಆಮೇಲೆ ವೈಜಯಂತಿ ಹೇಳಿ ಇಲ್ಲಿನ ವಿಳಾಸ ಕೊಟ್ರು. ನಿಮ್ತಂದೆ ಇದಕ್ಕೆ ಏನಾದ್ರೂ ಮಾಡಬಲ್ಲರಾ? ನಿಮ್ಗೂ ಅಷ್ಟಷ್ಟು ಗೊತ್ತುಂತ ಕಾಣಿಸುತ್ತೆ" ಇಷ್ಟನ್ನು ಒಂದೇ ಸಲ ಮಾತಾಡಿದ ಅವಳ ಮುಖಭಾವವನ್ನು ಗಮನಿಸುತ್ತ.

"ಅವ್ರೆ ನೋಡಿ ಹೇಳಬೇಕು. ತಕ್ಷಣಕ್ಕೆ ಇಲ್ಲಿಗೆ ಬರೋಲ್ಲ. ಅಲ್ಹೋಗಿ ಭೇಟಿ ಮಾಡಿ" ಎಂದಳು. ಅವಳ ಸ್ವರದಲ್ಲಿನ ಕಂಪನ ಗುರುತಿಸಿದ "ಓಕೇ, ಥ್ಯಾಂಕ್ಯೂ" ಮೇಲೆದ್ದು "ಇಲ್ಲಿ ಯಾರ‍್ಯಾರು ಇದ್ದೀರಾ?" ವೈಜಯಂತಿ ಎಲ್ಲಾ ಹೇಳಿದ್ದರು, ಕೇಳಿದ "ಸದ್ಯಕ್ಕೆ ನಾನು, ನನ್ನ ಅಣ್ಣ ಅವರ ಮಗಳು ಅಲಾಪನಾ, ಕೂತ್ಕೊಳ್ಳಿ, ಏನಾದ್ರೂ ಕುಡೀಯಲಿಕ್ಕೆ ಕೊಡ್ತೀನಿ" ಎಂದಳು. ಸದ್ಯಕ್ಕೆ ಅಷ್ಟರ ಮಟ್ಟಿನ ಪರಿಚಯ ಸಾಕೆಂಬ ತೀರ್ಮಾನಕ್ಕೆ ಬಂದವನು "ಇನ್ನೊಮ್ಮೆ... ಬರ್ತೀನಿ" ನಡೆದ.

ಈ ವೈಚಿತ್ರ್ಯಕ್ಕೆ ದಂಗಾದಳು. ಇದು ಕನಸ್ಸಾ, ನಿಜವಾ ಎಂದು ದೃಢಪಡಿಸಿಕೊಳ್ಳ ಬೇಕಾಯಿತು. ಅವಳು ಈಗಾಗಲೇ ಒಂದು ತೀರ್ಮಾನಕ್ಕೆ ಬಂದಿದ್ದರಿಂದ ಚಲಿಸಲಿಲ್ಲ. ಆದರೂ ಒಂದು ರೀತಿಯ ಆ ವೇಗ, ಸಂತೋಷ – ಅದಕ್ಕೆ ಮೀರಿದ ಯಾವುದೋ ಒಂದು ಭಾವ.

ಆರರ ಸುಮಾರಿಗೆ ಹೇಮಂತ್ ಬಂದವ ಸ್ವಲ್ಪ ಖುಷಿಯಾಗಿದ್ದ "ಒಂದು ಗುಡ್‌ನ್ಯೂಸ್, ನಮ್ಮ ಕ್ಷಿತಿಜ್‌ಗೆ ಟೆಕ್ಸ್‌ಟೈಲ್ ಇಂಡಸ್ಟ್ರಿಯಲ್ಲಿ ಹೆಚ್ಚಿನ ತರಬೇತಿಗಾಗಿ ಜಪಾನುಗೆ ಕಳುಸ್ತಾ ಇದ್ದಾರೆ. ಅಂತು ಫಾರಿನ್ ರಿಟರ್ನ್ಸ್ ಗಂಡು" ಹಾಸ್ಯ ಮಾಡಿದ್ದ.

"ಓಕೇ, ಮಾರಾಯ... ಅಮ್ಮನ ಇನ್ನೊಂದು ರಾಗ ಷುರುವಾಗಿದೆಯಲ್ಲ 'ಮೊಗ್ಗಿನ ಮನೆ' ಅಕ್ಕ ಪಕ್ಕದ ಗಂಡಾದರೆ ಚೆನ್ನ ಅವರ ಕುಲ, ಗೋತ್ರ, ಮನೆತನ ಎಲ್ಲಾ

ವಿಚಾರಿಸ್ಕೋಬಹುದು ಅನ್ನೋದು ಷುರು ಮಾಡಿದ್ದರಲ್ಲ" ಛೇಡಿಸಿದ ಈ ಕೆಲವು ದಿನಗಳಿಂದ ಇದನ್ನು ಷುರು ಮಾಡಿಕೊಂಡಿದ್ದರು. ಮಗನಂತು ಅಲ್ಲಿ ಉಳಿಸಿಕೊಳ್ಳಲಾಗಲಿಲ್ಲ. ಅಳಿಯನನ್ನಾದರೂ ಅಲ್ಲಿಯವನಾದರೇ ಮಗಳು ತಮ್ಮ ಬಳಿ ಸುಳಿಯುತ್ತಾಳಲ್ಲ ಎನ್ನುವ ಸ್ವಾರ್ಥ.

ಮುಖ ಮೇಲೆತ್ತಿ ಉಸಿರನ್ನು ಮೇಲಕ್ಕೆ ದಬ್ಬಿ "ನೋಡೋಣ ತಂಗಿ ಮದ್ವೆಗಳು ಮೇಲೆ ನಿಶ್ಚಯವಾಗಿರುತ್ತೆ ಅಂತಾರೆ, ಆದರೆ ಈಗಿನವರದು ಸವಾಲ್... ದೇವರು ಒಂದು ಮದ್ವೆ ನಿಶ್ಚಯಿಸಿ ಕಳುಹಿಸಿರಬಹುದು, ಆದರೆ ಈಗಿನವರು ಇನ್ನೊಂದು ಮದ್ವೆ ಮಾಡ್ಕೊಂಡ್ ಒಂದು ಸವಾಲ್ ಹಾಕ್ತ ಇದ್ದಾರೆ" ಎಂದು ನಗುತ್ತ ಬಟ್ಟೆ ಬದಲಾಯಿಸಲು ಹೋದ.

ಅಲಾಪನಾನ ನರ್ಸಿಂಗ್ ಹೋಂನಿಂದ ನೇರವಾಗಿ ಇಲ್ಲಿಗೆ ಕರೆದುಕೊಂಡು ಬಂದಿದ್ದ. ವೈಜಯಂತಿ ಒಂದೆರಡು ಸಲ ಬಂದು ನೋಡಿಕೊಂಡು ಹೋಗಿದ್ದರು ಕರೆದೊಯ್ದಿರಲಿಲ್ಲ. ಆ ಮನೆಯ ಮಗುವಾಗಿ ಯಾರು ಸ್ವೀಕರಿಸಲು ಸಿದ್ಧರಿರದಿದ್ದರಿಂದ ಅವಳು ಒಂದು ನಿಲುವಿಗೆ ಬದ್ಧಳಾಗಿದ್ದಳು. ಅವಳಿಗೆ ತಾಯಿಯ ಪ್ರೇಮದ ಕೊರತೆ ಒಂದು ಶಿಕ್ಷೆಯೆಂದು ಅರಿವಿಗೆ ಬಂದಿತ್ತು. ಹಾಗೆಂದು ಮತ್ತೆ ಅಪ್ಪ, ಮಗಳನ್ನು ಶಿಕ್ಷಿಸಲು ಅವಳಿಗೆ ಮನಸ್ಸಿಲ್ಲ.

ರಾತ್ರಿ ಸರಿತ ಬಹಳ ಹೊತ್ತು ಹೊರಳಾಡಿ ಎದ್ದು ರೂಮಿನಿಂದ ಹೊರ ಬಂದಾಗ ಹಾಲ್‌ನ ನಡುವೆ ಏಕಾಂತದಲ್ಲಿ ಕಣ್ಮುಚ್ಚಿ ಸೋಫಾಗೆ ಒರಗಿ ಕಾಲುಗಳನ್ನು ಟೀಪಾಯಿ ಮೇಲೆ ಚಾಚಿ ಕೂತಿದ್ದ ಅಣ್ಣನ್ನು ನೋಡಿ ಅವಳೆದೆ ಧಸಕ್ಕೆಂದಿತು.

ಲೈಟುನ ಬಟನ್‌ಗಳನ್ನೊತ್ತಿದಾಗ ಮುಖಕ್ಕೆ ಅಡ್ಡವಾಗಿ ಕೈ ಹಿಡಿದವನು ಕಾಲುಗಳನ್ನು ಹಿಂದಕ್ಕೆಳೆದುಕೊಂಡು ಸರಿಯಾಗಿ ಕೂತ.

"ನಿದ್ದೆ ಬರಲಿಲ್ಲಾ, ಸರಿತ? ಹಾಸಿಕೆಗಿಂತ ಇಲ್ಲೆ ಹಾಯೆನಿಸಿತು ನಾನು ನಿನ್ನ... ಧ್ಯಾನದೊಳಿರಲು... ಕನಸ್ಸಿನಲ್ಲಿ ಹಾಡ್ತ ಇದ್ಯಾ? ನಿನ್ನ ವೇಣು ಮಾಧವ ಏನಾದ್ರೂ ಅಲ್ಲೇ ಪ್ರತ್ಯಕ್ಷವಾದನಾ?" ನಗೆ ಚಾಟಿಕೆ ಹಾರಿಸಿದ ಅವಳ ಮುಖವೇನು ಅರಳಲಿಲ್ಲ. ಆ ಬಗ್ಗೆ ಡಿಸೈಡ್ ಮಾಡಿ ಆಗಿತ್ತು.

"ಅಣ್ಣ, ನಿಂಗೆ ಇನ್ನೊಂದು ವಿಷ್ಯ ಹೇಳೋದಿತ್ತು. ಅದನೇನು ಸರಿಯಸ್ಸಾಗಿ ತಗೋಬೇಕಿಲ್ಲ. ಅದೇ ಮೊಗ್ಗಿನ ಮನೆಗೆ ಸೋಮಶೇಖರಪ್ಪ ಕರೆದುಕೊಂಡು ಬಂದಿದ್ದ ಮೂವರು ಯುವಕರಲ್ಲಿ ಒಬ್ಬರು ಬಂದಿದ್ರು" ಅಂದ ಕೂಡಲೆ ಅವನ ಕಿವಿಗಳು ಚುರುಕಾಯಿತು. ಮತ್ತಷ್ಟು ಅಟೆನ್‌ಷನ್ ಆಗಿ ಕೂತ "ಅದೇ ಶಶಾಂಕ್ ಶ್ರೀವಾಸ್ತವ್, ಅವ್ರ ಕೈನ ಮೇಲೆ ಗಾಯದ ಕಲೆ ಉಳಿದು ಬಿಟ್ಟಿದೆಯಂತೆ, ಎಷ್ಟೋ ಸ್ಕಿನ್ ಸ್ಪೆಷಲಿಸ್ಟ್‌ಗಿಗೆ ತೋರಿಸಿದರಂತೆ, ಏನು ಪ್ರಯೋಜನವಾಗಿಲ್ವಂತೆ. ಅದ್ಕೇ ಅಪ್ಪನನ್ನು ನೋಡೋ ಮಾತಾಡಿದ್ರು, ಇಲ್ಲಿಗೆ ಬರೋ ಸಾಧ್ಯತೆ ಇದೆಯಾಂದ್ರು. ನಾನು ಸದ್ಯಕ್ಕೆ ಇಲ್ಲಾಂದೇ"

ಸರಳವಾಗಿ ಹೇಳಿದರು.

ಅವನ ಪ್ರಯತ್ನಕ್ಕೆ ಅಂದು ಫಲ ಸಿಕ್ಕಿದ್ದರೇ ಕುಣಿದಾಡಿ ಬಿಡುತ್ತಿದ್ದ. ಈಗ ನಿರ್ಧಾರ ಬದಲಾಗಿತ್ತು. ಆ ಪ್ರೇಮವನ್ನು ಹಾಸ್ಯ ಮಾಡಬಹುದು. ಕುಟುಕಬಹುದು. ಧಿಕ್ಕರಿಸಬಹುದು, ಛೀಮಾರಿ ಅಂಥ ಅವಮಾನ ಸರಿತಗೆ ಬೇಡವೆನ್ನುವ ನಿರ್ಧಾರಕ್ಕೆ ಬಂದಿದ್ದ. ಸುಖವೆನ್ನುವುದು ಅವಳ ಪಾಲಿಗೆ ಮರೀಚಿಕೆಯಾಗಬಾರದು.

ನಿಧಾನವಾಗಿ ತಲೆಯೆತ್ತಿ ತಂಗಿಯ ಕಣ್ಣೊಳಗೆ ಇಣಕಿದ. ಶಾಂತವಾಗಿತ್ತು ಗೊಂದಲವಾಗಲೀ, ಹೊಯ್ದಾಟವಾಗಲೀ ಇರಲಿಲ್ಲ 'ಗುಡ್' ಎಂದಿತು ಅವನ ಮನ.

"ಸರಿತ..." ಎಂದ. ಮುಗಳ್ನಗೆ ಬೀರಿ ಅಣ್ಣನ ಕೈ ಹಿಡಿದುಕೊಂಡು "ಬೇಡ, ಅದು ನನ್ನಲ್ಲೇ ಉಳಿದು ಹೋಗುತ್ತೆ. ಒಂದು ದಿನ ಅಳಸಿ ಹೋಗಬಹುದು. ಇನ್ನ ಅಂಥ ಆಸೆ ಚಿಗುರಿಸಿಕೊಳ್ಳೋಲ್ಲ. ಅಂದು ಬಂದಿದ್ದ ಮೂವರಲ್ಲಿ ಶಶಾಂಕ್ ಶ್ರೀವಾಸ್ತವ್ ಒಬ್ಬರು ಅಷ್ಟೆ. ಬಹುಶಃ ನಿನ್ನ ಕಾಂಟ್ಯಾಕ್ಟ್ ಮಾಡಬಹುದು. ಅಪ್ಪನ್ನ ಒಮ್ಮೆ ವಿಚಾರ್ಸಿ ಅಂದಿದ್ದಾರೆ. ಒಮ್ಮೆ ವಿಚಾರ್ಸಿ ಹೇಳಿದರಾಯ್ತು. ನೀನೇನು ಆತಂಕ ಪಟ್ಕೋಬೇಡ. ನಿನ್ತಂಗಿ ತೀರಾ ದುರ್ಬಲಳಲ್ಲ. ನೀನು ಮತ್ತು ವೈಜಯಂತಿ ಬದುಕಿನ ಪಾಠವಾದ್ರಿ. ಈಗ ಮಲಕ್ಕೋ ಹೋಗು, ನನ್ಮದ್ವೆ ಮುಗಿಯುತ್ತಿದ್ದಂತೆ ಅಮ್ಮ ನಿಂಗೊಂದು ಹೆಣ್ಣು ಗಂಟು ಹಾಕೋದಂತು ನಿಜ. ಮೊದಲೇ ನಿನ್ನ ವಿವಾಹವಾದರೇ ಅತ್ತಿಗೆ ಹಿಂದೆ, ಮುಂದೆ ಓಡಾಡಬಹುದು. ನೀನು ಮನಸ್ಸು ಮಾಡಿದರೇ ಸಾಧ್ಯ" ಅಣ್ಣನ ಕೂದಲು ಕೆದರಿ ರೂಮಿಗೆ ಹೋಗಿ ಹಾಸಿಗೆಯ ಮೇಲೆ ಉರುಳಿಕೊಂಡಳು. ಅದೇ ಶಶಾಂಕ್ ಶ್ರೀವಾಸ್ತವ್... ಬೈ ದಿ ಬೈ... ನಿಮ್ಮ ಹೆಸರು" ಅಂದಿದ್ದ ಗಡ್ಡವನ್ನು ಸವರಿಕೊಳ್ಳುತ್ತ.

ಅದೇ ಚಿತ್ರವೇ ಬೆಳಗಿನ ಜಾವನದವರೆಗೂ.

ಆ ವಾರದ ಭಾನುವಾರ ಅಂದಿನ ಕಾರು ಬಂದು ನಿಂತಿತು ಮನೆಯ ಮುಂದೆ, ಸುತ್ತ ಮುತ್ತಲಿನಲ್ಲಿಯೇ ಪ್ಯಾಸಾ ಟೆಕ್ಸ್‌ಟೈಲ್‌ನ ಗೆಸ್ಟ್ ಹೌಸ್ ಬಿಟ್ಟರೇ, ದೊಡ್ಡ ಮನೆ ಮುಂದಿನ ವಿಶಾಲವಾದ ಕಾಂಪೌಂಡ್ ಇದರದ್ದೆ.

ಅದೇ ಶಶಾಂಕ್ ಶ್ರೀವಾಸ್ತವ್, ನೋಡಿ ಹೋಗಿ ಕಂಪ್ಯೂಟರ್ ಮುಂದೆ ಕೂತಿದ್ದ ಅಣ್ಣನಿಗೆ ಸುದ್ದಿ ಮುಟ್ಟಿಸಿದಳು. ಅವನಿಗೆ ಒಂದು ರಕಈತಿಯ ಸಂಭ್ರಮವೇ ಈ ವ್ಯಕ್ತಿಯ ವಿಳಾಸದ ಪತ್ತೆಗಾಗಿ ಮೊಗ್ಗಿನ ಮನೆಯಲ್ಲಿ ಸಾಕಷ್ಟು ಶ್ರಮಿಸಿದ್ದ. ವಿಚಿತ್ರವೆನ್ನುವ ರೀತಿಯಲ್ಲಿ ಅರಸಿಕೊಂಡು ಬಂದಿರೋದು ಶಶಾಂಕ್ ಶ್ರೀವಾಸ್ತವ್ ಈಗ ಬೇಡವೆನಿಸಿತು. ಆದರೂ ಕುತೂಹಲ ಅಂದು ಇಳಾ ಹೋಟಲ್ ಬಳಿ ಹರ್ಷನ ಕೈ ಹಿಡಿದು ಸಂಭಾಷಿಸಬೇಕಾದರೇ ಸಮ ಅಂತಸ್ತು ಅಥವಾ ಅದಕ್ಕಿಂತ ಮೇಲಿನವರಲ್ಲಿ ಸಾಧ್ಯ, ಅಂಥ ಆತ್ಮೀಯತೆ, ಇಂದಿಗೂ ಯಾವುದೇ ಸಮಯದಲ್ಲಿ ಹರ್ಷ ಕೈ ಚಾಚಿ ಅವನ ಕೈ ಕುಲುಕಿರಲಿಲ್ಲ! ಅಲ್ಲಿ ಎಲ್ಲಕ್ಕಿಂತ ಮಧ್ಯೆ ಇರುವುದು ಶ್ರೀಮಂತಿಕೆಯ ಗೋಡೆ,

ಅಂತಸ್ತಿನ ಕಂದಕ.

ಕಾಲಿಂಗ್ ಬೆಲ್ ಸದ್ದಾದಾಗ ತಾನೇ ಹೋಗಿ ತೆಗೆದ ಎತ್ತರದ ಶ್ರೀಮಂತಿಕೆಯ ಮುಖ ಭಾವದ ಶಶಾಂಕ್ ಶ್ರೀವಾಸ್ತವ್, ತಂಗಿಯ ಮನದ ಆಯ್ಕೆಯ ಬಗ್ಗೆ ಭೇಷ್‌ಯೆಂದುಕೊಂಡರು, ನಿರರ್ಥಕವೆಂದು ಪಕ್ಕಕ್ಕೆ ಸರಿಸಿದ.

"ಯು ಆರ್ ಹೇಮಂತ್, ಐಯಾಮ್ ಶಶಾಂಕ್ ಶ್ರೀವಾಸ್ತವ್ ಮೊಗ್ಗಿನ ಮನೆಯವರು ಪರಿಚಯವಿದೆ. ಆದರೆ ನಿಮ್ಮ, ನನ್ನ ಭೇಟಿ ಮಾತ್ರ ಮೊದಲನೆ ಸಲದಷ್ಟೇ ಒಳ್ಗೇ... ಬರಬಹುದಾ?" ಕೇಳಿದ.

"ಸಾರಿ, ಬನ್ನಿ..." ಸ್ವಾಗತಿಸಿದ ತುಸು ಸಂಕೋಚದಿಂದ, ಬಿಗುಮಾನ, ಸಂಕೋಚವೇನು ಇಲ್ಲದೆ ಬಂದು ಸೋಫಾ ಮೇಲೆ ಕೂತು "ಒಂದ್ಸಲ ಬಂದಿದ್ದೆ. ನಿಮ್ತಂಗಿ ಹೇಳಿರಬಹುದು" ಅಂದಾಗ ಅವನೆದುರು ಕೂತ ಹೇಮಂತ್ "ಹೌದು, ನಂಗೂ ನಿಮ್ಮನ್ನ ನೋಡ್ಲೋ ಕುತೂಹಲವಿತ್ತು" ಅಷ್ಟೆ ಅಂದಿದ್ದು.

ಅಂದಿನ ಸಂದರ್ಭ, ಪ್ರಕರಣ ಬಗ್ಗೆ ನಾಲ್ಕು ಮಾತಲ್ಲಿ ತಿಳಿಸಿ ಕೈ ಚಾಚಿ ಸರಿತಗೆ ಹೇಳಿದನ್ನುಹೇಳಿದ.

"ನಿಮ್ತಂದೆ ಬಗ್ಗೆ ಭರವಸೆ, ನೀವೇನು ಹೇಳ್ತೀರಾ?" ವಿಚಾರಿಸಿದ. ವಿಚಾರಿಸುವಿಕೆಯಲ್ಲಿ ಗತ್ತು ಇತ್ತು "ನಾನೇನು ಹೇಳೋ ಸಾಧ್ಯ? ನಾನು ಬೆಂಗ್ಳೂರಿಗೆ ಓದಿನ ನೆಪವೊಡ್ಡಿ ಬಂದ್ಮೇಲೆ, ಅಲ್ಲಿನ ಸಂಪರ್ಕ ಕಡ್ಮೆ, ನಮ್ತಂದೆ ವೃತ್ತಿಯ ಬಗ್ಗೆ ನಾನು ಇಂಟರೆಸ್ಟ್ ತೋರಿಸಿದೋನೇ ಅಲ್ಲ. ಅವ್ರ ಕೆಲ್ಸಕ್ಕೆ ಹೆಚ್ಚು ಸಹಕಾರ ನೀಡ್ತಾ ಇದ್ದವಳು ಸರಿತ ಮಾತ್ರ, ಅವಳು ಏನಾದ್ರೂ... ಹೇಳಬಹುದಷ್ಟೆ" ಎಂದ ಹೇಮಂತ್.

ಹಣ್ಣಿನ ರಸದ ಜೊತೆ ಮನೆಯಲ್ಲಿ ಮಾಡಿದ್ದ ಪಕೋಡ ಅಂಥದ್ದು ಕೊಟ್ಟು ಉಪಚರಿಸಿದರು. ಗಂಭೀರವಾಗಿ ಪ್ಯಾಸಾ ಟೆಕ್ಸ್‌ಟೈಲ್ ಬಗ್ಗೆ ಮಾತಾಡಿದ. ಹೇಮಂತ್ ಮಾತ್ರ ಕನಿಷ್ಟ ಒಂದೇ ಒಂದು ಪ್ರಶ್ನೆ ಹಾಕಿ ಅವನ ಹಿನ್ನಲೆಯ ಬಗ್ಗೆ ವಿಚಾರಿಸಿಕೊಳ್ಳಲು ಪ್ರಯತ್ನಿಸಲಿಲ್ಲ. ಅನಗತ್ಯವಾಗಿ ರೆಕ್ಕೆಗಳನ್ನು ಕಟ್ಟಿಕೊಂಡು ಆಕಾಶದಲ್ಲಿ ಹಾರಾಡಿ ಭೂಷಾಯಿಯಾಗುವುದು ಬೇಕಿರಲಿಲ್ಲ.

"ಹೋಗೋಣಾಂತ ಇದ್ದೀನಿ, ಅಂದಿನ ಉಪಕಾರಕ್ಕೆ ಕೃತಜ್ಞತೆ ತಿಳಿಸಲು ಮಾತುಗಳಿಲ್ಲ. ನೀವು ನನ್ನ ಜೊತೆಗೆ ಬರೋದು ಸಾಧ್ಯವಾ?" ನೇರವಾಗಿಯೆ ಕೇಳಿದ, ಶಶಾಂಕ್ ಶ್ರೀವಾಸ್ತವ್ ಹೊರಡುವ ಮುನ್ನ "ಮೋಸ್ಟ್‌ಲೀ ಸದ್ಯಕ್ಕೆ ಸಾಧ್ಯವಿಲ್ಲ. ನಮ್ತಂದೆಗೆ ಫೋನ್ ಮಾಡಿ ಹೇಳ್ತೀನಿ. ಅಲ್ಲಿನ ಅವ್ರ ಪೇಷಂಟ್‌ಗಳ ಮಧ್ಯೆ ಅವರು ಬಿಜಿ ವಿಚಾರಿಸಿ ನೋಡ್ತೀನಿ" ಎಂದ. ಆ ವೇಳೆಗೆ ಬಂದ ಅಲಾಪನಾ "ನಂಗೆ ಎರಡು ದಿನ ಹಾಲಿಡೇ ಇದೆ. ನಾನ್ಹೋಗಿ ಅಜ್ಜಿ, ತಾತನ ನೋಡ್ಕೊಂಡ್ ಬರ್ತೀನಿ, ನನ್ನ ಕಾಲುನಲ್ಲು ಕಲೆ ಉಳಿದಿದೆ. ಅದಕ್ಕೂ ಟ್ರೀಟ್‌ಮೆಂಟ್ ಬೇಕು" ಇಂಥದೊಂದು ಬೇಡಿಕೆ ಮಂಡಿಸಿ ಬಿಟ್ಟಾಗ ಇಬ್ಬರಿಗೂ ಅಚ್ಚರಿ.

"ಓಕೇ, ಮಿಸ್ಟರ್ ಹೇಮಂತ್ ಈ ಲಿಟ್ಲ್ ಗರ್ಲ್ ನನ್ನೊತೆ ಫ್ರೆಂಡಾಗಿ ಬರೋಕೆ ಒಪ್ಕೊಂಡಿದ್ದಾಳೆ. ಐ ಯಾಮ್ ಹ್ಯಾಪಿ, ಎಂದೂ ಹೊರಡೋದು?" ಸಲಿಗೆಯಿಂದ ಕೇಳಿದ.

ಅವನಿಗೆ ಏನು ಹೇಳಬೇಕೋ ತೋಚಲಿಲ್ಲ.

"ನನ್ತಂದೆನ ಫೋನ್‌ನಲ್ಲಿ ಕಾಂಟ್ಯಾಕ್ಟ್ ಮಾಡ್ತೀನಿ. ಅನ್‌ನೆಸಸರಿ ಹೋಗಿ ತೊಂದರೆ ತಗೊಳೋದು ಬೇಡ" ಹೇಮಂತ್ ಹೇಳಿದ ಶಶಾಂಕ್, ಶ್ರೀವಾಸ್ತವ್ ಅಲಾಪನಾ ಕೆನ್ನೆ ಸವರುತ್ತ "ನೋ... ನೋ... ಒಂದಿಷ್ಟು ರಿಲ್ಯಾಕ್ಸ್ ಸಿಗುತ್ತೆ. ಅಕಸ್ಮಾತ್ ಅಳಸಿ ಹೋಗದಿದ್ದರೇ ಕಲೆ ಫ್ರೆಂಡಾಗಿ ಉಳಿಯುತ್ತೆ" ಹೇಳಿದ ಸರಳವಾಗಿ.

ಹೇಮಂತ್‌ಗೆ ಅವನು ಇಷ್ಟವಾದ, ಸಂಬಂಧವಾಗದೆ ಪರಿಚಯವಾಗಿ ಮಾತ್ರ ಉಳಿದರೇ ಚೆಂದವೆನಿಸಿತು. ಹರಟುತ್ತ ಕಾರುವರೆಗೆ ಹೋದಳು ಅಲಾಪನಾ ನರ್ಸಿಂಗ್ ಹೋಂನಿಂದ ಮನೆಗೆ ಬಂದ ಮೇಲಂತು ತುಂಬ ಮಾತಾಡುತ್ತಿದ್ದಳು.

"ನಂಗ್ಯಾಕೋ ಭಯ ಕಣೋ, ಅಣ್ಣ ಇವಳನಂತು ಕಳಿಸೋದು ಬೇಡ" ಒಳಗೆ ಕರೆದೊಯ್ದು ಹೇಳಿದಳು. ಕಣ್ಣುಗಳಲ್ಲಿನ ಭಯ ಅರ್ಥ ಮಾಡಿಕೊಂಡು ನಸು ನಗೆ ಬೀರಿ "ಇಲ್ಲ ಬಿಡು, ಇವಳ್ನ ಜೊತೆಯಲ್ಲಿ ಕರೆದೊಯ್ದು ಸುಧಾರಿಸೋಕೆ ಆಗುತ್ತಾ? ಅವ್ರಿಗೆ ಅನ್ಕೂಲವಾದ ದಿನ ಹೋಗಿಬರ್ಲಿ ಬಿಡು. ನೀನೇನು ಟೆನ್‌ಷನ್ ಮಾಡ್ಕೋಬೇಡ" ಸಮಾಧಾನಿಸಿಯೇ ಹೋಗಿದ್ದು.

ಫೋನ್ ಮಾಡುವುದಾಗಿ ತಿಳಿಸಿ ಶಶಾಂಕ್ ಶ್ರೀವಾಸ್ತವ್ ಹೋದ.

ಹೇಮಂತ್ ಒಳಗೆ ಬಂದು ಮೌನವಾಗಿ ಕೂತ. ತಂಗಿಯ ಆಯ್ಕೆ ಅತ್ಯುತ್ತಮವೇ, ಆದರೆ ಕೈಗೆ ಎಟಕುವಂಥದಲ್ಲ, ಅಕಸ್ಮಾತ್ ಕೈಗೆ ಎಟಕಿದರು ನಿಲ್ಲುವಂಥದಲ್ಲ, ಅನಗತ್ಯವಾದ ರಿಸ್ಕ್ ಬೇಡವೆನಿಸಿತ್ತು.

"ಪಪ್ಪ, ನಾನು ಅವ್ರ ಜೊತೆ ಹೋಗ್ಬರ್ಲ? ನಂಗೆ ಮಲ್ಲಿಗೆ ಮನೆಯೆಂದರೆ ತುಂಬ ಇಷ್ಟ. ನಾನು ತಾತನ ತರಹ ಡಾಕ್ಟ್ರು ಆಗಿ ಬಿಡ್ಲಾ?" ಮುಖ ಉಮ್ಮಿಸಿಕೊಂಡು ಹೇಳಿದ ಮಗಳನ್ನು ಹತ್ತಿರಕ್ಕೆಳೆದುಕೊಂಡು "ನಿನ್ನ ಮಮ್ಮಿಗೆ ನೀನು ತುಂಬ ಓದೋದು ಇಷ್ಟ. ಅಂಥದರಲ್ಲಿ ನೀನ್ಹೋಗಿ 'ಮೊಗ್ಗಿನ ಮನೆ'ಯಲ್ಲಿ ಇರ್ತೀನೀಂತ ಅಂದರೇ ಸುಮ್ನೆ ಇರ್ತಾರ?" ತಲೆಗೂದಲನ್ನು ಸವರುತ್ತ ಕೇಳಿದ.

"ಅಯ್ಯೋ ನಿಮಗ್ಯಾಕೆ ಹೆದ್ರಿಕೆ? ಅವರೇನು ಮಾಡೋಕ್ಕಾಗಲ್ಲ! ಡೈವೋರ್ಸ್ ಆಗಿರೋದ್ರಿಂದ ನೀನು ಸಿಗೋಲ್ಲ, ನಿನ್ಮೇಲೆ ಜೋರು ಮಾಡೋಕ್ಕಾಗೋಲ್ಲ. ಈಗ ನಾನು ಅಷ್ಟೆ, ಫೋನ್ ಮಾಡಿದ್ರೆ ರಿಸೀವ್ ಮಾಡಿಕೊಳ್ಳೋದು ಬೇಡ, ನಾನಂತು ತಾತನಿಗೆ ಅಸಿಸ್ಟೆಂಟ್ ಆಗ್ತೀನಿ."

ಅಲಾಪನಾ ಎಷ್ಟು ಸ್ಪಷ್ಟವಾಗಿ ಹೇಳಿದಳೆಂದರೇ ಇವರಿಬ್ಬರು ಮೊದಲು ಬೆಚ್ಚಿ

ಬಿದ್ದರು, ಆಮೇಲೆ ಆರಾಮಾಗಿ ನಕ್ಕು "ಮಲ್ಲಿಗೆಯ ಮನೆಯ ಹುಡ್ಗೀ ಅಲ್ವಾ?" ತಲೆಯ ಮೇಲೊಂದು ಮೊಟಕಿ "ಅಮ್ಮನ ಬಗ್ಗೆ ಹಾಗೆಲ್ಲ ಹೇಳೋದ? ಬೇಡ ಅವ್ಳು ತುಂಬ ಬೇಜಾರು ಮಾಡ್ಕೋತಾಳೆ" ಎಂದ ಹೇಮಂತ್ ಇಂದಿಗೂ ವೈಜಯಂತಿಯನ್ನು ಬಿಟ್ಟು ಕೊಡೋದು ಅವನಿಂದ ಆಗದ ಕೆಲಸ.

"ಡೋಂಟ್‌ವರೀ, ಪಪ್ಪ, ಅಯ್ಯೋ ಅಮ್ಮ ಯಾಕೆ ಅಷ್ಟೊಂದು ತಲೆ ಕೆಡಿಸ್ಕೋಬೇಕು? ಅವ್ರಿಗೆ ಅಜಯ್, ಅದಿತಿ ಇದ್ದಾರ. ಶಂಕರ ಪಾಟೀಲ ತಾತನಿಗೆ ಅವರೆಂದರೇ ಇಷ್ಟ. ಇಲ್ಲಿ ನಾನೊಬ್ಳೇ. ಇದು ತೀರಾ ಸಿಂಪಲ್ ವಿಷ್ಯ ಅಲ್ವಾ?" ಅಂದು ಹೊರಗೆ ಓಡಿದಳು. ಅರ್ಥೈಸಿಕೊಂಡ ರೀತಿಗೆ ದಂಗಾದರು.

* * *

ಅಂದಿನ ಸಂತೆಗೆ ಕೆಲವರೊಂದಿಗೆ ಸರಿತ ಹೋದಳು. ಅಕ್ಕ ಪಕ್ಕ ಕ್ವಾಟರ್ಸ್‌ನವರು ಪರಿಚಯವಾದುದ್ದರಿಂದ ಸರಳವಾಗಿ ಬೆರೆತು ಹೋಗಿದ್ದು ಮೊಗ್ಗಿನ ಮನೆಯ ಹುಡುಗಿ.

ಇವಳ ತರಕಾರಿ ಕೊಳ್ಳುವಿಕೆ ಮುಗಿಯುವ ವೇಳೆಗೆ ಡಾಬರ್ ರಸ್ತೆಯಲ್ಲಿ ಹೋಗುತ್ತಿದ್ದ ಕಾರು. ಪಕ್ಕಕ್ಕೆ ಸರಿದು ನಿಂತಿತು. ಆ ಸಂತೆಗೆ ದೊಡ್ಡ ಇತಿಹಾಸವೇನು ಇರಲಿಲ್ಲ. ಕೆಲವು ರಐತರೆಲ್ಲ ಸೇರಿ ಮಧ್ಯಸ್ಥಿಕೆಯವರು ಬೇಡವೆಂದು ನ್ಯಾಷನಲ್ ಹೈವೇಯಿಂದ ಒಂದು ಹದಿನೈದು ಅಡಿ ದೂರದಲ್ಲಿ ತಾವು ಬೆಳೆದಿದ್ದನ್ನು ವಾರಕ್ಕೊಮ್ಮೆ ತಂದು ಅಲ್ಲಿ ಜೋಡಿಸಿಕೊಳ್ಳುತ್ತಿದ್ದುದ್ದು ಈಗ ಸ್ವಲ್ಪ ವಿಸ್ತಾರಗೊಂಡಿತ್ತು. ಸಣ್ಣ ಪುಟ್ಟ ಬಟ್ಟೆ ಬರೆ ವ್ಯಾಪಾರಿಗಳು, ತೀರಾ ಅಗತ್ಯ ವಸ್ತುಗಳ ಸರಕುದಾರರು ತಮ್ಮ ವ್ಯಾಪಾರಕ್ಕೆ ಅಲ್ಲೊಂದು ಚೌಕಟ್ಟು ಹಾಕಿಕೊಂಡಿದ್ದರು ಅಂತು ವಾರಕ್ಕೊಮ್ಮೆಯಾದರು ಅದೊಂದು ವ್ಯಾಪಾರಿಸ್ಥಳವಾಗಿ ಮಾರ್ಪಟಿತ್ತು. ಸುತ್ತ ಮುತ್ತಲಿನವರ ಪಾಲಿಗೆ ಅದೊಂದು ತೀರಾ ಅಗತ್ಯ ವಸ್ತುಗಳ ವ್ಯಾಪಾರಿ ಸ್ಥಳ.

ಹರ್ಷ ಮತ್ತು ವೈಜಯಂತಿ ಒಟ್ಟಿಗೆ ಇಳಿದಿದ್ದು ಮೊದಲು ಗಮನಿಸದಿದ್ದರು "ಯಾರೋ, ನಿಮ್ಮ ಪರಿಚಯದವರು ಇರಬೇಕು. ಈ ಕಡೆನೆ ನೋಡ್ತಾ ಇದ್ದಾರೆ" ವಾಚ್‌ಮನ್ ಮುರುಗೇಶಿ ಹೆಂಡತಿ ಹೇಳಿದಾಗ ಇವಳ ನೋಟ ಅತ್ತ ಹರಿಯಿತು. ನಾಲ್ಕು ಹೆಜ್ಜೆ ವೈಜಯಂತಿ ಇತ್ತ ಬಂದಾಗ ಬೇಡವೆಂದು ಸನ್ನೆ ಮಾಡಿ ತಾನೇ ಹೊರಟಾಗ ಮುರುಗೇಶಿ ಹೆಂಡತಿ ಅವಳ ಕೈಯಲ್ಲಿನ ತರಕಾರಿ ಚೀಲ ಇಸುಕೊಂಡಳು.

"ಹಲೋ, ಹೇಗಿದ್ದೀರಾ?" ಮೊದಲು ಕೇಳಿದ್ದು ವೈಜಯಂತಿ.

"ಚೆನ್ನಾಗಿದ್ದೀನಿ, ಮೈಸೂರಿಗೆ ಹೋಗಿ ಹಿಂದಿರುಗ್ತ ಇದ್ದೀರಾ? ಮನೆಗೆ ಬರಬಹುದಲ್ಲ" ಕಾರಿನ ಬಳಿ ನಿಂತ ಹರ್ಷನನ್ನು ಗಮನಿಸಿ ಹೇಳಿದಳು ಸರಿತ ಹಸನ್ಮುಖಳಾಗಿ "ಈ ಸಮಯದಲ್ಲಿ ಅಲಾಪನಾ ಇರೋಲ್ಲ, ನಿಮ್ಮನ್ನ ನೋಡಿದ್ದು ಆಕಸ್ಮಿಕ, ಮೈಸೂರುನಲ್ಲಿ ಒಂದು ಫಸ್ಟ್‌ಗ್ರೇಡ್ ಕಾಲೇಜಿನ ಫಂಕ್ಷನ್, ಹೋಗಲೇ

ಬೇಕಿತ್ತು. ಬೈ ದಿ ಬೈ ಅಲಾಪನಾದು ಕಾನ್ವೆಂಟ್ ಕಲಿಕೆ. ಇಂಗ್ಲಿಷ್‌ನಲ್ಲಿ ಅದ್ಭುತವಾಗಿ ಮಾತಾಡೋಳು ಈಗ ಬರೀ ಕನ್ನಡದ ಡೈಲಾಗ್‌ಗಳು ಈಗ ಇಂಗ್ಲೀಷ್ ಅತ್ಯಗತ್ಯ. ಅವ್ಳಿಗೆ ಹೇಳಿದರೇ ಏನೇನೋ ಮಾತಾಡ್ತಾಳೆ" ಸ್ವಲ್ಪ ಬೇಸರದಿಂದ ವೈಜಯಂತಿ ನುಡಿದಾಗ ಅವಳಿಗೆ ನಗು ಬಂತು.

"ಇಂಗ್ಲಿಷ್ ಅಗತ್ಯ, ಹಾಗಂತ ಮಾತೃಭಾಷೆ ಮರೆಯಬಾರದಲ್ಲ! ಈಗ ತುಂಬ ಚೆನ್ನಾಗಿ ಕನ್ನಡ ಮಾತಾಡ್ತಾಳೆ. ಆ ಬಗ್ಗೆ ಚಿಂತೆ ಬೇಡ. ಹೇಮಂತಣ್ಣ ಮಗಳ ಭವಿಷ್ಯದ ಬಗ್ಗೆ ತುಂಬ ಎಚ್ಚರವಹಿಸಿದ್ದಾನೆ" ಎಂದು ಆ ವಇಷಯವನ್ನು ಅಲ್ಲಿಗೆ ಮುಕ್ತಾಯ ಮಾಡಿದಳು.

ಅಷ್ಟರಲ್ಲಿ ಹರ್ಷ ತೀರಾ ಸಮೀಪಕ್ಕೆ ಬಂದು, ಪುಟ್ಟ ಸಂತೆಯ ಕಡೆ ನೋಟ ಹರಿಸಿ ತುಟಿಗಳ ಮೇಲೆ ನಗೆ ಹರಿಸಿ "ಇಲ್ಲಿನ ಪರ್ಚೇಸಿಂಗ್ ನಿಮ್ಗೇ ಇಷ್ಟಾಂತ ಕಾಣಿಸುತ್ತೆ." ಅಂದ ಸರಿತ ಮುಖದ ಭಾವನೆಗಳೇನು ಬದಲಾಗಲಿಲ್ಲ. "ಖಂಡಿತ, ಇಲ್ಲೆಷ್ಟೆ ಜನ ಪರಿಚಯವಾಗಿದ್ದಾರೇ, ಗೊತ್ತಾ? ತೀರಾ ಪರಿಚಿತರಂತೆ ಕಷ್ಟ, ಸುಖ ವಿಚಾರಿಸ್ತಾರೆ. ತಮ್ಮ ಕುಟುಂಬಗಳ ಬಗ್ಗೆ ಹೇಳ್ಕೋತಾರೆ. ಕೊಡು, ಕೊಳ್ಳುವವರ ಬಗೆಗಿನ ಬಂಧುತ್ವ, ನಂಗೆ ಬಿಗ್ ಬಜಾರು, ಜನತಾ ಮಾಲ್, ಬಿರ್ಲಾ ಮೋರ್, ಇಂಥದಕ್ಕಿಂತ ಇಲ್ಲಿನ ವಾತಾವರಣ ನಂಗಿಷ್ಟ. ನಾವು ಮೊಗ್ಗಿನ ಮನೆಯಲ್ಲಿದ್ದಾಗ ಮೂಕಾಂಬಿಕಾ ಕ್ಲಾತ್ ಸೆಂಟರ್‌ನಲ್ಲಿಯೆ ಮನೆಗೆ ಬೇಕಾದ ಬಟ್ಟೆಗಳನ್ನು ಕೊಳ್ಳೂತ್ತಿದ್ದುದ್ದು. ಈಗ, ಬ್ರಾಂಡ್‌ಗಳದ್ದೇ ಕಾರು ಬಾರು" ಅನ್ನುವ ವೇಳೆಗೆ ಕೈಯಲ್ಲಿನ ಮೊಬೈಲ್ ಮೊಳಗಿತು.

"ಅತ್ತೆ ನಾನ್ ಮನೆಗೆ ಬಂದಿದ್ದೀನಿ, ನೀವ್ ಬೇಗ್ಬನ್ನಿ" ಎಂದು ಫೋನ್ ಕಟ್ ಮಾಡಿದ್ದು ಅಲಾಪನಾ, ನೋಟವೆತ್ತಿದ ಸರಿತ "ನಿಮ್ಮ ಮಗ್ಳು ಮನೆಗೆ ಬಂದಿದ್ದಾಳೆ, ಅವಳದೇ ಫೋನ್, ಬಂದು ಟೀ ತಗೊಂಡು ಹೋಗಬಹುದಲ್ಲ" ಕೇಳಿದಳು. ಅಮ್ಮನನ್ನು ನೋಡಿದರೇ ಅಲಾಪನಾಗೆ ಖುಷಿಯೆಂದು ಆಹ್ವಾನಿಸಿದ್ದಳು.

ವೈಜಯಂತಿ ನೋಟವನ್ನು ಹರ್ಷನತ್ತ ಹೊರಳಿಸಿದಾಗ "ಬೈ ಆಲ್ ಮೀನ್ಸ್, ನೀನು ಹೋಗೋಣಾಂದರೆ ಹೋಗೋಣ" ಅಂದ ಚುಟುಕ್ಕಾಗಿ ಅದಷ್ಟು ಸಾಮರಸ್ಯ ಕಾಯ್ದುಕೊಳ್ಳುವ ಪ್ರತಿಜ್ಞೆ ಮಾಡಿದಂತೆ ನಡೆದುಕೊಳ್ಳುತ್ತಿದ್ದ. "ಬನ್ನಿ... ಸರಿತ" ಕಾರುನತ್ತ ತಿರುಗಿ ವೈಜಯಂತಿ ಹೇಳಿದಾಗ ನಿರಾಕರಣೆ ಸ್ಪಷ್ಟವಾಗಿತ್ತು "ನೀವು ಬನ್ನಿ, ನಾಲ್ಕಾರು ಜನರ ಜೊತೆ ಬಂದಿದ್ದು. ಅವ್ರು ನಂಗೋಸ್ಕರ ಕಾಯ್ತ ಇದ್ದಾರೆ, ಶಾರ್ಟ್‌ಕಟ್‌ನಲ್ಲಿ ಹೋದರೆ ಹತ್ತಿರದ ರೋಡುನಲ್ಲಿ ಹೋಗ್ತೀನಿ. ನೀವು ಮೇನ್ ರೋಡುನಲ್ಲಿ ಬನ್ನಿ" ಎಂದು ಹೇಳಿ ತರಕಾರಿ ಕೊಂಡು ಇವಳಿಗಾಗಿ ಕಾಯುತ್ತಿದ್ದವರನ್ನು ಕೂಡಿಕೊಂಡಳು.

ಕಾರು ಹತ್ತಿದ ನಂತರ ಭಾರವಾದ ನಿಟ್ಟುಸಿರು ದಬ್ಬಿದ ಹರ್ಷ "ನೋಡಿದ್ಯಾ, ಅದೇ ಅಣ್ಣನ ಸ್ವಭಾವ, ತೀರಾ ಮಿಡಲ್‌ಕ್ಲಾಸ್ ಜನಕ್ಕೆ ಸ್ವಾಭಿಮಾನ ಹೆಚ್ಚು. ಅದೇ

ಸಮಸ್ತವು ಅಂದ್ಕೋತಾರೆ. ಅದ್ರಿಂದ ಸಾಕಷ್ಟು ಕಳ್ಕೊತಾರೆ... ಈಡಿಯಟ್ಸ್..." ಎಂದು ಗೊಣಗಿಯೆ ಕಾರು ಸ್ಟಾರ್ಟ್ ಮಾಡಿದ್ದು.

ಇದು ಅವಳಿಗೆ ಇಷ್ಟವಾಗಲಿಲ್ಲ, ಮುಖಭಾವ ವ್ಯಕ್ತಪಡಿಸಿದರು. ತುಟಿಗಳು ಬಿಗಿಯಾಗಿ ಕೂತವು. ಆದರೆ ಪಕ್ಕಕ್ಕೆ ಹೊರಳಿದಾಗ ತುಟಿ ತೆರೆದಳು.

"ಬೇಡ, ನಂಗೆ ಈಗ ಅಲಾಪನಾನ ನೋಡೋ ಇಷ್ಟವಿಲ್ಲ, ನೇರವಾಗಿ ಶಂಕರ ಪಾಟೀಲಕ್ಕೆ."

ಕಾರು ಮತ್ತೆ ಮೈನ್ ರೋಡಿಗೆ ಮರಳಿತು.

* * *

ಎರಡು ದಿನ ಜ್ವರದಿಂದ ಮಲಗಿದಾಗ ಲೀಲಾವತಿ ಮಗಳನ್ನು ಕರೆಸಿಕೊಂಡವರು, ಇನ್ನೆರಡು ದಿನ ಇಲ್ಲೆ ಉಳಿದಿದ್ದಳು. ಪದೇ ಪದೇ ಆಕೆಗೆ ಮೊಮ್ಮಗಳದೇ ಯೋಚನೆ.

"ಇವನೊಬ್ಬ ಅಲಾಪನಾನ ಹೇಗೆ ಸಂಭಾಳಿಸ್ತಾನೆ?" ಈ ಮಾತನ್ನು ಆಕೆ ನೂರೊಂದನೆ ಸಲ ಹೇಳಿರಬೇಕು. "ಅಮ್ಮ, ಇನ್ನು ಎಷ್ಟು ಸಲ ಹೇಳಲೀ? ಈಗ ಅವಳೇ ನಿನ್ನ, ನನ್ನ ಕೂಡ ಸಂಭಾಳಿಸ್ತಾಳೆ. ದಯವಿಟ್ಟು ಸುಮ್ಮನಿರು, ತುಂಬ ಚುರುಕು, ಅವ್ಳಿಗೆ ಇರೋಷ್ಟು ಲೋಕಜ್ಞಾನ ನಿಂಗೂ, ನಂಗಿಲ್ಲ" ಸಂತೈಯಿಸುವ ಪ್ರಯತ್ನ ಮಾಡಿದಳು.

"ಗಂಡ ಹೆಂಡ್ತಿ ಜೊತೆಯಲ್ಲೆ ಇದ್ದಾರಂತೆ ತಿಳ್ಕಂಡ್ ಇದ್ದಾಗ ಒಂದು ತರಹ ನೆಮ್ದೀ ಇತ್ತು. ಡೈವೋರ್ಸ್... ಹಾಳು... ಮೂಳು... ಅವ್ಳು ಇನ್ನೊಂದು ಮದ್ವೆ ಮಾಡಿಕೊಂಡು ಗಂಡ ಮಕ್ಳೂಂತ ನೆಮ್ದಿಯಾಗಿ ಇದ್ದಾಳೆ. ಇವನೋ, ಈಗ ಕಳ್ಳನಿಗೊಂದು ಪಿಳ್ಳೆ ನೆವ ಅನ್ನೊ ತರಹ ನಿನ್ನ ಮದ್ವೆ ಆದ್ಮೇಲೆ... ಅವನದೂಂತ ಕೂತಿದ್ದಾನೆ, ನಿಂದೋ ವಿಚಿತ್ರ" ಸ್ವಲ್ಪ ಜೋರಾಗಿಯೇ ಗೊಣಗಿದರು. ಮೆತ್ತಗೆ ಆಕೆ ಗೊಣಗಿದರು ಮನೆಯಲ್ಲಿದ್ದ ಎಲ್ಲರಿಗೂ ಕೇಳಿಸುತ್ತಿತ್ತು. ಇನ್ನು ಜೋರಾಗಿ ಗೊಣಗಿದರೇ, ಉಂಟೇ?

ಹೂ ಕಟ್ಟುತ್ತಿದ್ದ ಸರಿತ ಅದನ್ನು ಅರ್ಧದಲ್ಲೇ ಬಿಟ್ಟು ತಾಯಿಯ ಎದುರಿನಲ್ಲಿ ಕೂತು "ನಂದು ಯಾವ್ದೇ ತಕರಾರಿಲ್ಲ, ನೀನು ರಾಮಭಟ್ಟರ ಮಗ ಹುಚ್ಚ ಮಾಧು ಸ್ವಾಮಿಗೆ ಕೊಟ್ಟು ಲಗ್ನ ಮಾಡಿದರು ನಾನು ತಯಾರು" ಪಟ್ಟು ಹಿಡಿದಳು. ಮಗಳ ತಲೆಯ ಮೇಲೊಂದು ಮೊಟಕಿ "ಇವಳು ತಯಾರಂತೆ, ನಿಂಗೇನೇ ಬಂತು ಹುಚ್ಚು ಮಾಧು ಸ್ವಾಮಿನ ಮದ್ವೆ ಆಗೋಕೆ? ಎಂಥೆಂಥ ಗಂಡುಗಳು ಬಂದಿದ್ವು, ಬೇಡಾಂತ ಕೂತೇ, ಈಗ ಯಾರನಾದ್ರೂ ಲಗ್ನ ಆಗ್ತಾಳಂತೆ, ಕ್ಷಿತಿಜ ಆಗಬಹುದಿತ್ತು, ಅವ್ನ ಬ್ಗೆ ಯಾವ್ದೇ ಡಾಕ್ಯುಮೆಂಟ್ಸ್ ಇಲ್ಲ, ಅದೇ ಫಜೀತಿಗೆ ಇಟ್ಕೊಂಡಿದೆ" ರೇಗಿದರು. ಅಂತು ಆಕೆಗೆ ಕ್ಷಿತಿಜನ ಪೂರ್ಣ ವಿವರದ ಡಾಕ್ಯುಮೆಂಟ್ಸ್ ಬೇಕು, ಸರಿತ ಸ್ವಲ್ಪ ಜೋರಾಗಿಯೆ

ನಕ್ಕಳು ಅಮ್ಮ ಇಂಗ್ಲೀಷ್ ಪದಗಳು ಬಳಸಿದಾಗಲೆಲ್ಲ ಅವಳಿಗೆ ನಗು ಬರುವುದು ಸಹಜ.

"ನಿಂಗೆ ಯಾವಾಗ್ಲೂ ನಗು, ಸುಡುಗಾಡು ಪ್ರೀತಿ, ಪ್ರೇಮಾಂತ ಹೋದವನಿಗೆ ಕಡೆಗೆ ಏನಾಯ್ತು? ಒಬ್ಬನ್ನ ಕಟ್ಟಿಕೊಂಡು ಬಿಟ್ಟು ಇನ್ನೊಬ್ಬನ್ನ ಕಟ್ಟಿಕೊಳ್ಳೋದೊಂದರೇನು? ಇದ್ನ ಪ್ರೀತಿ ಅಂತಾರಾ, ಮದ್ವೆ ಅಂತಾರಾ? ನನ್ನ ಮಗನ್ನ ಕಟ್ಟಿಕೊಂಡು ಈ ಮನೆಗೆ ಸೊಸೆಯಾದವಳು, ಕಾಣ ಸಿಕ್ಕರೂ ಮಾತಾಡೋದು ಬೇಡ್ವಾ?" ಹೀಗೆಯೇ ಮಾತುಗಳು ಸಾಗಿದಾಗ ಅವಳಿಗೆ ಭಯವಾಯಿತು "ಅಮ್ಮ ದಯವಿಟ್ಟು ನಿಲ್ಸು.. ವೈಜಯಂತಿಯವರಿಗೂ ನಿನ್ನ ನಾಲಿಗೆಯ ಪರಿಚಯವಾಗಿದೆ. ಸಂಕೋಚವೆನಿಸುತ್ತೆ, ಕಟ್ಟಿಕೊಂಡವನ ಸಂಬಂಧ ಬೇಡಾಂತ ಮುರ್ದುಕೊಂಡಿರ ಬಹುದು. ಆಕೆ ನೋಡೋಕೆ ಬಂದಿದ್ದು ತನ್ನ ಕರುಳ ಬಳ್ಳಿನ. ಅದ್ನ ತೊಡೆದುಕೊಳ್ಳೋಕೆ ಸಾಧ್ಯನಾ? ದಯವಿಟ್ಟು ಅವ್ರ ಬಗ್ಗೆ ಏನೇನೋ ಮಾತಾಡೋದು ಬೇಡ, ನಿನ್ನ ಮಗನದು ಕೂಡ ತಪ್ಪಿರುತ್ತೆ, ಅಲ್ವಾ?" ಸುಮ್ಮನಾಗಿಸಿದಳು.

ಸಿಟಿಗಳಲ್ಲಿ ಇರುವ, ಕೆಲಸಗಳಲ್ಲಿರುವ ಗಂಡುಗಳನ್ನು ಈ ಕಡೆಯ ಹೆಣ್ಣುಗಳು ವಿವಾಹವಾಗಲು ಉತ್ಸುಕರಾಗಿದ್ದರಿಂದ ಹೇಮಂತ್‌ಗೆ ಒಂದಿಷ್ಟು ಸಂಬಂಧಗಳು ಹುಡುಕಿಕೊಂಡು ಬಂದಿದ್ದವು.

ಅಂದು ಶ್ರೀಕಾಂತಯ್ಯ ದೊಡ್ಡ ಚೀಲದಲ್ಲಿ ನಾರು, ಬೇರು ಮುಂತಾದ ಪ್ರಕೃತಿಯಲ್ಲಿನ ಸಾಮಾಗ್ರಿಗಳನ್ನು ತುಂಬಿಕೊಂಡು ಬಂದವರು, ಕೈಕಾಲು ತೊಳೆದುಕೊಂಡು ಬಂದು ತಾವು ತಂದ ಮೂಟೆಯನ್ನು ಬಿಚ್ಚಿದರು. ಅವರು ಊರು ಬಿಟ್ಟು ಇಪ್ಪತ್ತು ದಿನಗಳು ಆಗಿತ್ತು. ಆಗಾಗ ವರ್ಷಕ್ಕೋ, ಆರು ತಿಂಗಳಿಗೋ ಹೋಗಿ ಬರೋದುಂಟು. ಈ ಸಲ ಮಾತ್ರ ಎರಡು ವರ್ಷಗಳ ನಂತರ ಹೋಗಿದ್ದರು.

ತಾವು ತಂದಿದ್ದ ನಾರು, ಬೇರು, ಕಾಯಿಗಳನ್ನು ಬೇರ್ಪಡಿಸುತ್ತ ದೇವದಾರು, ಅಗಿಲು, ಜಟಾಮಾಂಸೀ, ಕುಂಕುಮ ಕೇಸರಿ, ಗುಗ್ಗುಳ, ಅತಿ ಬಜೆ, ವತ್ಸನಾಭಿ ಮೂಲಿಕೆಗಳನ್ನು ಅವಳಿಗೆ ಪರಿಚಯಿಸಿದರು.

"ಇವು ಕರ್ನಾಟಕದಲ್ಲಿ ಮಾತ್ರವಲ್ಲ ಮಧ್ಯ ದಕ್ಷಿಣ ಭಾರತದಲ್ಲಿ ಸಿಗಲಾರದಂಥ ಮೂಲಿಕೆಗಳು. ಎಲ್ಲಾ ಪಶ್ಚಿಮೋತ್ತರ ಗುಜರಾತ, ರಾಜಸ್ಥಾನ (ಗುಗ್ಗುಳ), ಉತ್ತರ ಕಾಸ್ಮೀರ (ಕುಂಕಮ ಕೇಸರಿ) ಮತ್ತು ಹಿಮಾಲಯ ಕಣಿವೆ (ಅತಿ ಬಜೆ, ದೇವದಾರು ಮರದರಿಶಿನ, ಅಗಿಲು) ಆ ಕಡೆಯದು. ಮೂಲಿಕೆ, ಒಣನಾರು, ಬೇರು ಗ್ರಂಥಿಗೆ ಅಂಗಡಿಯಲ್ಲಿ ದೊರಕುತ್ತೆ. ಆದರೂ ಕೆಲವಕ್ಕೆ ನಾನೇ ಹೋಗಿ ಆರಿಸಿ ತರ್ತೀನಿ" ಎಂದರು ತಮ್ಮ ಕೆಲಸದಲ್ಲಿ ಮಗ್ನರಾಗುತ್ತ.

ಅವರಾಗಿ ಇಷ್ಟೂಂತ ಕೇಳುತ್ತಿರಲಿಲ್ಲ, ಕೊಟ್ಟಷ್ಟುನ್ನು ಪಡೆದುಕೊಳ್ಳುತ್ತಿದ್ದರು. ಹಿಂದೆ ಕೆಲವು ಶಿಸ್ತು ಕಟ್ಟುನಿಟ್ಟಾಗಿ ಪಾಲಿಸುತ್ತಿದ್ದರು. ಈಚೆಗೆ ಮೆತ್ತಗಾಗಿದ್ದರು. ಮೊದಲಿನ

ಜೋರು ತಗ್ಗಿತ್ತು. ಆದರೆ ವೃತ್ತಿಯಲ್ಲಿ ಮಾತ್ರ ಮೊದಲಿನ ನಿಷ್ಠೆಯೇ.

"ಯಾವ್ದೋ ಕಾರು ಬಂತು" ಒಣಗಿದ ಸೀರೆಯನ್ನು ಒಳ ತರುತ್ತ ಹೇಳಿ ಹಿತ್ತಲಿಗೆ ಹಓದರು. ಕಾರಿದ್ದ ಜನ ಬರುವುದೇನು ಅಪರೂಪವಲ್ಲ, ಅದರಿಂದ ಇವರೇನು ಶ್ರೀಮಂತರಾಗಿಲ್ಲವೆನ್ನುವುದು ಮುಖ್ಯವಾಗಿತ್ತು. "ಯಾರೋ, ನೋಡು" ಮಗಳಿಗೆ ಹೇಳಿದರು. ಮೂಲಿಕೆಗಳನ್ನು ಬೇರ್ಪಡಿಸುತ್ತಿದ್ದ ಸರಿತ ಬಾಗಿಲಿಗೆ ಬಂದಳು. ಅದೇ ವ್ಯಕ್ತಿ! ಕಣ್ಣಿಗಿಂತ ಮನಸ್ಸು, ಹೃದಯ ಬೇಗ ಗುರ್ತಿಸಿತು. ಮುಖ ತಿರುಗಿಸಿಕೊಂಡು ಹೋಗುವುದು ಸೌಜನ್ಯವಲ್ಲ ಇನ್ನು ಪ್ರೇಮ, ಪಕ್ಕಕ್ಕ ತಳ್ಳಿ "ಬನ್ನಿ..." ಆಹ್ವಾನಿಸಿ ತಂದೆಂಯು ಬಳಿಗೆ ಹೋಗಿ ಹೇಳಿದ್ದು ಸ್ವಾಭಾವಿಕವಾಗಿ "ಅಪ್ಪಯ್ಯ, ಸೋಮಶೇಖರಪ್ಪನವರು ಅಂದು ಬಿದ್ದು ಗಾಯ ಮಾಡಿಕೊಂಡಿದ್ರೂಂತ ಮೂರು ಜನಾನ ಕರ್ಕಂಡ್ ಬಂದಿರಲಿಲ್ವಾ, ಅವರಲ್ಲಿ ಒಬ್ಬರು ಶಶಾಂಕ್ ಶ್ರೀವಾಸ್ತವ್ ಬಂದಿದ್ದಾರೆ. ಅವ್ರ ಮುಂಗೈ ಮೇಲೆ ಕಲೆ ಉಳಿದಿದೇಂತ ಅಲ್ಲಿಗೆ ಬಂದು ಹೇಳಿದ್ರುಂತ ಹೇಳಿದೆನಲ್ಲ. ಅವ್ರೆ ಬಂದಿರೋದು ಅದೇ ಕಾರಣಕ್ಕೆ ಇರಬಹುದು."

ಆಮೇಲೆಯೆ ನಡು ಮನೆಗೆ ಬಂದು "ಕೂತ್ಕೊಳ್ಳಿ, ಅಪ್ಪ ಬರ್ತಾರಂತೆ" ಕುಡಿಯಲು ನೀರು ಕೊಟ್ಟಳು. ಇದು ಆ ಮನೆಯ ಪದ್ಧತಿ, ಎಲ್ಲೆಡೆ ನೋಟವರಿಸುತ್ತ ಗಟ್ಟಿ ಮರದ ಛೇರಿನ ಮೇಲೆ ಕೂತ. ಸಿಟಿಗಿಂತ ಭಿನ್ನವಾದ ಮಲೆನಾಡಿನ ತಂಪುನ ವಾತವರಣ. ಇಲ್ಲಿ ಕೃತಕತೆ ಇಲ್ಲದ ಸರಳ ಸಂಭ್ರಮವಿತ್ತು.

ಶ್ರೀಕಾಂತಯ್ಯ ಹೊರಗೆ ಬಂದರು. ದೂರದಿಂದ ಬಂದವರಲ್ಲಿ ಆತ್ಮೀಯವಾಗಿ ಮಾತುಕತೆ ನಡೆಸಿ, ಕೈಯಿನ ಮೇಲಿನ ಕಲೆಯ ಬಗೆಗೆ ಸವಿಸ್ತಾರವಾಗಿ ತಿಳಿದರು.

"ಬೆಂಗ್ಳೂರು ತೀರಾ ದೂರ. ಬಂದು ಹೋಗೋಕೆ ತೊಂದರೆ ಮೂರು ದಿನ ಗುಳಿಗೆ ಕೊಟ್ಟು ನಂತರವೆ ಇದಕ್ಕೆ ಉಪಚಾರ ಪ್ರಾರಂಭಿಸಬೇಕು. ನೀವೇನು ಹೇಳ್ತೀರಾ?" ಕೇಳಿದರು.

"ನಾನು ಉಳಿಯೋಕೆ ಸಿದ್ದ, ಆ ಬಗ್ಗೆ ಪೂರ್ವ ಸಿದ್ಧತೆಯಿಂದಲೇ ಬಂದಿದ್ದೀನಿ" ಎಂದಾಗ, ಅವರಿಗೆ ಯೋಚಿಸುವಂತಾಯಿತು. ಸೊನೆ ಮಳೆ ಷುರುವಾಗಿತ್ತು. ಅವರ ಮನೆಯಲ್ಲಿ ಉಳಿಯಲು ಅಷ್ಟೊಂದು ಅನುಕೂಲವಿರಲಿಲ್ಲ "ಎಲ್ಲಿ ಉಳಕೋತೀರಾ? ಹತ್ತಿರದಲ್ಲಿ ಒಂದು ಗೆಸ್ಟ್‌ಹೌಸ್ ಇದೆ. ಅದ್ಕೇ ಒಳ್ಳೆ ಹೆಸರಿಲ್ಲ. ಲಾಡ್ಜ್‌ಗಳು ಅಲ್ಪ ಸ್ವಲ್ಪ ದೂರ ಇದೆ. ಈಗೇನು ಮಾಡ್ತೀರಾ?" ಕೇಳಿದರು. ಕಾರು ನೋಡಿಯೆ ಅವನ ಶ್ರೀಮಂತಿಕೆಯ ಪರಿಚಯವಾಗಿತ್ತು.

ಯೋಚಿಸುವಂತೆ ಮುಖ ಮಾಡಿದ. ಸುತ್ತ ಮುತ್ತಲು ಗಮನಿಸಿ "ನಿಮ್ಗೆ ತೊಂದರೆಯೆನಿಸದಿದ್ದರೇ, ಇಲ್ಲೇ ಉಳಿದುಕೊಳ್ತೀನಿ" ಅಂದು ಅದು ಅವನಿಗೆ ಅನಿವಾರ್ಯವಾಗಿತ್ತು.

"ಕಷ್ಟವಾಗುತ್ತೆ, ನಿಮ್ಗೇ ಏನೇನು ಅನ್ಕೂಲವಿಲ್ಲ. ಹೇಗೆ... ಇರ್ತೀರಾ? ಒಂದ್ಕೆಲ್ಸ

ಮಾಡಿ, ಹೇಗೂ ಸೋಮಶೇಖರಪ್ಪ ನಿಮ್ಗೇ ಪರಿಚಿತರೇ, ವಿಶಾಲವಾದ ಮನೆ, ಒಂದೆರಡು ಕೋಣೆಗಳು ಹೆಚ್ಚಿಗಿವೆ. ತುಸು ಮಟ್ಟಿಗೆ ಅನ್ಕೂಲವೇ, ಅವ್ರ ಕಡೆ ಮಗ ಈಗ ಬರುವವನಿದ್ದಾನೆ. ದೂರದ ಪ್ರಯಾಣ ಧನಿವಿರುತ್ತೆ. ಕೈ ಕಾಲು ಮುಖ ತೊಳ್ಕೊಂಡ್, ಏನಾದ್ರೂ... ಕುಡೀರಿ" ಮೇಲೆದ್ದವರು ಮಗಳನ್ನು ಕೂಗಿ ಹೇಳಿದರು.

"ಉಳಕೊಳ್ಳೋಕೆ ಬೇರೆ ಏರ್ಪಾಟು ಆಗೋವರ್ಗೂ ಇಲ್ಲೇ ಇರ್ತಾರೆ, ಅವ್ರನ್ನ... ಗಮನಿಸು"

ಹೊರಗೆ ಸೋನೆ ಮಳೆ, ಒಳಗೆ ಚುಮು ಚುಮು ಚಳಿಯಾದರು, ಹಿತವೆನಿಸಿತು. ಬಚ್ಚಲ ಮನೆಯ ಹಂಡೆಯಲ್ಲಿ ಬಿಸಿ ನೀರಿತ್ತು. ಆರಾಮಾಗಿ ಕೈಕಾಲು ಮುಖ ತೊಳೆದ. ಅಂದು ಆಕಸ್ಮಿಕವಾಗಿ ಸಣ್ಣ ಪೆಟ್ಟುಗೆ ಚಿಕಿತ್ಸೆ ಪಡೆದವನು ಮತ್ತೊಮ್ಮೆ ಈ ಪರಿಸರಕ್ಕೆ, ಈ ಮನೆಗೆ ಬರಬಹುದೆನ್ನುವ ಸಣ್ಣ ಕಲ್ಪನೆಯು ಇರದಿದ್ದವನು ಇಂದು ಬಂದ ನಿಗೂಢತೆಯೇನು? ಬದುಕು ವಿಸ್ಮಯದ ಭಂಡಾರವೆನಿಸಿತು. ಯಾಕೆ ಬಂದಿದ್ದು? ನಿರ್ಲಕ್ಷಿಸಬಹುದಿತ್ತು.

ಲೀಲಾವತಿಗೆ ಇದೆಲ್ಲ ಅಭ್ಯಾಸವೇ, ಬಂದ ಜನಕ್ಕೆ ಗೊಣಗಾಡದೇ ಕೈಯಲ್ಲಾದಷ್ಟು ಉಪಚರಿಸುವ ಪರಿಕ್ರಮವನ್ನು ಕಾಯ್ದುಕೊಂಡು ಬಂದಾಕೆ ಸೌತೆಕಾಯಿ ಕಡಬು, ಕಾಯಿ ಚಟ್ನಿಯ ಜೊತೆ, ಬೆಲ್ಲದ ಪಾಕ ತಂದಿಟ್ಟರು.

"ತಗೊಳ್ಳಿ, ಇದು ಈ ಕಡೆಯ ತಿಂಡಿ."

ಇಂಥ ಪರಿಸರ ಒಡನಾಟ ಇಲ್ಲವೇ, ಇಲ್ಲ. ಅವನಿಗೆ ಬೆಂಗಳೂರಿಗೆ ಬಂದ ನಂತರವೆ ಕನ್ನಡ ಭಾಷೆ ಕಲಿತಿದ್ದು. ಅಪ್ಪ ಬೆಂಗಾಲಿ, ಅಮ್ಮ ಮರಾಠಿ ಹೆಚ್ಚು ಕಡಿಮೆ ಪ್ರಾಥಮಿಕ ಹಂತದ ಓದು ಪುಣೆಯಲ್ಲಿ.

"ತಗೊಳ್ಳಿ, ಅಮ್ಮನ ಕೈನ ಪ್ರತಿಯೊಂದು ತಿಂಡಿಯು ರುಚಿ" ಎಂದಾಗಲೇ ಎಚ್ಚೆತ್ತುಕೊಂಡಿದ್ದು "ಅಂದು ರುಚಿ ನೋಡಿದ್ದೀನಿ" ಅಂದು ಅವಳತ್ತ ನೋಡಿದ ಅಂದು ಏನು ಅನ್ನಿಸದ ಹುಡುಗಿಯ ಮನದಲ್ಲಿ ಪ್ರೇಮ ಮೂಡಿದಾದರು ಹೇಗೆ? ವೈಜಯಂತಿ ಹೇಳಿದಾಗ ವಿಚಿತ್ರವೆನಿಸಿತ್ತು.

ಕುಡಿಯುವ ನೀರಿನ ತಾಲಿ ಹಿಡಿದು ಬಂದ ಸರಿತ ತನ್ನದೊಂದು ಮಾತು ಸೇರಿಸಿದಳು "ಹೇಗೂ ಕಾರು ಇದೆ, ನೀವು ಲಾಡ್ಜ್‌ನಲ್ಲೋ ಗೆಸ್ಟ್‌ಹೌಸ್‌ನಲ್ಲೋ ಉಳಿದಿದ್ದರೇ ಚೆನ್ನಿತ್ತು. ಈಗ ಮಳೆಗಾಲ, ಈಗಾಗಲೇ ಸೊನೆ ಹನಿಯೋಕೆ ಷುರುವಾಗಿದೆ. ಚೇಳು, ಜರಿ, ಜಿಗಣೆ, ತಿಗಣೆ, ಜೇನು ಮುಂತಾದವುಗಳ ಉಸಾಬರಿ ಜಾಸ್ತಿ. ಇನ್ನು ಸೋಮಶೇಖರಪ್ಪನ ಮನೆಯ ಸುತ್ತಲು ಒಂದಿಷ್ಟು ಗಿಡ, ಮರಗಳು ಜಾಸ್ತಿಯೆ."

ಸೌತೆಕಾಯಿ ಕಡಬನ್ನು ಕಾಯಿ ಚಟ್ನಿಯಲ್ಲಿ ಅದ್ದಿ ಬಾಯಿಗಿಟ್ಟುಕೊಂಡು "ವಂಡರ್‌ಫುಲ್, ತುಂಬ ಟೇಸ್ಟಿಯಾಗಿದೆ. ನಿಮ್ಮ ಸಲಹೆಗೆ ಥ್ಯಾಕ್ಸ್, ಆದರೆ ಈ ಎನ್ವರ್‌ಮೆಂಟ್‌ನಲ್ಲಿ ಇರಬೇಕೆನಿಸಿದೆ. ಹೇಗೋ ವೈದ್ಯರು... ಅವರ ಮಗಳು ಕೂಡ

ಇದ್ದೀರಲ್ಲ. ನೋ ಫಿಯರ್" ಎಂದ ಅಂತು ಕೊಟ್ಟ ತಿಂಡಿಯನ್ನು ಖಾಲಿ ಮಾಡಿ ಒಂದು ಲೋಟ ಕಾಫೀ ಕುಡಿದ, ತೃಪ್ತಿಯೆನಿಸಿತು.

ಅಷ್ಟರಲ್ಲಿ ಅವನ ಮೊಬೈಲ್ ರಿಂಗಾಯಿತು. ವೈಜಯಂತಿಯ ಕಾಲ್ "ಹಲೋ... ಮೇಡಮ್" ಎನ್ನುತ್ತ ಹೊರ ಬಂದವ "ಹೇಳಿ, ಇಲ್ಲೇ ಮೊಗ್ಗಿನ ಮನೆಯಲ್ಲಿ ಇದ್ದೀನಿ ಅಂತು ನಿಮ್ಮ ಮಾತಿನ ಸಲುವಾಗಿ ಎರಡು ದಿನ ಇರಲು ನಿಶ್ಚಯಿಸಿದ್ದೀನಿ. ಕೈ ಮೇಲಿನ ಕಲೆ ಒಂದು ನೆಪವಷ್ಟೆ" ಅಂದ ನಗುವನ್ನು ಬೆರೆಸಿ.

"ಥ್ಯಾಂಕ್ಯೂ, ಮಿಸ್ಟರ್ ಶಶಾಂಕ್ ಶ್ರೀವಾಸ್ತವ್, ನಿಮ್ಗೇ ಸರಿಯೆನಿಸಿದರೇ, ಇಷ್ಟವಾದರೇ ಮುಂದುವರಿಯುವ ಪ್ರಶ್ನೆ. ಇಲ್ಲ ಆರಾಮಾಗಿ ಹಿಂದಿರುಗಿ, ಅವಳಾಗಿ ತನ್ನ ಪ್ರೇಮ ಪ್ರಕಟಿಸಿ ಎಲ್ಲರನ್ನು ಇಕ್ಕಟ್ಟಿಗೆ ಸಿಕ್ಕಿಸುವ ಹುಡ್ಗೀಯಲ್ಲ. ಆದ್ದರಿಂದ ನಿಮ್ಗೇ ಭಯ ಬೇಡ, ನನ್ನಿಂದ ಆ ಮನೆಗೆ ದೊಡ್ಡ ರೀತಿಯ ಅನ್ಯಾಯವಾಗಿದೆ. ಸ್ವಲ್ಪವಾದರೂ ನ್ಯಾಯ ಸಲ್ಲಿಸುವ ಇರಾದೆ ಅಷ್ಟೆ. ಇಂಥ ಅದ್ಭುತವಾದ, ಅಮೂಲ್ಯವಾದ ಪ್ರೇಮ ಯಾರ್ಗೂ ಸಿಗೋಲ್ಲ. ಅಂದಿನಿಂದ ಇಂದಿನವರೆಗೂ ದೇವರನ್ನು ಧ್ಯಾನಿಸಿದ್ದರು ಪ್ರತ್ಯಕ್ಷವಾಗಿ ಬಿಡುತ್ತಿದ್ದ" ಎಂದು ಆ ಮೇಲೆ ಅದಕ್ಕಾಗಿ ಹೇಮಂತ್ ಪಟ್ಟ ಕಷ್ಟ ಹೇಳಿಕೊಂಡಳು.

"ವೆರಿ ಇಂಟರ್‌ಸ್ಟಿಂಗ್, ನಂಗೂ ಛೇಂಜ್ ಸಿಕ್ಕಂಗೆ ಆಗಿದೆ" ಎಂದು ಫೋನ್ ಕಟ್ ಮಾಡಿ. "ಓ... ಓ... ಶ್ರೀಕಾಂತಪ್ಪ ನೋರು ಹೇಳಿ ಕಳ್ಸಿದ್ರು" ಅನ್ನುತ್ತ ಸೋಮಶೇಖರಪ್ಪ ತಮ್ಮ ಕಡೆಯ ಮಗನೊಂದಿಗೆ ಬಂದರು. ಸರಳ ಜನ ಕೃಷಿಕ ತುಂಬು ಕುಟುಂಬದ ಸಂಸಾರಸ್ಥ. ಎಲ್ಲವನ್ನು ವ್ಯವಹಾರವಾಗಿ ನೋಡದ ಮನುಷ್ಯ.

"ನಿಮ್ಮನ್ನು ನೋಡಿ ಸಂತೋಷವಾಯತ್ತು. ಇನ್ನು ನೆನಪಿನಲ್ಲಿ ಇಟ್ಕೊಂಡಿದ್ದೀರಲ್ಲ. ಎಷ್ಟೋ ಜನ ಬೇರೆ... ಬೇರೆ ಕಡೆಯಿಂದ ಬಂದು ನಮ್ಮ ಶ್ರೀಕಾಂತಪ್ಪನೋರತ್ತ ಔಷ್ಧಿ ತಗಂಡ್, ಕಾಹಿಲೆನ ವಾಸಿ ಮಾಡಿಕೊಂಡಿದ್ದಾರೆ, ಜ್ಞಾಪ್ಕದಲ್ಲಿ ಇಟ್ಟುಕೊಂಡು ಮತ್ತೆ ಬಂದವರು ಕಡ್ಮೇ."

ಆತನ ಮಾತುಗಳಿಗೆ ತಣ್ಣನೆಯ ಕಿರು ನಗೆ ಬೀರಿದ. ಬಹುಶಃ ತಾನು ಆ ಲಿಸ್ಟ್ ಸೇರಿ ಹೋಗುವವನೇ, ಆದರೆ ಇಲ್ಲಿಯವರೆಗೂ ಎಳೆ ತಂದಿದ್ದು ವೈಜಯಂತಿಯ ಮಾತುಗಳು. ಮುಖ್ಯವಾಗಿ ಪ್ರಧಾನ ಭೂಮಿಕೆ ನಿಭಾಯಿಸಿದಳು ಸರಿತ.

ಮುಂಗೈ ಅವರ ಮುಂದೆ ನೀಡಿ "ಇದೊಂದು ಕಲೆ ನಿಂತು ಬಿಟ್ಟಿದೆ, ಇವರಲ್ಲಿ ವಾಸಿಯಾಗುತ್ತೆ ಅನ್ನೋ ನಂಬ್ಕೇ, ಅದಕ್ಕೆ ಬಂದೆ, ಮೂರು ದಿನ ಇಲ್ಲಿ ನಿಲ್ಲಬೇಕಾಂದ್ರೂ, ನಂಗೆ ಲಾಡ್ಜ್, ಗೆಸ್ಟ್ ಹೌಸ್ ಇಷ್ಟವಾಗ್ಲಿಲ್ಲ. ಇಂಥ ಪರಿಸರ ನಮ್ಗೇ ಅಪರೂಪವೇ. ಹೇಗೋ ಬಂದಿದ್ದೀನಿ, ಇಲ್ಲೇ ಇದ್ದು ಸವಿಯುವ ಆಸೆ, ಅದಕ್ಕಾಗಿ ನಿಮ್ಗೇ ಒಂದಿಷ್ಟು ತೊಂದರೆ ಕೊಡಬೇಕಿದೆ."

ಅವನ ಮಾತುಗಳಿಗೆ ಸೋಮಶೇಖರಪ್ಪ "ಎಂಥದ್ದು ಇಲ್ಲ ನಿಮ್ಮಂಥವರಿಗೆ

ಆಗೋ ಅಂಥ ಅನ್ಕೂಲವಿಲ್ಲ, ನೀವು ಇರ್ತೀನಿಂದರೇ ನಮ್ಮ ಅಭ್ಯಂತರವೇನಿಲ್ಲ" ಒಪ್ಪಿಗೆ ಸೂಚಿಸಿದರು. ಅವನಿಗೆ ಒಂದು ಕ್ಷಣ ಆಶ್ಚರ್ಯ ಸಿಟಿಗಳಲ್ಲಿ ಇದೆಲ್ಲ ಸಾಧ್ಯವಿಲ್ಲ.

ಸೋನೆ ಮಳೆ ಒಂದಿಷ್ಟು ಜಾಸ್ತಿಯಾಯಿತು. ಮೂವರು ಮುಂದಿನ ಸಣ್ಣನೆಯ ನಡುಮನೆಯಲ್ಲಿ ಕೂತಾಗ ಲೀಲಾವತಿ ಕಷಾಯ ಮಾಡಿ ತಂದು ಕೊಟ್ಟು ಅಲ್ಲೇ ಕೂತರು. ಅಂಥ ಸಂಕೋಚವಿಲ್ಲದ ಹೆಣ್ಣು ಮಗಳು, ಮಗನ, ಮಗಳ ಬಗ್ಗೆಯಲ್ಲ ಹೇಳಿಕೊಂಡರು.

"ನಮ್ಮ ಸರಿತಗೆ ಸಾಕಷ್ಟು ಸಂಬಂಧಗಳು ಕೂಡಿ ಬಂದಿತ್ತು. ಕೆಲವಂತು ದೀವಿನಾದದ್ದು. ಜಾತಾಕಾಸ್ಕೂಲವಿತ್ತು ಅದೃಷ್ಟ ಅಂದ್ಕೊಂಡ್ವಿ. ಒಲ್ಲೆ... ಒಲ್ಲೆ... ಅಂದುಕೋತ ಬಂದ್ಲು. ಈಗ ಇದ್ದಕ್ಕಿದ್ದಂತೆ ಪ್ಲೇಟ್ ಬದಲಾಯಿಸಿದ್ದಾಳೆ. ನೀವು ಯಾವ ಗಂಡನ್ನು ನೋಡಿದರೂ ಮದ್ವೆ ಆಗೋಕೆ ಸಿದ್ಧ ಅಂತ, ಇವಳದು ಆಗೋವರ್ಗ್ಗೂ ನಾನು ಒಲ್ಲೆ ಅಂತಾನೆ ಹೇಮಂತ. ಅವ್ನಿಗೆ ಏಟು ತಿಂದ ಮೇಲೆ ಈಗ ಜ್ಞಾನೋದಯ ಆಗಿದೆ. ಅವನೊಂದು ಗಂಡು ಹುಡುಕಿಟ್ಟಿದ್ದಾನೆ. ಅವ್ನು ಇದೇ ಸಮಯಂತ ಹೋಗಿ ಜರ್ಮನಿಗೆ ಕುಂತಿದ್ದಾನೆ. ಒಂದು ಅರ್ಥವಾಗೋಲ್ಲ ಕುಂಜಮ್ಮನಿಗೆ ಹರಿಶಿನ ಸೇವೆಯ ಹರಕೆ ಹೊತ್ತುಕೊಂಡಿದ್ದೀನಿ" ಒಂದೇ ಏಟಿಗೆ ಎಲ್ಲಾ ಹೇಳಿ ಮುಗಿಸಿಬಿಟ್ಟರು. ಅಲ್ಲಿ ಇರುವ ಹೊಸಬ ಶಶಾಂಕ್ ಶ್ರೀವಾಸ್ತವ್ ಬಗ್ಗೆ ಗಮನವೆ ಇಲ್ಲ.

"ಹೌದೌದು, ಇದೆಲ್ಲ ನಮ್ಮ ಕೈಯಲ್ಲಿಲ್ಲ ಬಿಡಿ. ಕಂಕಣ ಬಲ ಕೂಡಿ ಬಂದರೇ, ಜಟ್ ಪಟ್ ಅಂತ ಮುಗ್ದೇ ಹೋಗುತ್ತೆ. ಸರಿತಮ್ಮನಿಗೆ ನಾನು ಸಂಬಂಧ ತರ್ತೀನಿ ಬಿಡಿ. ಇಂಥ ಬಂಗಾರದಂಥ ಹುಡ್ಗೀಗೆ ಗಂಡು ಸಿಗೋದು ಕಷ್ಟಾನ?" ಎಂದ ಸೋಮಶೇಖರಪ್ಪ ಹೊರಗೆ ಹೋಗಿ ಮಳೆಯ ಬಗ್ಗೆ ಒಂದು ನಿರ್ಧಾರಕ್ಕೆ ಬಂದರು "ಏಯ್, ನೀನು ಇವ್ರ ಲಗೇಜ್ ತಗೊಂಡು ಮನೆಯ ಕಡೆ ಹೋಗು. ಜೋರು ಮಳೆ ಬರೋ ಸಂಭವವಿದೆ. ಅದರಲ್ಲಿ ನಡ್ದು ಇವ್ರಿಗೆ ಅಭ್ಯಾಸವಿರೋಲ್ಲ. ಮೀಟಿಂಗ್ ಇದೆ, ಮುಗ್ಸಿಕೊಂಡು ಬರ್ತೀನಿ"ಎಂದು ಹೇಳಿ, ಕೊಡೆ ಬಿಚ್ಚಿಕೊಂಡು ಹೊರಟು ಬಿಟ್ಟರು.

ಶಶಾಂಕ್ ಶ್ರೀವಾಸ್ತವ ಹತ್ತಿರ ಮಾತಿರಲಿಲ್ಲ. ಆದರೆ ಅವರು ಹೇಳುವುದನ್ನು ಕೇಳುವುದು ಅನಿವಾರ್ಯವಾಗಿತ್ತು. ಲೀಲಾವತಿ ಕೂಡ ಕೂತಿದ್ದರಿಂದ ಎರಡು ಮನೆಯವರ ಸುದ್ದಿ ಸಂಗ್ರಹಕ್ಕೆ ಬೇರೆ ಚಾನಲ್ ಬೇಕಿರಲಿಲ್ಲ. ಶಶಾಂಕ್ ಶ್ರೀವಾಸ್ತವ್ ಕೇಳಿಸಿಕೊಂಡ. ಲೀಲಾವತಿ ಅಂಥವರಲ್ಲಿ ಗುಟ್ಟು ಸಾಧ್ಯವಿರಲಿಲ್ಲ.

ತೀರಾ ಮಬ್ಬು ಆವರಿಸಿ ತೊಡಗಿದಾಗ ಕೋಣೆಯಲ್ಲಿದ್ದ ಸರಿತ ಹೊರ ಬಂದು "ಈ ಕಡೆಯ ಅಭ್ಯಾಸವಿಲ್ಲದ ಜನ. ತೀರಾ ಕತ್ತಲಾದರೆ ನಡೆಯುವುದು ಕಷ್ಟ ಮಾರಾಯ, ಬೇಗ ಕರ್ಕಂಡ್ ಹೋಗು. ಬೆಳಿಗ್ಗೆ ಬರೀ ಹೊಟ್ಟೆಯಲ್ಲಿ ನೀನೇ ಕರ್ಕಂಡ್ ಬಾ" ಎಂದು ಹೇಳಿದಳು. ಈಗ ಶಶಾಂಕ್ ಶ್ರೀವಾಸ್ತವ್‌ರೊಂದಿಗಿನ

ಕನಸ್ಸನ್ನು ಸರಿಸಿ ಬಿಟ್ಟಿದ್ದರೂ ಪ್ರೇಮ ಸಾಯುವ ಸ್ಥಿತಿಯಲ್ಲೇನು ಇರಲಿಲ್ಲ.

ಸದ್ಯಕ್ಕೆ ಕಾರನ್ನು ಇಲ್ಲೇ ಬಿಟ್ಟು ಇಬ್ಬರು ನಡೆದೇ ಹೊರಟರು.

"ಮತ್ತೇ ನಿಮ್ಮನ್ನು ನೋಡ್ತೀನೀಂತ ನಾನೇನು ಅಂದುಕೊಂಡಿರಲಿಲ್ಲ. ಸ್ವಲ್ಪ ದಿನಕ್ಕೆ ಮೊದಲು ಬಂದಿದ್ದ ಹೇಮಂತಣ್ಣ ಪೊಲೀಸ್‌ನವರಂಗೆ ಪ್ರಶ್ನಿಸಿ ಬಿಟ್ಟರು. ನಮ್ಗೇ ತಾನೇ ಏನು ಗೊತ್ತಿತ್ತು? ನಿಮ್ಮಿಂದ ಒಂದು ಪತ್ರ ಬಂದಿದ್ದನ್ನು ಜ್ಞಾಪಿಸಿಕೊಂಡಿದ್ದೇ ತಡ, ಹೇಮಂತಣ್ಣ ಕಂಬಿಗೆ ಸಿಕ್ಕಿಸಿದ್ದ ವರ್ಷಾನುವರ್ಷದ ಪತ್ರಗಳಲ್ಲಿ ಹುಡ್ಕೀ ಬಿಟ್ಟರು ಅಟ್ಟದ ಮೇಲೆಲ್ಲ. ಆಮೇಲೆ ನೆನಪಾಯ್ತು, ನನ್ನ ತಂಗಿಯ ಸ್ಟಾಂಪ್ ಕಲೆಕ್ಷನ್ ಹುಚ್ಚು. ಅಲ್ಲಿಗೂ ಹೋಗಿದ್ವಿ. ಅಟ್ಟದ ಮೇಲಿನ ಟ್ರಂಕ್‌ನಲ್ಲಿ ಹಾಕಿದ್ದ ಕವರ್‌ನ ತಲಾಶ್‌ಮಾಡಿ ತಂದ್ವಿ ಅದರಲ್ಲಿ ಒಕ್ಕಣೆಯ ಕೆಳಗೆ ಶಶಾಂಕ್ ಶ್ರೀವಾಸ್ತವ್ ಅಂತಿತ್ತು. ಮೂವರಲ್ಲಿ ಆ ಹೆಸರು ಯಾರದು? ಎಲ್ಲಿನವರು, ಎಲ್ಲಿದ್ದಾರೆ? ತೀರಾ ತಲೆ ಕೆಡ್ಸಿಕೊಂಡ್ರು ಏನೋ ಹೇಳಿದ್ರು, ಸರ್‍ಯಾಗಿ ಯಾಕೆಂತ ಗೊತ್ತಾಗ್ಲಿಲ್ಲ. ಈಗ ನೀವೇ ಶಶಾಂಕ್ ಶ್ರೀವಾಸ್ತವ್ ಅಂದರೆ ಕುಣಿದಾಡಿ ಬಿಡ್ತಾರೆ," ಹೇಳುತೇ ಹೊರಟ, ವೈಜಯಂತಿ ಹೇಳಿದ ವಿಷಯಕ್ಕೆ ತಾನಾಗಿ ಸಾಕ್ಷಾಧಾರಗಳು ಸಿಗತೊಡಗಿತು. ಹೀಗೂ... ಉಂಟೇ? ಅನಿಸಿತ್ತು ಕೆಲವು ಕ್ಷಣಗಳು.

ಇವನಿಗಾಗಿ ಸಿದ್ಧಪಡಿಸಿದ ಮುಂದಿನ ರೂಮುನ ವಾಸ ಇವನಿಗೆ ಹೊಸದೆನಿಸಿದರು, ಅಚ್ಚುಕಟ್ಟಾಗಿಯೇ ಇತ್ತು. ಮರದ ಗಟ್ಟಿ ಮುಟ್ಟಾದ ವಿಶಾಲವಾದ ಮಂಚ. ಅದರ ಮೇಲೆ ಚಾಪೆ, ಅದರ ಮೇಲೆ ರತ್ನಗಂಬಳಿಯಂಥ ಹಾಸು, ಅದರ ಮೇಲೆ ಹಾಸಿಗೆ ಹಾಸಲ್ಪಟ್ಟಿತ್ತು. ಅಂಥ ದೊಡ್ಡ ರೀತಿಯಲ್ಲಿ ಎತ್ತರವಿರಲಿಲ್ಲ. ತುಸು ಹಳದಿ ಮಿಶ್ರಿತ ಹಸಿರು ಬಣ್ಣವನ್ನು ಹಚ್ಚಿದ್ದರು. ಮೂಲೆಯ ಗೋಡೆಗೆ ಒಂದು ಮರದ ಟೇಬಲ್ಲು, ಕುರ್ಚಿ ಗೋಡೆಗೊಂದು ಕನ್ನಡಿ ಇದರಲ್ಲು ಏನೋ ಸೊಬಗಿದೆಯೆನಿಸಿತು ಅವನಿಗೆ.

"ಈ ಕಡೆ ಇದೇ ತರಹದ ಮನೆಗಳು. ಇನ್ನೇನಾದ್ರೂ ಅರೆಂಜ್‌ಮೆಂಟ್ಸ್ ಬೇಕಿತ್ತಾ?" ವಿಚಾರಿಸಿದ ಸೋಮಶೇಖರಪ್ಪನವರ ದೊಡ್ಡ ಮಗ" ಏನು ಬೇಡ ಈ ಕೋಣೆಯ ವಾಸ ಒಳ್ಳೆ ನೆನಪಾಗಿ ನನ್ನಲ್ಲಿ ಉಳಿಯುತ್ತೆ" ಎಂದ ಸುತ್ತಲು ನೋಟ ಹರಿಸುತ್ತ. ಈ ವಿಷಯನ ತಾನು ಯಾಕೆ ಇಷ್ಟೊಂದು ಸಿರಿಯಸ್ಸಾಗಿ ತಗೊಂಡೆ ಎಂದು ಹಲವಾರು ಸಲ ಪ್ರಶ್ನಿಸಿಕೊಂಡಿದ್ದ.

ರುಚಿ ರುಚಿಯಾದ ಹಪ್ಪಳ, ಬಾಳಕ, ಸಂಡಿಗೆ ತಂಬುಳಿಯ ಊಟ, ಮಧ್ಯೆ ಸೋಮಶೇಖರಪ್ಪ "ನನ್ನ ಅಕ್ಕನ ಕರಾವಳಿ ಜಿಲ್ಲೆಯ ಪೆರ್ಡೂರಿಗೆ ಕೊಟ್ಟಿದೆ. ಹೋದಾಗಲ್ಲೆಲ್ಲ ಅಗ್ನಿ ಬಳ್ಳಿಯ ತಂಬುಳಿ ಮಾಡಿ ಬಡಿಸ್ತಾರೆ. ಅದು ಯಾವ ಪರಿ ಹಸಿವು ಹೆಚ್ಚಿಸುತ್ತೆ ಗೊತ್ತ?" ನೆನಪು ಮಾಡಿಕೊಂಡರು.

ಮೊದಲು ಮುಜುಗರ, ಸಂಕೋಚವೆನಿಸಿದರು ಎಲ್ಲರೊಡನೆ ಈ ರೀತಿ ಸರಳವಾಗಿ

ಹರಟುತ್ತ ಊಟ ಮಾಡುವುದರಲ್ಲಿ ಮೋಜು ಇದೆಯೆನಿಸಿತು.

"ಇನ್ನ ನೀವು ಮಲ್ಗೀ, ಏನು ತೊಂದರೆ ಇಲ್ಲ" ಸೋಮಶೇಖರಪ್ಪನ ಕೊನೆಯ ಮಗ ರೂಮಿನ ಬಾಗಿಲಲ್ಲೆ ಮಲಗಿದ "ಒಂದು ತರಹ ಗುಯ್ ಗುಡೋ ಸದ್ದು ಇರುತ್ತೆ. ಭಯ ಅಂತದ್ದೇನು ಬೇಡ." ಇನ್ನೊಂದು ಮಾತು ಸೇರಿಸಿದ. ಇದು ಶಶಾಂಕ್ ಶ್ರೀವಾಸ್ತವ್‌ಗಂತು ಹೊಸ ರೀತಿಯ ಅನುಭವ ಅರೆ ನಿದ್ರೆ ಅನುಭವಿಸಿದ.

ಬೆಳಿಗ್ಗೆ ಹಂಡೆಯಲ್ಲಿ ಹದ ಮಾಡಿದ ನೀರಿನಲ್ಲಿ ಸ್ನಾನ ಮುಗಿಸಿ ಹೊರಟಾಗ ಸೋಮಶೇಖರಪ್ಪನ ಮಗ ಶ್ರೀಕಾಂತಯ್ಯನವರ ಮನೆಯವರಿಗೂ ಜೊತೆಯಾದವನು ಮೆಚ್ಚಿಗೆಯಿಂದ ಅವನು ತೊಟ್ಟ ಕೆಂಪು ಬಣ್ಣದ ಸ್ವೆಟರನ್ನು ದಿಟ್ಟಿಸುತ್ತ ಮೆಚ್ಚುಗೆ ವ್ಯಕ್ತಪಡಿಸಿದ.

"ಈ ಸ್ವೆಟರ್ ತುಂಬ ಚೆನ್ನಾಗಿದೆ" ಒಮ್ಮೆ ಮುಟ್ಟಿ ಕೂಡ ನೋಡಿದ. ಆ ಸಮಯದಲ್ಲಿ ಮುಗುಳ್ನಗೆ ಬೀರಿ "ಇಲ್ಲಿ ಸ್ವಲ್ಪ ಚಳಿ ಜಾಸ್ತಿ ಅಂತ ಹೇಳಿದ್ರು. ನಂಗೇನು ಹಾಗೇ ಅನ್ನಿಸಿರಲಿಲ್ಲ. ನಾನು ಒಂದು ವರ್ಷದ ಮಟ್ಟಿಗೆ ಕಾಶ್ಮೀರದಲ್ಲು ಕೂಡ ಇದ್ದೆ. ಆಗ ಖರೀಸಿದ್ದು. ಆರಾಮಾಗಿ ನೀವೇ ಇಟ್ಕೊಳ್ಳಿ" ಬಿಚ್ಚಿ ಕೊಟ್ಟು ಬಿಟ್ಟಾಗ ಗಾಬರಿಯಾದ.

"ಅಯ್ಯೋ, ನಾನು ಮಾತಿಗೆ ಹಾಗೇ ಅಂದಿದ್ದು, ಅದಕ್ಕೆ ಕೊಟ್ಟೇ ಬಿಡೋದ? ಮನೆಯಲ್ಲಿ ತಿಳಿದ್ರೆ... ನಮ್ಮಪ್ಪಯ್ಯ ಹೊರ್ಗೇ ಅಟ್ಟಿ ಬಿಡ್ತಾರೆ" ತೆಗೆದುಕೊಳ್ಳಲು ಒಪ್ಪಲಿಲ್ಲ. "ಇಷ್ಟೆಲ್ಲ ಪ್ರೀತಿಯಿಂದ ಮಾಡ್ತಾ ಇದ್ದೀರಿ. ನಾನು ಈ ಸ್ವೆಟರ್ ಕೊಟ್ಟರೇ, ಹೇಗೆ ಬೇಡಾಂತೀರಾ? ಪ್ಲೀಸ್. ಇಟ್ಕೊಳ್ಳಿ, ನಾನು ಬೇಕಾದರೆ ನಿಮ್ಮ ಅಪ್ಪಯ್ಯನಿಗೆ ಹೇಳ್ತೀನಿ" ಬಲವಂತವಾಗಿ ತಾನೇ ಅವನಿಗೆ ತೊಡಿಸಿ "ಇಲ್ಲಿ ಇನ್ನೇನು ಕಾರ್ಯಕ್ರಮಗಳು ಇದ್ಯೋ, ಸಂಜೆ ಸಿಗೋಣ" ಬಿಳ್ಕೊಟ್ಟ.

ಬಾಗಿಲಲ್ಲೇ ಸರಿತ ಎದುರುಗೊಂಡಳು, ಕಲ್ಮಷವಿಲ್ಲದ ಸ್ವಚ್ಚ ಶುಭ್ರ ಮಲೆನಾಡಿನ ತುಂತುರುನಲ್ಲಿ ತೊಯ್ದ ಶುಭ್ರ ಹೂವಿನಂತೆ ಕಂಡಳು. ಆ ಕ್ಷಣ ಹೆಣ್ಣು ಹೀಗೂ ಇರಲು ಸಾಧ್ಯವೇ ಎನಿಸಿದ್ದುಂಟು.

"ಕೂತ್ಕೊಳ್ಳಿ, ಅಪ್ಪಯ್ಯ ಯಾರ್ಗೋ ಔಷ್ಧಿ ಕೊಡ್ತಾ ಇದ್ದಾರೆ" ಎಂದು ಕೂಡಿಸಿ ಒಳಗೆ ಹೋದವಳು, ಒಂದು ಶುಭ್ರವಾದ ಕಂಚಿನ ಲೋಟದ ತುಂಬ ಕಾಯಿಸಿ ಆರಿಸಿದ ನೀರಿನ ಜೊತೆ ಎರಡು ಗುಳಿಗೆಗಳನ್ನು ತಂದು ಕೊಟ್ಟು "ಇದ್ನ ತಗೊಳ್ಳಿ, ಘಾಟು ವಾಸನೆ, ನಾಲಿಗೆಗೆ ವಿಚಿತ್ರವಾದ ರುಚಿ ಸ್ಪರ್ಶ, ಈಗ್ಲೂ ಯೋಚ್ನೆ ಮಾಡಿ ಈ ಕಲೆ ಅಂಥ ಪ್ರಮಾದವೇನು ಅಲ್ಲವೆಂದರು ಅಪ್ಪಯ್ಯ, ಜೊತೆಗೆ ಕೈಯ ಮೇಲೆ ಚೆಂದವಾದ ಹೆಜ್ಜೆಯ ಗುರುತುನಂತೆ ಕಾಣುತ್ತೆ. ಆರಾಮಾಗಿ ಅದೊಂದು ಸಿಂಬಲ್ ಅಂದ್ಕೊಂಡು ಬಿಡಬಹುದು" ಅರ್ಥಪೂರ್ಣವಾಗಿ ಹೇಳಿದಳು.

"ಅಂತು ವೈದ್ಯರ ಬಳಿ ಇರುವ ಪೇಷಂಟ್‌ಗಳಿಗೆ ಸಲಹೆ ಕೊಟ್ಟು ಓಡ್ಸಿ ಬಿಡೋಂಗೆ

ಕಾಣ್ತೀರಾ. ಇದ್ರಲ್ಲಿ ಏನಾದ್ರೂ ರಾಜಕೀಯ ಉಂಟಾ?" ತಮಾಷೆ ಮಾಡಿದ ಸರಿತ ಬೆಚ್ಚಿದಳು.

"ಸಾರಿ, ಏನೇನೋ ತಿಳ್ಕೊಂಡು ಬಿಡಬೇಡಿ. ನೀವು ಅಲೋಪತಿಗೆ ಬಗ್ಗಿಕೊಂಡ ಜನ ನಾರು, ಬೇರು, ಗುಳಿಗೆ, ಕಷಾಯ ಕಷ್ಟವೆನಿಸುತ್ತೆ. ಆ ಕಲೆ ಅಂಥ ಪ್ರಾಬ್ಲಮ್ ಕೂಡ ಅಲ್ಲ. ಮತ್ಯಾಕೆ ರಿಸ್ಕ್ ಅನ್ನೋ ಮಾತಷ್ಟೆ. ನಿಮ್ಮಿಷ್ಟ... ಎಲ್ಲಿ ಕೈ ಹಿಡಿಯಿರಿ" ತೆರೆದ ಅವನ ಅಂಗೈ ಮೇಲೆ ಮೂರು ಗುಳಿಗೆಗಳನ್ನಿಟ್ಟಳ, ಪಾಚಿ, ಹಳದಿ ಬೆರೆತ ಗುಲಗಂಜಿ ಗಾತ್ರದ ಗುಳಿಗೆಗಳು "ಕಣ್ಣು ಮುಚ್ಕೋತೀನಿ. ನೀವೇ ಬಾಯಿಗೆ ಹಾಕಿ" ಅಂದ ತುಸು ತಮಾಷೆಯಿಂದ. ಅವಳ ಕೆನ್ನೆಗಳಲ್ಲಿ ಕೆಂಪು ಮೂಡಿತು.

"ದಯವಿಟ್ಟು ನುಂಗಿ, ಅಮ್ಮ ಬಂದರೇ ಕಷ್ಟ. ಅವರೇ ಮೂಗಿಡಿದು ಬಾಯಿ ತೆರೆಸಿ ನುಂಗ್ಸಿ ಬಿಡ್ತಾರೆ, ಬೀ ಕೇರ್ ಫುಲ್" ನಗು ಬೆರೆಸಿದಳು, ಕ್ಷಣಗಳು ಅಮೂಲ್ಯವೇ, ಅದನ್ನು ಮೆಟ್ಟಿ ನಿಲ್ಲುವಂಥ ಆತ್ಮವಿಶ್ವಾಸ.

ಆಮೇಲೆ ಇವನನ್ನು ತಮ್ಮ ಚಿಕಿತ್ಸಾ ಕೋಣೆಗೆ ಕರೆಸಿಕೊಂಡು ಶ್ರೀಕಾಂತಯ್ಯ ಕೈಯನ್ನು ಮುಂದೆ ಮಾಡುವಂತೆ ಹೇಳಿ ಮೊದಲು ಆ ಕಲೆಯ ಸುತ್ತಲಿನ ಜಾಗವನ್ನು ಯಾವುದೋ ಎಲೆಯ ರಸದಿಂದ ಸ್ವಚ್ಛಗೊಳಿಸಿ, ಅದು ಆರಿದ ನಂತರ ತೈಲವನ್ನು ಲೇಪ ಮಾಡಿದರು.

"ದಿನಕ್ಕೆ ನಾಲ್ಕು ಸಲವಾದರೂ ಇದನ್ನು ಮಾಡಬೇಕು, ನಂಗೆ ಒಂದಿಷ್ಟು ಕೆಲ್ಸವಿದೆ. ಹೊರ್ಗೆ ಹೋಗ್ತೀನಿ, ಬರೋದು ಸಂಜೆ ಆಗಬಹುದು. ಇಲ್ಲೇ ನಿಮ್ಮ ಊಟ, ತಿಂಡಿಯ ವ್ಯವಸ್ಥೆ ಮಾಡಿದೆ. ಒಂದಿಷ್ಟು ಪಥ್ಯದ ಅಗತ್ಯವಿದೆ" ಮೇಲೆದ್ದರು.

ಲೀಲಾವತಿ ಮಧ್ಯದ ನಡು ಮನೆಗೆ ಕರೆದೊಯ್ದು ಬಾಳೆ ಎಲೆ ಹರವಿ ಬಿಸಿ ಅನ್ನ ಮೊಸರನ್ನು ತಂದಿಟ್ಟರು.

"ಸದ್ಯಕ್ಕೆ, ಇವತ್ತೊಂದು ದಿನ ಇದೆ ಊಟ"

ಅವನಿಗೆ ಉಗುಳು ನುಂಗುವಂತಾಯಿತು, ಇದೆಲ್ಲ ಅಗತ್ಯವಿತ್ತಾ? ಯಾರಿಗಾಗಿ? ಆ ಪ್ರಶ್ನೆಗೆ ಉತ್ತರ ಸಿಗಲಿಲ್ಲ. ಸ್ವಲ್ಪ ಕಷ್ಟದಿಂದಲೇ ತಿಂದು ಮುಗಿಸಿದ. ಆ ವೇಳೆಗೆ ವೈಜಯಂತಿಯಿಂದ ಫೋನ್ ಬಂತು.

"ಹೇಗೆ ಅನಿಸುತ್ತೇ? ಅವರೊಬ್ಬ ಅತ್ಯುತ್ತಮ ವೈದ್ಯರು, ವ್ಯವಹಾರಜ್ಞಾನ ಕಡ್ಮೆ. ಸ್ವಾಭಿಮಾನ ಹೆಚ್ಚು. ಜೊತೆಗೆ ಆದರ್ಶ, ಹಟವನ್ನು ಗಂಟು ಹಾಕಿಕೊಂಡ ಜನ, ಎಲ್ಲಕ್ಕೂ ಮೀರಿದ ಒಳ್ಳೆಯತನ, ಪ್ರೇಮ, ಪ್ರೀತಿಗೆ ಒಳ್ಳೆ ನಿದರ್ಶನ, ಅಹಂ, ಆವೇಶ, ಬೇರೆಯವರ ಮಾತಿಗೆ ಕಿವಿಗೊಟ್ಟೋ, ಇಲ್ಲ ಹೇಮಂತ್ ಮೇಲಿನ ಬೇಸರವೋ, ಇಲ್ಲ ಸಾಮಾನ್ಯ ಜೀವನಕ್ಕೆ ಹೊಂದಿಕೊಳ್ಳಲಾರದೆಯೋ, ಡೈವೋರ್ಸ್ ಅನ್ನೋ ಪ್ರಕ್ರಿಯೆಗೆ ತಲೆ ಕೊಟ್ಟಾಯ್ತು. ನನ್ನ ಮದ್ವೆನು ಈಸೀಯಾಗಿಯೇ ಆಯ್ತು. ಹರ್ಷ ಮೊದ್ಲಿನಿಂದಲೂ ನನ್ನ ವಿವಾಹವಾಗೋ, ಇರಾದೆ ಇತ್ತು. ಹೆತ್ತವರಿಗೂ ಒಪ್ಗೇ,

ಮದ್ವೇ, ದಾಂಪತ್ಯ, ಎರಡು ಮಕ್ಳು... ಎಲ್ಲಾ ನಂಗೆ ಸಿಕ್ತು. ಆದರೆ ಹೇಮಂತ್... ಇಂದಿಗೂ ಅವ್ರಿಗೆ ನನ್ಮೇಲೆ ಪ್ರೀತಿ ಇದೆ. ಅದಕ್ಕೆ ಬೇರೊಂದು ಚೌಕಟ್ಟು ಹಾಕಿ ಇಟ್ಕೊಂಡಿದ್ದಾರೆ. ಕೆಲವೊಮ್ಮೆ ನೆನೆದರೆ ಹಾಯೆನಿಸುತ್ತೆ. ಅಂಥದ್ದೇ ಪ್ರೀತಿ ನಿಮ್ಗೂ ಸಿಕ್ಕಬೇಕಾದರೇ, ಒಂದಿಷ್ಟು ರಿಸ್ಕ್ ತಗೋಬೇಕಾಗುತ್ತೆ. ಇಲ್ಲ ನಿಮ್ಗೇ ಸರಿತ ಇಷ್ಟವಾಗದಿದ್ದರೇ ಆರಾಮಾಗಿ ಹಿಂದಿರುಗಬಹುದು. ಆ ಹುಡ್ಗೀ ತನ್ನೆದೆಯ ಗೂಡಿನಲ್ಲಿ ಪ್ರೀತಿ ಪ್ರೇಮ ಬಚ್ಚಿಟ್ಕೋತಾಳೆ, ವಿನಃ ನಿಮ್ಮನ್ನು ಕಟ್ಟಿ ಹಾಕುವ ಸಣ್ಣ ಪ್ರಯತ್ನ ಕೂಡ ಮಾಡೋಲ್ಲ" ಅತ್ಯಂತ ನವಿರಾಗಿ ಹೇಳಿದಳು. ಈ ಕುಟುಂಬದ ಬಗೆಗಿನ ಕಾಳಜಿಯ ಜೊತೆ ಗೌರವ, ವಿಶ್ವಾಸ ಕೂಡ ವ್ಯಕ್ತವಾಯಿತು.

"ಓಕೇ, ಮೇಡಮ್..." ಎಂದು ಫೋನ್ ಕಟ್ ಮಾಡಿದ.

"ನೀವು ಈ ರೂಮುನಲ್ಲಿ ರೆಸ್ಟ್ ತಗೋಬಹ್ದು" ಅಂದು ಹೇಳಿದಾಗ "ಸಾರಿ, ಅಂಥದೇನು ಬೇಡ, ಹೊರ್ಗೇ ಹೋಗಬಹುದಲ್ಲ? ನಿಮ್ಗೇ ಗೊತ್ತಿರೋ ಜಾಗಗಳನಾದ್ರೂ, ತೋರ್ಸಿ, ಅದ್ಕೇ ವೈದ್ಯರ ಪರ್ಮೀಷನ್ ಇದ್ಯಾ?" ಕೇಳಿದ ಅವಳನ್ನು ಮತ್ತಷ್ಟು ಅರಿಯುವ ಕುತೂಹಲ, ಹುಚ್ಚೆದ್ದು ಕುಣಿಯದ ಅವಳೆದೆಯ ಪ್ರೇಮದ ಬಗ್ಗೆ ಆಸಕ್ತಿ.

ಅದನ್ನು ಕೇಳಿಸಿಕೊಂಡ ಲೀಲಾವತಿ "ಹೌದು ಕಣೇ... ಹೇಗೊ ಶುಕ್ರುವಾರ, ಕುಂಜಾಲಮ್ಮನ ದೇವಸ್ಥಾನಕ್ಕೆ ಕರ್ಕಂಡ್ ಹೋಗು, ಸುತ್ತಲು ತುಂಬ ಚೆನ್ನಾಗಿದೆ. ನಮ್ಗೇನು ಅನ್ನಿಸೋಲ್ಲ, ಬೇರೆ ಕಡೆಯ ಜನಕ್ಕೆ ಇದೊಂದು ವೈಭೋಗ" ಹಣ್ಣು ಕಾಯಿನ ಬುಟ್ಟಿಯನ್ನು ತಂದು ಅವಳ ಕೈಗೆ ಕೊಟ್ಟರು. ಅವನೊಂದಿಗಿನ ಕ್ಷಣಗಳು ಅವಳ ಪ್ರೇಮಕ್ಕೆ ಇಬ್ಬನಿಯ ಹನಿಗಳಾಗಬಹುದು. ಅದನ್ನು ಮಾತ್ರ ಪ್ರಕಟಿಸಲಾರಳು.

ಒಂದು ಸಣ್ಣ ಗುಡ್ಡದ ಮೇಲೆ ಕುಂಜಲಮ್ಮನ ಗುಡಿ. ಭಕ್ತರ ಸಂಖ್ಯೆ ಹೆಚ್ಚಿದರು ಅಲ್ಲಿ ಆಧುನಿಕ ವೈಭವಗಳೇನು, ಇರಲಿಲ್ಲ. ಇಬ್ಬರು ಗುಡ್ಡ ಹತ್ತಿದರು. ಅವಳಿಗೆ ಓಡಾಡಿದ ಸ್ಥಳ. ಅತ್ತ ಇತ್ತ ಪ್ರಕೃತಿ ಸುಂದರ ತಾಣಗಳನ್ನು ಸವಿಯುತ್ತಲೇ ಮೇಲೇರಿದ ಶಶಾಂಕ್ ಶ್ರೀವಾಸ್ತವ್ ಬೆಕ್ಕಸ ಬೆರಗಾದ. ಅಚ್ಚ ಹಸುರಿನಿಂದ ಕಂಗೊಳಿಸುವ ತಾಣಕ್ಕೆ ಪೆಟ್ಟುಗಳು ಬಿದ್ದು ಮರ ಮಟ್ಟುಗಳು ಬೇರೆಯವರ ಅನುಕೂಲಗಳಿಗೆ ಮಾರಿ ಹೋಗಿದ್ದರೂ ಇನ್ನು ರಮ್ಯತೆ ಉಳಿದಿತ್ತು.

"ವಂಡರ್‌ಫುಲ್, ಐ ಯಾಮ್ ಹ್ಯಾಪಿ, ನೀವು ಆಗಾಗ ಪೂಜೆ ಸಲುವಾಗಿಯಾದರೂ ಬರ್ತಾ ಇರ್ತೀರಲ್ಲ" ಕೇಳಿದ. ಕೈಯಲ್ಲಿನ ಹಣ್ಣು, ಕಾಯಿ ಬುಟ್ಟಿಯನ್ನು ಕಲ್ಲಿನ ಮೇಲಿಟ್ಟು ಕಾಲುಗೆ ಚುಚ್ಚಿದ ಮುಳ್ಳನ್ನು ತೆಗೆಯುವಾಗ ಇತ್ತ ತಿರುಗಿದ ಶಶಾಂಕ್ ಶ್ರೀವಾಸ್ತವ್ "ಮೈಗಾಡ್, ಚಪ್ಪಲಿ ಹಾಕಿಕೊಂಡು ಬಂದಿಲ್ವಾ? ಸೆಪ್ಟಿಕ್ ಆದರೆ ಗತಿಯೇನು?" ತಾನೇ ಬಗ್ಗಿ ಅವಳ ಕಾಲಿಗೆ ಚುಚ್ಚಿದ್ದ ಮುಳ್ಳನ್ನು ತೆಗೆದು "ಹಿಂದಿರುಗಿ ಬಿಡೋಣ್ವಾ? ಎಂದು ಜೇಬಿನಲ್ಲಿದ್ದ ಕರ್ಚಿಫ್ ತೆಗೆದು "ಅಯ್ಯೋ..." ಎನ್ನುವ ಮೊದಲು ಕಟ್ಟಿದ.

"ನಿಮ್ಮ ಕರ್ಚೀಫ್ ಹಾಳಾಯ್ತು, ದೇವಸ್ಥಾನಕ್ಕೆ ಬಂದು ಹಿಂದಿರುಗೋದಾ? ನೋ, ಅದೇ... ನುಡಿ..." ಎಂದು ಅತ್ತ ಕುಂಟುತ್ತ ನಡೆದವಳನ್ನು ನಿಂತು ನೋಡಿದ, ಆ ಕ್ಷಣ ವಿಸ್ಮಯವೆನಿಸಿತು "ಸರಿತ, ಯು ಆರ್ ಎ ವಂಡರ್‌ಫುಲ್" ಅಂದುಬಿಟ್ಟ ಮೈ ಮರೆತು.

ಒಂದು ಕ್ಷಣ ರೋಮಾಂಚನಗೊಂಡರೂ, ಸಾವರಿಸಿಕೊಂಡು ಹಿಂದಕ್ಕೆ ತಿರುಗಿ "ನಾರ್ಮಲ್ ಹುಡ್ಗೀ, ದೊಡ್ಡದಾಗಿ ಸೌಂದರ್ಯವಂತೆ ಅಲ್ಲ. ಅಂಥ ಒಳ್ಳೆ ಐ ಕ್ಯೂ ಇಲ್ಲ, ಓದಿನಲ್ಲಿ ತೀರಾ ಸುಮಾರು, ದೊಡ್ಡ... ದೊಡ್ಡ ಆ್ಯಂಬಿಷನ್‌ಗಳಿಲ್ಲ, ಅಮ್ಮನ ಪ್ರಕಾರ ದಡ್ಡಿ, ಬನ್ನಿ..." ಗುಡಿಯ ಬಳಿ ಇದ್ದ ಕಲ್ಲಿನ ಮೇಲೆ ಬುಟ್ಟಿ ಇಟ್ಟು ಕೈ ಮುಗಿದು "ನಿಮ್ಮ ಕರ್ಚೀಫ್ ಹಾಳಾಯ್ತು, ಹರಿಶಿನದ ಪುಡಿ ಹಾಕಿದ್ದರೇ ಸಾಕಿತ್ತು" ಅಲ್ಲೇ ಹೊಂಡದಲ್ಲಿದ್ದ ನೀರನ್ನು ಕಾಲು ತೊಳೆಯಲು ತೆಗೆದುಕೊಂಡಾಗ, "ಜಸ್ಟ್ ವೈಟ್, ಸಂಕೋಚ ಬೇಡ ವೈದ್ಯರ ಮಗಳೆ ನೀವುಗಳು ಮಾತ್ರ ಸರ್ವಿಸ್ ಮಾಡಬೇಕೂಂತೇನಿಲ್ಲ. ಸಮಯ ಬಂದಾಗ ಎಲ್ಲರು ವೈದ್ಯರಾಗಬೇಕಾಗುತ್ತೆ. ಪ್ಲೀಸ್, ಸಿಟ್ ಡೌನ್" ಎಂದು ಅವಳ್ನ ಕೂಡಿಸಿ, ನೀರಿಗೆ ಹರಿಶಿನ ಬೆರೆಸಿ ಮುಳ್ಳು ಚುಚ್ಚಿದ ಜಾಗವನ್ನೊರೆಸಿ ಅದಕ್ಕೆ ಬುಟ್ಟಿಯಲ್ಲಿದ್ದ ಅರಿಶಿನದ ಪುಡಿಯನ್ನು ತುಂಬಿ, ಕರ್ಚೀಫ್‌ನ ತಾನೇ ತೊಳೆದು ಕಟ್ಟಿ ಕೈ ತೊಳೆದುಕೊಂಡು "ಈಗ ನೀವು ಪೂಜೆ ಮಾಡಬಹುದು" ಎಂದು ಕೈಗಳನ್ನು ಕೊಡವಿದ.

"ಸಾರಿ..." ಅಂದ ಕೂಡಲೆ "ನೋ ಸಾರಿ... ಥ್ಯಾಂಕ್ಸ್... ನೀವು ಪೂಜೆ ಮುಗ್ಸಿ" ಅನ್ನುವ ವೇಳೆಗೆ ನಾಲ್ಕಾರು ಜನ ಮಹಿಳೆಯರು ಬಂದರು. ಅವನು ಹೋಗಿ ಹತ್ತಿರದಲ್ಲಿದ್ದ ಒಂದು ಕಲ್ಲಿನ ಮೇಲೆ ಕೂತ.

"ನೆಂಟರ..." ಕೆಲವರು ಕೇಳಿದರು.

"ಹೌದು..." ತೋಚದೆ ಹೇಳಿದ್ದು.

"ಬೆಂಗ್ಳೂರು ಕಡೆಯವರ? ನೋಡಿದ್ರೆ, ಗೊತ್ತಾಗುತ್ತೆ? ಪ್ಯಾಂಟು ಹಾಕೋದೇ ಕಡ್ಮೇ? ಇನ್ನ ದೇವಸ್ಥಾನಕ್ಕೆ ಪ್ಯಾಂಟ್ ಹಾಕ್ಕೊಂಡ್ ಬರ್ತಾರಾ?" ಅನ್ನುತಲೇ ಅವರುಗಳು ಪೂಜೆಯ ಕಡೆ ಗಮನ ಕೊಟ್ಟರು.

ಕಾಯಿಯೊಡೆದು, ಹಣ್ಣು ನೈವೇದ್ಯ ಮಾಡಿ ಹರಿಶಿನ, ಕುಂಕುಮ ಹಚ್ಚಿ ಅಮ್ಮನಿಂದ ಕಲಿತಿದ್ದ ಶ್ಲೋಕವನ್ನು ಗುನುಗುತ್ತ ಕರ್ಪೂರ ಹಚ್ಚಿ ಮಂಗಳಾರತಿ ಮಾಡಿ ಅವನು ಕೂತಿದ್ದ ಕಡೆ ತಿರುಗಿ ಬರುವಂತೆ ಸನ್ನೆ ಮಾಡಿದಳು. ಎದ್ದು ಬಂದು ಮಂಗಳಾರತಿ ತಗೊಂಡು, ಕೈ ಮುಗಿದ.

ಬಂದವರು ಹೊರಟ ನಂತರ ಹಣ್ಣು, ಕಾಯನ್ನು ಬುಟ್ಟಿಗೆ ಹಾಕಿಕೊಂಡು ತಾನು ಪ್ರಸಾದದ ಕುಂಕುಮ ಹುಬ್ಬುಗಳ ನಡುವೆ ಇಟ್ಟುಕೊಂಡು ಅವನತ್ತ ತಿರುಗಿದಾಗ ಕೈಕಟ್ಟಿಕೊಂಡು ನಿಂತಿದ್ದ.

"ನೀವು ಪ್ರಸಾದ ಹಚ್ಚಿಕೊಳ್ಳಿ" ಹೇಳಿದಳು.

"ಬರೋಲ್ಲ, ನೀವೇ ಹಚ್ಚಿ" ಎಂದ.

ಅವನತ್ತ ಗಾಬರಿಯಿಂದ ನೋಡಿದಾಗ "ನಮ್ಮ ಕಡೆ ಪ್ರಸಾದನ ಪೂಜಾರರು ಹಚ್ತಾರೆ. ಇಲ್ಲಿ ಅವರಿಲ್ಲ. ನೀವೇ ಪೂಜೆ ಮಾಡಿದ್ದು, ಹಚ್ಚಿ ಬಿಡಿ" ಸರಳವಾಗಿ ಹೇಳಿದ. ಸ್ವಲ್ಪ ಅನುಮಾನಿಸಿದಳು. ದೇವರ ಪ್ರಸಾದ ಹಚ್ಚಲು ಸಂಕೋಚ ಬೇಡವೆನಿಸಿ. ಕುಂಜಲಮ್ಮನ ಪಾದಗಳ ಮೇಲಿದ್ದ ಪ್ರಸಾದವನ್ನು ಬೆರಳಿನಿಂದ ತೆಗೆದು ಅವನ ಎರಡು ಹುಬ್ಬುಗಳ ನಡುವೆ ಸ್ವಲ್ಪ ಮೇಲೆ ಹಣೆಗಿಟ್ಟಳು ಕನ್ನಡಕ ಇದ್ದುದ್ದರಿಂದ. ಇವೆಲ್ಲದರ ಹಿಂದೆ ಏನಾದರೂ ವಿಸ್ಮಯ ಇತ್ತಾ? ಶಕ್ತಿ ಇತ್ತಾ?

ಸ್ವಲ್ಪ ದೂರಕ್ಕೆ ಕೈ ತೋರಿಸಿದ "ಅಲ್ಹೋಗಿ ಸ್ವಲ್ಪ ಹೊತ್ತುಕೂತ್ಕೋಬಹುದಲ್ಲ" ಎಂದ ಕೆಳಗೆ ಬಿದ್ದಿದ್ದ ಒಂದು ಕಡ್ಡಿಯನ್ನು ಹೆಕ್ಕಿಕಂಡು "ಖಂಡಿತ, ಆಗಾಗ ನಮ್ಮಪ್ಪ ನಾನು ಬರ್ತೀವಿ. ಅವರು ಮೌನವಾಗಿ ಧ್ಯಾನ ಮಗ್ನರಾಗಿ ಕೂಡ್ತಾರೆ, ನಾನು ಇಲ್ಲೆಲ್ಲ ಓಡಾಡ್ತೀನಿ. ಹೆಚ್ಚು ಕಡ್ಮೇ ಎಲ್ಲಾ ಗಿಡ, ಮರಗಳ ಪರಿಚಯವಿದೆ" ಎಂದು ಅವನೊಂದಿಗೆ ಹೆಜ್ಜೆ ಹಾಕಿದಳು.

ನಾಲ್ಕು ಕಾಲಿನ ಮಂಟಪ ಅದಕ್ಕೊಂದು ಇತಿಹಾಸವಿರಬಹುದು. ಅದು ಬೇರೆ ಬೇರೆ ಕತೆಗಳ ರೂಪದಲ್ಲಿ ಹಬ್ಬಿದೆ. ಅದಕ್ಕೆ ಚಾಚಿದಂತೆ ಈ ಕಡೆ, ಆ ಕಡೆ ಬೃಹದಾಕಾರದ ಮರಗಳು ಇದ್ದುದ್ದರಿಂದ ನೆರಳಿನಿಂದ ಒಳಾವರಣ ತಂಪಾಗಿತ್ತು.

"ನಿಮ್ಮ ಕರ್ಚಿಫ್ ಹಾಳಾಯ್ತು!" ಅನ್ನುತ್ತ ತನ್ನ ಕರ್ಚಿಫ್ ಹಾಸಿ "ಕೂತ್ಕೊಳ್ಳಿ" ಅಂದು ಅಲ್ಲೇ ಒಂದು ಕಡೆ ಪಕ್ಕ ಕೂತು ಬುಟ್ಟಿಯಲ್ಲಿದ್ದ ಬಾಳೆಯ ಹಣ್ಣನ್ನು ತೆಗೆದು "ಇದು ಪ್ರಸಾದ ತಗೋಬಹ್ದು. ಖಾರ, ಉಪ್ಪು, ಮಸಾಲೆ ಪದಾರ್ಥಗಳು ಸೇರಿಲ್ಲವಾದುದರಿಂದ ನಿಷೇಧವಲ್ಲ" ಕೊಟ್ಟಳು.

"ಹೇಗೆ ಬೈ ಟೂ ಮಾಡಿದರೇ? ನಂಗೆ ಬಾಳೆ ಹಣ್ಣು ಎಂದರೆ ಅಲರ್ಜಿ" ಹಣ್ಣನ್ನು ಬಿಡಿಸಿ ಅರ್ಧ ತಾನು ತಗೊಂಡು ಉಳಿದರ್ಧವನ್ನು ಅವಳಿಗೆ ಕೊಟ್ಟ, ಕಣ್ಣಿಗೊತ್ತಿಕೊಂಡು ತಿಂದಳು.

"ನಿಮ್ಮನ್ನ ಒಂದ್ಮಾತು ಕೇಳ್ಲಾ?" ಎಂದಾಗ ಅವಳಿಗೆ ಗಾಬರಿ. ಅವನ ಬಗ್ಗೆ ಅವಳಿಗೇನು ಗೊತ್ತಿಲ್ಲ. ಅದರೂ 'ಪ್ರೇಮ' ಎನ್ನುವುದು ವಿಚಿತ್ರ ಸಂಗತಿಯಲ್ವಾ? "ಏನು?" ಎಂದಳು ತಟ್ಟನೆ.

"ನನ್ನ ಮಮ್ಮಿ ಡ್ಯಾಡಿದು ಲವ್ ಮ್ಯಾರೇಜ್, ಒಬ್ಬರದು ಮುಂಬಯಿ, ಇನ್ನೊಬ್ಬರದು ಪುಣೆ, ಹಿಂದಿ, ಮರಾಠಿಯ ಬೆಸುಗೆ ದೆಹಲಿಯ ಯೂನಿವರ್ಸಿಟಿಯಲ್ಲಿ ಕೆಲ್ಸ ಮಾಡಿದ್ದು, ಈಗ ಲಂಡನ್‌ನಲ್ಲಿ ಮಗಳ ಮನೆಯಲ್ಲಿ ವಾಸ್ತವ, ನನ್ನಣ್ಣ ಅಲ್ಲೊಬ್ಬ ಇಂಡಸ್ಟ್ರಿಯಲಿಸ್ಟ್, ವಿವಾಹವಾಗಿದ್ದು ಅಮೆರಿಕನ್ ಯುವತಿಯನ್ನ" ಅಂದ. ಅವಳಿಗೇನು ಅರ್ಥವಾಗಲಿಲ್ಲ. ಕುತೂಹಲವಿದ್ದರು ಬೇಡವೆನಿಸಿತು. ಆಸಕ್ತಿ ವಿಪರೀತವಾದರೆ

ಅನಾಹುತ!

ಕೊಟ್ಟ ಕಾಯಿ ಚೂರನ್ನು ಕಚ್ಚಿ ತಿನ್ನುತ್ತ "ವೆರಿ ಟೇಸ್ಟಿ, ಇನ್ನೊಂದು ವಿಷ್ಯ, ನೀವು ಯಾರನ್ನಾದ್ರೂ ಪ್ರೇಮಿಸಿದ್ದೀರಾ?" ಕೇಳಿದ ಅವಳ ಮುಖ ಭಾವ ಗಮನಿಸುತ್ತ. ಮೊದಲು ವಿಚಲಿತಳಾದರು, ನಿಧಾನವಾಗಿಯಾದರು ಚೇತರಿಸಿಕೊಂಡು "ಯಾವ ತರಹದ ಪ್ರೇಮ? ಕಾಲೇಜು ಪ್ರೇಮ, ಸಿನಿಮಾ ಪ್ರೇಮ, ಪ್ರೊಫೆಷನಲ್ ಪ್ರೇಮ? ಕಾಲೇಜಿಗೆ ಹೋಗಿದ್ದು ಕಡಿಮೆ, ಕ್ಯಾಂಪಸ್‌ನಲ್ಲಿ ಸುತ್ತಾಡೋ ಅವಕಾಶವೆ ಇರ್ಲಿಲ್ಲ ಇನ್ನು ವೃತ್ತಿಯಲ್ಲಿದ್ದರೇ, ಆ ವೃತ್ತಿಯಲ್ಲಿನವರ ನಿಕಟ ಸಂಪರ್ಕ ಪ್ರೇಮವಾಗಬಹುದು. ಅಂಥದೇನಿಲ್ಲ" ಬೇರೆಡೆ ನೋಟ ಹರಿಸಿದಳು.

"ಇಷ್ಟೆ ಅಲ್ಲ, ಬೇರೆ ಬೇರೆ ರೀತಿಯ ಪ್ರೇಮಗಳು ಇರುತ್ತೆ. ಪ್ರೇಮ ಕೂಡ ಕೆಲವೊಮ್ಮೆ ತೀರಾ ನಿಗೂಢ ಅನ್ನಿಸೋಲ್ವಾ?" ಕೇಳಿದ ತಕ್ಷಣ ಅವನತ್ತ ತಿರುಗಿದಳು ಮೇಲೆದ್ದು "ಅಮ್ಮ ಕಾಯ್ತ ಇದ್ದಾಳೆ, ಮೋಡಗಳು ದಟ್ಟವಾಗಿದೆ. ಮಳೆಯ ಸಮಯ" ಅವಸರಿಸಿ ನಾಲ್ಕು ಹೆಜ್ಜೆ ಮುಂದೆ ಹೊರಟೇ ಬಿಟ್ಟಳು ಅವಕಾಶವಿದ್ದರು ಪ್ರಕಟಪಡಿಸಲಿಲ್ಲ.

"ನಿಂತ್ಕೊಳ್ಳಿ... ಸರಿತ" ಕೂಗಿದ.

ತಟ್ಟನೆ ನಿಂತು ಹಿಂದಿರುಗಿದಳು, ಆ ತಕ್ಷಣ ಸೌಂದರ್ಯಕ್ಕೆ ಇನ್ನೊಂದು ಹೆಸರೆನ್ನಿಸಿತು. "ಸ್ವಲ್ಪ ಮುಖ ಎತ್ತಿ, ನೀವು ಯಾರನ್ನಾದ್ರೂ ಪ್ರೀತಿಸಿದ್ದೀರಾ ಅಥವಾ ಇಲ್ಲವಾಂತ ನಾನು ಹೇಳ್ತೀನಿ, ಆ ಬಗ್ಗೆ ಒಂದು ಡಿಗ್ರಿ ಕೂಡ ಮಾಡಿದ್ದೀನಿ" ಹೇಳಿದ ಮೆಲ್ಲಗೆ. ಅಷ್ಟು ದೀರ್ಘವಾದ ಪರಿಚಯವಲ್ಲ. ಆದರೂ ಆತ್ಮೀಯತೆ ಹೇಳಬಲ್ಲವನಾಗಿದ್ದ.

ಕ್ಷಣ ನೋಡಿ ತಲೆ ತಗ್ಗಿಸಿದಾಗ "ಷ್ಯೂರ್, ಡೆಫಿನೆಟ್ಲಿ... ನೀವು ಖಂಡಿತ ಪ್ರೇಮಿಸಿದ್ದೀರಿ, ನಾನು ನಿಖರವಾಗಿ ಹೇಳಬಲ್ಲೇ, ಈ ಕುಂಜಲಮ್ಮನ ಮೇಲೆ ಆಣೆ ಇಡ್ಲಾ?" ಅಂದ ಕೂಡಲೆ ಭಯದಿಂದ "ಬೇಡ, ಬೇಡ... ಸತ್ಯದ ದೇವತೆಯೆನ್ನುವ ನಂಬಿಕೆ, ಇಲ್ಲೆಲ್ಲ ಹುಡುಗಾಟ ಆಡಬಾರದು, ಬೇಗ... ಬನ್ನಿ. ಮಳೆ ಷುರುವಾಗಿಯೆ ಬಿಡ್ತು" ಆ ಮಾತಿಗೆ ಅನ್ವಯವಾಗುವಂತೆ ಸೊನೆಯಾಗಿದ್ದ ಮಳೆ ಪಟ ಪಟ ಎನ್ನುತ್ತ ಸೂರ್ಯನೊಡನೆ ಚೆಲ್ಲಾಟ ಇಳಿಯಿತು.

ಮನೆ ತಲುಪುವ ವೇಳೆಗೆ ಅಷ್ಟಿಷ್ಟು ನೆಂದಿದ್ದರಿಂದ, ಅವನ ಲಗೇಜ್ ಸೋಮಶೇಖರಪ್ಪನವರ ಮನೆಯಲ್ಲಿ ಉಳಿದಿದ್ದರಿಂದ ಟವಲುನ ಜೊತೆ ಹೇಮಂತ್‌ನ ಒಂದು ಸೆಟ್ ಬಟ್ಟೆಯನ್ನು ಕೊಟ್ಟಿದ್ದು ಸಂಕೋಚದಿಂದಲೆ.

"ಸಾರಿ, ನಿಮ್ಗೇ ಸ್ವಲ್ಪ ಮುಜುಗರವಾಗಬಹುದು. ಆದರೆ ಅನಿವಾರ್ಯ ನಮ್ಗೇ ಈ ಕಡೆಯ ವೆದರ್, ಮಳೆ ಅಭ್ಯಾಸವಾಗಿದೆ. ಆ ಕಡೆಯ ಜನಕ್ಕೆ ಬೇಗ ನೆಗಡಿಯಾಗಬಹುದು. ಮೊದ್ಲು ಒದ್ದೆ ತಲೆಯಾರೆಸ್ಕೊಂಡು ಬಟ್ಟೆ ಬದಲಾಯಿಸ್ಕೊಳ್ಳಿ. ಅಮ್ಮ ಕಷಾಯ ರೆಡಿ ಮಾಡ್ತಾರೆ" ಎಂದು ಬುಟ್ಟಿ ದೇವರ ಕೋಣೆಯಲ್ಲಿಟ್ಟು ಕಿಟಕಿಯ ಬಳಿ ನಿಂತಳು. 'ಧೋ' ಎಂದು ಮಳೆ ಸುರಿಯುತ್ತಿತ್ತು. ಅವಳಿಗೂ

ಹೇಮಂತ್‌ಗೂ ಮಳೆಯೆಂದರೆ ಇಷ್ಟವೇ ಚಿಕ್ಕವರಿದ್ದಾಗ ಅಮ್ಮನ ಕಣ್ಣು ತಪ್ಪಿಸಿ ಮಳೆಯಲ್ಲಿ ಕುಣಿದದ್ದು ಇದೆ.

"ಈ ಕಡೆಯ ಮಳೆ ರೋಮಾಂಚನಕಾರಿಯೇ ಒಂದಷ್ಟು ದಿನ ಡಾರ್ಜಿನಿಂಗ್‌ನಲ್ಲು ಇದ್ದೆ. ಈ ಓಡಾಟವೆ ನನ್ನ ಫಾದರ್, ಮದರ್‌ಗೆ ಸಮಸ್ಯೆಯಾದದ್ದು" ಎಂದ ಅವಳ ಪಕ್ಕದಲ್ಲಿ ಬಂದು ನಿಂತು "ಒಂದು ನಿಮಿಷ..." ಜಾಗ ಖಾಲಿ ಮಾಡಿದಳು.

ಒದ್ದೆಯಾದ ಸೀರೆ ಬದಲಾಯಿಸುವುದೋ ಬೇಡವೋ ಎಂದು ಚಿಂತಿಸಿ ಕಡೆಗೆ ಬದಲಾಯಿಸಿದ್ದು. ಈ ಪಾಟಿ ಒದ್ದೆಯಲ್ಲ ಏನು ಮಹಾ! ನೀರೊಲೆಯ ಕೆಂಡದ ಮುಂದೆ ಕೂತರೆ, ಐದೇ ನಿಮಿಷದಲ್ಲಿ ಮಾಯ ಆದರೆ ಶಶಾಂಕ್ ಶ್ರೀವಾಸ್ತವ ಮುಂದೆ ಓಡಾಡಲು ಸಂಕೋಚವಷ್ಟೆ.

"ತಗೊಳ್ಳಿ ಕಷಾಯ" ಅಲ್ಲಿದ್ದ ಸ್ಟೂಲು ಮೇಲಿಟ್ಟು "ಬರೀ ಬಾಗಿಲು ಮುಂದು ಮಾಡ್ಕೊಂಡ್ ಅಮ್ಮ ಹೋಗಿದ್ದಾಳೆಂದರೇ, ಮೇಲ್ಮನೆ ಭಟ್ಟರ ಮನೆಗೆ ಮಾತ್ರ, ಈಗ್ಬಂದು ಬಿಡ್ತಾಳೆ" ಎಂದು ಹೇಳಿದಾಗ ಕಿಟಕಿಯ ಬಳಿ ಇದ್ದವ ಬಂದು ಛೇರ್ ಮೇಲೆ ಕೂತು. ಬಹಳ ಸೂಕ್ಷ್ಮವಾಗಿ ಅವಳ ಸ್ವಭಾವ ಗಮನಿಸಿದ. ಒಂದಿಂಚು ಅತ್ತಿತ್ತ ವಾಲದಂತೆ, ಮಾತಿಗೆ ಸಿಗದಂತೆ ನಡೆದುಕೊಳ್ಳುವ ಅವಳ ಸ್ವಭಾವ ಇಷ್ಟವೆನಿಸಿತು.

"ಸರಿತ, ನೀವು ಮಳೆಯಲ್ಲಿ ನೆಂದಿದ್ದೀರಿ, ನನಗೊಬ್ಬನಿಗೆ ಕಷಾಯ ಕುಡ್ಯೋ ಪನಿಷ್‌ಮೆಂಟ್ ಬೇಡ, ನೀವು ಫಿಫ್ಟಿ ಭಾಗ ತಗೊಳ್ಳಿ" ಅಲ್ಲೇ ಟೇಬಲ್ ಮೇಲಿದ್ದ ಗ್ಲಾಸ್‌ಗೆ ಅರ್ಧ ಬಗ್ಗಿಸಿ "ಪ್ಲೀಸ್..." ಎಂದ ಏನಾದರು ಹೇಳಬೇಕೆಂದರು, ಅವಳಿಂದಾಗಲಿಲ್ಲ "ತಗೊಳ್ಳಿ, ನೀವು ಕುಡಿಯದ ಹೊರತು ನಾನು ತಗೋಳ್ಳೋಲ್ಲ" ಇಂಥದೊಂದು ಧಮಾಕ, ಒಂದೇ ಸಲಕ್ಕೆ ಕುಡಿದು "ಇನ್ನಾದ್ರೂ... ಕುಡೀರಿ, ನಮ್ಗೇ ಕಷಾಯ ಕುಡಿಯೋದು ಹೊಸ್ದಲ್ಲ, ಕಾಫೀ ಟೀಗಿಂತ ಕಷಾಯ ಕುಡ್ಯೋದೇ ಹೆಚ್ಚು, ಆ ಕೋಣೆಯಲ್ಲಿ ಒಂದಷ್ಟು ಪುಸ್ತಕಗಳು ಇವೆ. ಬೇಕೂಂತ ಅನಿಸಿದರೇ ಓದಿ. ಇಲ್ಲ ಕಿಟಕಿಯ ಬಳಿ ನಿಂತು ಹೊರ್‍ಗಿನ ಮಳೆ ನೋಡಿ ಇಲ್ಲ ಮನೆ ಮುಂದೆ ನಿಂತು ನೋಡಬಹುದು. ಆಯ್ಕೆ... ನಿಮ್ದೇ" ಎರಡು ಗ್ಲಾಸ್‌ಗಳನ್ನ ಹಿಡಿದು ಒಳಗೆ ಹೋದಳು.

ಸೋಮಶೇಖರಪ್ಪನ ಕೊನೆಯ ಮಗ ಶಂಕರ ಕೊಡೆ ಹಿಡಿದು ಬಂದು "ಸದ್ಯ ಬಂದರಾ? ನೀವು ಕೂಡ ಸರಿತಕ್ಕನ ಜೊತೆ ಕುಂಜಲಮ್ಮನ ಗುಡ್ಡಕ್ಕೆ ಹೋದ ವಿಷ್ಯ ಅತ್ತೆ ತಿಳ್ಸಿದ್ರು. ಅದ್ಕೇ ಬಂದೇ, ಇಲ್ಲಿ ನೋಡಿ ಗುಡ್ಡಕ್ಕೆ ಬರೋನೇ" ಎಂದು ಕೊಡೆ ಮಡಚಿ ಒಳಗೆ ಬಂದವ ಪಂಚೆಯನ್ನು ಮೇಲಕ್ಕೆತ್ತಿ ಕಟ್ಟಿ ಅಸ್ತವ್ಯಸ್ತಗೊಂಡ ತಲೆಗೂದಲನ್ನು ಸರಿಪಡಿಸಿಕೊಂಡು ಹೊರ ನಡು ಮನೆಯಲ್ಲಿದ್ದ ಬೆಂಚಿನ ಮೇಲೆ ಕೂತ. ಪೇಷಂಟ್ ಕಡೆಯವರು ಅಲ್ಲಿ ಬಂದು ಕೂಡುವುದಿತ್ತು, ಹೆಚ್ಚು ಕಡಿಮೆ ಮನೆಯ ಬದಿಯಲ್ಲಿದ್ದ ಕೋಣೆ ಶ್ರೀಕಾಂತಯ್ಯನ ದವಾಖಾನೆ.

ಹೊರಗೆ ಬಂದು ಮಾತಾಡಿಸಿದ ಸರಿತ ಅವನಿಗೂ ಕಷಾಯ ತಂದು ಕೊಟ್ಟು

"ಮಾರಾಯ, ಇವರಿಗೆ ಮಾತುಗೆ ಸಾರ್ಥ ಕೊಡು ನಂಗೆ ಒಂದಿಷ್ಟು ಕೆಲ್ಸವಿದೆ" ಅಂದು ಹೋದಳು.

ಕಷಾಯ ಕುಡಿದಿಟ್ಟವನು "ನೀವು ಮತ್ತೆ ಈ ಕಡೆ ಬರುತ್ತೀರಂತ ಎಂದಾದ್ರೂ ಅಂದುಕೊಂಡಿದ್ರಾ? ಅದೇ ನಮ್ಮ ಕುಂಜಾಲಮ್ಮನ ಮ್ಯಾಜಿಕ್. ಆಕೆ ಬರಬೇಕೂಂತ ಅಂದುಕೊಂಡಿದ್ರೆ... ಬರಲೇಬೇಕು" ಇಂಥದೊಂದು ಡೈಲಾಗ್ ಹೊಡೆದವ ತುಸು ಬಗ್ಗೆ ಮೆತ್ತಗಿನ ದನಿಯಲ್ಲಿ "ಅದೇ ನೀವು ಬರ್ದ ಪತ್ರಕ್ಕಾಗಿ ಹೇಮಂತಣ್ಣ ಅಷ್ಟೊಂದು ಯಾಕೆ ಹುಡುಕಾಡಿದರೂಂತ ಗೊತ್ತಾಯ್ತಾ? ಆಗ ಬಂದಿದ್ದು ನೀವು ಮೂವರು, ಅವರು ಯಾರಿಗಾಗಿ ಹುಡುಕಾಡಿದ್ರೋ? ನಂಗಂತು ತುಂಬ ವಿಚಿತ್ರ ಅನಿಸಿತ್ತು. ಆ ಬಗ್ಗೆ ನಿಮ್ಗೇ ಏನಾದ್ರೂ ಗೊತ್ತಾಯ್ತಾ?" ಅದೇ ಪ್ರಸ್ತಾಪಕ್ಕೆ ಬಂದ, ಇಲ್ಲವೆನ್ನುವಂತೆ ತಲೆಯಾಡಿಸಿದ.

ಆಮೇಲೆ ಮಾಡೆಲ್ ಆಗಲು ಫಿಗರ್ ಮೈನ್‌ಟೆನ್ ಮಾಡಲು ಹೋಗಿ ತೀರಾ ಅನಾರೋಗ್ಯಕ್ಕೆ ಈಡಾದ 'ಅನೋರೆಕ್ಸಿಯಾ ಸರ್ವೊಸ' ಪೇಷಂಟ್ ನಿಶ್ಚಿತ ಬಗ್ಗೆ ಹೇಳಿಕೊಂಡ. ಚಟಪಟ ರೀತಿಯ ಮಾತು ಅವನದು.

ಶ್ರೀಕಾಂತಯ್ಯನ ಫ್ಯಾಮಿಲಿಯ ಬಗ್ಗೆ ಎಷ್ಟೋ ಹೇಳಿಕೊಂಡ "ಹೇಮಂತಣ್ಣ ಮದ್ವೆಯಾದ್ರು, ಹೆತ್ತವರ ವಿರೋಧವಾಗಿ, ಆಮೇಲೆ ಇವ್ರ ಕೋಪ ತಣ್ಣಗಾಗೋ ಹೊತ್ಗೇ ಅವರುಗಳು ದೂರವಾಗಿದ್ರು ಒಂದ್ಮಗುವಾದ್ಮೇಲೆ, ಇದು ಯಾತರ ಚೆಂದ? ಅಂತ ನಮ್ಮ ಮನೆಯಲ್ಲೆಲ್ಲ ಮಾತಾಡಿಕೊಂಡ್ರು" ಎಂದ. ಅದನ್ನು ಅತ್ಯಂತ ಸೂಕ್ಷ್ಮವಾಗಿ ಪ್ರಸ್ತಾಪಿಸಿದಳು ವೈಜಯಂತಿ.

ಆವೇಳೆಗೆ ಅರ್ಧಬರ್ಧ ನೆಂದ ಲೀಲಾವತಿ ಬಂದರು "ಸದ್ಯ ಗುಡ್ಡದಿಂದ ಬಂದು ಬಿಟ್ಟಿದ್ರಲ್ಲ, ಮಳೆ ಬರುವ ವೇಳೆಗೆ, ಒಳ್ಳೆದಾಯ್ತು" ಒಳಗೆ ಹೋದರು.

"ಅತ್ತೆದು ತೀರಾ ಆತುರದ ಸ್ವಭಾವ ಮಾತು!" ಅಂದ ಅವನು "ಅಪ್ಪಯ್ಯ ಸಂಜೆ ನಿಮ್ಮನ್ನ ಕರ್ಕೊಂಡೇ ಬಾ ಅಂತ ಹೇಳಿದ್ದಾರೆ" ಎಂದು ಆರಾಮಾಗಿ ಕೂತ ಶಂಕರ.

ಅಮ್ಮನ ಅರ್ಧ ತೊಯ್ದ ಸಹಉರೆಯನ್ನು ಒಲೆಯ ಊರಿಸರಿ ಮಾಡುತ್ತಿದ್ದ ಸರಿತ "ಮತ್ತೆ ಯಾಕೆ ಈ ಮಳೆಯಲ್ಲಿ ಹೋದೆ? ಬೆಳಗ್ನಿಂದ ಮೂರು ಸಲ ಫೋನ್ ಮಾಡಿದ್ದಾಳೆ, ಅಲಾಪನಾ. ಅಣ್ಣ ಕೂಡ ಯಾವಾಗ ಬರ್ತೀ ಅಂತ ಕೇಳ್ದ, ಸದ್ಯಕ್ಕೆ ಕೊಂಕು ಮಾತುಗಳೇನು ಬೇಡ. ನಾನಂತು ನಾಳೆ ಹೋಗಿ ಬಿಡೋಳೆ. ಅಮ್ಮ ಸುಮ್ನೇ ಅಪ್ಪನ್ನ ಕರ್ಕಂಡ್ ಬಂದಿಬಿಡು. ಅಲ್ಲಿ ಹೊಸ ಕಾಲೋನಿ ಹುಟ್ಟಿ ಕೊಂಡಿದೆ. ಅಪ್ಪ ಅಲ್ಲೇ ತನ್ನ ವೃತ್ತಿಯನ್ನು ಮುಂದುವರಿಸ್ಲಿ. ಇನ್ನಷ್ಟು ಜನಕ್ಕೆ ಅನ್ಕೂಲವಾಗುತ್ತೆ" ಹೇಳಿದಳು. ವಯಸ್ಸಾದ ಅವರಿಬ್ಬರನ್ನು ಇಲ್ಲಿ ಬಿಟ್ಟು ಹೋಗುವುದು ಅವಳಿಗೂ ಖೇಧಕರವೇ. ಆದರೆ ಈಗ ಅಲಾಪನಾಗೆ ತಾಯಿ ಪ್ರೀತಿ ನೀಡುವಂಥವರು ಬೇಕು.

ಉತ್ತಮ ಸಂಸ್ಕಾರ ಅವಳದಾಗಬೇಕು.

ಗಳುವಿನ ಮೇಲೆ ಒಣಗಿ ಹಾಕಿದ್ದ ಸೀರೆಯನ್ನು ತೆಗೆಯುತ್ತ "ಮೊದ್ಲು ನಿಂದು, ಅವನದೂಂತ ಒಂದ್ಮದ್ವೆಯಾಗ್ಲಿ, ಆಮೇಲೆ ಯೋಚ್ನೆ ಮಾಡೋಣ" ಎಂದಿನ ಉವಾಚವೇ.

ಮೂರು ದಿನದ ಟ್ರೀಟ್‌ಮೆಂಟ್ ನಂತರ ಇವನಿಗೆ ಹೊರಡಲು ಅಪ್ಪಣೆಕೊಟ್ಟರು. ಜೊತೆಗೆ ಒಂದಿಷ್ಟು ಗುಳಿಗೆ, ತೈಲದ ಜೊತೆ ಪಥ್ಯ ವಿಧಿಸಿದರು ಕೂಡ.

"ಹೇಗೂ, ನಾನು ಹೊರಟಿದ್ದೀನಿ, ನನ್ಜೊತೆ ಬರೋಕೆ ನಿಮ್ಗೇನಾದ್ರೂ ಅಭ್ಯಂತರನಾ?" ನೀರು ತಂದು ಕೊಟ್ಟವಳನ್ನ ಕೇಳಿದ. ಅದನ್ನು ಕೇಳಿಸಿಕೊಂಡ ಲೀಲಾವತಿ "ಹಾಗೆ ಮಾಡು, ಹೇಮಂತ್ ಕೂಡ ನಿನ್ನ ಬೇಗ ಕಳಿಸೂಂತ ಪೇಚಾಡಿಕೊಂಡ" ಅಪ್ಪಣೆ ದಯ ಪಾಲಿಸಿದ ಮೇಲೆ ಮಾತಾಡುವವರಾರು?

"ಹಾಗೇ ಮಾಡು, ಕಾರುನಲ್ಲಿ ಅವರೊಬ್ರೆ, ಹಿಂದೆ ಸಾಕಷ್ಟು ಜಾಗ ಇದೆ. ಆರಾಮಾಗಿ ಹೋಗಬಹ್ದು. ಈ ಲಗ್ನಕ್ಕೆ ಹೇಮಂತ್‌ಗೆ ಒಂದ್ಮದ್ವೇಂತ ಮಾಡೋಣ. ಅವ್ನು ಒಪ್ಕೊಂಡಿದ್ದಾನೆ, ಆ ಪಾಪದ ಮಗುಗೆ ಅಮ್ಮನ ಪ್ರೀತಿ ಬೇಕು" ಮೊಮ್ಮಗಳ ಬಗ್ಗೆ ಕಾಳಜಿ ವ್ಯಕ್ತಪಡಿಸಿದರು.

ಹೊರಡುವ ಮುನ್ನ ಟ್ರೀಟ್‌ಮೆಂಟ್‌ನ ಫೀಜುನ ಬಗ್ಗೆ ಪ್ರಸ್ತಾಪಿಸಿದಾಗ "ಅಯ್ಯೋ, ಇಷ್ಟೂಂತ ಯಾರನ್ನು ಕೇಳಿದ್ದಿಲ್ಲ, ನಿಮ್ಗೂ ಕೂಡ ಅಂಥದ್ದು ಮಾಡಿದ್ದಿಲ್ಲ, ತಿಂಗಳು ಬಿಟ್ಟು ಬನ್ನಿ. ಆಗ ಕೊಟ್ಟರಾಯ್ತು" ನಿರಾಕರಿಸಿದರು.

ಪರ್ಸ್‌ನಿಂದ ಕೆಲವು ನೋಟುಗಳನ್ನು ತಎಗೆದು ಅವರ ದವಾಖಾನೆಯ ಕೊಠಡಿಯಲ್ಲಿನ ಗಣೇಶನ ಫೋಟೋ ಮುಂದಿಟ್ಟು ಬಂದು ಅವರ ಮುಂದೆ ಕೂತ.

"ಒಮ್ಮೆ ನಾಡಿ ಪರೀಕ್ಷೆ ಮಾಡಿ" ಕೈ ಮುಂದಕ್ಕೆ ಚಾಚಿದ, ಮುಖವೆತ್ತಿ ಅವನನ್ನು ನೋಡಿದರು, ಅನಾರೋಗ್ಯದ ಲಕ್ಷಣವೇನು ಕಾಣಲಿಲ್ಲ. "ಆರೋಗ್ಯವಾಗಿದ್ದೀ, ಮತ್ಯಾಕೆ ಪರೀಕ್ಷೆ?" ಅನ್ನುತಲೇ ನಾಡಿ ಹಿಡಿದರು.

ನಾಲ್ಕು ಮಾತುನಲ್ಲಿ ತನ್ನ ಹಿನ್ನೆಲೆ ತಿಳಿಸಿ "ನಂಗೆ ಪೂರ್ತಿ ಸ್ವತಂತ್ರ ಕೊಟ್ಟಿದ್ದಾರೆ. ಅವರದೆಲ್ಲ ಪ್ರೇಮ ವಿವಾಹಗಳು. ನಂಗೆ ಬೇಕಾದ ಪಾರ್ಟನರ್‌ನ ನಾನೇ ಹುಡ್ಕಿಕೋಬೇಕು, ಅದಕ್ಕೆ ನಿಮ್ಮ ಸಹಾಯ ಬೇಕಾಗುತ್ತೆ" ಎಂದ, ಅವರು ಮುಖವನ್ನು ಒಂದು ತರಹ ಮಾಡಿದರು "ಹೇಗೇಂತ?" ಅಂದರು.

"ನೀವು ಸಹಾಯ ಮಾಡ್ತೀನಿ ಅನ್ನೋ ಭರವಸೆ ಕೊಡಿ. ಅಗತ್ಯ ಬಿದ್ದಾಗ ಖಂಡಿತ ಕೇಳ್ತೀನಿ" ಅವರಿಗೆ ನಮಿಸಿ ಮೇಲೆದ್ದ. ಮುಂಗೈ ಮೇಲಿನ ಕಲೆ ನಕ್ಕಂತಾಯಿತು. ದಟ್ಟವಾಗಿದ್ದ ಕಲೆಯ ಬಣ್ಣ ಸ್ವಲ್ಪ ತಿಳಿಯಾದಂತೆ ಗೋಚರಿಸಿತು. ಅದು ಲಕ್ಕಿಯೆನಿಸಿತು ತುಟಿಗೆ ಒತ್ತಿಕೊಂಡ.

ಅಷ್ಟರಲ್ಲಿ ಅವನ ಮೊಬೈಲ್ ಮೊಳಗಿತು "ಹಲೋ, ನಮಸ್ಕಾರ..." ಎಳೆಯ ದನಿ ಅಲಾಪನಾ ಎಂದು ಗುರ್ತಿಸಿದ "ಹಲೋ, ಸ್ವೀಟ್ ಬೇಬಿ, ಹೇಗಿದ್ದೀ?" ಕೇಳಿದ.

"ಓಕೇ, ಫೈನ್... ನೀವು ಬೆಂಗ್ಳೂರಿಗೆ ವಾಪಸ್ಸು ಆಗ್ತೀರಾಂತ ಪಪ್ಪ ಹೇಳಿದ್ರು, ಸ್ವಲ್ಪ ನನ್ನ ಲವ್‌ಲೀ ಅತ್ತೆ ಸರಿತನ ಕರ್ಕಂಡ್ ಬಂದು ಇಲ್ಲಿ ಡ್ರಾಪ್ ಮಾಡ್ತೀರಾ? ಇಲ್ಲಿ ನಂಗೆ ತುಂಬ ಕಷ್ಟವಾಗಿದೆ" ಅಂದಳು. ಅವಳ ಮುದ್ದು ಮುಖ ತೇಲಿತು, ಗೊಂಬೆಯಂಥ ಹುಡುಗಿ. ಅವಳು ವೈಜಯಂತಿಯ ಮಗಳು "ಓಕೇ ಮೇಡಮ್, ಒಂದಿಷ್ಟು ನಿನ್ನ ಅತ್ತೆ ಹತ್ರ ಮಾತಾಡಿ ಬಿಡು" ಅಂದವನು ಅಡಿಗೆ ಮನೆ ಬಳಿ ಬಗ್ಗಿ "ಸರಿತ ಮೇಡಮ್... ಅಲಾಪನಾ ಫೋನ್" ತಟ್ಟನೆ ಇತ್ತ ತಿರುಗಿದವಳು ಆತುರದಿಂದ ತಗೊಂಡಳು.

"ಅವ್ರಿಗೆ ಯಾಕೆ ಫೋನ್ ಮಾಡ್ದೇ? ನಾನು ನಾಳಿನ ಮೊದಲ ಬಸ್ಸುಗೆ ಬರ್ತಾ ಇದ್ದೆ. ಇದ್ರಿಂದ ಅವ್ರಿಗೆ ತೊಂದರೆ ಆಗುತ್ತೆ"

"ಏನಿಲ್ಲ ಬಿಡಿ, ತಾತ ಮನೆಯಲ್ಲಿಟ್ಕೊಂಡು ಫ್ರೀ ಟ್ರೀಟ್‌ಮೆಂಟ್ ಕೊಡ್ತಾ ಇಲ್ವಾ? ಅಯ್ಯೋ ನಾವಿರೋದು ಕೂಡ ಬೆಂಗಳೂರು ಮೈಸೂರು ಮಧ್ಯೆನೇ, ಅಂಥ ತೊಂದರೆಯೇನಿಲ್ಲ, ನೀನು ಬರ್ಬೇಕು ಅಷ್ಟೆ. ನಂಗೆ ಬೋರಾಗಿದೆ, ಮಮ್ಮಿ ದಿನಕೊಮ್ಮೆ ಫೋನ್ ಮಾಡ್ತಾಳೆ, ಮೊನ್ನೆ ಬಂದಿದ್ಲು, ಪಪ್ಪನೇ ಟೀ ಮಾಡಿಕೊಟ್ರು ನಂಗೆ ಆಗ ಅಮ್ಮ ನಮ್ಮಲ್ಲೆ ಇದ್ದಿದ್ದರೇ ಚೆನ್ನಾಗಿತ್ತುಂತ ಅನ್ನಿಸ್ತು. ಅದು ಸಾಧ್ಯವಿಲ್ಲ, ತಪ್ಪೂಂತ ನೀನೇ ಹೇಳಿದ್ದೀಯಲ್ಲ. ನೀನು ಇವತ್ತೆ ಬರ್ಬೇಕು, ಬರ್ತೀಯ ಅಷ್ಟೆ. ನಾನು ಫೋನ್ ಕಟ್ ಮಾಡ್ತೀನಿ, ನೀನು ಮಾಡಿದ್ರು ನಾನು ತೆಗೆಯೋಲ್ಲ, ಅಜ್ಜಿ, ತಾತನಿಗೂ ಹೇಳಿದ್ದೀನಿ, ಇಲ್ಲ ನಾನು ಅಲ್ಲಿಗೆ ಬಂದ್ ಬಿಡ್ತೀನಿ" ಇಂಥದೊಂದು ಧಮಕಿ ಹಾಕಿ ಫೋನ್ ಕಟ್ ಮಾಡಿದಳು.

ಪುಟ್ಟ ಅಲಾಪನಾ ಕಣ್ಮುಂದೆ ಬಂದಳು. ಸಾಕಷ್ಟು ಬದಲಾವಣೆ ಅವಳಲ್ಲಿ ಕಂಡಿತ್ತು. ಕೆಲವೊಮ್ಮೆ ಅರ್ಥಮಾಡಿಕೊಳ್ಳುವಷ್ಟು ಬೆಳೆದಿದ್ದಳು.

ಒಮ್ಮೆ ಲೀಲಾವತಿ "ನಿಂಗೆ ಒಬ್ಬ ಹೊಸ ಅಮ್ಮನ ತರೋಣವೇ" ಕೇಳಿದಾಗ ತಟ್ಟನೆ "ಬೇಡವೇ ಬೇಡ, ಅಮ್ಮ ಒಬ್ಬ ಡ್ಯಾಡಿನ ತಂದ್ಲು, ಇಷ್ಟವಾಗಲಿಲ್ಲ. ಇನ್ನು ಇನ್ನೊಂದು ಅಮ್ಮ... ನಂಗೆ ಬೇಡ" ಎಂದು ಎದ್ದು ಹೋದಾಗ ಸರಿತ ಅಲ್ಲೇ ಇದ್ದಳು. ಹೇಮಂತ್ ಇನ್ನೊಂದು ವಿವಾಹವಾದರೆ, ಮತ್ತೊಂದು ಸಮಸ್ಯೆಯನ್ನು ಎದುರಿಸಬೇಕಾಗುತ್ತೆ ಎನ್ನುವ ನಿರ್ಣಯತಕ್ಕೆ ಬಂದಿದ್ದಳು.

ಅಂತು ಇವಳು ಶಶಾಂಕ್ ಶ್ರೀವಾಸ್ತವ ಜೊತೆ ಹೊರಡುವ ನಿರ್ಧಾರವಾಯಿತು.

* * *

ಇಂದು ಸ್ಕೂಲಿನಿಂದ ಅಲಾಪನಾನ ಮನೆಗೆ ಕರೆ ತಂದಿದ್ದು ವೈಜಯಂತಿ

"ನಾನು ಷಾಪಿಂಗ್ ಮಾಲ್‌ಗೆ ಬಂದಿದ್ದೆ, ಹಾಗೇ ನಿನ್ನ ನೆನಪಾಯ್ತು. ಹೇಗೂ ರಾತ್ರಿ ವೇಳೆಗೆ ಸರಿತ ಬರ್ತಾಳೆ, ನಾಳೆಯಿಂದ ಪ್ರಾಬ್ಲಂ ಇಲ್ಲ, ನಿಂಗೆ ಹಾರ್ಲಿಕ್ಸ್ ಬೆರೆಸಿಕೊಟ್ಟು ಹೋಗಲಾ?" ಕೇಳಿದಳು ಮಗಳ ಗಲ್ಲ ಸವರುತ್ತ.

"ನಂಗೆ ಹಾರ್ಲಿಕ್ಸ್ ಬೇಡ, ಅಜ್ಜಿ ಮಾಲ್ಟ್ ಕಳ್ಸಿ ಕೊಟ್ಟಿದ್ದಾರೆ. ಅದ್ನೆ ಕುಡ್ಯೋದು. ನಾನು ಬೆರ್ಸಿಕೊಂಡು ಬರ್ತೀನಿ" ಎಂದು ಸ್ಕೂಲಿನ ಬ್ಯಾಗ್ ತೆಗೆದಿಟ್ಟು ಷೂ ಬಿಚ್ಚಿ ಯೂನಿಫಾರಂ ಬದಲಾಯಿಸಿ ಬಾತ್‌ರೂಂಗೆ ಹೋಗಿ ಮುಖ ತೊಳೆದು ಬಂದು "ಪ್ಲೀಸ್, ಕೂತ್ಕೋ ಮಮ್ಮಿ, ನಿಂಗೆ ಟೀ ಇಷ್ಟಾಂತ ಪಪ್ಪ ಹೇಳಿದ್ರು. ಆದರೆ ನಂಗೆ ಟೀ ಮಾಡೋಕೆ ಬರೋಲ್ಲ, ಮಾಲ್ಟ್ ಬೆರೆಸೋದು ಮಾತ್ರ ಕಲೀತಿದ್ದೀನಿ" ಹೇಳಿದ ಅವಳನ್ನು ಅಣ್ಣರಳಿಸಿ ನೋಡಿದಳು ಹಿಂದಿನ ಅಲಾಪನಾ ಅಲ್ಲವೆನಿಸಿತು "ನೀನು ತೋರ್ಸು, ಮಾಲ್ಟ್ ನಾನು ಬೆರ್ಸಿ ಕೊಡ್ತೀನಿ" ಅನ್ನುವ ವೇಳೆಗೆ ಬಂದ ಹೇಮಂತ್ "ಓ, ಮೈ ಗಾಡ್, ನಾನು ಹೆದರಿದ್ದೆ, ಸ್ಕೂಲು ಹತ್ರ ಹೋಗಿಯೇ ಬಂದೆ. ಇವ್ಳ ಫ್ರೆಂಡ್ಸ್ ಇನ್‌ಫಾರ್ಮೇಷನ್ ಕೊಟ್ಟರು ನಂಗೆ... ಗಾಬ್ರಿ ಯಾಕೆ? ನಿಂತೇ ಇದ್ದೀಯ? ಕೂತ್ಕೊ... ವೈಜಯಂತಿ" ಸ್ನೇಹದಿಂದಲೇ ಒಳಗೆ ಹೋದವನು ತಾನೇ ಮಾಲ್ಟ್, ಟೀ ಎರಡು ಬೆರೆಸಿಕೊಂಡು ಬಂದು "ತಗೋ ವೈಜಯಂತಿ, ಇನ್ನೊಮ್ಮೆ ನನ್ನ ಕೈ ರುಚಿ" ಅನ್ನುತ್ತ ಕೂತ.

ಸಂಕೋಚವಿಲ್ಲದೆ ಟೀ ಕುಡಿದಿಡುವ ವೇಳೆಗೆ ಬಂದ ಫ್ರೆಂಡ್ಸ್ ಜೊತೆ ಸೇರಿ ಹೋದಳು ಅಲಾಪನಾ.

"ಈಗ ಓದಿಗಿಂತ ಹೆಚ್ಚು ಆಟದ ಕಡೆ ಗಮನ ಕೊಡೊಂಗೆ ಕಾರ್ಣತಾಳೆ, ಫೋನ್ ಮಾಡಿದಾಗಲೆಲ್ಲ ಅದೇ ವಿಷಯ ಮಾತಾಡ್ತಾಳೆ, ಮುಂದೆ ಅವಳ ಭವಿಷ್ಯಕ್ಕೆ ತೊಂದರೆ ಆಗುತ್ತೆ" ಮಗಳ ಬಗ್ಗೆ ಪ್ರಸ್ತಾಪಿಸಿದಳು. ಅವರ ಮನೆಯವರು ದೃಷ್ಟಿಕೋನವೆಲ್ಲ ಮಕ್ಕಳು ತೆಗೆಯುವ ಮಾರ್ಕ್ಸ್‌ನ ಬಗ್ಗೆ, ಒಂದೆರಡು ಕ್ಷಣಗಳ ಮೌನದ ನಂತರ "ಸಾರಿ ವೈಜಯಂತಿ, ನಂಗೆ ಹಾಗೇ ಅನ್ನಿಸೋಲ್ಲ, ಈಗಿನ ಎಜುಕೇಷನ್ ಸಿಸ್ಟಮ್ ಇನ್‌ಫಾರ್ಮೇಷನ್ ಓರಿಯೆಂಟೆಡ್ (Information Oriented) ಅಷ್ಟು ಸಾಲ್ದು. ಅಲ್ಲಿ ಸಿಗದನ್ನ ಮನೆಯಲ್ಲಿ ಕಲೀಸಬೇಕಾಗಿದೆ. ನಂಗೆ ಉಪನಯನ ಮಾಡಿದಾಗ ಹತ್ತಿರದ, ದೂರದ ನೆಂಟರಿಷ್ಟರ ಜೊತೆ, ಆಶೀರ್ವಾದದೊಂದಿಗೆ ಆ ಸಮಾರಂಭ ನನ್ನ ನೆನಪಿನಲ್ಲಿ ಉಳಿಯುವಂತೆ ಮಾಡಿದ್ದರು, ಅದೇ..." ಸುಮ್ಮನಾದ.

ಅರ್ಥಮಾಡಿಕೊಂಡು ಮೇಲೆದ್ದಳು.

"ಸಾರಿ, ಅಲಾಪನಾ ನಿಂಗೂ ಮಗಳು. ಅವಳ ಬಗ್ಗೆ ಕನ್ಸರ್ನ್ ಇರೋದು ಸರಿ, ಆ ಬಗ್ಗೆ ತಲೆ ಕೆಡ್ಸಿಕೊಳ್ಳೋದು ಬೇಡ. ಓದಿನ ಜೊತೆ ಅವಳ ಬಾಲ್ಯ ಮುರುಟಿ ಹೋಗಬಾರದು. ಬಾಲ್ಯ ಒಮ್ಮೆ ಸಿಗುವಂಥದಲ್ಲ ಅದ್ನ, ಪರಿಪೂರ್ಣವಾಗಿ ಅನುಭವಿಸಬೇಕು, ಭವಿಷ್ಯದಲ್ಲಿ ಇಂಜಿನಿಯರ್, ಡಾಕ್ಟರ್ ಆಗೋ ಸಲುವಾಗಿ ಬಾಲ್ಯದ

ಮುಗ್ಧತೆಯ ಚೆಲುವನ್ನು ಹಿಸುಕಿ ಬಿಡೋ ಇರಾದೆ ನಂಗಿಲ್ಲ" ಎಂದ ಅಲ್ಲಿ 'ಶಂಕರಪಾಟೀಲ'ದಲ್ಲಿ ಅವಳಿದ್ದ ಸ್ಥಿತಿ ನೆನಸಿಕೊಂಡರೇ, ಅವನಿಗೆ ಕರುಳು, ಕತ್ತರಿಸಿದಂತಾಗುತ್ತಿತ್ತು.

"ಬರ್ತೀನಿ, ನೀವ್ಯಾಕೆ ಮದ್ವೆ ಆಗಬಾರದು?" ಕೇಳಿದಳು ತಟ್ಟಕ್ಕನೇ, ಅವನ ತುಟಿಯಂಚಿನಲ್ಲಿ ವಿಷಾದದ ನಗೆ ಕುಳುಕಿತು "ಅಪ್ಪ, ಅಮ್ಮನ ಬಲವಂತ, ಹುಡ್ಗೀನು ಸಿಕ್ತಾಳೆ. ಆದರೆ ಅಲಾಪನಾಗೆ ಇನ್ನೊಬ್ಬ ಅಮ್ಮ ಬೇಡ, ಅವಳಿಗೆ ಇಷ್ಟವಿಲ್ಲದ್ದು ಮಾಡೋಕೆ ಹೋಗೋಲ್ಲ. ಒಂದು ಬೇಕೂಂದರೆ, ಇನ್ನೊಂದನ್ನ ಕಳೆದುಕೊಳ್ಳಬೇಕು. ಅದಕ್ಕೆ ನಾನು ಸಿದ್ಧ. ನಂಗೆ ಮಗ್ಳು ಭವಿಷ್ಯ ಮುಖ್ಯ" ಎಂದು ಉಸುರಿದ.

ನಿಂತ ನೆಲ ವೈಜಯಂತಿಗೆ ಕುಸಿದಂತಾಯಿತು. ಸ್ವಾರ್ಥ ಇರಬಹುದು. ಅವಳ ಹೇಮಂತ್ ವಿವಾಹವಾಗುವುದನ್ನು ಆಶಿಸುತ್ತಿದ್ದಳು. ಆದರೆ... ಉಗುಳು ನುಂಗಿ ಬಾಗಿಲವರೆಗೂ ಹೋದವಳು, "ಶಶಾಂಕ್ ಶ್ರೀವಾಸ್ತವ್ ನಿಮ್ಮ ತಂಗಿ ಸರಿತನ ತುಂಬ ಇಷ್ಟಪಟ್ಟಿದ್ದಾನೆ, ಬಹುಶಃ ನಿಮ್ಮ ಹೆತ್ತವರಿಗೂ ಇಷ್ಟ. ಅವನ ಹೆತ್ತವರು ಆ ಬಗ್ಗೆ ತಲೆ ಹಾಕರು. ದಯವಿಟ್ಟು ಸರಿತನ ಒಪ್ಸಿ, ಇಲ್ಲಿ ಕಂದಕ್ಕೆ ತಳ್ಳುವ ಹಿರಿಯರಿಲ್ಲ, ಅವರಿಬ್ರೂ ಸುಖವಾಗಿ ಇರ್ತಾರೆ" ಅಷ್ಟು ಹೇಳಿ ಹೊರಟು ಬಿಟ್ಟಳು, ಕಾರು ಹೋದ ಸದ್ದು ಕೇಳಿಸುವ ವೇಳೆಗೆ ಹೊರಗೆ ಬಂದ, ದಿಗ್ಭ್ರಮೆ ಜೊತೆಗೆ ರೋಮಾಂಚನ ನಂತರದ ಚಿಂತನೆ.

ವಿಸ್ಮಿತ ಪ್ರೇಮದ ಮೊಗ್ಗು ಅರಳುವ ಹಂತ, ಅವರಿಬ್ಬರ ಮಧ್ಯೆ ಕಂದಕ ತೋಡುವವರಿಲ್ಲ! ಸುಖವಾಗಿ ಇರ್ತಾರೆ ಅರ್ಥಪೂರ್ಣ ನುಡಿಗಳನ್ನಾಡಿದ ವೈಜಯಂತಿ ಬಗ್ಗೆ ಗೌರವ ಮೂಡಿತು. ಹೌದು, ಹಿರಿಯರು ಅನ್ನಿಸಿಕೊಂಡ ಜನ ಕಂದಕ ತೋಡದಿದ್ದರೇ ಡೈವೋರ್ಸ್ ಎನ್ನುವ ಉರುಳಿಗೆ ಬಲಿಯಾಗಬೇಕಿರಲಿಲ್ಲ.

ಕ್ಷಿತಿಜ ಬೆಳಿಗ್ಗೆ ಫೋನಾಯಿಸಿ "ಸದ್ಯಕ್ಕೆ ನನ್ನ ಕೆಲ್ಸ ಇಲ್ಲೇ ಮುಂದುವರಿಯೋಂಗೆ ಕಾಣುತ್ತೆ. ಒಂದಿಷ್ಟು ಪೂರ್ತಿ ಸೆಟಲ್ ಆಗ್ದೇ ಹೇಗೆ ಮದ್ವೆಯಾಗೋದು?" ಇಂಥದೊಂದು ಮಾತಾಡಿದ್ದ.

ಅವರಸರದಿಂದ ತಂಗಿಯ ಮೊಬೈಲ್‌ನ ಬಟನ್‌ಗಳನ್ನೊತ್ತಿದ "ಅಣ್ಣ ಬರ್‍ತಾ ಇದ್ದೀನಿ. ಅರ್ಧ ದಾರಿ ಕ್ರಮಿಸಿ ಬಿಟ್ಟಿದ್ದೀವಿ, ಅಮ್ಮ ಏನೇನೋ ಮಾಡಿಕೊಟ್ಟಿದ್ದಾಳೆ. ನೀನು ಅಡಿಗೇನು ಕೈ ಹಚ್ಚಬೇಡ, ಅಲಾಪನಾ ಒಂದು ನಾಲ್ಕು ಸಲವಾದ್ರೂ ಫೋನ್ ಮಾಡಿದ್ಲು. ಈಗ ನೀನೇನು ಮಾಡ್ತಾ ಇದ್ದೀಯ?" ಕೊನೆಯದಾಗಿ ಕೇಳಿದಳು.

"ಸದ್ಯ ಅಲಾಪನಾ ಎಲ್ಲೋ ಆಟಕ್ಕೆ ಹೋಗಿದ್ದಾಳೆ, ನಂಗೂ ಅಡ್ಗೇ ಮಾಡಿ ಸಾಕಾಗಿದೆ. ಸದ್ಯಕ್ಕೆ ಶಶಾಂಕ್ ಶ್ರೀವಾಸ್ತವ್‌ಗೆ ಥ್ಯಾಂಕ್ಯೂ ಹೇಳಬೇಕು. ಆ ಕಲೆ ಬಗ್ಗೆ ಅಪ್ಪ ಏನ್ಹೇಳಿದ್ರು? ಪವಾಡ ಸದೃಶವಾಗಿ ಅಳಿಸಿ ಹಾಕಲಾಕ್ಕಂತು ಆಗೋಲ್ಲ" ನಗುವಿನಲ್ಲಿ ಕೇಳಿದ.

"ಏಯ್... ಸುಮ್ಮನಿರು! ಅಪ್ಪನ ಬಗ್ಗೆ ನಿಂಗೇನು ಗೊತ್ತಿಲ್ಲ. ಈಗ ಆ ಕಲೆ ಒಂದಿಷ್ಟು ತಿಳಿಯಾಗಿದೆ. ಕಾಲಕ್ರಮೇಣ ಹೋಗಬಹ್ದೂಂತ ಅಂದ್ರು, ಅಲಾಪನಾಗೆ ಹೇಳು" ಫೋನ್ ಕಟ್ ಮಾಡಿದಳು.

ಸರಿತ ಸಹಜವಾಗಿ ಮಾತಾಡಿ ದಂಗೆ ಕಂಡಳು. ಅಂದರೆ ಶಶಾಂಕ್ ಶ್ರೀವಾಸ್ತವ್ ಅವಳಿಗೆ ವಿಷಯ ತಿಳಿಸಿಲ್ಲವಾ? ಇಲ್ಲ ಅವಳು ಧ್ಯಾನಿಸುವ ಪುರುಷನ ಮುಂದೆ ಪ್ರೇಮ ನಿವೇದನೆ ಕಿಂಚಿತ್ ವ್ಯಕ್ತಪಡಿಸಿಲ್ಲವಾ? ಅಚ್ಚರಿಯೆನಿಸಿತು.

ಅಷ್ಟರಲ್ಲಿ ಅಲಾಪನಾ ಕೂಡ ಓಡಿ ಬಂದವಳು "ಅತ್ತೆ ಫೋನ್ ಮಾಡಿದ್ರಾ? ನನ್ನ ಫೋನ್ ಮಾಡಬೇಡಾಂತ ತಾಕೀತು ಮಾಡಿದ್ದಾರೆ, ನನ್ನ ಮೊಬೈಲ್‌ಗೆ ಪೂರ್ತಿ ರಜ, ಮಮ್ಮಿಗೆ ವಾಪಸ್ಸು ಕೊಟ್ಬಿಡ್ಲಾ?" ಕೇಳಿದಾಗ, ಅವಳ ಕೆನ್ನೆ ತಟ್ಟಿ "ಕೋಪಕ್ಕಿಂತ ಹೆಚ್ಚು ನೋವು ಮಾಡಿಕೋತಾಳೆ, ಗಿಫ್ಟಾಗಿ ಮಗಳಿಗೆ ಕೊಟ್ಟಿದ್ದಲ್ವಾ? ಅವ್ಳು ನಿನ್ನ ಮೊಬೈಲ್‌ಗೆ ನೇರವಾಗಿ ಫೋಣ್ ಮಾಡೋದು." ಅಂದ ಹೇಮಂತ್.

"ಅದಲ್ಲ ಪಪ್ಪ, 16 ವಯಸ್ಸಿಗಿಂತ ಕೆಳಗಿನ ವಯಸ್ಸಿನ ಮಕ್ಕಳು ಮೊಬೈಲ್ ಉಪಯೋಗಿಸಬಾರದಂತೆ. ನಾವು ಕಿವಿಗಾನಿಸಿಕೊಂಡು ಮಾತಾಡೋದರಿಂದ ಮಿದುಳಿನ ಕೋಶಗಳು ಬಿಸಿಯಾಗಿ ಆರೋಗ್ಯಕ್ಕೆ ಹಾನಿಯಾಗುತ್ತಂತೆ, ಅಮ್ಮ ಸುಮಾರು ಹೊತ್ತು ಮಾತಾಡ್ತಾಳೆ, ಆಗ ಮೊಬೈಲ್ ಬಿಸಿಯಾಗುತ್ತೆ. ಆಗ ಮೆದುಳಿನ ಶಾಖ ಹೆಚ್ಚಾಗುತ್ತೆ. ಅದರಿಂದ ಕಣ್ಣಿಗೆ ಅಪಾಯವಂತೆ, ಇದೆಲ್ಲ ಯಾಕೆ ಬೇಕು?" ಎಂದಳು ಅವಳು ಹೇಳಿದ ರೀತಿಗೆ ದಂಗಾದ, ಇಂಥ ಎಷ್ಟೋ ವಿಷಯಗಳನ್ನು ಕೂಡಿಸಿಕೊಂಡು ಅಲಾಪನಾಗೆ ಹೇಳುತ್ತಿದ್ದಳು ಸರಿತ "ಇನ್ಮೇಲೆ ಲ್ಯಾಂಡ್‌ಲೇನ್‌ಗೆ ಮಾಡಿ ಶಾರ್ಟಾಗಿ (short) ಆಗಿ ಮಾತಾಡೋಕೆ ಹೇಳು, ನಿನ್ನಮ್ಮನಿಗೆ" ಅಂದ.

ಅವನೆಂದು ಅಲಾಪನಾ ಮುಂದೆ ವೈಜಯಂತಿಯನ್ನು ಏನು ಅನ್ನುತ್ತಿರಲಿಲ್ಲ. ಅಮ್ಮನ ಬಗೆಗಿನ ಅವಳ ಭಾವನೆಗಳು ಒಳ್ಳೆಯದಾಗಿರಲೀ ಎನ್ನುವುದೆ ಅವನ ಅನಿಸಿಕೆ.

ಅಲ್ಲೇ ಉಳಿದ ಮೊಬೈಲ್‌ನ ಕೈಗೆತ್ತಿಕೊಂಡು. ಒಂದೂವರೆ ದಶಕದಲ್ಲಿ ನಡೆದ ಸಂಪರ್ಕ ಕ್ರಾಂತಿ ಭಾರತದ ಜನ ಜೀವನದ ಮೇಲೆ ಎಷ್ಟು ಪರಿಣಾಮ ಬೀರಿತೆಂದರೆ, ಅದು ಜನರ ಅವಿಭಾಜ್ಯ ಅಂಗವೆನಿಸುವಷ್ಟರ ಮಟ್ಟಿಗೆ ಬೆಳೆದಿದೆ. ಸೆಲ್‌ಫೋನ್‌ಗಳು ಈಗ ಕೇವಲ ಕರೆ ಸಾಧನವಾಗಿ ಮಾತ್ರ ಬಳಕೆಯಾಗುತ್ತಿಲ್ಲ. ಅತ್ಯಾಧುನಿಕ ಸೆಲ್‌ಫೋನ್‌ಗಳು ಮಿನಿ ಕಂಪ್ಯೂಟರ್‌ಗಳಾಗಿವೆ. ಆರಂಭದ ಹಂತದಲ್ಲಿ ಟೈಮರ್ ಕ್ಯಾಲ್ಕುಲೇಟರ್, ಫೋನ್ ಬುಕ್ ಆಗಿ ಬಳಕೆಯಾಗುತ್ತಿದ್ದವು. ಆದರೆ ಈಚೆಗೆ ಕ್ಯಾಮರ, ಎಂ.ಪಿ. 3, ವೀಡಿಯೋ ಪ್ಲೇಯರ್ ಎಲ್ಲವು ಲಭ್ಯ. ವಿಶ್ವದಾದ್ಯಂತ 250 ಹೆಚ್ಚು ಕಓಟಿ ಜನ ಮೊಬೈಲ್ ಬಳಸುತ್ತಿದ್ದಾರೆ. ಮುಖ್ಯವಾಗಿ ಭಾರತದಲ್ಲಿ 5 ಕೋಟಿಗೂ ಹೆಚ್ಚು ಮೊಬೈಲ್‌ಗಳು ಮಾರಾಟವಾಗಿದೆ.

ಇಂಥದೊಂದು ಚಿತ್ರವೆ ಅವನ ಕಣ್ಮುಂದೆ ಬಂದು ನಿಂತಿತು. ಆಗ ಸದ್ದಾಗಿದ್ದು ಅಲಾಪನಾ ಮೊಬೈಲ್, ಅವನೇ ಎತ್ತಿದ.

"ಅಲಾಪನಾ..." ವೈಜಯಂತಿಯ ದನಿ, ಅವನ ಮುಖದ ಮೇಲೆ ಮುಗಳ್ನಗೆ ತೇಲಿತು "ಸಾರಿ ವೈಜಯಂತಿ, ಮೊಬೈಲ್ ಬಗ್ಗೆ ಅಲಾಪನಾಳಲ್ಲಿ ಅವೆರ್‌ನೆಸ್ (awareness) ಷುರುವಾಗಿದೆ. ಸದ್ಯಕ್ಕೆ ಮೊಬೈಲ್ ಬಳಕೆ ಬೇಡವೆಂದು ತೀರ್ಮಾನಿಸಿದ್ದಾಳೆ. ಇನ್ಮೇಲೆ ಲ್ಯಾಂಡ್‌ಲೈನ್‌ಗೆ ಫೋನ್ ಮಾಡು. ಒಂದ್ವಿಷ್ಯ, ನಿಂಗೆ ಹೇಗೆ ಧನ್ಯವಾದ ತಿಳಿಸಬೇಕೋ ತಿಳೀತಾ ಇಲ್ಲ. ಆದರೆ ಸರಿತ ಏನು ಹೇಳ್ತಾಳೋ ಗೊತ್ತಿಲ್ಲ, ಬಹುಶಃ ಶಶಾಂಕ್ ಶ್ರೀವಾಸ್ತವ್ ಶ್ರೀಮಂತ. ಮುಂದೆ ಸಾರಿ... ಹೇಳಬೇಕಾಯಿತು. ಈಗ ಶಶಾಂಕ್... ಏನು ಮಾಡ್ಕೊಂಡಿದ್ದಾರೆ?" ವಿಚಾರಿಸಿದ.

"ಎಲ್ಲಾ ಬೋರಿಂಗ್ ಅಂದು ಹೂ ಬೆಳಸೋ, ಕಾಯಕ ಮಾಡ್ತಾ ಇದ್ದಾನೆ, ಮಗನ ಇಷ್ಟಕ್ಕೆ ಹೆತ್ತವರ ವಿರೋಧವಿಲ್ಲ. ಸಾಧನಗಳ ಜೊತೆಗಿನ ಹಣಗಾಟ ವ್ಯಕ್ತಿಯನ್ನು ಕೂಡ ಒಂದು ಸಾಧನವಾಗಿಸಬಹುದು. ಆದರೆ ಹೂಗಳ ಜೊತೆಗಿನ ಒಟನಾಟ ವ್ಯಕ್ತಿಯನ್ನು ಅತ್ಯಂತ ಸಂವೇದನಾಶೀಲವಾಗಿಸುತ್ತೆ. ಡೋಂಟ್ ವರೀ. ಸರಿತ ಪ್ರೇಮ ಫಲಿಸಬೇಕು. ಇದು ನನ್ನ ಆಸೆ, ಆಮೇಲೆ ಅಲಾಪನೆಯಿಂದಲೇ ಫೋನ್ ಮಾಡ್ಸಿ" ಇಟ್ಟಳು.

ರಾತ್ರಿ ಎಂಟರ ಸುಮಾರಿಗೆ ಕಾರು ಬಂದು ನಿಂತಿತು. ಮೊದಲು ಇಳಿದ ಶಶಾಂಕ್ ಶ್ರೀವಾಸ್ತವ್ ಹಿಂದಿನ ಡೋರ್ ಬಾಗಿಲು ತೆಗೆದು "ನೀನು ಧ್ಯಾನಿಸುವ... ವೇಣು ಮಾಧವ... ಸಿಕ್ಕಾಗ ನಿರಾಕರಿಸಬಾರದು" ಎಂದ ಡೋರ್ ಬಾಗಿಲ ಮೇಲೆ ಕೈಯಿಟ್ಟು ಕಣ್ಣುಗಳನ್ನು ಪಿಳಿಪಿಳಿ ಬಿಟ್ಟಳು. ಹಣೆಯಲ್ಲಿ ಬೆವರು ಮೂಡಿತು. "ನಿನ್ನಂಥ ಒಂದು ಧ್ಯಾನಕ್ಕೆ ಅರ್ಹನಾಗುವುದು ಅದೃಷ್ಟ ಇದು ದೈವದ ಕೊಡುಗೆ" ಎಂದು ಹಿಂದಕ್ಕೆ ಸರಿದ.

ಅರ್ಥಮಾಡಿಕೊಳ್ಳಲು ಅವಳಿಗೆ ಸಮಯಬೇಕಿತ್ತು. ಕೀ ಕೊಟ್ಟ ಗೊಂಬೆಯಂತೆ ಕೆಳಗಿಳಿದು ಬಂದವಳು ಹೇಮಂತ್ ಮಾತಾಡಿಸಿದಾಗಲು ಮಾತಾಡದೇ ನೇರವಾಗಿ ಒಳಗೆ ಹೋದಳು.

ಎಷ್ಟೋ ಹೊತ್ತಿನವರೆಗೂ ಶಶಾಂಕ್ ಶ್ರೀವಾಸ್ತವನ ಮಾತುಗಳು ಅವಳ ಕಿವಿಯಲ್ಲಿ ಗುಣಗುಣಿಸುತ್ತಿತ್ತು.

* * *